द आर्ट ऑफ थिंकिंग क्लिअरली

द आर्ट ऑफ थिंकिंग क्लिअरली

रॉल्फ डोबेली

अनुवाद – सुलभा सुब्रमण्यम

मधुश्री पब्लिकेशन

मधुश्री पब्लिकेशन

प्रकाशक : शरद अष्टेकर

७०३ भगवंत कृपा बिल्डिंग, पहिला मजला,

सकाळ कार्यालयासमोर, बुधवार पेठ पुणे, ४११००२

फोन : ८०८७२८८८७२

madhushreepublication@gmail.com
www.madhushreepublication.com

द आर्ट ऑफ थिंकिंग क्लिअरली

प्रथम मराठी आवृत्ती २०१९ साली प्रकाशित
नवीन आवृत्ती जुलै २०२३ साली प्रकाशित

मूळ लेखक : रॉल्फ डोबेली

अनुवाद : सुलभा सुब्रमण्यम

टाईप व सेटींग : अरविंद आरतीविष्णू राजंदेकर, पुणे

संपादन : शुचिता नांदापुरकर फडके

मुखपृष्ठ : अर्चना आनंद चांदवले

मुद्रक : दिपक मल्टी ऑफसेट, गुलटेकडी, पुणे

ISBN : 978-81-938036-6-0

किंमत : ३५०/-

अनुक्रमणिका

प्रस्तावना

२००४च्या फॉल सीझनमध्ये, मीडियाच्या एका मोठ्या हस्तीने मला म्युनिकला एका कार्यक्रमात भाग घेण्यासाठी आमंत्रण दिले होते, ज्याचे वर्णन 'बुद्धिवादींचा अनौपचारिक मेळावा' असे केले गेले होते. मी स्वतःला कधीच बुद्धिवादी मानले नव्हते. खरे तर, उद्योग व्यापाराचा अभ्यास केला असल्याने मी त्या उलटच होतो... पण मी दोन कादंबऱ्याही लिहिल्या होत्या. कदाचित त्यामुळेच मी अशा आमंत्रणास पात्र ठरलो असेन.

नसिम निकोलस तालेबसुद्धा त्या टेबलाशी बसला होता. त्यावेळी तो तत्त्वज्ञानाची हौस असलेला एक साधासुधा वॉल स्ट्रीटवरील व्यापारी (ट्रेडर) होता. इंग्रजी व स्पॅनिश आत्मजागृती (इनलाईटनमेंट) वरील व विशेषतः डॅनिएल ह्युमच्या तत्त्वज्ञानावरील तज्ज्ञ म्हणून माझी त्याच्याशी ओळख करून दिली गेली होती. हे उघडच होते की, मला गफलतीने दुसरे कोणी समजून बोलावले गेले होते. धक्काच बसला होता, तरीही मी एक अवघडलेले स्मितहास्य आजूबाजूला फेकले आणि नंतरची शांतता माझ्या तत्त्वज्ञानाच्या सामर्थ्याची अनुभूती म्हणून वापरली. लगेचच तालेबने एक रिकामी खुर्ची ओढून थोपटली आणि मी बसलो. सुरुवातीचे जुजबी संभाषण ह्युमबद्दल झाल्यावर नशिबाने ते वॉल स्ट्रीटकडे वळले. निर्णय घेण्याच्या प्रक्रियेत मोठ्या उद्योगांच्या सी.ई.ओ. व उद्योजकांकडून (आम्हासकट) होणाऱ्या चुकांबद्दल आम्ही चवीने चर्चा केली. अकस्मात होणाऱ्या घटना, मागे वळून पाहताना, 'साहजिक होणारच' असे कसे वाटते याबद्दल आमच्या गप्पा झाल्या. ज्या किमतीला शेअर्स घेतले त्यापेक्षा कमी होतानाही भागीदार/गुंतवणूक करणारे ते कसे विकत नाहीत हे आठवून आम्हाला भारी मजा वाटली.

त्या कार्यक्रमानंतर तालेबने त्याच्या हस्तलिखितातली काही पाने (अत्यंत दर्जेदार पुस्तक होते ते) मला पाठवली, जी वाचून मी माझा अभिप्राय व काही टीकेचे मुद्दे त्याला पाठवले. पुढे हीच पाने त्याच्या 'द ब्लॅक स्वॉन' या आंतरराष्ट्रीय लोकप्रिय पुस्तकाचा एक भाग बनली. त्या पुस्तकामुळे तालेब जगातल्या सर्वश्रेष्ठ बुद्धिवाद्यांपैकी एक गणला जाऊ लागला. (दरम्यान, या विषयाबद्दलची माझी भूक/जिज्ञासा वाढली होती.) 'समस्येची उकल करण्यासाठी अकलेनुसार व प्रत्यक्ष प्रयत्न (ह्युरिस्टिक्स) व पूर्वग्रह (बायस)' यासारख्या विषयांवर संज्ञानात्मक (cognitive) व सामाजिक संशोधकांनी लिहिलेल्या पुस्तके व लेखांचा मी फडशा पाडू लागलो. अशा अनेक लोकांशी मी इमेलद्वारे संपर्क वाढवला व त्यांच्या प्रयोगशाळांना मी भेट देऊ लागलो. २००९ पर्यंत मला हे उमगले की लेखन या माझ्या नेहमीच्या कामाव्यतिरिक्त, मी सामाजिक व विज्ञानात्मक मानसशास्त्राचा अभ्यासक झालो होतो.

सुसंबद्ध पद्धतीने विचार करण्यातील गफलती, ज्याला तज्ज्ञ 'आकलनाच्या चुका' म्हणतात, या पद्धतशीरपणे तर्कापासून दूर गेल्यामुळे होतात. म्हणजेच सर्वोत्तम, सुयोग्य, बुद्धिनिष्ठ विचार व वर्तनाची कास सोडल्यामुळे. मी 'पद्धतशीरपणे' अशासाठी म्हणालो कारण या कधीमधी अंदाज चुकल्यामुळे होणाऱ्या चुका नसून, वारंवार होणाऱ्या पिढीमागून पिढी पर्वामागून पर्व अशा तर्कबुद्धीतल्या अडथळ्यांमुळे आणि चुकीच्या कार्यप्रणालीमुळे सतत अडखळल्याने होणाऱ्या चुका आहेत. उदा. आपल्या ज्ञानाबद्दलच्या कल्पना अनेकदा अवाजवी असतात; त्याला वास्तवापेक्षा आपण कमी लेखत नाही. तसेच एखादी गोष्ट मिळवण्यापेक्षा तीच गोष्ट गमावण्याची भीती आपल्याला जास्ती चालना देते. दुसऱ्यांच्या सान्निध्यात आपण त्यांच्यानुसार स्वतःचे वागणे बदलतो; उलटे होत नाही. किस्से किंवा उदाहरणे ऐकतो तेव्हा त्यात संख्याशास्त्रीय प्रमाण/तथ्य कितपत आहे हे आपण पडताळण्याचे विसरतो. आपण सातत्याने त्याच त्याच चुका, त्याच त्या पद्धतीने करत राहतो आणि विशिष्ट कोपऱ्यात साचत जाणाऱ्या घाणेरड्या कपड्यांच्या ढिगाऱ्याप्रमाणे, चुकांची अडगळ पूर्वनियोजित पद्धतीने वाढत राहते; (म्हणजेच अवाजवी आत्मविश्वासाच्या कोपऱ्यात, आत्मविश्वासाच्या अभावाच्या कोपऱ्यात नव्हे) दुसरा कोपरा रिकामाच.

माझ्या लिखाणाच्या कारकिर्दीत कमावलेल्या संपत्तीशी फुकाचा जुगार खेळू नये म्हणून मी अशा तर्कांच्या चुकांतले आकृतीबंध, तसेच खुद्द माझे अनुभव व टिपा यांची एक संपूर्ण यादीच करू लागलो. पण कधीतरी प्रसिद्धही करावी असा मनसुबा काही नव्हता. ही यादी फक्त माझ्या उपयोगासाठी मी बनवली होती. या विचार प्रणालीतल्या चुका युगायुगांपासून सर्व जाणतात, काही गेल्या काही वर्षांत सापडल्या आहेत, तर काहींचे श्रेय दोघातिघांना दिले जाते. नेहमी वापरल्या जाणाऱ्या भाषेतच मी ती यादी केली. लवकरच माझ्या लक्षात आले की, अशी विस्तृतपणे केलेली चुका-धोक्यांची यादी भांडवल-गुंतवणुकीतील निर्णयात तर उपयुक्त ठरतेच, पण वैयक्तिक व व्यावसायिक गोष्टीतही ही खूप उपयोगाची आहे. ही यादी केल्यावर मला शांत, संयत वाटू लागले. डोक्यात काही गोंधळ नव्हता. मला माझ्या स्वतःच्या चुका खूप लवकर लक्षात येऊन, फार नुकसान होण्याआधीच मी त्या दुरुस्त करू शकायला लागलो. आयुष्यात पहिल्यांदा असे होऊ लागले की, इतरांच्या बाबतीतही ते पद्धतशीर रीतीने अशा चुकांकडे कलतानाच मला कळू लागले. माझ्या यादीच्या जोरावर मी चुकीच्या निर्णयाकडे जाण्याचा कल टाळू शकू लागलो; किंबहुना इतरांपेक्षा माझे पारडे उलाढालींमध्ये जड जोऊ लागले. वितर्कवादाकडे झुकणे टाळण्यासाठी आता माझ्याकडे काही वर्गवारी, संज्ञा, प्रकार आणि स्पष्टीकरणे होती. बेंजामिन फ्रँकलिनच्या पतंग उडवण्याच्या प्रयोगांच्या वेळेनंतर विजांचा गडगडाट कमी काही झाला नव्हता. पण त्याच्या संबंधीची चिंता जरूर कमी झाली होती. तसेच काहीसे मला स्वतःच्या असमंजसपणाबद्दल वाटू लागले होते.

माझ्या मित्रांना माझ्या विस्तृत यादीबद्दल कळले व त्यांना कुतूहल वाटू लागले. त्याचा परिणाम म्हणून जर्मनी, हॉलंड व स्वित्झर्लंडमधील पेपर्समध्ये आठवड्याचा कॉलम, अगणित भाषणे - सादरीकरणे (बहुधा वैद्यकीय डॉक्टर्स, गुंतवणूकदार, बोर्ड मेंबर्स, कंपन्यांचे सी.ई.ओ. आणि सरकारी अधिकाऱ्यांसाठी) झाली आणि शेवटी हे पुस्तक घडले.

हे पुस्तक प्रथम चाळताना या गोष्टी तुम्ही ध्यानात ठेवा. शिवाय ही यादी काही सर्व परिपूर्ण नाही. नवीन गोष्टी कालांतराने समोर येतीलच. दुसरे म्हणजे यातल्या बऱ्याच चुका एकमेकांशी निगडित आहेत. त्यात काही आश्चर्य नाही. मेंदूचे सर्व भाग नाहीतरी एकमेकांना जोडलेले आहेत.

मज्जासंस्थेचे संदेश (न्युरल प्रोजेक्शन्स) एका भागाकडून दुसरीकडे जातात. मेंदूचा कोणताही भाग स्वतंत्रपणे काम करत नाही. तिसरी गोष्ट म्हणजे मी लेखक व उद्योजक आहे; सामाजिक शास्त्रज्ञ नव्हे. माझी स्वतःची प्रयोगशाळा नाही जिथे मी असे प्रयोग करून आकलनातील चुकांचा अभ्यास करू शकतो आणि माझ्याकडे असा काही तज्ज्ञांचा स्टाफ नाही ज्यांना मी अशा चुका शोधायला धाडू शकतो. हे पुस्तक लिहिण्यामागील माझी भूमिका प्रामुख्याने एका भाषांतरकारासारखी मी मानतो, जेणेकरून मी जे वाचतो आणि शिकतो त्याचा अर्थ लावणे, त्यातून काही सिद्धांत मांडणे वगैरे करायचा प्रयत्न करतो, तसेच ते इतरांना समजेल अशा सोप्या भाषेत मांडण्याचा प्रयत्न करतो, गेल्या काही दशकांत ज्या संशोधकांनी वर्तन व आकलनातील समस्याविषयी शोध लावले आहेत, त्यांबद्दल मला खूप आदर आहे. हे पुस्तक लोकप्रिय होणे ही त्यांना दिलेली सलामी आहे. मी त्यांचा शतशः आभारी आहे.

हे एक 'करून पहा.. कसे कराल' प्रकारचे पुस्तक नव्हे. 'सात सोप्या टप्प्यांत चूकविरहित आदर्श जीवन' असे काही तुम्हाला इथे सापडणार नाही. आकलनातल्या चुका आपल्यात इतक्या भिनल्या आहेत की, त्या पूर्णपणे काढून टाकणे कठीण. त्यांना उसळी मारू न देण्यासाठी अतोनात इच्छाशक्ती हवी; पण हे काही योग्य लक्ष्य नव्हे. आकलनशक्तीच्या सगळ्याच गफलती काही जहरी नसतात आणि एक चांगले आयुष्य जगण्यासाठी काहींची तर आवश्यकताच असते. या पुस्तकात सुखाची गुरुकिल्ली नसेल, पण निदान स्वतःहून ओढून आणलेल्या दुःखाविरुद्ध विमा जरूर आहे.

माझी इच्छा खरोखरच साधीशी आहे, आपल्या विचारसरणीतल्या मोठ्या चुका आपण ओळखू आणि टाळू शकलो, वैयक्तिक जीवनात, व्यवसायात व राज्यकारभारात तर आपण कितीतरी पटींनी अधिक समृद्ध बनू. त्यासाठी आपल्याला जास्त चलाखी, नवीन कल्पना, अनावश्यक यंत्रे किंवा अतिचंचल धडपडीची बिलकूल गरज नाही; फक्त असामंजस्य कमी करायला हवे.

शब्द-शब्द वेचताना
(भाषांतरकाराचे मनोगत)

काही महिन्यांपूर्वी मी प्रेमात पडले नव्हते. आयुष्य सरळ रेषेवर चालू होते. घर-संसार, समुपदेशन व प्रशिक्षणाचे काम, मित्र-मैत्रिणी, नाद-छंद, भटकेगिरी, सर्व कसे यथाशक्ती मनात येईल तसे आनंदाने चालले होते. मध्ये मध्ये आलेल्या खाचखळग्यांना कधी शिताफीने ओलांडून तर कधी धडपडत अडखळत पुनःप्रवास चालू. या सगळ्या सुरळीत चाललेल्या आयुष्यात रॉल्फ डोबेलीचे 'द आर्ट ऑफ थिंकिंग क्लिअरली' हे पुस्तक आले आणि आयुष्याची घडी पूर्णपणे विस्कटली आणि त्या जोडीला जाणीवा झपाटल्यागत झाल्या. मेंदूच्या तारा 'हाय व्होल्टेज'मुळे झणझणू लागल्या. उठताबसता तोच ध्यास. सर्वत्र अचानक अगाध आकलनाच्या वेगळ्याच जाणिवेच्या चांदण्या लकाकू लागल्या. प्रेमात असंच काहीसं होतं म्हणतात.

मधुश्री पब्लिकेशनच्या श्री. शरद आष्टेकरांनी जेव्हा या पुस्तकासंबंधी 'अहो, तुमच्या विषयाचेच पुस्तक आहे. फार मोठे नाही आणि प्रत्येक प्रकरण अगदी छोटे तीन पानी. सहज जमेल तुम्हाला' असे सांगितले, तेव्हा माझे कुतूहल चाळवले गेले. मनाचे कान टवकारले आणि नेहमीच्या उतावळ्या उत्साहाने मी मनाशी म्हटले, 'करके देखो. हो जायेगा.' पुस्तक हातात आल्यावर 'हं! हे काही छोटेसे पुस्तक नाहीए.' हे प्रकर्षाने जाणवले. तसेच उघडताच अनुक्रमणिकेतल्या कल्पक आणि समर्पक शीर्षकांनी लक्ष वेधून घेतले. पुढे वाचायला लागले तसे त्यातल्या अचूक पद्धतीने उदाहरणासह दाखवलेले गैरसमज, चुका, आभास आणि कल आपल्या सगळ्यांत किती भिनले आहेत ते पदोपदी जाणवू लागले. चक्क भगवंतासारखे जळी-स्थळी-काष्ठी-पाषाणी

दिसू लागले. तेसुद्धा सर्वप्रथम स्वतःत आणि आप्तेष्टांत खूप सहजतेने कळत गेले. हीच गत जगभराची हे बघून क्षणभर हायसे वाटले, कारण उदाहरणात अर्थशास्त्र, समाजशास्त्र, राजकारण ते मानसशास्त्रापर्यंत असंख्य क्षेत्रातल्या जगभरातल्या माहीत असलेल्या गोष्टी व घटना तर होत्याच पण प्रत्यक्ष लेखक व त्याचे मित्र, सहकारी इत्यादींच्याही वैयक्तिक अनुभवातून त्याचा उलगडा केला होता. प्रांजळपणा मला भावला आणि आपण काही फार मूर्ख नाही असे थोडेतरी वाटू लागले. त्या व्यतिरिक्त त्यातील भाषा (म्हणजे मूळ जर्मनचा इंग्रजी अनुवाद) इतकी खुमासदार, खट्याळ व अवजड नसूनही प्रगल्भ होती की, त्याची लज्जत अनुभवण्यासाठी वाचत राहावंस वाटायचं. म्हणजे मुद्दा मांडताना घाव वर्मी न लागता, फक्त विषारी बांडगूळ अलगद खुडावे असा आविर्भाव.

वाचणे म्हणजे एक मेजवानीच होती; पण भाषांतर करताना याच साऱ्या मोहक गोष्टी डोक्याचा भुगा करत होत्या. कधीकधी अस्वस्थपणे येरझाऱ्या घालायला लावत होत्या. यातील वाक्यांचा शब्दशः अनुवाद करणे म्हणजे बासुंदीऐवजी ताटात साखर घोळलेले दूध वाढणे झाले. वाक्यांचा, त्यातील भावार्थाचा नक्की संदर्भ काय? त्यात गर्भित अर्थ काय? त्यातील असीम चलाख विनोद बुद्धीचे प्रतिबिंब कसे यावे? नेमका शब्द, योग्य वाक्यरचना, भाषा क्लिष्ट न करता इतके सखोल ज्ञान सहज भाषेत कसे मांडावे? या अशा साऱ्या हव्याहव्याशा छळाला सुरुवात झाली. माझ्या समुपदेशनाच्या ज्ञानाचा व अनुभवाचा जितका फायदा हे सारे करताना मला झाला, तितकाच, किंबहुना त्याहून अधिक फायदा मला माझ्या वैयक्तिक व व्यावसायिक जीवनात, या पुस्तकाचा अनुवाद करताना मिळालेल्या सखोल आकलनाने व अंतर्दृष्टी जागी झाल्याने झाला.

या काही महिन्यांच्या अवधीत खूप जबरदस्त धक्कादायक संकटे अचानक आली. पण या भाषांतराने त्या काळातही माझ्या मनाला स्थैर्य दिले. एक बळ, एक वेगळी नजर दिली. काम कधीकधी मागे पडले, पण थांबले नाही. त्या उलट आपल्या विश्वाबाहेरचे जग सतत समोर आणून 'सुस्पष्ट विचार करण्याची कला' अंगी बाणण्यात खूप मदत झाली. माणसाच्या विचार वर्तनातल्या त्रुटी लक्षात आणून, 'झाले गेले

विसरून जा' हे स्वतःला सांगणे फक्त तोंडदेखले न होता, पार आतमधून संयत सामंजस्याने आले. हे एवढे मोठे अगाध ज्ञानाने ओतप्रोत भरलेले काम प्रथमच मी हाती घेतले आहे. चूकभूल मोठ्या मनाने माफ करा. सरतेशेवटी माझ्या कुटुंबाची आणि मित्रमंडळींची माफी मागेन. त्यांनी माझा ध्यासमग्र मौन आणि विक्षिप्तपणा दीर्घकाळ सहन केला, म्हणून तर सारे नीट पार पडले. श्री. शरद आष्टेकरांचे शतशः आभार! त्यांच्या धीराला आणि विश्वासाला दाद दिली पाहिजे. मला वाटते, रॉल्फ डोबेलीच्या या पुस्तकातील थोड्या गोष्टी जरी प्रत्येकाने लक्षात ठेवून अंगी बाणवल्या, तर आपला समाज आणि नाती सुदृढ होतील.

- सुलभा सुब्रमण्यम

समुपदेशक, समाजसेविका व हौशी लेखिका

१

कबरस्थानाला भेट का द्यावी?

'जेतेपणाचा पूर्वग्रह'

जळी, स्थळी, काष्ठी, पाषाणी - नजर फिरेल तिथे रिकला रॉकस्टार्स दिसतात. टेलिव्हिजनवर मासिक-नियतकालिकांच्या मुखपृष्ठावर, गाण्यांच्या कॉन्सर्ट कार्यक्रमांत आणि इंटरनेटवरील फॅन वेबसाईट्सवर ते सतत अवतरतात. त्यांची गाणी टाळता येणे अशक्य! मॉलमध्ये, प्लेलिस्टवर, जिममध्ये, कुठेही जा ती ऐकू येतात. रॉकस्टार्स सर्वत्र आहेत. खूप सारे... आणि यशस्वीदेखील. अशा 'गिटार हिरोज्'च्या अगणित कथांनी भारावून जाऊन रिक एक बॅण्ड चालू करतो. तो यशाच्या शिखरावर पोचेल का? त्याची शक्यता शून्यापेक्षा किंचित जास्ती पण इवल्याशा अपूर्णांकात मोडते. त्याच्यासारख्या अनेकांप्रमाणे बहुतेक त्याचा अंत अपयशी संगीतकारांच्या कबरस्थानात होईल. या कबरस्थानात रंगमंचापेक्षा दहा हजार पटीने अधिक संगीतकार आढळतात, पण कोणाही पत्रकाराला त्यात रस नसतो. फक्त अपयशी सुपरस्टार्समध्ये स्वारस्य असते त्यांना. त्यामुळे रिंगणाबाहेरील तिऱ्हाईतांना हे कबरस्थान विसरतच नाही.

दैनंदिन जीवनात अपयशापेक्षा यशाचा खूप गाजावाजा होतो, म्हणूनच अगदी पद्धतशीरपणे आपण स्वतः यशस्वी होण्याचा अंदाज नको तेवढा वाढवतो. त्या वलयाबाहेरील एक उपरी व्यक्ती (रिकप्रमाणेच) आपण त्या मृगजळाला भुलतो आणि यशस्वी होण्याची शक्यता किती नगण्य आहे हे विसरतो. इतर अगणित लोकांसारखाच, रिक 'जेतेपणाच्या पूर्वग्रहाचा' बळी आहे.

प्रत्येक लोकप्रिय लेखकामागे तुम्हाला १०० असे दिसतील ज्यांची पुस्तके विकली गेली नाहीत आणि त्यांच्यामागे अजून एक १०० ज्यांना प्रकाशकच मिळाले नाहीत. शिवाय त्यांच्यापाठी असे १०० ज्यांची हस्तलिखिते अर्ध्यामुर्ध्या अवस्थेत टेबलाच्या खणात धूळ खात पडली आहेत. यातील प्रत्येकापाठी असे १०० महाभाग असतात जे 'एके दिवशी पुस्तक लिहू' असे स्वप्नरंजन करत असतात. तरीपण तुमच्या कानावर पडतात त्या फक्त यशस्वी लेखकांच्या (बरेचदा हल्ली स्वतःच आपली पुस्तके प्रकाशित केलेल्या) चमत्कार कथा आणि साहित्यक्षेत्रात यश किती दुर्मीळ असते याबद्दलचा आपला कयास खूपच चुकतो. तीच कथा फोटोग्राफर्स, चित्रकार, खेळाडू, आर्किटेक्ट्स्, नोबेल प्राईज विजेते, टेलिव्हिजनवर कार्यक्रम करणारे निवेदक आणि विश्वसुंदऱ्यांच्या बाबतीत खरी आहे. अयशस्वी लोक गाडले गेलेत तिथे खोदाखोद करण्यात प्रचारमाध्यमांना काहीही स्वारस्य नसते. ते त्यांचे कामही नाही. तर हा जेतेपणाचा पूर्वग्रह टाळण्यासाठी हा शोध खोलवर शिरून तुम्ही स्वतः घ्यायची गरज आहे. जिथे पैसे व गुंतवणुकीतले धोके आहेत, तिथे तिथे हा 'जेतेपणाचा पूर्वग्रह' तुमचा सोबती असतो. समजा, तुमच्या दोस्ताने एक छोटेखानी उद्योग/कंपनी चालू केली. त्यात गुंतवणूक करू शकणाऱ्या आतल्या गोटात तुम्ही आहात, आणि तुम्हाला ही नामी संधी वाटते; कोण जाणे हे दुसरे 'गुगल' तर नाही ना? कदाचित तुम्ही भाग्यवान ठरालही. पण वास्तव काय आहे? बहुधा ही कंपनी धड सुरूही होणार नाही ही शक्यता सर्वात जास्त. दुसरी दाट शक्यता अशी की तीन वर्षांतच ही कंपनी बंद पडेल. ज्या कंपन्या ३ वर्षांनंतरही टिकून राहतात, तिथे १० लोकांपेक्षा जास्त स्टाफ नसतो. इतक्याच छोट्या राहतात. मग तुमची कष्टाची मिळकत कधीच अशा संभाव्य धोकादायक गुंतवणुकीत घालायची नाही का? तर असे काही नाही. पण 'जेतेपणाचा पूर्वग्रहा'चा भूलभुलैय्या इथे आहे हे विसरून चालणार नाही. एखाद्या स्फटिकाप्रमाणे ते आपल्याला एक वेगळेच दृश्य दाखवते.

तुम्ही 'डॉव जोन्स औद्योगिक सरासरी दर्शक/सूची' पहा. त्यात सर्व यशोगाथाच दिसतील. कोलमडलेल्या आणि छोट्या कंपन्यांचे नाव तुम्हाला स्टॉक मार्केटमध्ये दिसणार नाही आणि तरीही अशा कंपन्यांची संख्या खूपच जास्त आहे. स्टॉक मार्केट इंडेक्स हे काही देशाच्या अर्थव्यवस्थेचे खरे चित्र दाखवत नाही. तसेच, प्रसारमाध्यमे योग्य प्रमाणात व खऱ्या सर्वच्या सर्व संगीतकारांच्याबद्दल प्रसिद्धी करत नाही. यशस्वी होण्याचे प्रशिक्षण देणारी पुस्तके व 'गुरू' खोऱ्यांनी सापडतात. हीच खरी धोक्याची घंटी आहे की, तुम्ही साशंक व्हा. 'अपयशी का झाले' अशी ना कोणी पुस्तके लिहित ना व्याख्याने देत.

तुम्ही जर विजेत्या संघात असाल तर 'जेतेपणाचा पूर्वग्रह' तुमच्यावर अधिकच पगडा घालतो. जरी तुमचे यश केवळ एक योगायोग असेल, तरी इतर यशस्वी लोकांबरोबर तुलना करून तुम्ही साम्य शोधून, अशी समजूत करून घ्याल की, या कारणांमुळेच तुम्हाला यश मिळाले. पण जर अपयशी व्यक्ती व कंपन्यांच्या कबरस्थानात तुम्ही शोध घेतलात तर तुम्हाला कळेल की, त्यांच्यातही हेच घटक होते ज्यांच्यामुळे तुम्हाला यश मिळाले अशी तुमची खात्री आहे.

जर एखाद्या गोष्टीवर अनेक शास्त्रज्ञांनी संशोधन केले तर काहींना योगायोगाने त्यात संख्याशास्त्राप्रमाणे योग्य मानले जातील असे शोध लागतील. उदा. रेड वाईन व दीर्घजीवन यातील दुवा. अशा (अर्धवट/खोट्या) प्रयोग-तपासाकडे लगेच लक्ष वेधले जाते व ते लोकप्रियही होतात. तात्पर्य काय, की 'कंटाळवाण्या', पण खऱ्या योग्य पद्धतीने केलेल्या तपासाबद्दल तुम्ही वाचणारच नाही.

थोडक्यात 'जेतेपणाचा पूर्वग्रह' म्हणजेच लोक आपल्या यशस्वी होण्याबाबत अवाजवी अपेक्षा अंदाज बांधतात. तो धोका टाळण्यासाठी त्या दफनभूमीला भेट द्या. जिथे एकेकाळी होतकरू मानले जाणाऱ्या कंपन्या, उद्योग व कारकिर्दीची थडगी आहेत - वारंवार जात रहा. ते क्लेशदायक जरूर असेल, पण तुमची विचारशक्ती शाबूत व मन शांत, स्पष्ट, गोंधळविरहित ठेवेल.

हेही पहा :

'श्रेय सारे माझेच असा कल' (प्र. ४५), 'नवशिक्याचे भाग्य' (प्र. ४९), 'बेस-रेट वास्तवाकडे दुर्लक्ष' (प्र. २८), 'शक्यतांकडे दुर्लक्ष' (प्र. २६), 'कौशल्याचा आभास' (प्र. ९४), 'उपचार देण्याच्या मानसामधून झालेली चूक' (प्र. ९८), 'भरवून दिलेले एकसुरी विचार' (प्र. ३१)

२

हार्वर्ड तुम्हाला जास्त हुशार बनवते का?

'जलतरणपटू देहयष्टी'- आभास

व्यवसायाने लेखक व व्यापारी असलेल्या तालेबने आपल्या साठलेल्या जास्तीच्या चरबीचा नायनाट करायचे ठरवले. त्यासाठी त्याने वेगवेगळ्या खेळांचा विचार केला. त्याच्या मते, जॉगिंग करणारे हाडकुळे व उदास, देहसौष्ठव जोपासणारे थोराड व बावळट तर सायकलपटू कमरेखाली जाडजूड दिसत! पण जलतरणपटूंचा बांधेसूदपणा त्याला भावला. त्याने जवळच्या तरणतलावावर नावनोंदणी करायचे ठरवले व आठवड्यातील दोन दिवस कसून सराव करायचा निश्चय केला.

काही दिवसातच त्याला कळून चुकले की, तो एका मोहजालाला बळी पडला आहे. व्यावसायिक जलतरणपटूंची देहयष्टी त्यांच्या पोहण्याच्या सरावातून घडत नाही; उलट, त्यांच्या शरीराच्या घडणीमुळेच ते उत्तम पोहू शकतात. त्यांचा बांधा व देहयष्टी हा पट्टीचे तरणपटू होण्यातला महत्त्वाचा घटक आहे; त्यांच्या सातत्याचा दमदार सरावाचा तो परिणाम नव्हे. अशाचप्रकारे, मॉडेल म्हणून प्रसाधनांच्या जाहिरातीत झळकणाऱ्या महिला पाहिल्यामुळे अनेक महिला ग्राहकांची अशी गोड समजूत होते की, ही उत्पादने वापरल्याने आपण सुंदर दिसू. पण ती उत्पादने त्या मॉडेल्सना सुंदर बनवत नाहीत. खरं म्हणजे, त्या मॉडेल्स जन्मजात सुंदर व आकर्षक असतात; त्यामुळेच साहजिकच सौंदर्य उत्पादनांच्या जाहिरातींसाठी त्यांची निवड होते. जलतरणपटूंच्या शरीराप्रमाणेच, सौंदर्य हा केवळ निवड होण्यामागे असलेला घटक असतो; तो निवडीचा परिणाम नसतो.

जेव्हा जेव्हा आपण निवडीच्या निकषांना चुकीने परिणाम समजतो, तेव्हा तेव्हा आपण 'जलतरणपटू देहयष्टी आभासाचा' बळी झालेले असतो असे तालेब म्हणतो. या आभासाअभावी अर्ध्या-अधिक जाहिराती फोल ठरतील. हा निष्कर्ष फक्त रेखीव चेहरा व पिळदार छातीपुरता मर्यादित नाही. आज हार्वर्ड युनिव्हर्सिटी जगात सर्वोत्तम मानली जाते. अनेक जगविख्यात यशस्वी लोक इथे शिकलेले आहेत. याचा अर्थ असा आहे का की, हार्वर्ड एक चांगले कॉलेज आहे? असं नाही म्हणता येणार! कदाचित ते अजिबात दर्जेदार नसूनही फक्त सर्वोत्तम विद्यार्थ्यांना प्रवेश देत असेल. हाच अनुभव मला स्वित्झर्लंडच्या 'युनिव्हर्सिटी ऑफ सेंट गलन'च्या बाबतीत आला. युरोपमधील दहा सर्वोत्तम बिझनेस स्कूल्स्मध्ये ती गणली जाते. पण तिथे मला मिळालेले शिक्षण (त्याला २५ वर्षे होऊन गेली, लक्षात घ्या.) जेमतेमच होते. तरीही तिथून पास होणारे अनेक विद्यार्थी पुढे यशस्वी झाले. यामागचे कारण नक्की ठाऊक नाही. कदाचित त्या निमुळत्या दरीतली हवा असेल किंवा कॅफेटेरियातल्या खाद्यपदार्थांमुळेसुद्धा असेल. विद्यार्थ्यांची निवड खूप काटेकोरपणे केली जाते हे कारण असण्याची शक्यता सर्वाधिक आहे.

जगभरातील मॅनेजमेंट कॉलेजेस् भविष्यकाळातल्या भरघोस उत्पन्नाची संख्यावारी दाखवून मोहात पाडतात. साधीशी आकडेवारी हे दाखवते की, अल्पावधीत तिथली भरमसाठ फी भरून निघेल. बरेचसे प्रवेशोच्छुक विद्यार्थी भारावून जातात. मी हे म्हणत नाही की, कॉलेजची आकडेवारी फसवी आहे. पण त्यांची विधाने नीट तपासण्याची गरज आहे. का? कारण एम.बी.ए. करणारे इतरांपेक्षा वेगळे असतात. या दोन गटांच्या आर्थिक उत्पन्नामध्ये बरीच तफावत असते. त्याची अनेक कारणे आहेत, पण त्यांच्या एम.बी.ए. पदवीशी त्याचा काही संबंध नाही. इथेदेखील तुम्हाला 'जलतरणपटू देहयष्टी आभास' दिसून येईल. म्हणून तुम्हाला जर उच्च शिक्षणाची इच्छा असेल, तर ते लठ्ठ पगार मिळवण्याच्या आशेपेक्षा काही वेगळ्या कारणासाठी घ्यावे.

मी जेव्हा सुखी माणसांना त्यांच्या समाधानामागचे कारण विचारतो, तेव्हा मला काही अशी उत्तरे मिळतात, 'तुम्हाला अर्ध्या रिकाम्या ग्लासाऐवजी, तो अर्धा भरलेला दिसला पाहिजे.' जणू काही यांना आपण जन्मतःच आनंदी वृत्तीचे आहोत हे समजलेलं नसून आता अचानक सर्व काही सकारात्मक दिसू लागलं आहे. त्यांच्या लक्षात हे येत नाही की, आनंदी प्रफुल्लित असणे हा एक स्वभावधर्म आहे जो आजन्म टिकून राहतो. हार्वर्डच्या डॅन गिलबर्टसारख्या अनेक संशोधकांनी हे प्रमाणित केले आहे. सामाजिक शास्त्राचे संशोधक लायकेन व टेल्लेगेन यांनी

सडेतोडपणे म्हटल्याप्रमाणे - 'आनंदी होण्याचे प्रयत्न उंची वाढवण्याच्या प्रयत्नांइतकेच कुचकामी आहेत.' तात्पर्य काय की, 'जलतरणपटू देहयष्टी आभास' हे एक स्वनिर्मित मोहजाल आहे. म्हणूनच अशा आशावादी सकारात्मक वृत्तीच्या लोकांनी लिहिलेली स्व-मदत पुस्तके हे मोहजाल अधिक प्रभावी व फसवे करतात. अशा लेखकांच्या सूचना व सल्ल्यांपासून लांब राहिलेलेच बरे. कोट्यवधी लोकांच्या बाबतीत ती कुचकामी ठरतात. दुःखी, असमाधानी लोक आपल्या अपयशाबद्दल पुस्तके लिहित नाहीत, म्हणून सत्य कधी उघडकीस येत नाही.

तात्पर्य :

काही गोष्टींसाठी तुम्हाला खूप प्रोत्साहन दिले जात असेल तर सावध व्हा. मग ते पिळदार शरीर असो वा आकर्षक, रेखीव दिसणे असो किंवा उत्पन्नात भरघोस वाढ, दीर्घायुष्य, विशिष्ट देहबोली किंवा आनंद काहीही असो. तुम्ही 'जलतरणपटू देहयष्टी आभासाचा' बळी व्हाल. निर्णय घेण्याआधी उघड्या डोळ्यांनी आरशात पहा - जे दिसत आहे ते सचोटीने पहा.

हेही पहा :

'दिव्यप्रभेचा परिणाम' (प्र. ३८), 'परिणामाचा प्रभाव' (प्र. २०), 'माझ्याच बाबतीत...' (प्र. ४७), 'शक्यतांबाबत अंधत्व' (प्र. ७१), 'श्रेय देण्यामागची मूलभूत चूक' (प्र. ३६)

३

ढगांमध्ये आकार का दिसतात?

'गटीकरणाचा आभास'

१९५७मध्ये स्विडीश ऑपेरा गायक फ्रेडरिक जॉरगेनसन यांनी स्वतःचे गाणे रेकॉर्ड करण्यासाठी एक टेपरेकॉर्डर विकत घेतला. आपले रेकॉर्ड केलेले गायन ऐकताना त्यांना काही वेगळा ध्वनी सतत ऐकू आला - काही अस्फुट कुजबुज - जणू काही अद्‌भुत जगतातून आलेले संदेश. काही वर्षांनी त्यांनी पक्ष्यांचे गाणे रेकॉर्ड केले. ते नंतर ऐकताना त्यांना एखाद्या पार्श्वसंगीतागत आपल्या मृत आईचा आवाज कुजबुजताना ऐकू आला, ''फ्राईड, मन्या बाळा, तुला माझा आवाज ऐकू येतोय का? मी आई बोलते आहे!'' बस! एवढे पुरेसे होते. जॉरगेनसनने आयुष्याचा रोख पालटला. मृतात्म्यांशी टेपरेकॉर्डिंगमधून संवाद साधणे हेच त्यांनी सर्वस्व मानले.

१९९४मध्ये फ्लोरिडातील डाॲन ड्युसरलाही असा एक अद्‌भुत अनुभव आला. नाश्त्यातल्या टोस्टचा एक तुकडा चावून तोडून, उरलेला टोस्ट बशीवर ठेवून तिने नजर त्यावर टाकली, अन् त्यात तिला 'व्हर्जिन मेरी'चा चेहरा दिसला. लगेच तिने खाणे थांबवून तो 'दैवी संदेश' (तिने खाऊन उरलेला तुकडा) एका प्लॅस्टिक डब्यात ठेवून दिला. पुढे २००४च्या नोव्हेंबरमध्ये बऱ्यापैकी शाबूत असलेला तो टोस्ट तिने इ-बेवर विकला. त्या साध्या ब्रेडची किंमत तिला २८,००० डॉलर मिळाली.

१९७८मध्ये न्यू मेक्सिकोतील एका महिलेला असाच एक अनुभव आला. ती खात असलेल्या टॉर्टिलावरील काळ्या ठिपक्यात तिला जिझसचा चेहरा सापडला.

प्रसारमाध्यमांनी ती बातमी उचलून धरताच 'बरिटो'च्या (मेक्सिकन खाद्यपदार्थ) रूपात अवतरलेला देव पाहण्यासाठी हजारो लोक न्यू मेक्सिकोत लोंढ्यांनी आले. त्याआधी दोन वर्षे, १९७६मध्ये, वायकिंग अवकाश यानाच्या ऑर्बिटरने एका दगडांच्या मांडणीचा फोटो घेतला होता, जो वरून पाहता मानवी चेहऱ्यासारखा दिसत होता. लगेच, जगभरच्या वृत्तपत्रात 'मंगळावरचा चेहरा' अशा मथळ्याच्या बातम्या झळकल्या.

तुमचं काय? तुम्हाला ढगांच्या आकारात चेहरे आणि दगडांमध्ये पशूंचे आकार दिसले आहेत का? अर्थात असणार! ते अगदी साहजिक आहे. मानवी मेंदू सतत आकार व नियम शोधत असतो. किंबहुना त्यापुढेही जाऊन जिथे काही सापडत नाही, तिथे तो एखादा आकृतीबंध कल्पनेतून शोधतो. त्या खुणा जितक्या धूसर, उदा. टेपरेकॉर्डिंगमधला पार्श्वध्वनी, तितकेच त्यात दैवी संदेश शोधणे (व सापडणे) सोपे असते. 'मंगळावरचा चेहरा' सापडल्यावर २५ वर्षांनंतर मार्स ग्लोबल सर्व्हेअरने मंगळाचे चांगले स्पष्ट फोटो पाठवले, तेव्हा त्या 'मोहक चेहऱ्या'ऐवजी फक्त खडकाळ जमीन दिसली.

अशा फटकळ उदाहरणावरून तुम्हाला वाटत असेल की, हा 'गटीकरणाचा आभास' क्षुल्लक व निरुपद्रवी आहे. तसे मुळीच नाही. तुम्ही आर्थिक उलाढालींचे जग बघा, जिथून दर सेकंदाला माहितीचा (डेटा) पूर ओसंडत असतो. एका दोस्ताने एकदा खूश होऊन मला सांगितले होते की, त्या माहितीच्या महासागरात त्याला एक आकृतिबंध सापडला होता. 'डॉव जोन्सच्या बदलणाऱ्या टक्केवारीला जर तुम्ही तेलाच्या जागतिक किमतीच्या बदलणाऱ्या टक्केवारीने गुणले तर तुम्हाला दोन दिवसांनंतर सोन्याच्या भावात काय बदल होणार आहे त्याचा अंदाज येईल.' थोडक्यात, जर शेअर्सचे भाव व क्रूड तेलाचे भाव एकाचवेळी वाढले, तर दोन दिवसांनी सोन्याचा भावही वाढेल. त्याचा हा सिद्धांत काही आठवडे चांगला चालला. नंतर त्यांच्या जोरावर तो मोठ्या रकमा मार्केटमध्ये गुंतवू लागला व सरतेशेवटी कफल्लक झाला. जिथे काहीही नव्हते, तिथे त्याला एक नमुना व कार्यप्रणाली जाणवली होती.

oxxxoxxxoxxoooxooxxoo या क्रमात काही नियम आहे का? मानसशास्त्राचे प्राध्यापक थॉमस गिलोविच यांनी शेकडो लोकांना हा प्रश्न विचारला. हा क्रम अनियंत्रित (arbitrary/random) आहे हे मानायला बहुतांश लोक तयार नव्हते. त्यांना असे वाटायचे की, कुठचा तरी नियम या क्रमाला लागू झाला पाहिजे. 'साफ चूक!' गिलोविचने एक फासा दाखवला. फासा टाकताना सलग

चार वेळा तोच आकडा येऊ शकतो हे पाहून लोक आश्चर्यचकित होतात. केवळ योगायोगामुळे असे घडू शकते हे मानायला आपण तयार होत नाही.

दुसऱ्या जागतिक लढाईमध्ये जर्मन्सनी लंडनवर बॉम्बहल्ला केला. इतर शस्त्रास्त्र-दारुगोळ्याबरोबर त्यांनी V1 रॉकेट्सही वापरली, जी स्वयंचलित ड्रोनसारखी होती. प्रत्येक हल्ल्यानंतर आघाताची स्थळे एका नकाशावर काळजीपूर्वक नोंदली जात होती, ती पाहून लंडनच्या लोकांचे धाबे दणाणले. त्यांना त्यात एक आकृतीबंध दिसू लागला, त्यातून काही सिद्धांत मांडले गेले, शहरातील सगळ्यात सुरक्षित जागा निश्चित केल्या गेल्या. पण युद्ध संपल्यावर संख्याशास्त्रज्ञांनी निर्वाळा दिला की, हल्ल्याची कोणतीही नियंत्रित पद्धत नव्हती. आज त्यामागचे कारण स्पष्ट झाले आहे, लक्ष्याचा अचूक वेध घेण्यात V1 अतिशय कच्चे होते. थोडक्यात सांगायचं तर, आकृतीबंधांच्या बाबतीत आपण अतिउत्साही असतो. आपला चिकित्सक अविश्वास जागा ठेवा. एखादा आकृतीबंध सापडला, तरी प्रथम त्याला योगायोगच मानून चाला. जर तो कल्पनेपेक्षा छान वाटला तर एखाद्या गणितज्ज्ञाकडून तो संख्याशास्त्राच्या आधारे नीट तपासून घ्या आणि जर तुमच्या पॅनकेक्सच्या खरपूस कडा जिझसच्या चेहऱ्यासारख्या दिसू लागल्या, तर स्वतःला विचारा की, त्याला जर खरोखरच दर्शन द्यायचे असेल, तर तो टाईम्स स्क्वेअर किंवा सी.एन.एन.वर का अवतरत नाही?

हेही पहा :

'नियंत्रणाचा आभास' (प्र. १७), 'योगायोग' (प्र. २४), 'चुकीचा कार्यकारणभाव' (प्र. ३७)

४

जरी पाच कोटी लोकांनी एखादे मूर्खपणाचे विधान केले, तरी ते मूर्खपणाचेच ठरेल.

'सामाजिक पुरावा'

तुम्ही एका गाण्याच्या कार्यक्रमासाठी निघाला आहात. वाटेत एका चौरस्त्यावर, आकाशाकडे टक लावून उभा असलेला लोकांचा घोळका दिसतो. जराही विचार न करता, तुम्ही पटकन वर एक दृष्टिक्षेप टाकता. का? 'सामाजिक पुरावा'. त्या संगीताच्या मैफिलीत एखादा कलाकार आपले कसब दाखवत असा काही सूर लावतो की, कोणीतरी टाळ्या वाजवू लागतं आणि अचानक सर्वत्र टाळ्यांचा गडगडाट घुमू लागतो. तुम्हीसुद्धा त्यात सामील होता. का बरे? 'सामाजिक पुरावा'. त्या कार्यक्रमानंतर तुम्ही तुमचा कोट काउंटरवरून घ्यायला रांगेत उभे राहता. तुम्ही पाहता की, तुमच्या पुढचे लोक तिथे थाळीत एखादे नाणे टिप (बक्षीस) म्हणून ठेवत आहेत. खरे तर, तिकिटाच्या पैशांत टिपेच्या रकमेचा अंतर्भाव आहे. अशावेळेस तुम्ही काय करता? बहुधा तुम्हीही एखादे नाणे टिप म्हणून देता.

'सामाजिक पुराव्या'ला सर्वसाधारणपणे 'कळपाची मनोवृत्ती' असेही संबोधले जाते. त्याच्या प्रभावामुळे लोकांची धारणा होते की, आपण इतरांसारखे वागलो तर आपले वर्तन बरोबर असेल. थोडक्यात, जितके जास्त लोक एखादी कल्पना उचलून धरतील, तितकीच ती कल्पना अधिक चांगली व खरी वाटू लागते. जितके जास्त लोक एखादे वर्तन अंगीकारतील, तितकेच ते इतरांना जास्त योग्य वाटू लागते. हे खरंच हास्यास्पद आहे.

जरी पाच कोटी लोकांनी एखादे मूर्खपणाचे विधान केले, तरी ते मूर्खपणाचेच ठरेल.

स्टॉक मार्केटमधले आभासी बुडबुडे व भयानकतेच्या मागे हेच 'सामाजिक पुराव्या'चे दुष्टचक्र आहे. फॅशन, मॅनेजमेंटची तंत्रे, छंद, धर्म, खाण्यापिण्याची पथ्ये या सगळ्यात तुम्हाला तेच दिसेल. संपूर्ण संस्कृतींना ते पूर्णपणे पांगळे करू शकते. एखादा पंथ जेव्हा सामुदायिक आत्महत्या करतो, तेव्हा हेच घडते.

जगविख्यात मानसशास्त्रज्ञ सॉलोमन ॲश यांनी १९५0मध्ये एका सोप्याशा प्रयोगातून 'समवयस्कांच्या दबावामुळे प्रभावित होऊन आपण आपली सारासार विवेकबुद्धी कशी गहाण टाकतो', ते दाखवले होते.

त्यात एका व्यक्तीला एका कागदावर काढलेली रेघ दाखवण्यात येते, तिच्या बाजूला १, २, ३ अशा क्रमाने तीन इतर रेघा असतात; एक छोटी, एक मोठी व एक पहिल्या रेघेएवढीच. त्या व्यक्तीला सांगितले जाते की, तीनपैकी कुठची रेघ मूळ रेघेच्या लांबीएवढी आहे ते सांगा. जर ती व्यक्ती एकटीच त्या खोलीत असेल, तर ती उत्तर बरोबर देते. साहजिकच आहे, कारण हे फार सोपे काम आहे. आता इतर पाच लोक खोलीत येतात, ते प्रयोगात भाग घ्यायचे नाटक करणार असतात. पण पहिल्या व्यक्तीला ते माहीत नसते. एका मागून एक प्रत्येक जण ठरल्याप्रमाणे 'क्रमांक १' असे चुकीचे उत्तर मोठ्याने सांगते. प्रत्यक्षात 'क्रमांक ३' हे बरोबर उत्तर आहे हे स्पष्ट दिसत असते. आता शेवटी परत त्या व्यक्तीची पाळी येते. असे लक्षात आले आहे की, चुकीचे असले तरी एक तृतीयांशवेळा मूळ व्यक्ती आधीच्या लोकांशी मिळतेजुळते उत्तर देते.

आपण असे का वागतो? प्राचीनकाळी, जीवित राहण्यासाठी इतरांचं अनुकरण करणे हा नामी उपाय होता. समजा, पन्नास हजार वर्षांपूर्वी तुम्ही तुमच्या शिकारी व अन्न गोळा करणाऱ्या दोस्तांसोबत सेरेंगेटीमध्ये फिरत असताना, अचानक ते सर्व धूम पळून गेले तर तुम्ही काय केले असते? डोके खाजवत तिथेच ठाम उभे राहिला असतात का? 'हे नक्की काय दिसत आहे? सिंह की सिंहासारखा कोणी प्राणी - कदाचित निरुपद्रवी, ज्यामुळे आपल्याला प्रथिने मिळू शकतील.' नक्कीच नाही. तुम्हीही तुमच्या मित्रांच्या मागोमाग पळ काढला असता. नंतर सुरक्षिततेची खात्री पटल्यावर तुम्ही विचार केला असता की, 'नेमके काय घडले होते!' अर्थातच काहीजण नक्कीच वेगळे वागले असणार. त्यांची जनुके खात्रीने वेगळी असणार. आपण मात्र 'अनुकरण' करणाऱ्यांचे वंशज आहोत. या प्रकारच्या वर्तनाची मुळे आपल्यात इतकी खोलवर रुजली आहेत की, तग धरून राहण्यासाठी त्याचा आता फायदा नसला तरीही आपण तसेच वागतो. फक्त काही वेळा गटीकरणाचा सामाजिक पुरावा कामी येतो. उदा. परदेशात असताना तुम्हाला खूप भूक लागली

आहे आणि चांगल्या हॉटेलचा शोध घेत आहात. अशावेळी जिथे स्थानिक लोकांची गर्दी दिसते, असे हॉटेल निवडणे शहाणपणाचे ठरते. म्हणजेच, तुम्ही स्थानिकांचे अनुकरण कराल.

टी.व्ही.वरील विनोदी आणि चर्चात्मक कार्यक्रमात हे तंत्र वापरतात. मोक्याच्या जागी ते पूर्वध्वनिमुद्रित हास्याचे आवाज पेरतात, ज्यामुळे प्रेक्षकही हसू लागतात. याचे एक अत्यंत प्रभावी पण भयानक उदाहरण म्हणजे, एका प्रचंड जनसमुदायास उद्देशून, १९४३मध्ये नाझी प्रचारमंत्री जोसेफ गोबेल्स यांनी केलेले प्रसिद्ध भाषण (तुम्ही ते यूट्यूबवर पाहू शकता). त्या महायुद्धात जर्मनीची स्थिती बिकट झाली असताना, त्यांनी ठणकावून विचारले, ''तुम्हाला घनघोर महायुद्ध हवे आहे का? गरज पडली तर, आजतागायत कधी न झाले असे कल्पनातीत, परिपूर्ण व जगावेगळे युद्ध तुम्हाला पाहिजे का?'' जमावाने होकाराची गर्जना केली. जर त्यातल्या प्रत्येकाला एकेकटे व निनावी पद्धतीने विचारले असते, तर कोणीही अशा खुळचट प्रस्तावाला होकार दिला नसता.

आपण अशा 'सामाजिक पुराव्या'पुढे कमजोर ठरतो. याचा जाहिरातीच्या जगाला खूप फायदा होतो. संदिग्ध परिस्थितीत हे खूपच लागू होते. (उदा. ज्यामध्ये फारसा फायदा नसतो अशा वेगवेगळ्या गाड्यांची मॉडेल्स्, साफसफाईची उत्पादने, सौंदर्यप्रसाधने इत्यादींची निवड करणे); जिथे जिथे तुमच्या-माझ्यासारखे लोक असतात तिथेही हा परिणाम दिसतो.

म्हणूनच, जेव्हा एखादी कंपनी तिचे उत्पादन सर्वात लोकप्रिय असल्याचा दावा करते, तेव्हा साशंक व्हा - जागरूक रहा. फक्त खूप विक्री होते म्हणून एखादे उत्पादन सर्वोत्तम कसे होऊ शकते? डब्ल्यू. सॉमरसेट मॉम यांच्या सुप्रसिद्ध शब्दांची आठवण ठेवा : 'जरी पाच कोटी लोकांनी एखादे मूर्खपणाचे विधान केले, तरी ते मूर्खपणाचेच ठरेल.'

हेही पहा :

'गटानुसार विचार' (प्र. २५), 'समूहाबरोबर सामाजिक भटकेगिरी' (प्र. ३३), 'फसव्या एकमताचा परिणाम' (प्र. ७७)

५

भूतकाळ का विसरावा?

'बुडीत रक्कम आणि कुतर्क'

चित्रपट एकदम बेकार होता. तासाभरानंतर मी बायकोच्या कानात कुजबुजलो, ''चल घरी जाऊ या.'' ती उत्तरली ''अजिबात नाही. ३० डॉलर्सवर पाणी सोडायचे नाही.'' 'हे काय कारण झाले!' मी वैतागलो, 'पैसे तर वाया गेलेच आहेत. याला बुडलेली रक्कम आणि कुतर्क म्हणतात. ही विचारसरणीची चूक आहे.' लिंबाचा कडवट चावा घेतल्यागत तिने माझ्याकडे डोळे वटारून पाहिले. बरं, ठीक आहे. कधीकधी मी या विषयात अतीच करतो. हीदेखील 'व्यावसायिकतेची कलुषित नजर' या नावाची चूक आहे. (प्र. ९२ पहा). 'आपण थांबलो काय नी गेलो काय, ३० डॉलर्स तर खर्च झालेच आहेत. तेव्हा, आपल्या निर्णयावर त्याचा प्रभाव खरंतर पडू नये,' मी सारवासारव करायला धडपडलो. शेवटी हार मानून मी परत खुर्चीत स्थिरावलो हे सांगायची गरज नाही.

दुसऱ्या दिवशी मी एक मार्केटिंगच्या मीटिंगमध्ये होतो. आमची जाहिरात मोहीम गेल्या चार महिन्यांपासून सुरू होती व एकही लक्ष्य अजून साध्य झाले नव्हते. माझ्या मते ती रद्द करायला हवी होती. जाहिरात कक्षाच्या मॅनेजरने ठाम विरोध केला. तो म्हणाला, ''इतके पैसे आपण त्यात ओतले आहेत. आता हे थांबवलं तर ते सारे फुकट जातील.'' बुडीत खात्याच्या कुतर्काचा अजून एक बळी.

एक दोस्त अनेक वर्षे एका चिघळलेल्या नात्यात गुंतून पडला होता. त्याच्या प्रेयसीने अनेकवेळा लफडी करून त्याला फसवले होते. प्रत्येक वेळी पश्चात्तापदग्ध

स्थितीत परत येऊन तिने क्षमा मागितली. त्याने मला समजावले की, ''या नात्यावर मी फार मेहनत घेतली आहे, त्यामुळे, ते नातं तोडून टाकणं चुकीचं ठरेल.'' हासुद्धा 'बुडीत रक्कम आणि कुतर्क' याचा उत्तम नमुना आहे. एक ठळक नमुना आहे.

हा कुतर्क जास्त घातक ठरतो - जेव्हा एखाद्या गोष्टीत आपण अतोनात वेळ, पैसा, मेहनत किंवा प्रेमाची गुंतवणूक केलेली असते. त्या भांडवलामुळेच सर्व निरर्थक आहे हे कळूनही गाडी पुढे रेटावीशी वाटते. जितकी गुंतवणूक अधिक तितकी जास्त रक्कम बुडित खात्यात जमा होते. तेच पुढे चालू ठेवण्याची आस तशीच वाढत राहते.

'बुडीत रक्कम आणि कुतर्क' याला अनेकदा गुंतवणूकदार बळी पडतात. बरेचदा विकत घेतलेल्या किमतीवरून ते आपले निर्णय घेतात. शेअर उलाढालीसंदर्भात 'आतापर्यंत या स्टॉकवर मी इतके पैसे गमवले आहेत, आता कसे ते विकून टाकू?' हा त्यांचा प्रश्न असतो. हा असमंजसपणा आहे. किमतीचा यात काही कार्यभाग असायला नको. आपला स्टॉक आणि इतर गुंतवणुकी, यांचं पुढे काय भवितव्य आहे हे पाहाणं महत्त्वाचं आहे. जितका एखादा शेअर तोट्यात जाईल, तितकेच गुंतवणूकदार त्याला धरून ठेवतील. किती हा दैवदुर्विलास!

सातत्य टिकवण्याच्या ओढीने आपण विक्षिप्त वागतो. नाहीतरी सातत्यामुळेच विश्वास संपादन होतो. विरोधाभास आपल्याला तिरस्करणीय व नकोसा वाटतो. एखादी गोष्ट आपण अर्धवट सोडून द्यायची ठरवतो, तेव्हा आपण असा विरोधाभास उत्पन्न करतो. आपण आधी काही वेगळा विचार केला होता, याची कबुली देतो. अर्थहीन कामे आपण तशीच रेटत राहतो, त्यामुळे ही क्लेशकारक जाणीव पुढे ढकलली जाते आणि आपले नाटक चालू राहाते.

शासकीय आर्थिक तुटवड्याचे एक उत्तम उदाहरण म्हणजे कॉन्कॉर्ड प्रकल्प. ब्रिटन व फ्रान्सला कळून चुकले होते की, सुपरसॉनिक जेटचा व्यवसाय यशस्वी होणार नाही, तरीही फक्त हसं होऊ नये म्हणून ते वारेमाप पैसा त्यात गुंतवत राहिले. प्रकल्प बंद करणे म्हणजेच हार मानणे होते. त्यामुळे 'बुडीत रक्कम आणि कुतर्क' याला बरेचदा 'कॉन्कॉर्ड परिणाम' म्हटले जाते. त्यायोगे सुज्ञतेत व निर्णयक्षमतेत होणाऱ्या चुका अनर्थमय असतात व फार महागात पडतात. व्हिएतनाममधील युद्धात याच कारणामुळे अमेरिका अधिकाधिक गुंतत गेली. 'या युद्धापायी इतके बलिदान दिले आहे, त्याग केला आहे; आता सोडून देणे बरोबर नाही;' हाच त्यांचा दृष्टिकोन राहिला.

'आपण इतके अंतर पार केलेय ...' 'हे पुस्तक मी एवढे वाचून काढलेय...' 'पण, हे प्रशिक्षण घेण्यात मी दोन वर्षे घालवलीयेत...' यातील एकही विचार जर तुम्हाला ओळखीचा वाटत असेल तर समजा की तुमच्या मेंदूच्या एका कोपऱ्यात 'बुडीत रकमेचा कुतर्क' काम करतो आहे.

अर्थात, अर्धवट कामात अधिक गुंतवणूक करून ते तडीस नेण्यासाठी तुमच्याकडे योग्य कारणे असतील. पण चुकीच्या कारणांसाठी असा अट्टाहास करू नका; उदा. परत न मिळू शकणारे भांडवल. तर्कसंगत निर्णय घेण्यासाठी आजपर्यंत दिलेली किंमत विसरायला पाहिजे. कितीही गुंतवणूक केलेली असेल, तरीही पुढे लागणारे भांडवल व होणारा फायदा हेच निकष महत्त्वाचे आहेत.

हेही पहा :
'चांगल्या आधी वाईट होणारच हा भ्रम' (प्र. १२), 'दरवाजे बंद करण्याची अक्षमता' (प्र. ६८), 'हानीविषयी तिटकारा' (प्र. ३२), 'परिणामाचा प्रभाव' (प्र. २०), 'आत्मगंडाचो प्रभाव' (प्र. २३)

६

मोफत ड्रिंक्स घेऊ नका

'परतफेड'

काही काळापूर्वी तुम्ही फ्लाइट किंवा ट्रेन पकडायला अथवा मुक्कामी पोहचायला घाईघाईने जात असताना, भगव्या कपड्यातले हरे कृष्ण पंथाचे अनुयायी इथेतिथे वावरताना तुम्ही पाहिले असतील. त्यातला एखादा हसून तुम्हाला एक छोटेसे फूल देतो. तुम्ही सर्वसाधारणपणे इतरांसारखे असाल तर फक्त उद्धटपणा वाटू नये म्हणून ते तुम्ही स्वीकारता. जर तुम्ही घ्यायला नकार दिला तर हळूवारपणे ते तुम्हाला म्हणतील, 'घ्या की! आमच्याकडून भेट आहे.' तुम्हाला जर ते जवळच्या कचरापेटीत टाकायचे असेल, तर तिथे आधीच कुणीतरी टाकलेली अजून फुले तुम्हाला सापडतील. पण हे इथे संपत नाही. तुमची सद्सदविवेकबुद्धी तुम्हाला अस्वस्थ करू लागते. नेमकं तेव्हाच, दुसरा एक हरे कृष्ण अनुयायी तुमच्याकडे देणगीसाठी विनंती करतो. बरेचदा ते यशस्वी होतात. इतका सुळसुळाट झाला होता या पद्धतीचा की, बऱ्याचशा विमानतळांवर त्यांना मज्जाव केला होता.

या व अशा इतर मोहिमांच्या यशामागचे रहस्य मानसशास्त्रज्ञ रॉबर्ट कालिनी सांगू शकतात. परतफेडीची प्रक्रिया अभ्यासून त्यांनी हे प्रस्थापित केले आहे की, दुसऱ्याच्या ऋणाच्या ओझ्याखाली राहणे लोकांना फार अवघड जाते.

अनेक एन.जी.ओ. व सेवाभावी संस्था नेमके हेच तंत्र वापरतात. आधी द्या, मग घ्या. गेल्या आठवड्यात मला पर्यावरणावर काम करणाऱ्या एका संस्थेने, निसर्गसुंदर जागांच्या पोस्टकार्डचा गठ्ठा भेट पाठवला. त्याबरोबरच्या पत्रात त्यांनी

आवर्जून म्हटले होते की, ती त्यांची भेट होती व मी त्यांच्या संस्थेला देणगी देवो अथवा न देवो, त्याने काही फरक पडणार नाही. त्यातली गोम मला कळूनदेखील, ती कार्डे फेकून द्यायला मला मनाचा निग्रह करून थोडे निर्दयी व्हावे लागले.

दुर्दैवाने, अशी हळूवारपणे केलेली 'सभ्य गळचेपी'; तुम्ही त्याला भ्रष्टाचारही म्हणू शकता, सर्वत्र आढळते. 'स्क्रू'चा पुरवठा करणारा एक व्यावसायिक एका भावी ग्राहकाला एक लोकप्रिय खेळ पहायचे आमंत्रण देतो. महिन्याभरानंतर स्क्रूज् मागवण्याची वेळ येते. उपकाराखाली दबले न जाण्याची इच्छा इतकी प्रभावी असते की, त्यायोगे या नव्या मित्रालाच ती ऑर्डर दिली जाते.

हे एक पुरातन काळापासून वापरात असलेले तंत्र आहे. ज्या प्राणीमात्रांच्या बाबतीत अन्नपुरवठा निश्चित नसतो अशांमध्ये ही परतफेडीची मनोवृत्ती दिसते. समजा तुम्ही शिकार करून किंवा जंगलात फिरून अन्न मिळवता. एके दिवशी सुदैवाने तुम्ही एका हरिणाची शिकार करता. तुम्ही काही ते सगळे एका दिवसात संपवू शकत नाही. रेफ्रिजरेटरचा शोधही लागलेला नाही. तुम्ही तुमची शिकार इतरांबरोबर वाटून घेता. त्यायोगे हे निश्चित होते की, पुढे जेव्हा तुमच्या हाती काही विशेष लागले नसेल तेव्हा दुसऱ्यांच्या शिकारीतला हिस्सा तुम्हाला मिळेल. तुमच्या कळपातील इतरांचे पोट हाच तुमचा 'फ्रिज' होतो.

'उपकाराची परतफेड' जगण्यासाठीचे एक खूप उपयोगी तंत्र आहे; धोक्याविरुद्धची खबरदारी जणू. ते नसते तर मनुष्यजात व इतर अगणित प्राणी लुप्त झाले असते. एकमेकांशी नाते नसलेल्या लोकांमधील सहकार्याचा हा गाभा आहे. आर्थिक विकास व संपत्तीच्या निर्मितीचा तो एक अविभाज्य घटक आहे. त्याच्याशिवाय जागतिक अर्थव्यवस्था तर सोडाच, मुळात अर्थव्यवस्थाच अस्तित्वात आली नसती. ही 'परतफेडीची' चांगली बाजू झाली.

पण परतफेडीची एक हिडीस बाजूही आहे. बदला आणि सूडभावनेतून प्रतिशोध जन्म घेतो आणि त्यातून महाभयंकर युद्ध निर्माण होते. जिझसने शिकवले की, दुसरा गाल पुढे करून तुम्ही हे दुष्टचक्र तोडा, पण ते करणे महाकठीण. जेव्हा खूप जास्ती काही पणाला लागलेले नसते, तेव्हाही हा परतफेडीचा जोर खूप भारी असतो.

बऱ्याच वर्षांपूर्वी एका जोडप्याने माझ्या बायकोसह मला जेवायला बोलावले. आम्ही त्यांना तसे वरवर खूप काळापासून ओळखून होतो. ते चांगले होते, पण आवर्जून त्यांना वेळ द्यावा असेही नव्हते. नकार देण्यासाठी काही योग्य सबब सापडली नाही, म्हणून आम्ही 'हो' म्हटले. वाटले तसेच झाले. भोजनाचा

कार्यक्रम अतिशय नीरस झाला. तरीही, काही महिन्यांनी त्यांना आमच्या घरी बोलवण्यावाचून गत्यंतर नव्हते. परतफेडीच्या दडपणामुळे आमच्या खात्यात दोन कंटाळवाण्या संध्याकाळी जमा झाल्या. आणि, काय सांगू! काही आठवड्यानंतर परत एक आमंत्रण आले. कोण जाणे या विळख्यातून बाहेर पडायची इच्छा कित्येक वर्षांपासून असूनही, केवळ परतफेडीच्या नावाखाली अशी किती भोजने, किंवा समारंभवजा पार्ट्या लोकांनी सहन केल्या असतील.

एखाद्या सुपरमार्केटमध्ये तुम्हाला कोणी 'या वाईनची चव पहा', 'ते चीझ वा ऑलिव्हस् चाखून पहा' असे आवर्जून सांगितले, तर निक्षून 'नाही' म्हणा असा माझा खास सल्ला आहे. म्हणजे, तुम्हाला तुमचा फ्रिज नको असलेल्या गोष्टींनी भरलेला नको असेल तर!

हेही पहा :
'बांधणी' (प्र. ४२), 'लाभांशासाठी अतिप्रतिसादाची प्रवृत्ती' (प्र. १८), 'जोडण्याचा कल' (प्र. २२), 'प्रेरणेचा अतिरेक' (प्र. ५६)

७

विशेष वेगळ्या कारणापासून सावधान

'पुष्टीकरणाचा कल (भाग १)'

गिल याला वजन कमी करायचे आहे. तो एक विशिष्ट पथ्य निवडतो अणि रोज सकाळी वजनाच्या काट्यावर आपली प्रगती मोजतो. जर ते घटले असेल तर स्वतःची पाठ थोपटून आपल्या पथ्याला उत्तम मानतो; जर वजन वाढले असेल, तर तो सामान्यतः होणाऱ्या चढउतारात मोडतेय असे म्हणून विसरून जातो. आपले पथ्य एकदमच लागू पडतेय या गोड भ्रमात तो कित्येक महिने राहतो; पण खरे तर त्याचे वजन 'जैसे थे'च असते. 'पुष्टीकरणाच्या आभासा'च्या एका निरुपद्रवी प्रकाराला गिल बळी पडला आहे.

सर्व गैरसमजुतींचा बाप म्हणजे हा 'पुष्टीकरणाचा कल'. त्यामुळे सर्व नवीन माहितीमधून, आपण आपल्या स्वनिर्मित सिद्धांत, श्रद्धा व खात्रीशी तादात्म्य राखणारा अर्थ काढतो. थोडक्यात, जी माहिती आपल्या त्यावेळच्या विद्यमान दृष्टिकोनाविरुद्ध जाते ती आपण सोईस्करपणे गाळतो (विरुद्ध जाणारा पुरावा). हा एक अपायकारक प्रघात आहे. लेखक ॲल्डोस हक्सली म्हणतात, 'दुर्लक्ष केल्यामुळे तथ्याचा विनाश होत नाही'; पण आपण नेमके तेच करतो. अग्रणी गुंतवणूकदार वॉरेन बफेट यांच्या मते - 'आपले आधीचे अनुमान टिकावे व निष्कर्ष योग्य रहावेत, अशाच पद्धतीने आपण नवीन माहितीचे अर्थ लावतो. हे मनुष्यप्राण्याचे वैशिष्ट्य आहे.'

व्यापारी जगातही हा पुष्टीकरणाचा कल जोमात चालतो. एक उदाहरण : एक कार्यकारी चमू एक नवे तंत्र वापरायचे ठरवतो. ते बरोबर लागू होत असल्याची

कुठचीही छोटी यशाची खूण ते मोठ्या उत्साहाने साजरी करतात. जिथे ते पाहातात तिथे त्यांना पुष्टीकरणाचे भरपूर पुरावे दिसतात. पण आपल्या सिद्धांताविरुद्ध जाणारे सारेकाही जणू अदृश्य किंवा 'अपवाद' वा 'विशेष केस' म्हणून दुर्लक्षित करतात. विरुद्ध जाणाऱ्या पुराव्यांसाठी त्यांनी डोळे बंद करून घेतले आहेत.

तर तुम्ही काय करू शकाल? जर 'अपवाद' हा शब्द कानावर पडला, तर कान टवकारा. अनेकदा सिद्धांताविरुद्ध जाणारा पुरावा त्यामागे दडलेला असतो. चार्ल्स डार्विनचे म्हणणे ऐकणे फायद्याचे ठरेल. तरुणपणापासूनच या पुष्टीकरणाच्या कलाविरुद्ध तो अगदी पद्धतशीरपणे लढा देत आला. जेव्हा जेव्हा त्याची निरीक्षणे त्याच्या सिद्धांताविरुद्ध गेली, त्याने त्याची काटेकोरपणे दखल घेऊन तातडीने नोंदी केल्या. त्याला माहिती होते की, कालांतराने त्याचा मेंदू अशी माहिती वगळून टाकेल. त्याचा सिद्धांत त्याला जितका योग्य वाटला, तितकेच त्याने त्याविरुद्ध काही पुरावा मिळतो का याचा शोध घेतला.

पुढचा एक प्रयोग दाखवून देतो की, स्वतःच्या सिद्धांताबद्दल शंकायुक्त प्रश्न विचारणे किती कठीण असते. एका प्रोफेसरने आपल्या विद्यार्थ्यांना कागदावर २-४-६ असा आकडेक्रम लिहून दिला. प्रोफेसरने त्या कागदाच्या मागे त्यामागचा नियम लिहिला होता. विद्यार्थ्यांनी तो ओळखायचा होता. त्यांनी त्या क्रमाच्या पुढचा नंबर सांगायचा होता, तो 'नियमात बसतो' किंवा 'नियमात बसत नाही' एवढेच उत्तर प्रोफेसर देणार होते. असे कितीही आकडे सांगायची विद्यार्थ्यांना मुभा होती. परंतु, नियम ओळखण्याची संधी प्रत्येकी एकदाच मिळणार होती. बहुतेकांनी पुढचा आकडा ८ सांगितला. सर म्हणाले, 'नियमात बसतो'. साहजिकच मग त्यांनी १०, १२ आणि १४ म्हटले. सर प्रत्येक वेळी म्हणाले, 'नियमात बसतो'. विद्यार्थ्यांनी निष्कर्ष काढला, प्रत्येक आकडा मागच्या संख्येपेक्षा दोनने मोठा आहे. सरांनी मान हलवली - 'हा नियम नाही.'

एका चलाख विद्यार्थ्याने एक वेगळा पवित्रा घेतला. त्याने -२ हा आकडा सांगून पाहिला. सर म्हणाले, 'नियमात बसत नाही'. 'सात?' त्याने विचारले. 'नियमात बसतो'. त्याने वेगवेगळे आकडे सांगून पाहिले. -२४, ९, -४३ इ. त्याच्या डोक्यात एक कल्पना होती आणि तो त्या कल्पनेतली त्रुटी शोधत होता. जेव्हा त्याला काही विरोधात्मक उदाहरण सापडेना, तेव्हा तो म्हणाला : 'प्रत्येक आकडा मागील आकड्यापेक्षा मोठा असला पाहिजे हा या क्रमाचा नियम आहे.' प्रोफेसरने कागद उलटवून दाखवला. नेमके हेच उत्तर त्यावर लिहिले होते.

या हिकमती विद्यार्थ्यात इतरांपेक्षा काय वेगळे होते? जिथे जास्तीत जास्त विद्यार्थी आपल्या सिद्धांताला पुष्टी द्यायला धडपडत होते, तिथे तो आपल्या सिद्धांतात खोट शोधत होता; सतर्कतेने त्याविरुद्ध जाणारे पुरावे शोधत होता. तुम्ही म्हणाल, 'छान झालं, पण बाकीच्यांचेही काही फार अडले नाही'. पण 'पुष्टीकरणाच्या कला'ला भुलणे, हा काही छोटासा बौद्धिक गुन्हा नाही. आपल्या आयुष्याला तो कसा ग्रासतो ते पुढच्या प्रकरणात दिसेलच.

हेही पहा :
'उपलब्धीचा आभास' (प्र. ११), 'हजर असण्याचा प्रभाव' (प्र. १५), 'योगायोग' (प्र. २४), 'फोरर परिणाम' (प्र. ६४)

८

प्रियजनांना मारून टाका

'पुष्टीकरणाचा कल' (भाग २)

गेल्या प्रकरणात, 'पुष्टीकरणाचा कल' या सर्व कुतर्कांच्या बापाला तुम्ही भेटलात. आपण सर्व गोष्टींबद्दल काही ना काही समजुती करून घेतल्यावाचून राहत नाही; जग, आपले आयुष्य, अर्थव्यवस्था, गुंतवणुकी, आपला व्यवसाय आणि बरेच काही. आपण बहुधा गोष्टी गृहित धरतो. हे जितके अस्पष्ट, धूसर असेल; तितकाच आपला पुष्टीकरणाचा कल बळकट असतो. 'माणसे स्वभावतः चांगली असतात,' या विश्वासावर आपण आयुष्य काढले किंवा 'माणसे स्वभावतः वाईट असतात' यावर...; दररोज तुम्हाला त्याचा अनुभव पुरावा म्हणून येत राहील. परोपकारी असो वा अपरोपकारी, दोन्ही प्रकारचे लोक त्यांच्या विश्वासाविरुद्ध जाणारे पुरावे गाळून, जगाबद्दलच्या त्यांच्या दृष्टिकोनाला मिळतेजुळते असणाऱ्या पुराव्यांवरच आपले लक्ष केंद्रित करतात.

ज्योतिषी व अर्थशास्त्रज्ञ हेच तत्त्व वापरतात. ते इतकी संदिग्ध भाकीते करतात की, कोणतीही घटना त्यात बसू शकेल. 'येत्या काही आठवड्यांत तुम्हाला दुःख सोसावे लागेल,' किंवा 'मधल्या काळात डॉलरवरचा दबाव वाढेल,' पण मधला म्हणजे कुठचा काळ? डॉलरचा भाव का कमी होईल? आणि कमी म्हणजे नेमके कशाच्या तुलनेत - सोने, येन, पेसो, गहू, मॅनहॅटनमधील घरांची मालमत्ता की, हॉट डॉगची सरासरी किंमत?

जिथे धार्मिक व तत्त्वज्ञानवादी समजुतींची रेलचेल असते, तिथे पुष्टीकरणाच्या प्रवृत्तीची उत्तम पैदास होते. इथल्या मृदू भुसभुशीत जमिनीत ती स्वच्छंदी सैराट

वाढते. वाळवंटातील किंवा डोंगराळ भागातील एकांड्या गावात राहाणाऱ्या अशिक्षितांना देव दिसतो किंवा मग तो असल्याचा पुरावा त्याच्या उपासकांना वरचेवर मिळतो. तो स्वतःला उघडपणे कधीच प्रकट करत नाही. फ्रँकफर्ट किंवा न्यू यॉर्कमधल्या प्रचंड जनसमुदायापुढे तो येत नाही. इतकं असूनही श्रद्धाळू त्याच्या अस्तित्वाला नाकारणारे सर्व पुरावे धुडकावून लावतात. यावरून लक्षात येतं की, 'पुष्टीकरणाचा कल' किती सामर्थ्यशाली आहे.

हा 'पुष्टीकरणाचा कल' व्यापार जगतातील पत्रकारांना सर्वात जास्त ग्रासतो. बरेचदा ते एक सोपासा सिद्धांत मांडतात व त्याला साजेशा २-३ पुराव्यांची जोड देतात आणि काम आटोपून घेतात. उदा. 'गुगलच्या यशामागचे कारण हे की, ती कंपनी कल्पकतेला वाव देणारी कार्यसंस्कृती जोपासते.' एकदा हे वाक्य पेपरमध्ये लिहिण्यात आले की, पत्रकार अशाच काही इतर कंपन्यांची उदाहरणे देऊन तिथे सृजनतेला वाव मिळतो अशी री ओढतात. क्वचितच बातमीदार विरुद्ध जाणारे पुरावे शोधतो. जिथल्या हवेत कल्पकता सतत खेळतेय पण तरीही कशाबशा धडपडतायत, अशा कंपन्या किंवा कल्पकतेचा मागमूस नसलेल्या, पण भरभराट होणाऱ्या कंपन्या यांच्याबाबत असे म्हणता येईल. दोन्हीही गटांत भरपूर सदस्य असतात, पण पत्रकार त्याकडे पूर्ण दुर्लक्ष करतो. जर एकही असे उदाहरण त्यांनी त्या बातमीत दिले, तर लिखाणाचा गाभाच विसकळीत होईल.

'स्व-मदत' व 'पटकन व्हा श्रीमंत' या प्रकारची पुस्तके याचेच नमुने आहेत. त्या डोळ्यावर पट्टी बांधून मांडलेल्या कथा आहेत. त्यांचे चलाख लेखक स्वतःच्या रटाळ सिद्धांताना पूरक असे दाखल्यांचे ढीग गोळा करतात, उदा. 'ध्यान हीच आनंदाची गुरुकिल्ली आहे'. त्याविरुद्ध जाणारे पुरावे शोधणाऱ्याचे कष्ट फुकट जातील. या पुस्तकांत कुठेही तुम्हाला ध्यान केल्याशिवाय परिपूर्ण आयुष्य जगणाऱ्यांबद्दल माहिती मिळणार नाही. तसेच, ध्यान नेहमी करूनही दुःखी असलेल्या लोकांविषयीही त्यात काही आढळणार नाही.

पुष्टीकरणाच्या कलासाठी इंटरनेट खूपच सुपीक आहे. माहिती मिळविण्यासाठी आपण बातम्यांचे वेबसाईट व ब्लॉग शोधतो; पण हे विसरतो की, आपल्या पूर्वग्रहानुसार आपण हा शोध घेत असतो, मग तो पुरातनमतवादी वा उदारमतवादी किंवा त्यांच्या मध्ये कुठेसा असेल. हल्ली अनेक साईट्स त्यांचा मजकूर तुमची वैयक्तिक आवड व तुमचा शोध इतिहास (ब्राऊझिंग हिस्टरी) ध्यानात घेऊन त्यानुसार लिहितात, ज्यामुळे नवीन व वेगळी मते पूर्ण नाहीशी होतात. शेवटी,

आपण आपल्या सारखी मते असलेल्या गटात सामील होतो. त्यामुळे आपला विश्वास आणखी दृढ आणि पुष्टीकरणाचा कल अजून बळकट होतो.

वाङ्मयीन टीकाकार आर्थर क्विलर-काऊच यांचे एक स्मरणीय ब्रीदवाक्य होते - 'प्रियजनांना ठार मारा.' ज्या लेखकांना आपली आवडती, पण निरर्थक वाक्ये गाळणे कठीण जाते; त्यांच्यासाठी हा सल्ला त्यांनी दिला होता. त्यांचे हे आर्जव फक्त वाक्ये कापताना अडखळणाऱ्यांसाठी नाही, तर मूक संमतीमुळे होणाऱ्या कर्णकर्कश शांततेने त्रासलेल्या आपल्या सर्वांसाठी आहे. 'पुष्टीकरणाच्या कला'विरुद्ध लढा देण्यासाठी प्रथम आपल्या विचारधारा लिहून काढा. जागतिक दृष्टिकोन, गुंतवणूकी, लग्न-संसार, स्वास्थ्य, पथ्य, व्यवसायाविषयीचे डावपेच-निर्णय या प्रत्येक बाबतीत सारे लिहा आणि त्याच्याविरुद्ध जाणारी माहिती धुंडाळा. जुन्या परिचित विश्वासू मित्रांसारख्या वाटणाऱ्या आपल्या विचारधारा व समजुतींशी नाते तोडणे खूप कठीण, पण अपरिहार्य असते.

हेही पहा :

'आत्मनिरीक्षणाचा आभास' (प्र. ६७), 'ठळकपणाचा परिणाम' (प्र. ८३), 'बौद्धिक विसंगती' (प्र. ५०), 'फोरर परिणाम' (प्र. ६४), 'समाचाराचे मोहजाल' (प्र. ९९)

१

अधिकारस्थानापुढे झुकू नका

'अधिकाराचा पगडा'

बायबलचे पहिले पुस्तक सांगते की, एका महान अधिकारस्थानाच्या आज्ञा मोडल्यामुळे आपली स्वर्गातून हकालपट्टी झाली. राजकीय 'पंडित', शास्त्रज्ञ, डॉक्टर्स, सी.ई.ओ.ज्, अर्थशास्त्र विशारद, सरकारी मुख्याधिकारी, खेळांचे निवेदक, तज्ज्ञमंडळी व स्टॉक मार्केटचे गुरू इत्यादींसारख्या कमी देवत्व असलल्या अधिकारस्थानांनाही आपला हा समज कायम राहावा असे वाटते.

सुस्पष्ट विचारशैलीमध्ये अधिकारस्थाने दोन अडथळे आणतात : पहिला म्हणजे त्यांच्या आजपर्यंतच्या कार्याची 'महती' चित्तवृत्ती ढिल्या करते. जगात किमान दहा लाख प्रशिक्षित अर्थशास्त्रज्ञ असतील, पण एकालाही २००८च्या आर्थिक आणीबाणीचे भाकीत धड करता आले नव्हते (याला अपवाद फक्त नुरिएल रोबिनी व नसिम तालेब). एवढेच नव्हे तर, अर्थव्यवस्था कशी कोलमडणार तेही ते सांगू शकले नाहीत; स्थावर मालमत्तेचा फुगा फुटण्यापासून, ते उधारीची जंगी थकबाकी होणे ते संपूर्ण अर्थव्यवस्था जायबंदी होईपर्यंत काहीही उलगडून दाखवू शकले नाही. कोणताही तज्ज्ञांचा समूह इतका निकामी ठरला नव्हता. वैद्यकीय जगतातली कथाही काही फार वेगळी नाही. सन १९००पर्यंत अशी परिस्थिती होती की, पालक डॉक्टरकडे जाणे टाळायचे, कारण अस्वच्छता व रक्त मुद्दाम वाहू देण्यासारख्या अघोरी उपचारांमुळे रुग्णाची अवस्था अजून बिघडायची.

१९६१च्या एका प्रयोगाद्वारे, मानसशास्त्रज्ञ स्टॅनली मिलग्रॅम यांनी 'अधिकारस्थानाचा पगडा' स्पष्टपणे दाखवून दिला. त्यात भाग घेणाऱ्यांना सांगण्यात आले की, काचेच्या खिडकीपलीकडे बसलेल्या व्यक्तीला त्यांनी वाढत्या दाबाचा विजेचा झटका द्यायचा आहे. १५ वॉटने सुरुवात करून, ३०-४५ वॉट अशा क्रमाने वाढत शेवटी ४५० वॉटचा मारक झटका द्यायचा होता. प्रत्यक्षात त्या वायरमधून वीज वाहतच नव्हती. मिलग्रॅमनी झटके मिळणाऱ्याच्या जागी एका नटाला बसवले होते. पण प्रयोगात झटके देणाऱ्यांना ते माहिती नव्हते. त्या प्रयोगाचे परिणाम धक्कादायक होते. तो 'बळीचा बकरा' जेव्हा झटके बसल्याचे नाटक करून आत्यंतिक यातनांनी कळवळत होता आणि झटके देणारे थांबू पाहत होते, तेव्हा प्रोफेसर म्हणायचे, 'चालू ठेवा. प्रयोगासाठी हे महत्त्वाचे आहे.' बहुतांश लोकांनी विजेचे मारक झटके देणे चालू ठेवले. अर्ध्याहून अधिक जणांनी ते सर्वोच्च व्होल्टेजपर्यंत नेले - फक्त आज्ञेचे पालन करण्यासाठी.

गेल्या एका दशकात, विमान कंपन्यांनाही 'अधिकाराचा पगडा' आणि त्यामागचा धोका कळून चुकला आहे. जुन्या जमान्यात कॅप्टन विमानाचा राजा होता. त्याच्या आज्ञेबद्दल शंका घेण्याचे कामच नव्हते. सहवैमानिकाला जर काही चूक आढळली तर, आदरापोटी अथवा भीतीपोटी, तो तिकडे कानाडोळा करीत असे. हे समजल्यापासून जवळजवळ प्रत्येक एअरलाईन कंपनी 'क्रू रिसोर्स मॅनेजमेंट' (सी.आर.एम.) हा उपक्रम राबवू लागली, ज्यामुळे वैमानिक व त्यांच्या सहकाऱ्यांना काही वावगे आढळल्यास तातडीने त्यावर खुली चर्चा व्हावी असे प्रशिक्षण दिले जाते. म्हणजेच त्यांनी काळजीपूर्वकपणे 'अधिकाराच्या पगड्या'चा बीमोड केला. गेल्या वीस वर्षांत विमान उड्डाणात कोणत्याही तांत्रिक-यांत्रिक प्रगतीहून जास्त सुरक्षा या सी.आर.एम. प्रोग्राममुळे झाली आहे.

कित्येक कंपन्या अशा दूरदृष्टीपासून अनेक प्रकाशवर्षे दूर आहेत. ज्या कंपन्यांचे सी.ई.ओ. आक्रमक अरेरावी करणारे असतील, जिथले कर्मचारी आपली मते-विशेषतः कमी लेखली जातील अशी- आपल्याशीच ठेवतील, तिथे कंपनीचा घाटाच होईल.

अधिकारस्थानांना सतत स्वतःवर लक्ष केंद्रित हवे असते आणि आपले स्थान व दर्जा टिकवून ठेवण्याची त्यांची धडपड नेहमीच चालू असते. डॉक्टर्स व संशोधक पांढरा कोट घालतात. बँक डायरेक्टर कोट व टाय घालतात. राजे मुकुट परिधान करतात. सैन्यात लोक त्यांच्या फिती व बिल्ले मिरवतात. हल्ली आपले प्रावीण्य डोळ्यात भरून स्वतःला देशविदेशी वाऱ्या व विकीपिडीयामध्ये

नामनिर्देश मिळावा म्हणून अनेक क्लृप्त्या, प्रतीके व इतर गोष्टींचा टेकू वापरला जातो. उदा. टि.व्ही.वरील चर्चेत भाग घेणे वा मासिकाच्या मुखपृष्ठांवर झळकणे इ. फॅशनप्रमाणेच अधिकारस्थानांचा कायापालट होतो आणि समाज त्यांच्यामागे जात राहतो.

सरतेशेवटी - तुम्ही निर्णय घेत असताना कुठची अधिकारस्थाने तुमच्यावर दबाव आणत आहेत याबद्दल सजग रहा. तुमची विचारशक्ती त्यांच्या प्रभावाखाली दबू देऊ नका. हाडामांसाच्या रूपात ते तुम्हाला भेटतील तेव्हा त्यांना आव्हान द्यायची शिकस्त करा.

हेही पहा :

'निरर्थक बडबडीची सवय' (प्र. ५७), 'वाहन चालकाचे ज्ञान' (प्र. १६), 'भाकिताचा आभास' (प्र. ४०), 'कौशल्याचा आभास' (प्र. ९४)

१०

तुमच्या सुपरमॉडेल दोस्तांना घरीच सोडून या

'तफावतीचा प्रभाव'

'इन्फ्ल्युएन्स' या त्यांच्या पुस्तकात, रॉबर्ट सिआल्डीनी दोन भावांची कथा सांगतात. सिड आणि हॅरी १९३०मध्ये अमेरिकेत एका कपड्यांचे दुकान चालवत होते; विक्रीचे खाते सिडकडे तर शिवणाचे हॅरीकडे. आरशात स्वतःला न्याहाळत असलेल्या ग्राहकाला सूट आवडल्याचे जाणवले की, सिड थोडा बहिरा असल्याचा आव आणी. तो आपल्या भावाला मोठ्याने विचारी, 'हॅरी, या सूटची किंमत किती रे?' शिवणाच्या टेबलवरून नजर वर करून हॅरी मोठ्या आवाजात उत्तर देईः 'तो सुंदर सुती कपड्याचा सूट का? ४२ डॉलर'. (त्या काळाच्या मानाने ही किंमत फार जास्त होती) सिड न समजल्याचे नाटक करे. 'किती म्हणालास?' हॅरी परत ओरडून सांगायचा, '४२ डॉलर'. ग्राहकाकडे वळून सिड सांगायचा - 'तो २२ डॉलर म्हणतोय.' त्याक्षणी, सिडला आपली 'चूक' लक्षात यायच्या आधी, टेबलावर पटकन पैसे ठेवून तो ग्राहक सूट घेऊन पसार झालेला असे.

शालेय जीवनात केलेला हा प्रयोग तुम्हाला कदाचित आठवत असेल - दोन बादल्या घ्या. एकात कोमट पाणी भरा व दुसऱ्यात थंडगार बर्फाचे पाणी. उजवा हात त्या बर्फाच्या पाण्यात मिनिटभर बुडवा. मग दोन्ही हात कोमट पाण्यात बुडवा. काय होते? डाव्या हाताला ते पाणी कोमटच जाणवते, पण उजव्याला ते अतिशय गरम वाटते.

या दोन्ही गोष्टी 'तफावतीच्या प्रभावा'ची स्पष्ट उदाहरणे आहेत. जर आपल्याकडील गोष्ट कुरूप, स्वस्त किंवा छोटी असेल, तर तिच्या तुलनेत आपण

दुसऱ्या एखाद्या गोष्टीला सुंदर, किमती किंवा मोठी मानतो. नाहीतर आपल्याला तारतम्य राखून वस्तुनिष्ठ निर्णय घेणे कठीण जाते.

'तफावतीचा प्रभाव' ही सामान्य गैरसमजूत आहे. तुम्ही तुमच्या नव्या गाडीसाठी चामडी सीट्स मागवता, कारण ६० हजार डॉलर्सच्या गाडीपुढे, ३ हजार डॉलर्स कस्पटासमान वाटतात. ज्या ज्या उद्योगधंद्यात 'सुधारणेच्या योजना' दिल्या जातात, तिथे या आभासाचा पुरेपूर वापर केला जातो.

'तफावतीचा प्रभाव' इतरत्रही दिसतो. प्रयोगांद्वारे असे दिसते की, जेवणखाण्यामध्ये १० डॉलर्स वाचवण्यासाठी लोक १० मिनिटे जास्त चालणे पसंत करतील, पण १००० डॉलर्सचा सूट विकत घेताना, १० डॉलर्स वाचवण्यासाठी आणखी १० मिनिटे चालण्याचा विचारही करणार नाहीत. यात सुज्ञतेचा अभाव दिसतो. कारण १० मिनिटे १० मिनिटेच असतात आणि १० डॉलर्सचे मूल्य १० डॉलर्सच. तर्कशुद्धतेने पाहायचे झाले तर एक तर तुम्ही दोन्ही बाबतीत चालत गेलं पाहिजे किंवा दोन्हींतही न चाललं पाहिजे.

'तफावतीचा प्रभाव' नसता तर 'किमतीवर -% सूट' हा धंदा साफ बसला असता. एखाद्या वस्तूची किंमत जर १०० डॉलर्सवरून ७० डॉलर्स इतकी खाली आणली, तर ती जास्त मौल्यवान वाटते. खरे तर तिची नेहमीची किंमत ७० डॉलर्सच असेल. सूट मिळण्याआधीच्या किमतीमुळे खरे म्हणजे फरक पडू नये. त्या दिवशी कोणीतरी म्हटले, 'हा शेअर खूप मौल्यवान आहे कारण त्याची किंमत त्याच्या सर्वोच्च किमतीच्या ७०% आहे.' मी मान हलवली. शेअरची किंमत खुद्द कमी किंवा जास्त कधीच नसते. ती आहे तशी असते, तिथून ती वर जाते की खाली हे महत्त्वाचे.

जेव्हा आपल्याला तुलनात्मक फरक दिसतो तेव्हा बंदुकीच्या आवाजाने पक्ष्यांची होते तशीच स्थिती आपली होते. आपण दचकून उसळी मारून धावत सुटतो. आपल्याला छोटे बदल हळूच होताना दिसत नाहीत हा आपला दोष आहे. जादूगार तुमचे घड्याळ नाहीसे करू शकतो, कारण जेव्हा तो तुमच्या शरीराच्या एका भागावर दाब टाकतो, तेव्हा तुमचे रोलेक्स अलगद काढून घेताना शरीराच्या दुसऱ्या भागाला झालेल्या हळुवार स्पर्शाकडे तुमचे लक्ष जात नाही. त्याचप्रमाणे आपले पैसे नाहीसे कसे होतात ते आपल्याला समजत नाही. त्याच्या मूल्यात सतत घट होत असते. महागाई हळूहळू वाढत जाते म्हणून ते आपल्या लक्षात येत नाही. हेच जर अचानक एका निर्दयी कराच्या स्वरूपात लादले गेले, (आणि खरे म्हणजे ते तेच असते) तर आपण संतापून बंड करू.

'तफावतीचा प्रभाव' तुमचे पूर्ण आयुष्य उद्ध्वस्त करू शकतो. एक मोहक स्त्री एखाद्या साध्यासुध्या माणसाशी लग्न करते. पण तिचे पालक भयानक असल्यामुळे तिला तो साधा माणूस राजपुत्रागत वाटतो. जाता जाता शेवटचा विचार-जाहिरातींतून आपल्यावर सतत सुपरमॉडेल्सचा मारा होत असतो; त्यामुळे आता सुंदर लोक आपल्याला जेमतेम आकर्षक वाटतात. तुम्ही जर जोडीदाराच्या शोधात असाल तर तुमच्या सुपरमॉडेल दोस्तकंपनीबरोबर बाहेर जाऊ नका. तुम्ही वस्तुतः आहात त्यापेक्षा लोक तुम्हाला कमी आकर्षक मानतील. एकटेच जा... किंवा जर दोन कुरूप दोस्तांना सोबत नेलंत तर फारच छान!

हेही पहा :

'उपलब्धीचा आभास' (प्र. ११), 'आत्मगंडाचा प्रभाव' (प्र. २३), 'दिव्यप्रभेचा परिणाम' (प्र. ३८), 'सामाजिक तुलनेचा कल' (प्र. ७२), 'सरासरीकडे वापसी (प्रतिगमन)' (प्र. १९), 'टंचाईची गफलत' (प्र. २७), 'बांधणी' (प्र. ४२).

११

नकाशा नसण्यापेक्षा चुकीचा नकाशा बरा

'उपलब्धीचा आभास'

'धूम्रपान इतके काही वाईट नसणार - माझे आजोबा दिवसाला सिगारेटची तीन पाकिटे ओढायचे, त्यांनी वयाची शंभरी ओलांडली.' किंवा 'मॅनहॅटन खरंच खूप सुरक्षित आहे. गावाच्या अगदी मध्यभागी राहणाऱ्या एकाला मी ओळखतो; अन् तो कधीही आपल्या दाराला कुलूप लावत नाही. अगदी सुट्टीवर गेला तरीही आणि त्याच्या घरी कधीच चोरी झाली नाहीए.' अशा विधानांनी आपण काहीतरी सिद्ध करू पाहतो, पण तसे खरे तर होत नसते. असे बोलून आपण 'उपलब्धीच्या आभासा'च्या मोहजालात अडकतो.

इंग्रजी भाषेत 'क' ने सुरू होणारे शब्द अधिक की ज्यांच्यात 'क' तिसऱ्या स्थानी येतो असे? उत्तर - 'क' तिसऱ्या स्थानी असणारे शब्द 'क' ने सुरू होणाऱ्या शब्दांपेक्षा दुप्पटीहून जास्त आहेत. पण लोकांना उलट का वाटते? कारण 'क' ने सुरू होणारे शब्द आपल्याला पटकन आठवतात. आपल्या स्मरणात ते सहजतेने उपलब्ध असतात.

'उपलब्धीचा आभास' हेच सांगतो - आपल्याला जी उदाहरणे पटकन आठवतात त्यातून आपण जगाचे एक चित्र मनात तयार करतो. हे नक्कीच हास्यास्पद आहे. कारण ज्या गोष्टींची आपण लीलया कल्पना करू शकतो, त्याच प्रत्यक्षात वारंवार होतात असे नाही.

डोक्यातल्या एका चुकीच्या धोकादायक नकाशाच्या जोरावर आपण जीवनप्रवास करतो, ते याच 'उपलब्धीच्या आभासा'मुळे. त्यामुळे, विमान दुर्घटना,

गाडीचा ॲक्सिडेंट किंवा खून अशा घटनांच्या धोक्याबाबत आपला अंदाज अगदी पद्धतशीरपणे अतिशयोक्तीकडे झुकतो आणि कमी सनसनाटी कारणांमुळे (उदा. मधुमेह, पोटाचा कर्करोग इ.) मरण्याच्या धोक्याचा अंदाज आपण अवाजवीरित्या फार कमी धरतो. बॉम्बहल्ल्याची शक्यता वाटते त्याहून खूप कमी असते आणि नैराश्यग्रस्त होण्याची कितीतरी जास्त. नेत्रदीपक, भडक, बटबटीत, दिखाऊ निष्पत्ती होण्याच्या शक्यतेशी आपण सहज समरस होतो. अव्यक्त किंवा दृष्टिआड असणाऱ्या गोष्टींची किंमत आपण मनातल्या मनात कमी लेखतो. आपला मेंदू साध्यासुध्या घटना व निष्कर्षापेक्षा भव्यदिव्य, विचित्र गोष्टींच्या कल्पनाविलासात जास्त रमतो. आपली विचारपद्धती नाट्यपूर्ण असते; वस्तुनिष्ठ नव्हे.

डॉक्टर्स अनेकदा या 'उपलब्धीच्या आभासा'चे शिकार बनतात. त्यांच्या काही आवडत्या उपचारपद्धती असतात, ज्या ते सर्व प्रकारच्या रुग्णांवर वापरतात. त्याहून उत्तम लागू होणाऱ्या उपचारपद्धतीही असतील, पण त्या डॉक्टरांच्या मनाच्या कुठल्याशा खबदाडात असतात. परिणामी, माहिती असलेल्या उपचारपद्धतीच ते वापरतात. तज्ज्ञ स्पेशालिस्ट डॉक्टर्सही काही वेगळे नाहीत. एखादी नवीन आगळीवेगळी केस समोर आली, तर गोंधळून उसासा टाकत असे खचित म्हणत नाहीत की, 'खरंच, काय सांगावे कळत नाहीये.' त्याऐवजी ते आपल्या नेहमीच्या निदानपद्धती वापरून पाहतात, त्या योग्य असो वा नसो.

एखाद्या गोष्टीची वारंवार उजळणी केली तर ती आपल्या मनाच्या अग्रभागी साठवली जाते. ती खरी असायची गरज नसते. 'ज्यूंचा प्रश्न' असे नाझी नेत्यांनी किती वेळा म्हटल्यावर जनतेला ती खरोखरच एक गंभीर समस्या आहे असे वाटू लागले? तुम्ही फक्त काहीवेळा 'यू.एफ.ओ.', 'जीवन चैतन्य', 'कर्म' हे शब्द उच्चारण्याची खोटी, की लोकांना त्याची प्रचिती येऊ लागते.

'उपलब्धीच्या आभासा'चे स्थान कॉर्पोरेट जगतात अगदी पक्के आहे. बोर्ड मेंबर्स मीटिंगमध्ये चर्चेला बसतात, तेव्हा मॅनेजमेंटने जे समोर मांडले आहे त्या गोष्टींचा (बहुतेकदा तीन महिन्यांचा अहवाल) - उहापोह होतो, खऱ्या महत्त्वाच्या गोष्टी बाजूलाच राहतात. उदा. स्पर्धकाची एखादी चलाख बाजी, कामगारांच्या उत्साहातली घट किंवा ग्राहकाच्या वर्तनातील बदल. मसुद्यामध्ये नसलेल्या गोष्टींवर चर्चा करण्याची प्रवृत्ती नसते. शिवाय, लोकांना सहजपणे मिळणारी माहिती जास्त भावते; मग ती अर्थव्यवहाराविषयी असो की पाककृतीसंबंधी. अशा सोप्या पद्धतीने मिळालेल्या माहितीवरून ते निर्णय घेतात पण कठीण पद्धतीने मिळणाऱ्या अधिक योग्य माहितीच्या वाटेलाही जात नाहीत. अनेकदा त्याचे घोर परिणाम

होतात. उदाहरणार्थ, गेल्या १० वर्षांपासून आपण हे जाणतो की, डेरिव्हेटिव्ह फायनान्शिअल उत्पादनांची किंमत ठरवण्यासाठी वापरात असलेला ब्लॅक शोल्स फॉर्म्युला कुचकामी आहे. पण दुसरा काही पर्याय नसल्यामुळे आपण चुकीच्या साधनाचा वापर करत आहोत. जणू काही एखाद्या परक्या शहरात असताना, तुम्ही आपल्या गावाचा नकाशा काढून वापरू पाहत आहात. काहीही माहिती नसण्यापेक्षा आपण चुकीची माहिती असणे पसंत करतो. बँकांचे अब्जांच्या घरात थकबाकी व नुकसान होते ते या 'उपलब्धीच्या आभासा'मुळे.

फ्रँक सिनात्राचे ते गाणे काय होते बरे?

'माझे हृदय इतके धडधडते, ते तू समीप आहेत म्हणूनच. आणि माझी प्रियतमा जवळ नसते, जी जवळ आहे, मन तिच्यावरच जडते.' उपलब्धीच्या आभासाचा हा सर्वोत्तम नमुना. तुमच्यापेक्षा वेगळा विचार करणाऱ्या लोकांसोबत वावरून, त्याला दूर हाकला; असे लोक ज्यांचे अनुभव व कौशल्य तुमच्याहून वेगळे असतील. 'उपलब्धीच्या आभासा'वर विजय मिळवण्यासाठी तुम्हाला इतरांचे विचार, सल्ले व माहिती या सगळ्याची गरज आहे.

हेही पहा :

'संदिग्धतेचा तिटकारा' (प्र. ८०), 'लक्ष असल्याचा आभास' (प्र. ८८), 'संगीताचा ओढा' (प्र. ४८), 'हजर असण्याचा प्रभाव' (प्र. ९५), 'पुष्टीकरणाचा कल' (प्र. ७ व ८), 'तफावतीचा प्रभाव' (प्र. १०), 'शक्यतेकडे दुर्लक्ष' (प्र. २६)

१२

'क्लेश नाही, तर फायदाही नाही' ही धोक्याची घंटा का आहे?

'चांगल्या आधी वाईट होणारच हा भ्रम'

काही वर्षांपूर्वी मी सुट्टीसाठी कॉर्सिकाला गेलो असताना तिथे आजारी पडलो. ती लक्षणे मला नवीन होती आणि दिवसागणिक वाढत होती. शेवटी एका स्थानिक दवाखान्यात मी मदतीसाठी गेलो. तिथल्या तरुण डॉक्टरने माझी तपासणी सुरू केली. पोट बोटांनी दाबून पाहिले, खांदे आणि गुडघे जोराने दाबले आणि मग पाठीचा प्रत्येक मणका चाचपडला. नक्की काय बिघडलेय याचा त्याला बिलकूल अंदाज येत नव्हता असे मला वाटू लागले; पण खात्री नव्हती म्हणून मी ती विचित्र तपासणी मुकाट्याने सहन केली. शेवटी त्याने त्याची वही बाहेर काढली आणि म्हणाला, 'ॲन्टिबायोटिक्स. एक गोळी दिवसातून तीन वेळा घ्यायची. बरं होण्यापूर्वी लक्षणे बळावतील.' काहीतरी उपचार चालू होतोय या आनंदात मी हातात प्रिस्क्रिप्शन घेऊन कसाबसा हॉटेलला परतलो.

दुखण्याचे प्रमाण वाढतच गेले; अगदी त्या डॉक्टरच्या भाकिताप्रमाणे. मला काय झालेय हे त्याला नक्कीच कळले असणार. पण तीन दिवसांनंतरही काही दुखणे कमी होईना, तेव्हा मी त्याला फोन केला. 'आता दिवसातून ५ वेळा ती गोळी घ्या आणि लक्षात ठेवा की, अजून काही काळ तुम्हाला दुखणार आहे.' तो म्हणाला. आणखी दोन दिवस असह्य वेदना सोसल्यावर मी आंतरराष्ट्रीय हवाई ॲम्ब्युलन्स बोलावली. त्यातल्या स्विस डॉक्टरने अपेंडिसायटिसचे निदान

करून लगेच ऑपरेशन केले. 'इतका उशीर का केलात?' सर्जरीनंतर त्यांनी मला विचारले.

मी उत्तरलो, 'त्या डॉक्टरच्या सांगण्याप्रमाणेच सगळे होत गेले आणि मी त्याच्यावर विश्वास टाकला.'

'अरेच्चा, 'चांगले होण्याआधी वाईट होणार' या भ्रमाला तुम्ही बळी पडलात तर. त्या कॉर्सिकन डॉक्टरला काही समजले नव्हते. पर्यटनांच्या जागी सीझनमध्ये सर्वत्रच नवशिके डॉक्टर्स असतात.' दुसरे एक उदाहरण पहा - एक सी.ई.ओ. भंडावून गेला आहे. विक्रीच्या नावाने आनंद, विक्रेते निरुत्साही, आणि मार्केटिंगच्या मोहिमेची काशी झालेली. शेवटी अतिशय हताश होऊन तो एका तज्ज्ञाला कामाला लावतो. दिवसाचे ५००० डॉलर्स फी घेऊन तो कंपनीची पूर्ण तपासणी करून आपले निरीक्षण विश्लेषण सादर करतो. 'तुमचा विक्री विभागाला दूरदृष्टी नाही आणि तुमचा ब्रॅण्ड मार्केटमध्ये नीट मांडला गेला नाहीये. ही गुंतागुंतीची परिस्थिती आहे. मी ती नीट सुधारून देऊ शकतो - पण चुटकीसरशी नाही, वेळ लागेल. ते उपाय हळूवारपणे वापरावे लागतील आणि विक्री सुधारण्याआधी प्रथम त्यात घट येईल.' सी.ई.ओ. त्या तज्ज्ञाला त्या कामासाठी नियुक्त करतो. एका वर्षानंतर विक्री कमी झालेली दिसते आणि पुढच्या वर्षीही तीच गत. परत परत तो तज्ज्ञ कन्सल्टंट ठासून सांगतो की, त्याने सांगितल्याप्रमाणेच कंपनीची प्रगती होत आहे. तिसऱ्या वर्षीही विक्रीत आणखी घट पाहिल्यावर सी.ई.ओ. त्या तज्ज्ञाला कामावरून काढून टाकतो.

धुक्याच्या पडद्यागत असलेला 'चांगल्या आधी वाईट होणारच हा भ्रम', 'पुष्टीकरणाच्या कला'ची एक वेगळी छटा आहे. जर अपेक्षा नसताना परिस्थिती सुधारली तर ग्राहक खूश होतो, आणि ते आपल्या कसबामुळे झाले अशी फुशारकी तज्ज्ञ करू शकतो. दोन्ही अंगांनी जीत त्याचीच.

समजा तुम्ही एका देशाचे राष्ट्रपती आहात व देश कसा चालवावा याबद्दल तुम्हाला काडीची कल्पना नाही. तुम्ही काय कराल? तुम्ही येणारा काळ बिकट असणार असल्याची घोषणा कराल; जनतेला सावधपणे काटकसरीने राहायला सांगाल आणि परिस्थिती सुधारून देण्याचे वचन द्याल; पण स्वच्छता, शुद्धीकरण व पुनर्रचनेचा नाजूक काळ सोसल्यानंतरच. साहजिकच, त्याची तीव्रता व लागणारा वेळ याबद्दल तुम्ही काही वाच्यता करत नाही. ते अध्याहृत ठेवता.

या डावपेचाच्या यशाचा उत्तम पुरावा म्हणजे कट्टर धर्मवेडे. धर्म शब्दशः पाळणाऱ्या अनुयायांना वाटते की, पृथ्वीवर स्वर्ग अनुभवण्यासाठी प्रथम पृथ्वीचा

सर्वनाश होणे आवश्यक आहे. प्रकृतीची अरिष्टे, पूर, वणवे, मृत्यू सारेकाही एक मोठ्या योजनेचा भाग आहे व ते झालेच पाहिजे. परिस्थिती बिघडत गेली तर आस्तिक मानतात की, तो भविष्यवाणी खरी होत असल्याचा पुरावा आहे आणि काही सुधारले तर ती दैवी देणगी - त्याची कृपा.

थोडक्यात, जर कोणी म्हणाले की, 'चांगले व्हायच्या आधी वाईट होतेच', तर तुमच्या मनात धोक्याची घंटा वाजली पाहिजे. पण सावधान; अशाही काही परिस्थिती असतात जिथे खरंच आधी अधोगती आणि मगच प्रगती दिसते. उदा. व्यवसायात बदल करताना वेळही लागतो आणि बरेचदा उत्पन्न कमी होते. एखाद्या उद्योगाची नोंदणी करताना वेळ जातो. पण या सर्व बाबतीत, अवलंबत असलेले उपाय उपयोगी पडतायत का ते बऱ्यापैकी लवकर लक्षात येऊ शकते. या संदर्भात वाटेवरले टप्पे - मैलाचे दगड - स्पष्ट व पडताळून पाहता येण्याजोगे असतात. स्वर्गाकडे न पाहता त्यांच्याकडे पहा.

हेही पहा :

'कृतीची प्रवृत्ती' (प्र. ४३), 'बुडीत रक्कम आणि कुतर्क' (प्र. ५), 'सरासरीकडे परत' (प्र. १९)

१३

सत्यकथादेखील परिकथा आहेत

'कथेकडे कल'

आयुष्य म्हणजे ब्रह्मघोटाळा आहे, न सुटणारी पक्की गाठ आहे. एक मंगळावरचा अदृश्य मानव, एक अदृश्य वही घेऊन, सतत तुमच्या मागेमागे तुम्ही विचार, कृतीत आणि स्वप्नातही जे काही करत आहात ते सारे नोंद करतोय, अशी कल्पना करा. तुमच्या आयुष्याच्या गोषवाऱ्यात अशा काहीशा नोंदी दिसतील, 'दोन चमचे साखर घालून कॉफी प्यायला, खिळ्यावर पाय दिला आणि खलाशाप्रमाणे शिव्या घातल्या', 'शेजारणीचे चुंबन घेतल्याचे स्वप्न पाहिले', 'मालदिवला सुट्टी घालवायला गेलो - आता जवळजवळ कफल्लक झालो', 'कानातून एक केस उगवलेला आढळला व तो लगेच उपटला' इ. इ. या सगळ्या घोळातून आपल्याला एक कथा गुंफायला आवडते. सहजपणे वापरता येणारा आकृतिबंध आखून त्यानुसार आयुष्य जगणे आपल्याला हवेसे वाटते. अनेकजण या मार्गदर्शनपर तत्त्वाला 'अर्थ' म्हणून संबोधतात. आपली कहाणी जर अनेक वर्षं विनासायास सुरू राहिली, तर आपण तिला 'स्वत्त्व' म्हणतो. मॅक्स फ्रिश नावाचा नामवंत स्विस लेखक म्हणतो, 'कपड्यांप्रमाणेच आपण कहाण्या परिधान करून पाहतो.'

आपण जगाच्या इतिहासाबद्दलही तेच करतो, एखाद्या सातत्याने वाहणाऱ्या कथेचे स्वरूप त्याला देतो. अचानक आपल्याला काही गोष्टी उमगायला लागतात. उदा. वर्सेलसचा तह दुसऱ्या महायुद्धाचे एक कारण का बनला किंवा ॲलन ग्रीनपॅनच्या तकलादू आर्थिक धोरणामुळे लेहमॅन ब्रदर्स का ढासळले? आपण समजू

शकतो की (सोविएट युनियनने युरोपात निर्माण केलेला) लोखंडी पडदा (आयर्न कर्टन) का कोलमडून पडला किंवा हॅरी पॉटर एक प्रसिद्ध लोकप्रिय पुस्तक का झाले? इथे आपण 'समजले' या शब्दाचा अर्थ नेहमीप्रमाणे लावत नाही. आपण नंतर त्यात 'अर्थ' भरतो. कथा - कहाण्या या संशयास्पद गोष्टी असतात. त्या वास्तवाला सरळ सोपे करून बदलून टाकतात व न जुळणाऱ्या गोष्टी सोईस्करपणे गाळून टाकतात. पण त्यांच्याशिवाय आपले चालत नाही हे निर्विवाद सत्य आहे. का ते ठाऊक नाही. हे पक्के आहे की, अनादी काळापासून जग काय आहे हे समजण्यासाठी मानव कथेचा वापर करू लागला. हे सारे विज्ञाननिष्ठ विचारपद्धतीच्या आधीपासून आहे. म्हणजेच तत्त्वज्ञानाच्या आधी पुराणकथा आल्या. आपला 'कथेकडे कल' असण्यामागे हे कारण आहे.

प्रसारमाध्यमे - मीडियात तर 'कथेकडे जाणारा कल' वणव्यागत पसरला आहे. उदा. पुलावरून गाडी जात असताना अचानक तो कोसळतो. पण दुसऱ्या दिवशीची बातमी काय असते? त्यात त्या दुर्दैवी वाहनचालकाची गोष्ट असते; तो कुठून येत होता - कुठे जात होता. त्याची आत्मकथा आपण वाचतो - इथे जन्मला, तिथे वाढला - एवढी कमाई, हे काम वगैरे वगैरे. जर तो जगला वाचला तर पूल कोसळताना काय वाटले हेही आपल्याला समजते. पण हा अपघात होण्याचे कारणाबद्दल कुठेही काही नसते ही खरी हास्यास्पद गोष्ट आहे. त्या वाहनचालकाच्या कथेला बाजूला करून तुम्ही पुलाच्या बांधणीचा विचार करा - कुठची जागा कमकुवत होती? अतिवापरामुळे झाले का? नसेल तर, पुलाची काही डागडुजी करायची होती का? पूल उभारताना योग्य डिझाईन वापरले गेले होते का? त्यासारख्या डिझाईनचे इतर पूल कुठे आहेत? यातली गोम अशी की, जरी हे सगळे प्रश्न योग्य व विषयाला धरून असतील, तरी त्यातून एक नामी कहाणी उभी राहत नाही. आपण कथेकडे आकर्षित होतो. माहितीवजा शुष्क संदर्भात आपल्याला रस नसतो, ते नकोसे वाटतात. त्यामुळे मनोरंजनात्मक उपकथानके झळकतात आणि मुख्य बाब सोडून इतर अर्थहीन गोष्टींना प्राधान्य दिले जाते (पण चांगली गोष्ट अशी की, अन्यथा आपण फक्त माहितीवजा सत्यनिष्ठ पुस्तकांत अडकून पडलो असतो).

इ.एम. फॉरेस्टरच्या या दोन कथा पहा. तुम्हाला कुठची चांगली लक्षात राहील? अ) राजा मेला आणि राणी मरण पावली. ब) राजा मेला आणि शोकाकूल होऊन राणी मरण पावली. बहुतांश लोकांना दुसरी गोष्ट जास्त सहज लक्षात राहील. यात दोन मृत्यू, फक्त क्रमवार एकामागे एक, असे न होता भावनेच्या धाग्यात गुंतले आहेत. पहिली कथा वस्तुस्थितीचा अहवाल आहे, पण दुसरी कथा अर्थपूर्ण वाटते.

माहितीच्या सिद्धांतानुसार आपण 'अ' कथेला धरून राहिले पाहिजे - ती संक्षिप्त आहे. पण आपला मेंदू तसा चालत नाही.

जाहिरातबाजीमध्ये याच तंत्राचा फायदा करून घेतात. एखाद्या गोष्टीचे नक्की फायदे मांडण्याऐवजी, त्याभोवती ते एक कहाणी गुंफतात. अर्थात ते कथानक आणि उत्पादन याचा विशेष संबंध नसतो खरं तर, पण आपण मोहित होतो. गुगलने २०१०मध्ये त्यांच्या 'गुगल पॅरिशिअन लव्ह' अशा सुपरबाऊल जाहिरात मोहिमेत हे हुकमीरीत्या वापरले. तुम्ही यूट्यूबवर ते पाहू शकता.

आपल्या वैयक्तिक आयुष्यापासून ते जागतिक घडामोडींपर्यंत सगळ्याचे आपण अर्थपूर्ण कहाणीत रूपांतर करतो. तसे केल्याने आपण वास्तवापासून दूर जातो, त्यामुळे आपल्या निर्णयक्षमतेवर परिणाम होतो. पण त्यावर उपाय आहे. त्यांचा कीस पाडा - विश्लेषण करा. 'ते काय लपवू पाहतायत', हे स्वतःला विचारा. वाचनालयात जाऊन अर्धा दिवस जुनी वर्तमानपत्रे चाळण्यात घालवा. तुम्हाला दिसेल की, आज ज्या घटना एकमेकांशी जोडल्या गेल्या आहेत, त्या तेव्हा तशा नव्हत्या. असाच अजून एक अनुभव घेण्यासाठी तुम्ही स्वतःच्या आयुष्याकडे आलिप्तपणे निरखून पहा. तुमच्या जुन्या नोंदी व रोजनिशी चाळा. तुमचे आयुष्य एखाद्या बाणाप्रमाणे सरळ रेषेत आजच्या क्षणाकडे धावताना तुम्हाला दिसणार नाही. एकानंतर दुसरा अशा अनेक असंबंध घटनांची आणि अनुभवांची ती मालिका आहे हे तुम्हाला जाणवेल. पुढच्या प्रकरणात ते दिसेलच.

तुम्ही कुठचीही कहाणी ऐकली की, स्वतःला विचारा - 'कोणी पाठवलीये, त्याचा उद्देश काय आणि तो काय दडवून ठेवतोय?' वगळलेल्या तपशिलात कदाचित काही महत्त्वाचे संदर्भ नसतीलही. पण कदाचित तेच खरे कथानकाच्या तपशिलापेक्षा जास्त महत्त्वाचे असू शकतात. उदा. आर्थिक नुकसानीची कारणमीमांसा देताना, किंवा युद्धामागील कारणे समजावताना. अशा कथा-कहाण्यांची मुख्य समस्या आहे की, आपल्याला त्यामुळे उगीचच नीट कळल्याचा भ्रम होतो. त्यामुळे साहजिकच आपण अवाजवी जोखीम घेतो आणि नको ते साहस करायला प्रवृत्त होतो.

हेही पहा :

'चुकीचा कार्यक्षमभाव' (प्र. ३७), 'कारणे देऊन समर्थन' (प्र. ५२), 'मानवीकरण' (प्र. ८७), 'सिंहावलोकनाची प्रवृत्ती' (प्र. १४), 'संयोगामुळे फसगत' (प्र. ४१), 'इतिहासाचे बनावटीकरण' (प्र. ७८), 'निवडक चेरीज् खुडणे' (प्र. ९६), 'समाचाराचे मोहजाल' (प्र. ९९), 'श्रेय देण्यामागची मूलभूत चूक' (प्र. ३६)

१४

रोजनिशी का ठेवावी?

'सिंहावलोकनाची प्रवृत्ती'

काही काळापूर्वी माझ्या चुलत पणजोबांच्या रोजनिशीच्या वह्या माझ्या हाती लागल्या. १९३२मध्ये चित्रपटसृष्टीत नशीब काढावे म्हणून एका छोट्याशा स्विस गावातून ते पॅरिसला राहायला गेले. १९४०च्या ऑगस्टमध्ये नाझी जर्मन सैन्याने पॅरिस काबीज केल्यावर महिन्यानंतरची त्यांची नोंद अशी - 'सर्वांना असे खात्रीने वाटतेय की, वर्षाअखेरपर्यंत जर्मन इथून निघून जातील. त्यांच्या सैन्याधिकाऱ्यांनीदेखील मला हे सांगितले आहे. फ्रान्सप्रमाणेच इंग्लंडचाही लवकरच पाडाव होईल आणि मग आमचे नेहमीचे पॅरिसियन जीवन आम्हाला परत मिळेल - किंबहुना जर्मनीचा एक भाग म्हणून.' जर्मनीचा पगडा तिथे पुरे चार वर्षे राहिला.

आज इतिहासाच्या पुस्तकात डोकावले तर जर्मनीचा फ्रान्सवरचा कब्जा हा लष्करी डावपेचामधला एक भाग होता हे स्वच्छ दिसते. मागे वळून पाहताना वाटते की, ज्या तऱ्हेने युद्धाची वाटचाल झाली, ती तशीच होण्याची शक्यता जास्त होती हे रास्त वाटते - कारण आपण 'सिंहावलोकनाच्या प्रवृत्ती'च्या प्रभावाखाली आलो आहोत.

आपण एक हल्लीचे उदाहरण पाहू या. २००७मध्ये अर्थशास्त्रातील जाणकारांनी येत्या काही वर्षांचे एक सुंदर गुलाबी चित्र उभे केले. पण, अवघ्या १२ महिन्यांत आर्थिक बाजारपेठ कोलमडली. त्या आपत्तीविषयी विचारणा केली तेव्हा काही तज्ज्ञांनी कारणमीमांसा केली. ग्रिनस्पॅनखाली झालेला आर्थिक विकास, गहाण

ठेवलेल्या ऐवजाचे भोंगळ साधारीकरण (व्हॅलिडेशन), मूल्यांकन करणाऱ्या संस्थांमधला भ्रष्टाचार, भांडवल कमी असले तरी खपवून घेणे इत्यादी इत्यादी. मागे वळून पाहताना आर्थिक बाजारपेठ कोलमडण्याची कारणे भयानकपणे स्पष्ट दिसत होती. 'सिंहावलोकनाची प्रवृत्ती' आपला सर्वाधिक प्रचलित असलेला कुतर्क किंवा भ्रम आहे. 'मी आधीच म्हटलं होतं' या सदराखाली तो मोडतो. मागे वळून पाहताना सारेकाही सुस्पष्ट व अटळ वाटते. जर एखादा सी.ई.ओ. सुदैवाने यशस्वी झाला, तर सिंहावलोकन करताना तो त्याची शक्यता वास्तवापेक्षा जास्त होती असे अवाजवीपणे मानेल. त्याचप्रमाणे, १९८०मध्ये जेव्हा रोनाल्ड रीगनने जिमी कार्टर यांना प्रचंड आघाडीने निवडणुकीत हरवले, तेव्हा, शेवटचे मतदान व्हायच्या आधी काही दिवसांपर्यंत ती बरोबरीची लढत होती. तरीही, निवडणूक समालोचक घोषणा करत होते की, रीगनची नेमणूक होणे अटळ होते. आज उद्योग जगतावर लिहिणाऱ्या पत्रकारांचे मत आहे की, गुगलच्या अधिसत्तेची चिन्हे आधीपासूनच दिसत होती. पण अशी भविष्यवाणी जर १९९८मध्ये झाली असती तर सर्वांनी नाके उडवली असती. एक विशेष भयाण उदाहरण - १९१४मध्ये सरायेवोत उडालेल्या बंदुकीच्या एक बारने ३० वर्षे पूर्ण जग होत्याचे नव्हते करून टाकले आणि ५ अब्ज प्राण घेतले, ही गोष्ट आज 'अगदी साहजिक' आहे असे वाटते. आज प्रत्येक मूल शाळेत इतिहासात ही गोष्ट शिकतं. पण त्याकाळी, त्याची परिणती इतकी महाभयंकर होईल असे स्वप्नातही वाटू शकले नसते. अशक्य अघटित वाटले असते ते सारे.

'सिंहावलोकनाची प्रवृत्ती' इतकी धोकादायक का बरे आहे? कारण आपण असे मानतो की, भविष्य वर्तवण्यात आपण प्रत्यक्षात वाटतो त्याहून कितीतरी अधिक वाकबगार आहोत. या अनाठायी फोल आत्मविश्वासामुळे आपल्या ज्ञानाबद्दल आपल्या मनात अहंगंड निर्माण होतो व आपण जोखीम घेण्यात अतिरेक करतो. हे फक्त जागतिक घडामोडींबाबत होत नाही. 'ऐकलं की नाही? सिल्विया व क्रिस आता एकत्र नाहीत. ते इतके वेगळे होते - हे होणारच होतं' किंवा 'ते इतके एकमेकांसारखे होते' किंवा 'ते सारखे एकमेकांबरोबरच असायचे' किंवा हेही 'ते क्वचितच एकमेकांना भेटायचे'; हीदेखील त्याचीच उदाहरणे आहेत.

'सिंहावलोकनाच्या प्रवृत्ती'वर मात करणे सोपे नसते. संशोधन असे दाखवते की, ज्यांना याची कल्पना आहे तेही अनभिज्ञ लोकांएवढेच तिला बळी पडतात. म्हणजे, हे प्रकरण वाचण्यात तुमचा वेळ वाया गेला याबद्दल मी दिलगीर आहे.

तुम्ही अजूनही माझ्यासोबत असाल तर एक शेवटची सूचना देतो - माझ्या व्यावसायिक नव्हे तर वैयक्तिक जीवनातून समजलेली गोम. सगळी भाकीतं तुम्ही

लिहून ठेवा - राजकीय बदल, तुमचे करिअर-व्यवसाय, तुमचे वजन, स्टॉक मार्केट इत्यादी इत्यादीविषयी. नंतर, प्रत्यक्षात काय झाले त्याच्याशी तुमच्या नोंदी वेळोवेळी पडताळून पहा. तुमचे भविष्यवाणीचे कसब किती कमकुवत आहे ते तुम्हाला कळेल. इतिहासही वाचायला विसरू नका - म्हणजे पाठ्यपुस्तकात केलेले सिद्धांतावर आधारित संक्षिप्त सादरीकरण नव्हे तर त्या काळातल्या नोंदी, वह्या, कागदपत्रे व तोंडी माहिती यातून उरलेला इतिहास आणि तुम्ही जर बातम्यांशिवाय जगू शकत नसाल, तर वर्तमानपत्रे वाचा - पण ५, १०, २० वर्षांपूर्वीची. त्यातून जग किती लहरी, अनिश्चित आहे हे तुम्हाला कळेल. गूढ गहनतेने भांबावून गेलेल्यांना सिंहावलोकनामुळे थोडे हायसे वाटू शकते, पण तात्पुरतेच. जर जग खरोखरच कसे चालते याची खोल जाण उत्पन्न व्हायची असेल, तर इथे तुम्हाला ती मिळणार नाही.

हेही पहा :

'एकच कारण असल्याचा गैरसमज' (प्र. ९७), 'इतिहासाचे बनावटीकरण' (प्र. ७८), 'कथेकडे कल' (प्र. १३), 'भाकिताचा आभास' (प्र. ४०), 'परिणामाचा प्रभाव' (प्र. २०), 'श्रेय सारे माझेच, असा कल' (प्र. ४५)

१५

तुम्हाला तुमच्या ज्ञान व कौशल्याबद्दल पद्धतशीरपणे अवाजवी विश्वास का असतो?

'अनाठायी आत्मविश्वासाचा परिणाम'

माझा आवडता संगीतकार, जोहॅन सेबॉस्टिअन बाख, हा काही एकदा झळाळून लुप्त झालेला तारा कदापि नव्हता. त्याने अनेक संगीतरचना बांधल्या, किती ते मी या प्रकरणाच्या अखेरीस सांगेन. पण आतापुरते हे सांगा, मैफिलींसाठी किती संगीत आकृतिबंध बाखने रचले असतील असे तुम्हाला वाटते? एक साधारण पल्ला निवडा. उदा. १०० ते ५०० पर्यंत. जेणेकरून तुमचा अंदाज ९८% बरोबर निघेल व फक्त २% चूक.

आपल्या ज्ञानाबद्दल आपल्याला किती आत्मविश्वास असावा? मानसशास्त्रज्ञ हॉवर्ड राईफा व मार्क एल्बर्ट यांनाही हाच प्रश्न पडला. म्हणून त्यांनी शेकडो लोकांना अशा तऱ्हेचे प्रश्न विचारले. त्यात सहभागी झालेल्यांना त्यांनी वेगवेगळ्या गोष्टींबद्दलचे अंदाज विचारले. उदा. अमेरिकेत होणारे अंड्यांचे एकूण उत्पादन, यलो पेजेसमधील यादीत बॉस्टनमधल्या डॉक्टर्स व सर्जन्सची संख्या किंवा परदेशी वाहनांची अमेरिकेत होणारी आयात अथवा कित्येक कोटींच्या घरात होणारी पनामा कॅनॉल येथील टोलची मिळकत. आपला अंदाज २% पेक्षा जास्त वेळा चुकू नये हे ध्यानात ठेवून त्यांनी अनेक पल्ल्यांमधून (रेंज) एक निवडायची होती. या प्रयोगाचा निकाल आश्चर्यजनक होता. सगळ्याचा गोषवारा केल्यावर आढळले की, २% ऐवजी ते ४०% वेळा चुकले होते. संशोधकांनी त्याला 'अनाठायी आत्मविश्वास' असे नाव दिले.

पूर्वानुमानाच्या बाबतीतही 'अनाठायी आत्मविश्वास' लागू होतो. उदा. वर्षभरामधील स्टॉक मार्केटचे चढउतार किंवा तीन वर्षांच्या अवधीमध्ये होणारा तुमच्या कंपनीचा नफा. आपले ज्ञान व अंदाज बांधण्याचे कसब याबद्दल आपण पद्धतशीरपणे अनाठायी आत्मविश्वास बाळगतो. अगदी अवाढव्य पातळीवर. एकटादुकटा अंदाज बरोबर आहे की नाही याच्याशी 'अनाठायी आत्मविश्वासाच्या परिणामा'ला काही देणेघेणे नसते. तालेब म्हणतो तसे किंबहुना, लोकांना खरंच ज्ञान/माहिती किती आहे व किती आहे असे वाटते, यातील फरक तो मोजतो. अनाठायी आत्मविश्वास सर्वसामान्य जनतेपेक्षा तज्ज्ञ मंडळींमध्ये जास्त प्रमाणात आढळतो. ही आश्चर्याची गोष्ट आहे. ५ वर्षांनंतर खनिज तेलाची किंमत काय असेल असे विचारले तर अर्थशास्त्राच्या प्राध्यापकाचा अंदाज, एखाद्या प्राणीसंग्रहालयातील कामगाराएवढाच चूक असू शकतो. पण तो प्राध्यापक खूप खात्रीपूर्वकपणे आपला अंदाज वर्तवतो.

अनाठायी आत्मविश्वासाची मजल फक्त अर्थशास्त्रापर्यंत असते असे नाही. सर्वेक्षणानुसार, ८४% फ्रेंच पुरुष मानतात की, ते सरासरीपेक्षा जास्त चांगले प्रियकर आहेत. 'अनाठायी आत्मविश्वासाचा परिणाम' नसता तर तो आकडा बरोबर ५०% असता. संख्याशास्त्रात 'मिडियन' म्हणजेच ज्याच्या वर ५०% व खाली ५०% असतात. दुसऱ्या एका सर्वेक्षणात आढळले की, ९३% अमेरिकन विद्यार्थ्यांच्या मते ते सर्वसामान्यांपेक्षा वाहने चालवण्यात वरचढ आहेत. आणि युनिव्हर्सिटी ऑफ नेब्रास्कामधील ६८% शिक्षकांना वाटते की, शिक्षणकलेत ते वरील २५% मध्ये आहेत. उद्योजक आणि विवाहेच्छुक लोक स्वतःला वेगळे समजतात. त्यांना वाटते आपण कशावरही मात करू शकू. अनाठायी आत्मविश्वास नसता तर उद्योजकांची संख्या बरीच कमी असती. उदा. प्रत्येक नवीन रेस्टॉरंटच्या मालकाला आशा असते की, 'मिशेलिन स्टार' मिळवणारे पुढचे हॉटेल आपलेच असेल. प्रत्यक्षात संख्याशास्त्राच्या आधारे हे दिसते की, पहिल्या तीन वर्षांतच अनेकांना गाशा गुंडाळावा लागतो. ही वस्तुस्थिती असूनही असे वाटत राहते. रेस्टॉरंट उद्योगात गुंतवलेल्या भांडवलावर नफा नगण्य म्हणजे सातत्याने शून्याच्या खाली असतो.

वेळेच्या आधी संपलेली व आर्थिक अदमासापेक्षा कमी खर्चात झालेली प्रॉजेक्टस् विकणे. एअरबस ए४००एम, सिडनीमधील ऑपेरा हाऊस, बॉस्टनचे 'बिग डिग'; यासारख्या काहींच्या बाबतीत झालेल्या दिरंगाई व वारेमाप (बजेटपेक्षा खूप जास्त) खर्चाच्या तर आख्यायिका झाल्यात. या यादीत वाटेल तेवढी भर घालता येईल. असे का बरे? इथे दोन गोष्टींचा एकत्रित प्रभाव जाणवतो. पहिली

म्हणजे अनाठायी आत्मविश्वास - अगदी उच्च प्रतीचा आणि दुसरी - बजेटमध्ये खर्च कमी दाखवल्याने ज्यांचा सरळसरळ फायदा होतो असे तज्ज्ञ, कंत्राटदार व माल पुरवणारे, जे सर्व पुढच्या ऑर्डरकडे नजर लावून बसलेले असतात. बिल्डर्सना आशावादी आकडे पाहून मूठभर मांस चढते आणि राजकारण्यांना त्यांच्या कारवायांमुळे मते मिळतात. पुढे याच पुस्तकात आपण 'खोटे चित्र उभे करण्याच्या डावपेचाबद्दल' पाहू (प्र. ८९).

'अनाठायी आत्मविश्वास' व त्याचा परिणाम सर्वत्र इतका प्रचलित आणि तितकाच गोंधळात टाकणारा का आहे? काही लाभांशाच्या जोरावर तो टिकून आहे असे नाही, तर तो अगदी मूलभूत व उपजत आहे. शिवाय, संतुलन राखायला गरजेचा असलेला, उलट परिणामाचा 'कमी आत्मविश्वास' अस्तित्वातच नाहीये. 'अनाठायी आत्मविश्वास' पुरुषांमध्ये जास्त आढळतो व बायकांची आपल्या ज्ञानाबद्दल अवाजवी कल्पना करण्याची शक्यता कमी असते. हे वाचून काहींना फारसे आश्चर्य वाटणार नाही. अजून एक काळजीची बाब म्हणजे फक्त आशावादी लोक या 'अनाठायी आत्मविश्वासा'चे बळी होतात असे नव्हे, तर निराशावादीही होतात, फक्त ते कमी तीव्रतेने होतात.

सरतेशेवटी हे लक्षात असू द्या की, आपल्या ज्ञानाच्या आवाक्याबद्दल आपला समज अवाजवी असतो. भाकितांविषयी जरा जागरूक रहा - विशेषतः अशी भाकिते तथाकथित तज्ज्ञांकडून आलेली असतील तर. आणि सर्वच योजनांबाबत निराशावादी दृश्याकडे कल असू द्या. तशाने तुम्ही परिस्थिती जरा वास्तवतेने जोखाल.

आता आपण सुरुवातीच्या प्रश्नाकडे येऊ. जोहॅन सेबॉस्टिअन बाखने ११२७ संगीतरचना केल्या, ज्या आजतागायत जिवंत आहेत. त्याने अजून भरपूर रचना केल्या असतील, ज्या काळाच्या ओघात लुप्त झाल्या.

हेही पहा :

'कौशल्याचा आभास' (प्र. ९४), 'भाकिताचा आभास' (प्र. ४०), 'खोटे चित्र उभे करण्याचे डावपेच' (प्र. ८९), 'लाभांशासाठी अति प्रतिसादाची प्रवृत्ती' (प्र. १८), 'श्रेय सारे माझेच, असा कल' (प्र. ४५)

१६

बातम्यांच्या निवेदकांना फार भाव देऊ नका

'वाहनचालकाचे (शोफर) ज्ञान'

१९१८मध्ये भौतिकशास्त्रात नोबेल पुरस्कार मिळाल्यानंतर मॅक्स प्लॅन्क जर्मनीत चौफेर दौऱ्यावर गेला. जिथे जिथे आमंत्रण होते तिथे तिथे त्याने नव्या क्वॉन्टम मेकॅनिक्सवर तेच भाषण सादर केले. कालांतराने त्याच्या शोफरला (वाहनचालक - ड्रायव्हर) ते तोंडपाठ झाले. 'प्रत्येकवेळी तेच भाषण देणे कंटाळवाणे असेल ना प्रोफेसर प्लॅन्क? म्युनिकला तुमच्याऐवजी समजा मीच ते दिले तर? तुम्ही माझी शोफरची हॅट घालून पुढच्या रांगेत बसू शकता. म्हणजे आपल्या दोघांनाही काहीतरी वेगळे, नावीन्यपूर्ण अनुभवायला मिळेल.' प्लॅन्कला ती कल्पना रुचली आणि त्या संध्याकाळी त्यांच्या ड्रायव्हरने एका प्रतिष्ठित श्रोतेवर्गापुढे क्वॉन्टम मेकॅनिक्सवर मोठे भाषण ठोकले. ते संपल्यावर भौतिकशास्त्राच्या एका प्राध्यापकांनी उभे राहून एक प्रश्न विचारला. ड्रायव्हर चमकून म्हणाला, 'म्युनिकसारख्या प्रगत शहरातला कोणी मला इतका सोपा प्रश्न विचारेल असे कधीच वाटले नव्हते. माझा शोफर त्याचे उत्तर देईल.'

जगातल्या सर्वोत्तम भांडवलदारांपैकी एक चार्ली मुन्गेर (ज्यांच्याकडून मी ही कहाणी घेतली). त्यांच्या मते, ज्ञान दोन प्रकारचे असते. पहिले म्हणजे खरे ज्ञान. ज्यांनी एखादा विषय सखोल जाणण्यासाठी आयुष्यभर खूप मेहनत केली, अशा व्यक्तींत तो व्यासंग दिसतो. दुसरे म्हणजे 'वाहनचालकाचे ज्ञान' - ज्यांनी ज्ञानाचा

आव आणण्याची खुबी मिळवली आहे त्याचे (वरवरचे) ज्ञान. कदाचित त्यांचा आवाज चांगला असेल किंवा केस छान दिसत असतील, त्यांच्या मुखातून येणारे ज्ञान त्यांचे नसते. एखादी पटकथा वाचावी असे भारदस्त शब्द वापरून ते बोलतात.

दुर्दैवाने, खरी विद्या व वाहनचालकाचे ज्ञान यातील फरक ओळखणे कठीण होत चालले आहे. पण बातम्याच्या निवेदकांबाबतीत ते अजूनही सोपे आहे. ते नट आहेत. बस! आणखी काही नाही. सर्वजण ते जाणतात आणि तरीही अशा टापटीप दिसणाऱ्या, आयते स्क्रिप्ट वाचणाऱ्या नाटकी मंडळींना किती आदर मिळतो हे पाहून मला अचंबा वाटतो. त्याशिवाय आपल्याला काही कळत नसलेल्या विषयातल्या चर्चांचे परीक्षक म्हणून भरघोस कमावतात, ते वेगळेच.

पत्रकारांबाबतीत ते जरा कठीण आहे. काहींनी खरे ज्ञान कमावले आहे. अनेकदा एखाद्या विशिष्ट विषयावर बरीच वर्षे सातत्याने काम करून तरबेज झालेले ते जुने जाणकार पत्रकार असतात. त्या विषयातले सगळे कंगोरे व थर नीट अभ्यासून, समजून त्याबद्दल संवाद साधण्याचा ते कसोशीने प्रयत्न करतात. बहुतेकदा मुद्द्यांवर प्रकाश टाकण्यासाठी ते वेगवेगळी उदाहरणे व अपवाद दर्शवणारे मोठ्ठाले लेख लिहितात. पण बहुतांश पत्रकार 'वाहनचालकाचे ज्ञान' या सदराखाली येतात. त्यांच्या लेखात डोक्यात येईल ते काहीही असते. बरेचदा ते गुगलवर शोधून मिळालेल्या माहितीवजा असते. त्यांचे लिखाण एकतर्फी, छोटेखानी असते व जणू तुटपुंज्या ज्ञानावर पांघरूण म्हणून त्याचा रोख आढ्यतापूर्ण आणि स्वखुशीने ओथंबलेला असतो.

तोच थिल्लरपणा उद्योग जगतात दिसतो. जितकी कंपनी मोठी तेवढीच अपेक्षा मोठी असते की, तिचा सी.ई.ओ. एक 'झळकता तारा' असेल. निष्ठा, गांभीर्य व विश्वासार्हतेला कोणी फारशी किंमत देताना दिसत नाही, निदान त्या वरच्या स्थानी. अनेकदा असे दिसते की, शेअरहोल्डर्स व उद्योगजगतातील पत्रकारांना वाटते की, दिखाऊ बडेजावामुळे काम फत्ते होते; परंतु तसे मुळीच नसते.

वाहनचालकाच्या प्रभावावर तोडगा म्हणून मुन्गेरचा उद्योगातला जोडीदार - वॉरेन बफेटने एक सुंदर वाक्प्रचार योजला आहे - 'क्षमतेचे रिंगण'. त्या रिंगणात काय असते हे तुम्हाला आपसूक कळेल. त्या बाहेर काय आहे ते कदाचित अर्धवटच समजेल. मुन्गेरचा एक उत्तम सल्ला म्हणजे - 'तुम्ही तुमच्या 'क्षमतेच्या रिंगणा'च्या परिघातच टिकून रहा. तुम्ही काय जाणता आणि काय समजू शकत नाही हे तुम्हाला पक्के माहिती हवे. ते रिंगण किती मोठे आहे हे महत्त्वाचे नाही. पण त्याचा परीघ कुठे आहे ते जाणणे अत्यंत महत्त्वाचे आहे.' मुन्गेर हे आवर्जून सांगतो

- 'म्हणूनच स्वतःचा कल-आवड काय हे उमगणे गरजेचे आहे. तुम्ही अशा जागी खेळ मांडताय, जिथे दुसऱ्यांकडे असलेली अभिवृत्ती (ॲप्टिट्यूड) तुमच्याकडे नसली तर तुमचा पराजय ठरलेला समजा.' करू शकत असलेल्या कोणत्याही भाकितात हे खरे होण्याची खात्री अधिक. तुमची बाजू कधी कशी वरचढ आहे, हे तुम्हाला जोखायला लागते. त्यामुळे, तुमच्या 'क्षमतेच्या रिंगणातच' तुम्ही आपला डाव खेळा.

थोडक्यात 'वाहनचालकाच्या ज्ञाना'पासून सावध रहा. खरे ज्ञान असणारे विद्वान आणि कंपनीचा प्रवक्ता, बातम्यांचा निवेदक, थापा मारणारे, शब्दबंबाळ किंवा हुकमी वाक्ये टाकणारे यांच्यातली तफावत ओळखा. ती कशी ओळखाल? त्यासाठी एक स्पष्ट निर्देशक आहे - खरे तज्ज्ञ जाणकार आपल्या ज्ञान-अज्ञानाची सीमा नीट जाणतात. जर आपल्या क्षमतेच्या परिघाबाहेरची गोष्ट असेल तर ते गप्प बसतात किंवा सरळ सांगतात, 'मला माहीत नाही.' हे वाक्य ते न संकोचता किंचित अभिमानाने उद्‌गारतात. वाहनचालकांकडून हे एक वाक्य सोडून बाकी सारेकाही आपण ऐकतो.

हेही पहा :

'अधिकाराचा पगडा' (प्र. ९), 'माहितीच्या विषयावर अवलंबन' (प्र. ७६), 'निरर्थक बडबडीची सवय' (प्र. ५७)

१७

वाटते त्यापेक्षा कमी गोष्टींवर तुमचा ताबा असतो

'नियंत्रणाचा आभास'

दररोज साधारण नऊ वाजायच्या आधी, लाल टोपी घातलेला एक इसम चौकात उभा राहतो आणि टोपी जोरजोरात फडकवू लागतो. पाच मिनिटांनंतर तो नाहीसा होतो. एके दिवशी एक शिपाई त्याला विचारतो - 'तू हे काय करतोयस?' 'मी जिराफांना दूर ठेवतोय'. 'पण इथे जिराफ नाहीच आहेत.' 'अरे, म्हणजे मी माझे काम चोख करत असणार.'

माझा एक मित्र पाय मोडल्यामुळे घरी बिछान्यात अडकून पडला होता. त्याच्यासाठी त्याने मला एक लॉटरी तिकीट घ्यायला सांगितले. मी दुकानात जाऊन काही रकाने पाहून, त्यावर त्याचे नाव लिहून पैसे दिले. त्याचे तिकीट त्याला दिले, तेव्हा तो वैतागला; हिरमुसून म्हणाला, 'तू का लिहिलेस? मला लिहायचे होते. तुझ्या नंबरांवर मला कधीच लॉटरी लागणार नाही.'

'कोणते तिकीट जिंकेल हे तुझ्या नंबर निवडण्यावर अवलंबून आहे असे खरंच वाटते का तुला?' मी विचारले. त्याने माझ्याकडे शून्य नजरेने पाहिले. कॅसिनोमध्ये जर कोणाला मोठा आकडा काढायचा असेल तर ते फासे जोरात फेकतात आणि छोटा हवा असेल तर हळुवारपणे. फुटबॉलचे चाहते खेळ आपल्या टीमच्या बाजूने वळेल असे वाटून त्या भ्रमात टीव्हीसमोर वेडेवाकडे हातवारे करतात, ते जेवढे खुळचटासारखे वाटते तेवढेच हेही हास्यास्पद आहे. दुर्दैवाने, अशाच भ्रमामुळे

अनेक लोक 'योग्य' विचारांद्वारे (कंपने, सकारात्मक ऊर्जा व कर्म) जगावर प्रभाव पाडू पाहतात. इथून तिथून सर्व सारखेच.

'नियंत्रणाच्या आभासा'मुळे आपल्याला वाटते की, ज्याच्यावर आपला काही प्रभाव नाही, अशा गोष्टींवर आपला ताबा आहे. याचा शोध, जेनकिन्स व वॉर्ड या दोन संशोधकांना लागला. त्यांचा प्रयोग अगदी सोपा होता, ज्यात फक्त एक दिवा व दोन स्विच (बटने) होती. प्रयोगात भाग घेणाऱ्यांना दिव्याला स्विच कधी जोडायचा व कधी नाही हे स्वातंत्र्य होते. दिवा कधी लागेल याचा काही नेम नसूनही, त्या सर्वांना खात्री होती की, स्विच वर-खाली हलवून, आपण दिवा लावण्यावर नियंत्रण ठेवू शकतो.

किंवा हे उदाहरण पहा - एक अमेरिकन शास्त्रज्ञ वेदना व श्रवण-संवेदना यातल्या नात्यावर संशोधन करत होता. त्यासाठी तो माणसांना साउंडप्रूफ खोलीत बसवून, हळूहळू ध्वनीचे प्रमाण वाढवत जायचा. आतल्या माणसाने 'नको'ची खूण केली की, तो थांबायचा. 'अ' आणि 'ब' या दोन्ही खोल्या सारख्या होत्या; फक्त 'ब' खोलीत एक लाल रंगाचे धोक्याचे बटन होते. ते बनावटी होते. पण परिस्थितीवर आपले नियंत्रण आहे अशी समजूत झाल्यामुळे लोक खूप जास्त आवाज सहन करायचे. तुम्ही जर अलेक्झँडर सोल्झेनित्सिन्, प्रायमो लेवी किंवा व्हिक्टर फ्रॅन्केलचे लिखाण वाचले असेल तर तुम्हाला अचंबा वाटणार नाही. आपण आपल्या नशिबावर किंचित का होईना पण नियंत्रण ठेवू शकतो या विश्वासामुळे कैद्यांची आशा टिकून राहिली.

लॉस एंजेलिसमध्ये रस्ता ओलांडणे महाकठीण; पण सुदैवाने एका बटनामुळे आपण वाहतूक थांबवू शकतो. खरंच का? आपण ट्रॅफिक लाईट्सवर नियंत्रण ठेवू शकतो असा समज होऊन, सिग्नल बदलण्याची वाट पाहणे आपल्याला जास्त सुसह्य व्हावे, हे त्या बटनाचे खरे उद्दिष्ट. लिफ्टमधल्या 'दारे उघडा', 'दारे बंद' या बटनाच्या बाबतीत तेच - अनेकदा ती इलेक्ट्रिक पॅनेलला जोडलेलीही नसतात. खुल्या ऑफिसमध्येही अशा काही क्लृप्ती वापरतात. काहींना ते नेहमी थंड भासेल तर काहींना उकडेल. काही चलाख टेक्निशियन्स तिथे तापमानाच्या खोट्या तबकड्या लावून नियंत्रणाचा आभास निर्माण करतात. त्यामुळे विजेचे बिल व तक्रारी दोन्ही कमी होतात. अशा कारवायांना 'प्लॅसिबो बटन' म्हणतात व ती विविध क्षेत्रात वापरली जातात. सेंट्रल बॅन्कर्स व सरकारी अधिकारी प्लॅसिबो बटन फारच खुबीने वापरतात. उदा. फेडरल फन्डस् रेट हा एक छोट्या कालावधीपुरता असलेला दर आहे. किंबहुना फक्त रात्रीपुरता. या दराचा दीर्घकालीन व्याजदरांवर काही परिणाम

होत नाही. (ते दर मागणी - पुरवठ्यावर अवलंबून असतात व गुंतवणुकीचे निर्णय त्यावरून घेतले जातात). तरीही त्यातील छोट्या मोठ्या बदलाला स्टॉक मार्केट तातडीने प्रतिक्रिया देते. या रात्रीपुरत्या व्याजदराचा स्टॉक मार्केटवर एवढा पगडा का असावा हे कोणालाही समजू शकत नाही, तरीही सर्वांना ते खरेच तसे वाटते आणि तसेच होते. तीच गत फेडरल रिझर्व्हस्च्या चेअरमनने केलेल्या उद्घोषणांची. अर्थव्यवस्थेसंबंधी निर्णयात खरे तर त्यांची काही विशेष किंमत नाही, पण स्टॉक मार्केटमध्ये हलचल होते. त्या फक्त ध्वनीलहरी असतात. पण तरीही आपण अर्थव्यवस्थेच्या प्रमुखांना असे तबकड्यांचे खेळ खेळू देतो. जागतिक अर्थव्यवस्था ही मुळातच नियंत्रणाच्या पलीकडे असलेली व्यवस्था/यंत्रणा आहे, हे सत्य समोर आले तर सगळे खडबडून जागे होतील.

आणि तुम्ही? सगळे तुमच्या नियंत्रणाखाली आहे का? तुम्हाला वाटते त्याहून कदाचित कमी. एखाद्या रोमन राजाप्रमाणे तुम्ही आयुष्यावर हुकूमत गाजवता असे वाटते का? खरे तर त्याऐवजी तुम्ही तो लाल टोपीवाला माणूस आहात. म्हणून, ज्या थोड्या फार गोष्टींवर तुमचा खरंच पगडा असू शकतो, अशांवर लक्ष केंद्रित करा. बाकीचे सारे म्हणाल तर 'जे व्हायचं तेच होईल.'

हेही पहा :

'योगायोग' (प्र. २४), 'शक्यतेकडे दुर्लक्ष' (प्र. २६), 'भाकिताचा आभास' (प्र. ४०), 'कौशल्याचा आभास' (प्र. ९४), 'गटीकरणाचा आभास' (प्र. ३), 'आत्मनिरीक्षणाचा आभास' (प्र. ६७)

१८

तुमच्या वकिलाला ताशी फी देऊ नका

'लाभांशासाठी अतिप्रतिसादाची प्रवृत्ती'

उंदरांचा सुळसुळाट कमी करण्यासाठी १९व्या शतकात हॅनोईतील फ्रेन्च वसाहतीच्या राज्यकर्त्यांनी एक कायदा लागू केला. मेलेला उंदीर आणणाऱ्याला बक्षीस दिलं जाईल, असे ठरले. अनेक उंदीर मारले तर गेले, पण अनेकांची पैदास फक्त त्यासाठी केली गेली.

१९४७मध्ये जेव्हा पुराणवस्तूसंशोधकांना (आर्किओलॉजिस्ट) डेड सी स्क्रोल्स सापडले तेव्हा प्रत्येक नवीन चर्मपत्रक (पार्चमेंट) आणणाऱ्याला त्यांनी इनाम जाहीर केले. बक्षिसाची रक्कम वाढवून घेण्यासाठी नवीन चर्मपत्रकांऐवजी सापडलेल्या चर्मपत्रकांचे तुकडे सादर केले गेले. तसेच १९व्या शतकात, चीनमध्ये डायनासोरच्या हाडांचा शोध घेऊन सादर करणाऱ्यांना इनाम जाहीर करण्यात आले होते. शेतकऱ्यांना आपल्या शेतात काही हाडे सापडल्यावर त्यांनी त्यांचे तुकडे करून, प्रत्येक तुकड्यामागे बक्षिसांची रक्कम मिळवली. आजच्या प्रगत युगातही हेच होते. कंपनीचे बोर्ड नेमून दिलेले लक्ष्य साध्य करण्यासाठी बोनस देते. त्यामुळे काय होते? कंपनीचा उद्योग व आवाका वाढवण्याऐवजी मॅनेजर्स लक्ष्य (टार्गेटस्) कमी करण्यात जास्त मग्न असतात.

'लाभांशासाठी अति प्रतिसादाच्या प्रवृत्ती'चे हे नमुने आहेत. या भल्यामोठ्या नावाच्या वृत्तीचा शोध चार्ली मुंगेरच्या नावे असून, तो शोध एका सर्वसाधारण निरीक्षणाविषयी आहे - लाभांशाला प्रतिसाद म्हणून लोक आपल्या

फायद्याचे आहे तेच करतात. यात दोन गोष्टी प्रकर्षाने पुढे येतात. पहिली म्हणजे - कामकाजात लाभांशाचा घटक आला किंवा त्यात बदल आला की, लोकांचे वर्तन ताबडतोब व आमूलाग्र बदलते. दुसरी म्हणजे, वस्तुस्थिती अशी आहे की, लोक प्रत्यक्ष लाभांशाला प्रतिसाद देतात; त्यामागच्या उदात्त हेतूला नाही. लाभांशाच्या उत्तम योजनांच्या अंतर्गत उद्देश व इनाम हे दोन्ही घटक समाविष्ट असतात. उदा. प्राचीन रोममध्ये अशी प्रथा होती की, नव्याने बांधलेल्या पुलाच्या उद्‌घाटनाच्या वेळी तो पूल बांधणाऱ्या इंजिनियर्सना त्या पुलाच्या खाली उभे केले जायचे. योजना चांगली नसेल, तर खरी उद्दिष्टे दुर्लक्षिली जातात अणि कधी तर त्यात वेगळेच फाटे फोडले जातात. उदाहरणार्थ - एखादे पुस्तक बहिष्कृत केल्याने त्यातल्या मजकुराला जास्त प्रसिद्धी मिळते. बँक कर्मचाऱ्यांना लोनसाठी गिऱ्हाईक मिळवल्याबद्दल बक्षीस दिले जाते. तेव्हा बँकेच्या क्रेडिट विभागात गडबड होण्याची शक्यता वाढते. गगनाला भिडलेले सी.ई.ओं.चे पगार कमी झाले नाहीत. उलट, ते वाढले. कुणालाही कंपनीचा 'तोट्यात जाणारा सी.ई.ओ.' व्हायचे नसते.

तुम्हाला लोकांच्या किंवा संस्थांच्या वर्तनात बदल घडवून आणायचा आहे का? तुम्ही नीतिमूल्य आणि भविष्यातल्या चित्राबद्दल प्रवचन झाडाल, किंवा तर्कशक्तीद्वारे पटवायला पाहाल. पण लाभांशच बहुतांशी वेळा काम करतो. तो आर्थिक असायला पाहिजे असे नाही; चांगल्या मार्कांपासून ते नोबेल पारितोषिक - ते मरणोत्तर चांगले आयुष्य; हेही चालतं.

मध्यवर्ती कालखंडातले (मिडल एज) सुविद्य उच्चकुलीन लोक, आपले सुखवस्तू आयुष्य सोडून, घोड्यावर स्वार होऊन मोहिमा लढायला का जायचे हे समजून घ्यायचा प्रयत्न मी कैक वर्षे केला. त्यांना हे नक्की माहिती होते की, जेरूसलेमचा कठीण रस्ता पार करायला, शत्रूच्या हद्दीत घुसून पुढे कूच करायला, निदान सहा महिने लागत; तरीही ते जोखीम पत्कारायचे आणि मग मला उमगले - याचे उत्तर लाभांश प्रणालींमध्ये आहे. जर ते जिवंत परतले तर लढाईत जिंकलेली सर्व लूट त्यांना वारेमाप श्रीमंती देई. जर प्राण गमावले, तर साहजिकच हुतात्म्यांमध्ये ते गणले जाऊन परलोकवासियांना मिळणाऱ्या साऱ्या सुविधा व सवलती त्यांना आपसूक मिळत. म्हणजे दोन्ही बाजूंनी जैत रे जैत!

समजा, शत्रूची संपत्ती काबीज करण्याऐवजी सैनिक व लढवय्ये तासाप्रमाणे शुल्क आकारत असते तर वेळकाढूपणा करायला ते उद्युक्त झाले असते. मग वकील, वास्तुशास्त्रज्ञ, हिशोबनीस, वाहन चालवायला शिकवणारे, अशा तत्सम

तज्ज्ञांच्या बाबतीत आपण तसे का बरे करतो? माझा सल्ला घ्याल, तर ताशी शुल्क विसरा; पूर्ण कामासाठी एक रकमी सौदा करा - तेसुद्धा आधीच ठरवून.

विशिष्ट आर्थिक उत्पादने सतत तुमच्यापुढे मांडणाऱ्या आर्थिक गुंतवणूक सल्लागारांपासून सावध रहा. त्यांना तुमच्या आर्थिक भरभराटीत काहीही स्वारस्य नसते, पण या उत्पादनांच्या विक्रीतून मिळणाऱ्या दलालीवर त्यांचा डोळा असतो. उद्योजक व गुंतवणुकीचे बँकर्स यांच्या बिझनेस योजनांचीही हीच गत. त्या आपल्यापुढे मांडणाऱ्यांचा त्यामागे सुप्त हेतू हाच की, स्वतःचा फायदा व्हावा; आणि म्हणूनच त्या अर्थहीन असतात. एक जुनी म्हण आहे, 'केस कापायची वेळ आलीये का हे न्हाव्याला कधी विचारू नये.'

सरतेशेवटी - 'लाभांशासाठी अतिप्रतिसादाच्या प्रवृत्ती'वर नजर असू द्या. एखाद्या व्यक्ती किंवा संस्थेचा व्यवहार बुचकळ्यात टाकत असेल तर विचार करा, त्यामागे कोणती आमिषे/लाभांश दडले आहेत? असे केल्याने तुम्हाला ९0% घटना होण्यामागचे कारण कळेल ही खात्री देतो. उरलेल्या १0% मागे काय - तर झपाटलेपण, मूर्खपणा, भ्रमिष्टपणा किंवा दुष्टबुद्धी.

हेही पहा :

'प्रेरणेचा अतिरेक' (प्र. ५६), 'परतफेड' (प्र. ६), 'अनाठायी आत्मविश्वासाचा परिणाम' (प्र. १५)

१९

डॉक्टर्स, तज्ज्ञ व मानसोपचारकांची अनिश्चित परिणामकारकता

'सरासरीकडे वापसी'

त्याची पाठदुखी कधी कमी असायची, कधी वाढायची. पर्वतही हलवता येईल असे कधी वाटायचे तर कधी पाऊल टाकणेही कठीण व्हायचे. तसे झाले की, अन् सुदैवाने ते क्वचित व्हायचे - त्याची पत्नी त्याला किरोप्रॅक्टरकडे (हाडदुखीतज्ज्ञ) घेऊन जायची. दुसऱ्या दिवशी त्याला बरे वाटायचे व तो आपल्या थेरपिस्टची शिफारस इतरांना करायचा.

दुसरा एक तरूण, याच्याहून वयाने लहान व गोल्फमध्ये १२चा हॅन्डीकॅप, म्हणजेच बऱ्यापैकी कसब असलेला, आपल्या गोल्फच्या शिक्षकाचे असेच गुणगान गायचा. त्याचा खेळ बिघडला की, तो प्रोफेशनल खेळाडूबरोबर एक तास सराव करायचा, पाहावे तर काय - त्याच्या पुढील खेळात लगेच सुधारणा दिसून यायची.

तिसरा एक मोठ्या बँकेत गुंतवणूक खात्यात होता. जेव्हा जेव्हा त्याने गुंतवलेल्या स्टॉकपैकी काही खाली जायचे, तेव्हा तेव्हा विश्रांतीकक्षात जाऊन तो एक विशिष्ट प्रकारचा 'रेन डान्स' करायचा. तुम्हाला विचित्र वाटेल पण तसे करण्यावाचून गत्यंतर नाही असे त्याला वाटायचे आणि नंतर हमखास परिस्थिती सुधारायची.

'सरासरीकडे वापसी' हा भ्रम, किंबहुना त्याबद्दलचा गैरसमज, या तिघांना जोडणारा दुवा आहे.

समजा, तुमच्या भागात सर्वाधिक काळ कडाक्याची थंडी पडली आहे. पुढील दोन दिवसांत तापमान वाढून परत मासिक सरासरीकडे यायची दाट शक्यता आहे. कडक उन्हाळा, दुष्काळ किंवा पावसाबाबतीतही तेच होते. ठराविक सरासरीच्या मध्यमानाच्या आसपास हवामानात चढउतार होतात. चिवट चेंगट दुखणे, गोल्फ हॅन्डिकॅप्स, स्टॉक मार्केट, प्रेमाच्या बाबतीत नशीब, व्यक्तिनिष्ठ आनंद (निखळ नसलेला) आणि परीक्षेतले मार्क्स, या बाबतीतही हेच होते. थोडक्यात, किरोप्रॅक्टरच्या उपचाराशिवायही ते पाठीचे भयानक दुखणे बरे झाले असते; कोणत्याही विशेष सरावाशिवाय तो गोल्फ हॅन्डिकॅप १२ला परत आला असता; त्या गुंतवणूक खात्याच्या अधिकाऱ्याच्या कामाची परिणती मार्केटच्या सरासरीला परत आली असती - मग तो आपला खास 'रेन डान्स' करो वा न करो.

अत्युत्तम व अतिभयाण अशा टोकाच्या चढउतारांमध्ये अनेक छोटे बदल होत असतात. गेल्या तीन वर्षात जे स्टॉक मार्केटमध्ये उचल खाऊन उत्तम ठरले, ते पुढच्या तीन वर्षात उत्तम ठरतील असे नाही. या पार्श्वभूमीवर तुम्हाला समजेल की, काही खेळाडूंना वर्तमानपत्राच्या मुखपृष्ठावर झळकायला का आवडत नाही - त्यांना अजाणता हे माहिती असते की, पुढच्या शर्यतीत कदाचित त्यांना तसेच यश मिळेलच असे नाही. त्याचा संबंध प्रसारमाध्यमांद्वारे मिळालेल्या प्रसिद्धीशी नसून, खेळ प्रदर्शनाच्या नैसर्गिक चढउताराशी आहे.

किंवा आपल्या खात्यातल्या सर्वांत कमी उत्साह असलेल्या ३% कर्मचाऱ्यांना एखाद्या कार्यशाळेला प्रशिक्षणासाठी पाठवणाऱ्या विभागप्रमुखाचे उदाहरण घ्या. त्याचा परिणाम? शेवटच्या काही टक्क्यांमध्ये तेच लोक नसतील, तर दुसरे असतील. ते प्रशिक्षण परिणामकारक होते का? सांगणे कठीण; कारण कदाचित त्याशिवायही त्या गटाचा उत्साह व प्रेरणा प्रत्येकाच्या सरासरीपर्यंत ओघाने आली असते. नैराश्यासाठी रुग्णालयात दाखल होणाऱ्या रुग्णांच्या बाबतीतही असेच होते. रुग्णालयातील वास्तव्यानंतर बाहेर पडताना त्यांना पूर्वीपेक्षा बरे वाटत असते. पण रुग्णालयात राहण्यामुळे ते झाले असेल असे काही नक्की नाही.

अजून एक उदाहरण - बॉस्टनमधील कमी दर्जाच्या शाळांमध्ये आधार देणारा एक किचकट उपक्रम राबविण्यात आला. पुढच्या वर्षी त्या शाळांचा क्रमांक यादीत वर सरकला. त्याचे श्रेय शासनाने नैसर्गिकपणे सरासरीकडे होणाऱ्या वापसीला न देता, त्या उपक्रम योजनेला दिले.

सरासरीकडे होणाऱ्या वापसीकडे दुर्लक्ष केल्याने फार घातक परिणाम होतात; काही शिक्षक (आणि मॅनेजर्स) असे समजून चालतात की, 'गाजरापेक्षा छडी बरी'.

उदा. परीक्षेचा निकाल आला की, उत्तम गुण मिळवणाऱ्यांची प्रशंसा होते आणि वाईट गुण मिळवणाऱ्यांचे वाभाडे काढले जातात. पुढच्या परीक्षेत अगदी योगायोगाने कोणा वेगळ्याच विद्यार्थ्यांना सर्वाधिक तसेच सर्वात कमी मार्क मिळतात. त्यामुळे शिक्षकांना वाटते की, प्रशंसेपेक्षा रागावण्याचा चांगला उपयोग होतो - हा गैरसमज सतत वाढत जातो.

तात्पर्य काय - जेव्हा तुम्ही अशा गोष्टी ऐकाल - 'मी आजारी पडलो. त्या डॉक्टरकडे गेलो आणि थोड्या दिवसांनी बरा झालो.' किंवा 'कंपनीचे गेले वर्ष अगदी खराब गेले. मग आम्ही एका तज्ज्ञाची मदत घेतली. आता परत सर्व पूर्वीसारखे झाले;' तेव्हा खात्री बाळगा की, 'सरासरीकडे वापसी' हा तुमचा जुना दोस्त तिथे असेल.

हेही पहा :

'सरासरीची समस्या' (प्र. ७५), 'तफावतीचा प्रभाव' (प्र. १०), 'चांगल्याआधी वाईट होणारच हा भ्रम' (प्र. १२), 'योगायोग' (प्र. २६), 'जुगाऱ्याचा भ्रम' (प्र. २९)

२०

निष्कर्षावरून निर्णयाचा कस ठरवू नका

'परिणामाचा प्रभाव'

एक झटपट सिद्धांत - समजा १० लाख माकडांनी स्टॉक मार्केट खेळी लावली. अंदाधुंदपणे काहीही करून त्यांनी वेड्यासारखे स्टॉक्स विकले आणि खरेदी केले. काय झाले? एका आठवड्यानंतर अर्ध्या माकडांचा नफा झाला असेल आणि अर्ध्यांचा तोटा. ज्यांचा तोटा झाला त्यांना घरी पाठवून द्या आणि नफा झालेल्यांना ठेवा. दुसऱ्या आठवड्यानंतर त्यातल्या अर्ध्यांना परत तोटा झाल्यामुळे परत पाठवा आणि फायदा झालेल्या अर्ध्यांना राहू द्या. साधारण १० आठवड्यानंतर योग्य गुंतवणूक केलेली १००० माकडे उरतील. वीस आठवड्यांनी फक्त एक माकड उरेल. ज्याने एकदाही न चुकता योग्य स्टॉक्स निवडले आणि आता कोट्याधीश झालाय त्याला यशस्वी माकड म्हणू.

प्रसारमाध्यमांचा प्रतिसाद काय असेल? त्याच्या यशाचे रहस्य काय हे जाणून घेण्यासाठी ती त्या प्राण्यावर तुटून पडतील. आणि, त्यांनी ती रहस्ये मिळतीलही. कदाचित ते माकड इतरांपेक्षा जास्त केळी खात असेल. कदाचित ते पिंजऱ्याच्या दुसऱ्या टोकाला बसत असेल. किंवा फांद्यांवर उलटे झोके घेत असेल, किंवा अंग वेचून साफ करताना फार वेळ तंद्री लावून बसत असेल. त्याच्याकडे यशाची गुरुकिल्ली असणारच; होय ना? नाहीतर इतके भरघोस यश त्याने कसे मिळवले असेल? वीस आठवडे सलग आणि बिनचूक; तेसुद्धा एका साध्या माकडाकडून? अशक्य!

माकडाच्या या गोष्टीवरून परिणामाच्या प्रभावाचा पगडा स्वच्छ लक्षात येतो. निर्णयाचे परीक्षण करताना आपला भर निर्णयप्रक्रियेपेक्षा निष्पन्नावर असतो. ह्या गैरसमजुतीला 'इतिहासकाराची चूक' असेही म्हणतात. ह्याचा एक जाज्वल्य नमुना म्हणजे जपानी सैन्याचा पर्ल हार्बरवरचा हल्ला. तिथला सैन्याचा तळ हलवायला हवा होता की नाही? आता मागे वळून पाहताना अशी चढाई होऊ घातली आहे, ह्याचे अनेक पुरावे होते, हे सहज दिसते. पण हे संकेत फक्त सिंहावलोकन करताना स्पष्ट दिसतात. त्या काळी, १९४१मध्ये अनेक परस्परविरोधी संकेतांची रेलचेल होती. काहींच्या मते हल्ला होणे अटळ होते, तर काहींच्या मते, नाही. निर्णयाचा दर्जा आजमावताना हल्ला झाल्यानंतरची सगळी माहिती वगळून (विशेषतः हल्ला झाला ही वस्तुस्थिती). फक्त निर्णयाच्या वेळी हातात असलेली माहिती ध्यानात ठेवली पाहिजे.

अजून एक प्रयोग - तीन हृदयविकार शल्यविशारदांच्या कामाचा कस तुम्हाला आजमावायचा आहे. त्यासाठी तुम्ही त्यांना प्रत्येकी पाच अवघड शस्त्रक्रिया करायला सांगता. गेल्या काही वर्षांत अशा ऑपरेशननंतर रुग्ण म रण्याची शक्यता साधारण २०% वर येऊन थबकली आहे. समजा सर्जन 'अ'चा एकही रुग्ण मरत नाही. सर्जन 'ब'चा एक, आणि 'क'चे दोन रुग्ण दगावतात. तुम्ही 'अ', 'ब', 'क'च्या कामगिरीचे मूल्यमापन कसे कराल? काय क्रम लावाल? जर सर्वसामान्यांप्रमाणेच तुमचा विचार असेल तर तुम्ही 'अ'ला सर्वोत्कृष्ट मानाल. 'ब'ला दुसरा क्रमांक व 'क'ला सर्वात वाईट समजाल. म्हणजेच, तुम्ही 'परिणामाच्या प्रभावाला' बळी पडला आहात. असे का, ते तुम्ही समजू शकता. उदाहरणात घेतलेली संस्था (प्रत्येकी ५ केसेस) फार छोटी आहे, म्हणून निर्णय अर्थहीन ठरतो. तुम्हाला जर वैद्यकीय ज्ञान असेल व तुम्ही काळजीपूर्वकपणे सर्व पूर्वतयारी व प्रत्यक्ष ऑपरेशनचे निरीक्षण केले असेल, तरच तुम्ही सर्जनचे कौशल्य व कामगिरी नीट पारखू शकता. म्हणजेच, तुम्ही फक्त अंतिम निष्पत्तीचे नाही तर पूर्ण प्रक्रियेचे मूल्यमापन करता. अधिक रुग्णसंख्या असलेल्या निरीक्षणगटात अशा ऑपरेशनचे रुग्ण सामावून तुम्ही परिक्षण करू शकता. ही संख्या शंभर ते हजारच्या दरम्यान असू शकते. तूर्तास असं म्हणता येईल की, सर्वसाधारण सर्जनचा एकही रुग्ण न दगावण्याची शक्यता ३३%, एक रुग्ण मरण्याची ४१% व दोन मरण्याची २०% शक्यता आहे. हा एक प्रोबॅबिलिटीचा साधा नमुना आहे. ह्यात विशेष लक्षात काय येते की, शून्य मृत्यू व दोन मृत्यू ह्या शक्यतांमध्ये काही खूप मोठा फरक नाही. फक्त अंतिम

निष्पत्तीवर आपण जर सर्जनचे मूल्यमापन केले तर तो आपला निष्काळजीपणा नव्हे, तर ते अनैतिकही आहे.

सरतेशेवटी - एखाद्या निर्णयाचे मोजमाप फक्त निष्पन्नावर अवलंबून करू नये. जेव्हा अनेक इतर घटक आणि अंगभूत लहरी अनिश्चिततेचा त्यात मोठा भाग असतो तेव्हा ते टाळावे. वाईट परिणाम निष्पन्न होणे म्हणजेच चुकीचा निर्णय असे समीकरण नाही व तसेच उलटेही ग्राह्य मानू नये. एखाद्या चुकीच्या निर्णयामुळे स्वत:चे केस उपटत बसणे अथवा योगायोगाने चांगले निष्पन्न झालेल्या 'योग्य' निर्णयाबाबत स्वत:ची पाठ थोपटण्यापेक्षा आपण जे केले, किंवा करायचे ठरवले ते नक्की का केले हे आठवा. तुमची कारणे तर्कसंगत व नीट समजण्याजोगी होती का? मग जरी तुम्हाला गेल्यावेळी यश आले नसेल तरी त्या पद्धतीनुतार निर्णय घेणे तुम्हाला फायद्याचे ठरेल.

हेही पहा :

'बुडीत रक्कम आणि कुतर्क' (प्र. ५), 'जलतरणपटू देहयष्टी आभास' (प्र. २), 'सिंहावलोकनाची प्रवृत्ती' (प्र. १४), 'कौशल्याचा आभास' (प्र. ९४)

२१

कमी म्हणजे जास्ती सुकर

'निवडीबाबतचा विरोधाभास'

माझ्या बहीण व भावजींनी काही दिवसांपूर्वी एक अर्धवट तयार झालेले घर घेतले. तेव्हापासून आम्ही दुसऱ्या कोणत्याही विषयावर बोलू शकलेलो नाही. गेल्या दोन महिन्यांपासून संभाषणाचा फक्त एकच विषय - बाथरुमच्या फरशा, सिरॅमिक, ग्रॅनाईट, दगडी, लाकडी, संगमरवरी, धातूच्या, काचेच्या आणि मनुष्यजातीला माहीत असलेले सर्व लॅमिनेटस्. माझ्या बहिणीला इतक्या यातना झालेल्या मी क्वचितच पाहिल्या असतील. 'इतके वेगवेगळे पर्याय उपलब्ध आहेत की निवड कशी करावी?' ती हवेत हात उडवून वैफल्याने उद्‌गारते, आणि सतत सोबत असलेल्या तिच्या कॅटलॉगकडे वळते.

मी अक्षरश: मोजले आणि शोधले आहे. माझ्या जवळच्या किराणामालाच्या दुकानात ४८ प्रकारचे योगर्ट (दह्याचा प्रकार), १३४ प्रकारची रेड वाईन, ६४ निरनिराळी साफसफाईची उत्पादने आणि एकंदर ३०,००० वस्तूंचा साठा आहे. ॲमेझॉन वा इंटरनेटवरील पुस्तक विक्रेत्याकडे २० लक्ष पुस्तके आहेत. हल्ली, लोकांवर अशा पर्यायांचा भडिमार केला जातो. उदा. शेकडो मानसिक रोग, वेगवेगळे हजारो व्यवसाय, त्याहून अधिक पर्यटनस्थळे आणि अगणित प्रकारच्या जीवनशैली; निवडीसाठी इतके सारे पर्याय आधी कधी नव्हते.

मी लहान होतो तेव्हा तीन प्रकारचे योगर्ट, टेलिव्हिजनचे तीन चॅनेल्स् (वाहिन्या), दोन चर्च, दोन प्रकारचे चीज (सौम्य व उग्र स्वादाचे), एका प्रकारचा

मासा (ट्राऊट) आणि स्विस पोस्टने दिलेला एक टेलिफोन. तबकडीवाला तो काळा ठोकळा फक्त फोन करण्यावाचून दुसरे काही काम करत नव्हता आणि आमचे काहीही आडत नव्हते. आज मात्र कोणी टेलिफोनच्या दुकानात शिरला, तर तो ब्रॅण्डस्, मॉडेल्स् व करारांच्या पर्यायाच्या भडिमाराने गारद होऊ शकतो.

पर्याय निवड हा प्रगतीचा मापदंड झाला आहे. त्यामुळे नियोजित व अतिपुरातन अश्मयुगापेक्षा आपण निराळे आहोत. होय, समृद्धीचा सुकाळ आपल्याला हुरळून जायला लावतो. पण त्याला एक मर्यादा आहे. ती ओलांडली की, निवडीसाठी पर्यायांचा अतिरेक होऊन आयुष्याचा कस ढासळतो. तांत्रिक भाषेत त्याला 'निवडीबाबतचा विरोधाभास' म्हणता येईल.

ह्याच नावाच्या पुस्तकात मानसशास्त्रज्ञ बॅरी श्वॉर्त्झ ह्यामागचे कारण उलगडून सांगतात. पहिले म्हणजे खूप जास्त पर्याय असतील तर अंतर्गत पांगळेपण आल्यासारखे होते. हे जोखण्यासाठी, एका सुपरमार्केटने एका स्टँडवर जेलीचे चोवीस प्रकार गिऱ्हाईकांना चाखण्यासाठी ठेवले. हवे तितके चाखून झाल्यावर ते आपल्या आवडीचे प्रकार सवलतीच्या दरात घेऊ शकणार होते. दुसऱ्या दिवशी, त्या दुकानदाराने तोच प्रयोग केला, पण फक्त सहा चवीच्या जेलीच्या प्रकारांनी. निकाल - दुसऱ्या दिवशी दहापट जास्त जेली विकली गेली. का बरे? पहिल्या दिवशी विविध पर्यायांचा अतिरेक होऊन गिऱ्हाईके गोंधळून गेली व काय घ्यावे हे न समजल्याने तशीच परत गेली. हाच प्रयोग वेगवेगळ्या वेळी निरनिराळ्या उत्पादनांबरोबर केला. पण प्रत्येकवेळी तोच निष्कर्ष निघाला.

दुसरे कारण - निवड करताना, खूप जास्त वैविध्य असेल तर निर्णयाचा दर्जा खालावतो. तुम्ही जर तरुणांना विचारले की, जीवनसाथीमध्ये काय महत्त्वाचे असते तर ते धडाधडा नेहमीचे गुणधर्म सांगतील - बुद्धिमत्ता, योग्य संस्कार, उमदा, प्रेमळ स्वभाव, ऐकण्याची क्षमता, विनोदबुद्धी आणि आकर्षकता. पण साथी निवडताना खरंच हे सारे निकष ते वापरतात का? पूर्वी, एका सर्वसाधारण गावातल्या तरुणाला त्याच्या वयाला साजेशा विसेक तरुणींमधून, ज्या त्याच्याबरोबर शाळेत गेल्या असतील; निवड करावी लागायची. तो त्यांच्या कुटुंबाला व ते त्याच्या ओळखत असत. म्हणून, नीट समजलेल्या माहितीवरून निर्णय घेतला जायचा. हल्ली, 'ऑनलाईन डेटिंग'च्या युगात लाखो संभाव्य जोडीदार आपल्याला उपलब्ध आहेत. ही गोंधळात टाकणारी विविधता इतकी अफाट आहे की, पुरुषाचा मेंदू निवडीचा निष्कर्ष फक्त एका गोष्टीवर आणून सोडतो. शारीरिक सौंदर्य ह्या निवड प्रक्रियेचा परिणाम तुम्ही जाणताच. कदाचित तुमचा तसा वैयक्तिक अनुभवही असू शकेल.

अखेरीस, निवडीसाठी पर्यायांचा गट खूप मोठा असेल तर असंतोष निर्माण होतो. दोनशे पर्यायांचा घेरा तुम्हाला भंडावत असेल, तर निर्णय बरोबर आहे ह्याची खात्री कशी होणार? जितके जास्त पर्याय, तितकी तुमची अनिश्चितता आणि नंतर तुमचे असमाधान वाढते.

मग, तुम्ही काय करू शकता? काय उपलब्ध आहे हे पाहायच्या आधी तुम्हाला काय हवे आहे ह्याचा नीट सखोल विचार करा. ते निकष लिहून, पक्के ध्यानात ठेवून त्याप्रमाणेच निवड करा. आणि तुम्ही कधीही सर्वार्थाने परिपूर्ण निर्णय घेऊ शकत नाही हे जाणा. समोर अगणित शक्यतांची रेलचेल असताना, त्याची आस धरणे हेच असामंजस्याने परिपूर्णतेचा हट्ट धरण्यासारखे आहे. त्याएवेजी एक 'चांगली' निवड करण्यात आनंद माना. होय, अगदी जीवनसाथीच्या बाबतीतही. फक्त सर्वोच्च, सर्वोत्तमच हवे आहे का? ह्या असीम वैविध्याच्या युगात 'त्यातल्या त्यात चांगले' हे उलटे गणितच सर्वोत्कृष्ट ठरते (अर्थात तुम्हाला व मला सोडून).

हेही पहा :
'निर्णयाचा शीण' (प्र. ५३), 'शक्यतांबाबत अंधत्व' (प्र. ७१), 'नैसर्गिक सवयीचा परिणाम' (प्र. ८१)

२२

मी तुला खरंच, अगदी खरंच आवडतो/ते

'जोडण्याचा कल'

केविनने नुकतेच उच्च प्रतीच्या मार्गोंचे (वाईनचा प्रकार) दोन खोके विकत घेतले. तो क्वचितच वाईन पितो. अगदी बॉर्दोसुद्धा नाही. पण तो विक्रेता फार चांगला होता. त्याच्यात कृत्रिमपणा नव्हता. तो अतिआग्रही नव्हता. खरंच, अगदी आवडण्याजोगा. म्हणून त्याने ती विकत घेतली.

जो गिरार्ड हा जगातला गाड्यांचा सर्वात यशस्वी विक्रेता आहे. यशस्वी होण्यासाठी त्याचा सल्ला - 'तुम्ही गिऱ्हाईकाला असे भासवू शकलात - अगदी मनापासून त्यांना वाटेल की ते तुम्हाला खरंच आवडतात व तुम्हाला त्यांच्याबद्दल आस्था आहे, तर त्याहून अधिक परिणामकारक काहीही नाही. मग तुम्ही कोणतेही उत्पादन विकत असा.' गिरार्ड हे फक्त बोलत नाही. त्याच्या गिऱ्हाईकांना दर महिन्याला एक कार्ड पाठवणे हे त्याचे गुप्त अस्त्र आहे. त्यात एकच वाक्य त्यांना सलामी देते. 'तुम्ही मला आवडता.'

'जोडण्याचा कल/आभास' समजायला अत्यंत सोपा असूनही आपण सतत त्याची शिकार होतो. त्याचा अर्थ असा, जो आपल्याला आवडतो त्याच्याकडून वस्तू विकत घेण्याची किंवा त्याला मदत करण्याची आपली प्रवृत्ती जास्त असते. परंतु 'जोडण्याजोगे' म्हणजे नक्की काय हा प्रश्न उरतोच. संशोधनाप्रमाणे हे नक्की दिसते की, जे- अ) दर्शनी आकर्षक वाटतात, ब) ज्यांचे कुळ-मूळ, व्यक्तिमत्त्व व रुची आपल्यासारखी असते आणि क) आपण त्यांना आवडतो, असे लोक

आपल्याला सुखावह वाटतात. त्यामुळे जाहिरात जगतात सर्व लोक आकर्षक असतात. कुरूप बेढब लोक मनमिळाऊ 'वाटत' नाहीत आणि त्यांना पिछाडीमध्येसुद्धा शिरकाव मिळत नाही ('अ' पहा). अतिमोहक लोकांव्यतिरिक्त, जाहिरात जगत 'तुमच्या माझ्यासारख्या' लोकांचाही वापर करते - ('ब पहा), म्हणजे दिसणे-बोलणे-उच्चार व पार्श्वभूमीत तुमच्याशी साम्य असलेले. थोडक्यात, जितके साम्य अधिक, तितके उत्तम. आरशातल्या प्रतिबिंबासारखे भासणे (मिररिंग) हे जाहिरातीतले युक्तीवजा मूलभूत तत्त्व आहे. नेमके ह्याच परिणामासाठी ह्यात विक्रेता, गिऱ्हाईकाच्या चेहऱ्यावरचे हावभाव, बोलण्याची ढब, भाषा आणि हातवारे-सगळ्याची हळूच नक्कल करतो. जर तो होऊ घातलेला गिऱ्हाईक हळू व शांतपणे बोलताना मधेच डोके खाजवत असेल, तर विक्रेत्यानेही तसेच शांतपणे हळू बोलून, कधीतरी डोके खाजवले तर उत्तम. त्यामुळे गिऱ्हाईकाला तो आवडू शकतो आणि विक्री होण्याची शक्यता वाढते. जाहिरातबाजीत अनेकदा तुमची स्तुती केली जाते, तुम्ही एखादे उत्पादन खूपदा विकत घेतलेय कारण 'तुम्ही तेवढे 'लायक' आहात.' इथे 'क' हा घटक लागू पडतो. जे आपली प्रशंसा करतात, ते आपल्याला भावतात. स्तुतीचा जादुई परिणाम होतो- जरी ती पोकळ आणि तोंडदेखली वाटली तरीही.

तथाकथित मल्टिलेव्हल मार्केटिंग (वैयक्तिक ओळखींतून विक्री) फक्त ह्या 'जोडण्याच्या आभासा'च्या कलामुळे चालते. सुपरमार्केटस्‌मध्ये उच्च प्रतीचे प्लॅस्टिकचे डबे सर्वत्र मिळत असताना, तेसुद्धा एक चतुर्थांश किंमतीत, टप्परवेअर कंपनी दोन कोटी डॉलर्सची वार्षिक उलाढाल करते. का? कारण जी दोस्त मंडळी, टप्परवेअरच्या पार्ट्या भरवतात ती 'ब' आणि 'क' अनुकूलतेच्या संज्ञेत फिट बसतात.

धर्मादाय संस्था- मदतीसाठी पैसे गोळा करणाऱ्या संस्था ह्या 'जोडण्याच्या कला'चा पुरेपूर उपयोग करतात. त्यांच्या जाहिरात मोहिमांमध्ये तुम्हाला हसरी मुले व बायका बहुधा आढळतील. एखाद्या जखमी, छुप्या हल्लेखोर सैनिकाचा मख्ख चेहरा कोणत्याही मोठ्या फलकावरून तुमच्याकडे रोखून पाहताना दिसणार नाही. अगदी त्यांनाही सहकार्याची व समर्थनाची गरज असते. तरीही पर्यावरण संरक्षणवादी संस्थादेखील आपल्या जाहिरातीत कोण चमकणार हे खूप विचारपूर्वक निवडतात. वर्ल्ड वाईल्ड लाईफच्या कोणत्याही पत्रकात तुम्ही कधी कोळी, किडे, ॲलगी (शेवाळ) किंवा जिवाणूंचे (बॅक्टेरिया) फोटो पाहिलेत का? पान्डा, गोरिला, कोआला व सिलस् एवढेच दिसतात. ह्या प्रजातीही विनाशाच्या उंबरठ्यावर असतील- किंबहुना, जीवसृष्टीच्या परिसंस्थेसाठी जास्त महत्त्वाच्याही असतील. पण

आपल्याला त्यांच्याबद्दल काही वाटत नाही. जितका एखादा प्राणी माणसासारखा दिसेल-वागेल, तितका तो आपल्याला आवडतो. 'बोन स्किपर' माशी पूर्णपणे लुप्त झाली? अरेरे!

राजकारणी तर हा 'जोडण्याचा कल' वापरण्यात सर्वश्रुत आहेत. श्रोत्यांच्या वर्गबांधणी व आवडी-गरजांनुसार ते वेगवेगळ्या विषयांवर भर देतात. उदा. रहिवासी जागा, सामाजिक व सांस्कृतिक घटक किंवा आर्थिक बाबी इ. आपण कोणी विशेष आहोत असे ते भासवतात. प्रत्येक संभाव्य मतदाराला 'तुम्ही आमच्या टीममधले एक अविभाज्य घटक' अशा आविर्भावाने वागतात. 'तुमचे मत महत्त्वाचे आहे' बेशक तुमच्या मनाला महत्त्व, पण ते इतके नगण्य आहे की त्यात काही खरा दम नाही.

माझ्या एका मित्राचा तेलाच्या पंपाच्या विक्रीचा उद्योग आहे. रशियामध्ये तेलाच्या पाइपलाईनसाठी त्याने एक आठ आकडी रकमेचा व्यवहार केला. त्याबद्दल त्याने मला सांगताच, मी विचारले, 'लाच?' मानेनेच नाही म्हणत तो म्हणाला, 'आम्ही गप्पा मारता मारता सहज नौकानयनाकडे (सेलिंग) वळलो. झाले असे की, तो व मी दोघंही ४७० डिंगी बोटीचे दर्दी चाहते निघालो. त्या क्षणापासून मी त्याला आवडू लागलो. आता मी मित्र झालो होतो, त्यामुळे व्यवहार पक्का झाला. लाचेपेक्षा मनमिळाऊपणा उपयोगी पडतो.'

म्हणजे, जर तुम्ही विक्रेते असाल तर गिऱ्हाईकांना असे भासू द्या की, तुम्हाला ते आवडतात. मग भरभरून खुशामत करावी लागली तरी चालेल. आणि तुम्ही ग्राहक असाल तर उत्पादनाचे गुण नीट पारखून घ्या, मग कोणीही का विकत असेना. मनातून सर्व विक्रेत्यांना हटवा - जमले तर तुम्हाला ते आवडत नसल्यासारखे वागा.

हेही पहा :

'परतफेड' (प्र. ६), 'मानवीकरण' (प्र. ८७)

२३

गोष्टी उराशी पकडून ठेवू नका

'आत्मगंडाचा प्रभाव'

वापरलेल्या गाड्या विकणाऱ्या दुकानाच्या आवारात बी.एम.डब्ल्यू. दिमाखात चमकत होती. काही मैल तिच्या ओडोमीटरवर असूनही चांगल्या अवस्थेत दिसत होती. मला वापरलेल्या गाड्यांविषयी थोडीफार माहिती आहे. तिची रास्त किंमत ४०,००० डॉलर्स असावी असे मला वाटत होते. तो विक्रेता ५०,००० डॉलर्ससाठी खूप आग्रह करत होता. तो तसूभरही किंमत कमी करेना. एका आठवड्याने जेव्हा त्याने फोन करून ४०,००० डॉलर्सला राजी झाल्याचे सांगितले तेव्हा मी लगेच व्यवहार करून मोकळा झालो. दुसऱ्या दिवशी एक फेरी मारायला गाडी काढली आणि गॅस भरायला पंपावर गेलो. पंपाचा मालक गाडी पाहून बाहेर आला व वाखाणणी करीत मला लगेच ५३,०० डॉलर्स रोख देऊन गाडी विकत घेण्याच्या गोष्टी करू लागला. मी नम्रपणे नकार दिला. घरच्या वाटेवर लागल्यावर मी किती बावळटपणा केला ते मला समजले. जे माझ्या दृष्टीने ४०,००० डॉलर्सच्या योग्यतेचे होते, ते माझ्या मालकीचे झाले होते. जर मी तर्कशुद्ध सारासार विचार केला असता तर मी ती गाडी लगेच विकली असती. पण अरेरे! मी'आत्मगंडाच्या प्रभावा'च्या कचाट्यात सापडलो होतो. एखादी वस्तू 'आपली' झाली की, आपण तिला जास्त मूल्यवान मानू लागतो. थोडक्यात, आपण काही विकत असलो की, आपण त्याची किंमत वाढवून सांगतो, पण विकत घ्यायचे झाले तर आपण तेवढी किंमत देत नाही.

याचा उलगडा करण्यासाठी मानसशास्त्रज्ञ डॅन एरीएली यांनी एक प्रयोग केला; त्यांच्या एका वर्गात त्यांनी एका मोठ्या प्रसिद्ध बास्केटबॉल मॅचची काही तिकिटे रॅफल पद्धतीने (लकी ड्रॉ) दिली. नंतर त्यांनी विद्यार्थ्यांना विचारले की, त्यांच्या मते तिकिटाचे मूल्य किती असावे. ज्यांच्या हाती काही नव्हते त्यांनी साधारण १७० डॉलर मूल्य म्हटले, परंतु ज्यांना तिकिटे मिळाली होती, ते आपली तिकिटे साधारण २४०० डॉलर्सखाली विकायला तयार होईनात. मालक असल्याची केवळ भावना आपल्याला विक्रीच्या किंमतीवर अधिक शून्य जोडायला लावते.

रिअल इस्टेट (स्थावर मालमत्ता)च्या संदर्भात 'देणगीचा प्रभाव' पदोपदी जाणवतो. विकणारा, आपल्या घराशी जडलेल्या भावनिक नात्यामुळे, पद्धतशीरपणे त्याचे मूल्य वाजवीपेक्षा जास्त ठरवतो. बाजारभाव ऐकून तो नाक उडवतो, आणि ग्राहकांकडून जास्त पैशांची अपेक्षा करतो. वरची रकम ही खरे तर भावनिक मूल्याची आहे, त्यामुळे घरमालकाची अपेक्षा विचित्र आहे.

रिचर्ड थॅलरने 'आत्मगंडाचा प्रभाव' (स्वामित्वाच्या भावनेतून येणारा) मोजण्याच्या हेतूने कॉर्मेल विश्वविद्यालयात एका वर्गात एक अनोखा प्रयोग केला. त्याने वर्गातल्या अर्ध्या मुलांना कॉफीचे मग्ज वाटले, अन् सांगितले की, ते तो 'मग' घरी नेऊ शकतात किंवा त्यांना वाटेल त्या किमतीला विकू शकतात. ज्यांना 'मग' मिळाला नव्हता, अशांना विचारले की, ते कितीला तो विकत घेतील. म्हणजेच थॅलरने कॉफी मग्जचा बाजार थाटला. अंदाजे ९०% विद्यार्थ्यांना 'मग' विकत घेण्यात किंवा विकण्यात रस असेल असे वाटले होते. पण प्रत्यक्षात खूप कमी लोकांनी हा व्यवहार केल्याचे आढळले. का? कारण विकणारे सव्वापाच डॉलर्सखाली विकायला आणि घेणारे सव्वा दोन डॉलर्सपेक्षा जास्त द्यायला तयार नव्हते.

आपण खुशाल म्हणू शकतो की, गोष्ट काढून टाकण्यापेक्षा साठवण्यात आपण तरबेज आहोत. त्यामुळेच आपण घरात इतकी अडगळ जमा करतो. पोस्टाची तिकिटे, घड्याळे, कलात्मक वस्तू, इ. जमवणारे छंदवीस आपल्या वस्तू क्वचितच कुणाला देऊ करतात किंवा विकतात.

'आत्मगंडाचा प्रभाव' फक्त मालकीतल्या गोष्टींवरही नाही, तर जवळजवळ आपल्या झालेल्या गोष्टींवरही असतो, ही खरी आश्चर्याची बाब. क्रिस्टीज व सोथबे सारख्या लिलाव कंपन्यांचा धंदा ह्यामुळेच फोफावतो. जो माणूस शेवटपर्यंत बोली लावतो, त्याला असे भासते की ती वस्तू जणू त्याचीच झाली आहे. म्हणून त्याच्या लेखी तिचे मूल्य वाढते. हा 'मालक' अचानक त्याच्या पूर्वनियोजित किंमतीपेक्षा

जास्त पैसे मोजायला तयार होतो. बोली लावण्यापासून माघार घेणे त्याच्या लेखी नुकसान असते, हे तर्कशास्त्रात कदापि बसत नाही. खाणीचे हक्क किंवा मोबाईल रेडिओ फ्रिक्वेंसीसारख्या भल्यामोठ्या लिलावात आपण बरेचदा जिंकण्याचा शाप पाहतो. ह्यात लिलाव जिंकणारा जेव्हा त्या बोलीच्या चढाओढीत गुरफटून अवाढव्य बोली लावतो, तेव्हा खरे तर त्याचे बरेच आर्थिक नुकसान झालेले असते. ३५व्या प्रकरणात 'जिंकणाऱ्याचा शाप' ह्या विषयावर मी जास्त विस्ताराने लिहिले आहे.

असाच परिणाम नोकरीच्या बाजारात दिसतो. तुम्ही जर नोकरीसाठी अर्ज केला व तुम्हाला बोलावले गेले नाही, तर निश्चित तुम्ही निराश व्हाल. पण जर तुम्ही अंतिम फेरीपर्यंत पोचलात तर तुम्हाला कारणाशिवाय खूप जास्त निराश वाटेल. तुम्हाला नोकरी मिळेल किंवा मिळणार नाही. बाकी इतर कशानेही फरक पडू नये.

सरतेशेवटी - कोणत्याही गोष्टीला उराशी बाळगू नका. तुमची मालमत्ता ही विश्वाने (वा इतर काही जे तुम्ही मानता) तुम्हाला तात्पुरती दिलेली दिणेगी आहे. ते सगळे आणि बरेच काही तुम्ही क्षणार्धात गमवू शकता हे लक्षात असू द्या.

हेही पहा :

'खिशातल्या पैशांचा प्रभाव' (प्र. ८४), 'बुडीत रक्कम आणि कुतर्क' (प्र. ५), 'जिंकणाऱ्याचा शाप' (प्र. ३५), 'तफावतीचा प्रभाव' (प्र. १०), 'हानीविषयी तिटकारा' (प्र. ३२), 'बौद्धिक विसंगती' (प्र. ५०), 'हे इथले नाही'चा रोग (प्र. ७४), खंत वाटण्याची भीती (प्र. ८२)

२४

असंभव गोष्टी होणे अटळ

'योगायोग'

---

१ मार्च १९५०, संध्याकाळी ७.१५ वाजता, बिॲट्रिस, नेब्रास्का येथे चर्च क्वॉयरचे १५ सभासद गाण्याच्या सरावासाठी भेटणार होते. काही ना काही कारणाने त्या सगळ्यांना उशीर होत होता. चर्च मिनिस्टरच्या कुटुंबाला उशीर झाला कारण त्याची बायको मुलीच्या कपड्यांना इस्त्री करीत होती. एका जोडप्याची गाडी चालू होईना म्हणून ते खोळंबले. पियानो वाजवणाऱ्याला ३० मिनिटे लवकर पोहचायचे होते. पण त्याला जेवणानंतर गाढ झोप लागली वगैरे वगैरे. ७ वाजून २५ मिनिटांनी चर्चमध्ये स्फोट झाला. त्याचा धमाका गावभर ऐकू आला. भिंतींचा चक्काचूर झाला. सुदैवाने, जीव गेला नाही. गॅस गळून पाझरल्यामुळे स्फोट झाल्याचे कारण अग्निशामक दलाच्या प्रमुखाने शोधून काढले. पण क्वॉयरच्या सभासदांचे असे ठाम मत होते की, देवाने संदेश पाठवला होता. हा देवाचा हात की 'योगायोग'?

कशामुळे तरी गेल्या आठवड्यात मला माझ्या जुन्या शाळकरी मित्राची, ॲन्डीची आठवण आली. त्याच्याशी मी बराच काळ बोललो नव्हतो. अचानक फोन वाजला. मी तो उचलला आणि तो कोणाचा असावा, तर ॲन्डीचा. 'मला टेलिपॅथी झाली असणार!' मी उतावीळपणे उद्‌गारलो. पण ही टेलिपॅथी की 'योगायोग'?

५ ऑक्टोबर १९९०, 'सॅन फ्रॉसिस्को एक्झामिनर' ह्या पेपरमध्ये बातमी झळकली की, इंटेल आपली प्रतिस्पर्धी ए.एम.डी. ह्या कंपनीला कोर्टात खेचणार

आहे. ती कंपनी ए.एम.३८६ नावाची कॉम्प्युटर चिप मार्केटमध्ये आणणार आहे, असे इंटेलला कळले होते. आणि तिचा संदर्भ इंटेलच्या ३८६ ह्या चिपशी होता. हे इंटेलला कसे कळले ही एक अद्भुत कथा आहे. योगायोगाने, दोन्ही कंपन्यांमध्ये माईक वेब नावाचा एक-एक कर्मचारी होता. ते दोघेही कॅलिफोर्नियातील एका हॉटेलमध्ये एकाच वेळी उतरलो व एकाच दिवशी तिथून निघाले. त्यानंतर, हॉटेलने माईक वेबच्या नावाने एक पार्सल स्वीकारले. त्यात ए.एम.३८६ चिपसंबंधी गुप्त कागदपत्रे होती. त्यांनी ती चुकून इंटेलच्या माईक वेबकडे रवाना केली. त्याने लगेचच ती आपल्या कंपनीच्या कायदा विभागाकडे पोचवली.

अशा गोष्टी होण्याची शक्यता किती? स्विस मनोविज्ञानतज्ज्ञ (सायकियाट्रिस्ट) सी.जी. युंग यांना ह्यात एक अद्भुत शक्ती असल्यासारखे वाटले. तिचे नाव त्यांनी सिन्क्रोनीसिटी (समक्रमणाचा कल) ठेवले. अशा घटनांकडे एखादी तर्कनिष्ठ विचारांची व्यक्ती बहुतेक, कागद व पेन हातात घेऊन बघेल! पहिले उदाहरण घेऊ - चर्चमधील स्फोटाचे संभाव्य घटनांचे प्रतीक म्हणून चार चौकोन काढा. पहिली शक्यता जे वास्तविक घडले - 'क्वॉयरला उशीर झाला व चर्चमध्ये स्फोट झाला.' पण अजून तीन शक्यता आहेत. 'क्वॉयरला वेळेवर पोचले व चर्चमध्ये स्फोट झाला.', आणि 'क्वॉयर वेळेवर पोचले व चर्चमध्ये स्फोट झाला नाही.' प्रत्येक शक्यतेच्या वारंवारितेचा अंदाज घेऊन त्या चौकानात ते लिहा. शेवटची शक्यता किती वेळा घडते याकडे विशेष लक्ष द्या. दर दिवशी, लाखो क्वॉयर्स त्यांच्या सरावासाठी वेळेवर जमा होतात. ती चर्चेस् स्फोटाने नष्ट होत नाहीत. अचानक आपल्या गोष्टीतला अद्भुत भाव लुप्त होतो. ह्या साऱ्या लाखो चर्चेस् लक्षात घेता, जे बिॲट्रिस-नेब्रास्कात घडले ते १०० वर्षांत एकदा तरी न घडणे असंभव आहे. तात्पर्य, नाही - हा दैवी चमत्कार नाही (शिवाय, चर्च विस्फोटाने नष्ट करण्यामागे देव का लागेल?)

आता टेलिफोन कॉलसाठीही आपण हीच विचारप्रणाली वापरू. 'ॲन्डी' किती वेळा तुमचा विचार करतो पण फोन करत नाही ते लक्षात घ्या. तुम्ही त्याचा विचार करता पण तो फोन करत नाही; तुम्ही त्याचा विचार करत नाही आणि तो फोन करतो; तो तुमचा विचार करत नाही आणि तुम्ही फोन करता... अगणित वेळा तुम्ही त्याचा विचार करत नाही व तो फोन करत नाही. पण सहसा ९०% वेळ लोक दुसऱ्यांचा विचार करण्यात घालवत असल्यामुळे एखादे वेळी दोन लोक एकमेकांचा विचार करत असताना त्यातला एकजण दुसऱ्याला फोन करेल हे सहज शक्य आहे. आणि हे फक्त ॲन्डीविषयीच नव्हे - जर तुम्हाला १०० इतर दोस्त असतील, तर असे होण्याची शक्यता अनेक पटींनी वाढते.

शक्यतांचा अंदाज घेताना आपण सहसा अडखळतो. जर कोणी 'अशक्य' असे म्हणाले, तर मनातल्या मनात मी त्याचा अर्थ 'शून्यापेक्षा किंचित जास्त' असा लावतो. कारण 'अशक्य' हे शून्याखालील आकड्यात आपण मोजू शकत नाही. सारांश - उगीच उतावीळ होण्यात अर्थ नाही. असंभव, योगायोग म्हणजे नेमके तेच दुर्मीळ पण संभाव्य घटना. जेव्हा त्या अखेर घडतात तेव्हा त्यात आश्चर्यकारक असे काही नसते. जर त्या कधीच घडल्या नसत्या तर ते जास्त आश्चर्यकारक ठरले असते.

हेही पहा :

'चुकीचा कार्यकारणभाव' (प्र. ३७), 'पुष्टीकरणाचा कल' (प्र. ७ व ८), 'सरासरीकडे वापसी' (प्र. १९), 'नियंत्रणाचा आभास' (प्र. १७).

२५

तादात्म्याचे अरिष्ट

'गटानुसार विचार'

एखाद्या मीटिंगमधे तुम्ही कधी जीभ चावली आहे का? नक्कीच! तुम्ही तिथे काही न बोलता बसता आणि जे काही प्रस्ताव मांडले जात आहेत त्याला मान डोलवता. तुम्हाला काही (सदैव) 'नकारघंटा वाजवणारा' व्हायचे नसते. शिवाय, तुम्हाला ते का पटत नाही ह्याची १००% खात्री तुम्हाला कदाचित नसते, पण इतर सगळ्यांचे एकमत होते - आणि ते मूर्ख नक्कीच नसतात. म्हणून आणखी एक दिवस तुम्ही आपले तोंड बंद ठेवता. जेव्हा सगळेच असा विचार करून तसेच वागतात तेव्हा 'गटानुसार विचाराचा' उद्योग जोरात सुरू असतो. अशा प्रकारे, हुशार लोकांचा समूह बेपर्वा, उतावळे निर्णय घेतो. एकमत ह्यावरच असेल अशा समजुतीपोटी सर्वजण तोच कल दाखवतात. त्यामुळे, असे ठराव मंजूर केले जातात जे, जर बाकीच्यांचा दबाव नसता, तर एकेकट्या सदस्याने कधी मंजूर केले नसते. 'गटानुसार विचार' ही 'सामाजिक विचाराची' विशेष शाखा आहे. प्रकरण ४ मध्ये पाहिलेले वैगुण्य.

मार्च १९६०मध्ये, अमेरिकेच्या गुप्तहेर खात्याने, क्युबामधून हद्दपार केलेल्या कम्युनिस्ट विरोधकांना गोळा करायला सुरुवात केली. त्यातले बरेचसे मियामीमध्ये राहत होते. फिडेल कॅस्ट्रोच्या राजवटीविरुद्ध त्यांना वापरण्याचा उद्देश होता. जानेवारी १९६१मध्ये, राष्ट्रपती झाल्यावर अवघ्या दोन दिवसांनी केनेडींना क्युबावर गमिनी हल्ला करण्याच्या गुप्त बेताची माहिती देण्यात आली होती. तीन महिन्यांनी व्हाईट हाऊसमध्ये एक महत्त्वाची मीटिंग झाली. ज्यात, केनेडी व त्यांच्या सल्लागारांनी हल्ला

करण्याच्या त्या बेताला मंजुरी दिली. १७ एप्रिल १९६१ला १४०० हद्दपार क्युबा रहिवाशांच्या सैन्याच्या तुकडीला अमेरिकेचे नौदल, वायुदल व सी.आय.ए.च्या मदतीने क्युबाच्या दक्षिण किनाऱ्यावर 'बे ऑफ पिग्ज' इथे पोचवले. कॅस्ट्रोच्या सरकारचा पाडाव करायचा हेतू होता. पण ठरवल्याप्रमाणे काहीही झाले नाही. पहिल्या दिवशी, पुरवठा करणारे एकही जहाज किनाऱ्याला पोचले नाही. क्युबाच्या हवाईदलाने पहिली दोन जहाजे बुडवली, आणि नंतरची दोन मागे वळून अमेरिकेला पसार झाली. दुसऱ्या दिवशी कॅस्ट्रोच्या सैन्याने त्या तुकडीला वेढा घातला. तिसऱ्या दिवशी, जगल्या-वाचलेल्या १२०० सैनिकांना ताब्यात घेऊन लष्करी तुरुंगात डांबण्यात आले. 'बे ऑफ पिग्जचा' हल्ला ही केनेडी सरकारच्या परराष्ट्र धोरणाची सगळ्यात मोठी चूक होती. अत्यंत हास्यास्पदरीत्या हा बेत अंमलात आणला गेला. मुळात, तो आधी चक्क मंजूर केला गेला ही अजब अचंब्याची गोष्ट आहे. हल्ल्याचे समर्थन करणारी सारी गृहीतके चूक होती. उदा - केनेडींच्या टीमने क्युबाच्या हवाईदलाची ताकद फार कमी आहे असे मानले. शिवाय, काही अघटित घडल्यास अमेरिकेची तुकडी एसकॅमब्रे डोंगरात दडून भूमिगत होऊन तिथून गमिनी काव्याने कॅस्ट्रोविरुद्ध लढत राहील, अशी अपेक्षा होती. नकाशाकडे पाहताच दिसून येते की, ती लपायची जागा 'बे ऑफ पिग्ज'पासून १०० मैल लांब होती. ओलांडायला अशक्य अशी अवाढव्य दलदल मध्ये होती. आणि तरीही, हे सत्य आहे की, केनेडी व त्यांचे सल्लागार अमेरिकन राजवटीत सर्वात हुशार गणले जात होते. जानेवारी व एप्रिल १९६१च्या दरम्यान काय गोंधळ झाला?

मानसशास्त्राचे प्राध्यापक आयर्विंग जॅनिस ह्यांनी असे अनेक घोळ बारकाईने अभ्यासले आहेत. त्या सर्वात काही विशिष्ट आकृतीबंध आहेत, असा त्यांचा निष्कर्ष होता. खूप जवळकीच्या नात्यात बांधलेल्या गटातील सदस्य, अजाणता एकमेकाबरोबर गटात एकतानता आणण्यासाठी काही आभास निर्माण करतात. त्यातला एक भ्रम म्हणजे जेतेपणावर विश्वास. 'जर आपला नेता (ह्या उदाहरणात - केनेडी) व आपला गट, दोघांनाही असा ठाम विश्वास असेल की आपला बेत यशस्वी होणार, तर भाग्य आपल्या बाजूनेच असेल! त्यानंतर येतो एकमताचा आभास: जर इतरांचे एकमत असेल, तर एखादे विरोधात्मक मत चुकीचे असणार. म्हणून कोणालाही तो विरोधक 'नाऱ्या' बनून गटाचा एकसंधपणा नष्ट करायचा नसतो. वेगळे मत मांडले तर गटातून वगळले जाण्याचा धोका असतो. आदिमानवाच्या काळापासून हे आपल्यात भिनले आहे की असे कळपातून वगळले जाणे म्हणजे खात्रीने मरणाला आमंत्रण; म्हणून तर समूहाशी चांगले संबंध राखण्याची उर्मी इतकी खोलवर असते.

'गटानुसार विचार' हे उद्योगजगताला काही नवीन नाही. जगविख्यात विमान कंपनी स्वीसएअर ह्याचा उत्तम नमुना आहे. इथे, भरघोस फी घेणाऱ्या तज्ज्ञांच्या टीमने पूर्वीच्या सी.ई.ओ.ला पाठिंबा देऊन, मागील यशाच्या हर्षोन्मादाने धीट होऊन विस्ताराची एक अति जोखमीची योजना बनवली (ज्यात अनेक युरोपियन विमान कंपन्या विकत घेण्याचेसुद्धा ठरवले). त्या अतिउत्साही टीमचे इतके पक्के एकमत होते की, तर्कसंगत शंकासुद्धा दडपल्या गेल्या. त्यामुळे ती विमानकंपनी २००१मध्ये सपशेल कोलमडली.

जर तुम्ही एखाद्या एकमताने घट्ट विणलेल्या गटात असाल, तर जरी इतरांना आवडले नाही तरी तुम्ही तुमचे मत स्पष्टपणे मांडले पाहिजे. गृहीत धरलेल्या दुजोऱ्याला खडसावून प्रश्न विचारले पाहिजेत; मग तुम्हाला त्या उबदार घरट्यातून हाकलून दिले तरी बेहत्तर. आणि जर तुम्ही गटप्रमुख असाल, तर कोणा शंकाखोर माणसाला नेमा. ती व्यक्ती सर्वात लोकप्रिय नसेल. पण सर्वात महत्त्वाची जरुर असेल.

हेही पहा :

'सामाजिक पुरावा' (प्र. ४), 'समूहाबरोबर (सामाजिक) भटकेगिरी' (प्र. ३३), 'आतल्या गोटाचा कल' (प्र. ७९), 'आखणी मांडण्यामागचा गैरसमज' (प्र. ९१)

२६

लौकरच तुमच्या हाती कोटींनी पैसे खेळणार

'शक्यतेकडे दुर्लक्ष'

भाग्य आजमावण्याचे दोन खेळ - एकात तुम्ही १ कोटी डॉलर्स जिंकू शकता आणि दुसऱ्यात १०,००० डॉलर्स. तुम्ही कोणता खेळ खेळाल? पहिल्यात जिंकलात तर तुमचे आयुष्य पूर्णपणे बदलून जाईल; तुम्ही नोकरी सोडू शकाल, तुमच्या बॉसला 'खड्ड्यात जा' सांगून जिंकलेल्या इनामावर जन्मभर मजेत राहू शकाल. जर दुसऱ्या खेळात जॅकपॉट जिंकलात तर तुम्ही कॅरेबियनला एक छानशी सुट्टी घालवू शकाल. पण, तुमचे पोस्टकार्ड पोचायच्या आधी कामाच्या जागी तुम्ही परत रुजू व्हाल. पहिल्या खेळात जिंकण्याची शक्यता १० कोटीत एक अशी आहे व दुसऱ्या खेळात दहा हजारात एक. मग तुम्ही कोणता खेळ निवडाल?

दुसऱ्या खेळात जिंकायची शक्यता दहा पटींनी चांगली असली (तर्कनिष्ठ पद्धतीने पाहता; अपेक्षित यश x शक्यता) तरीही आपल्या भावना आपल्याला पहिल्या खेळाकडे खेचतात. म्हणून हल्ली नशिबावर अवलंबून असलेल्या जॅकपॉटची रक्कम भलीमोठी असते. मेगा मिलियन, मेगा बिलियन, मेगा ट्रिलियन - मग ती जिंकण्याची शक्यता कितीही कमी असो.

१९७२मध्ये एका उत्कृष्ट प्रयोगात भाग घेणाऱ्यांचे दोन गट केले होते. पहिल्या गटात सांगितले गेले की, त्यांना एक विजेचा छोटासा झटका देण्यात येईल. दुसऱ्या गटाला सांगितले की, झटका बसण्याची शक्यता ५०% असेल. प्रयोग सुरू करण्याआधी येणाऱ्या तणावाचा शरीरावर झालेला परिणाम (हृदयाचे ठोके,

अस्वस्थता, घाम फुटणे इ. इ.) संशोधकांनी मोजला. निकाल अगदी धक्कादायक होता. दोन्ही गटात काहीही फरक दिसला नाही. दोन्ही गटातील लोकांना सारखाच ताण जाणवला. पुढे प्रयोगकारांनी दुसऱ्या गटातील लोकांना झटका बसण्याची शक्यता ५०% ते २०% आणि मग १०% व ५% अशी टप्पाटप्याने कमी होत जाईल, असे सांगितले. तरीही ताणात काही फरक पडला नाही. जेव्हा त्यांनी दोन्ही गटांना सूचना दिली की, विजेचा दाब वाढवला जाईल, तेव्हा दोन्ही गटांचा तणाव वाढला. परत एकदा हेच दिसले की दोन गटांच्या तणावात काही फरक नव्हता. ह्यावरून हे सिद्ध होते की, आपण एखाद्या घटनेच्या आवाक्याला प्रतिसाद देतो (जॅकपॉटची रक्कम, विजेचा दाब इ.), ती होण्याच्या शक्यतेला नव्हे. थोडक्यात, शक्यतांबाबत आपल्याला उपजत आकलन कमी आहे.

ह्याचे योग्य नाव म्हणजे 'शक्यतेकडे दुर्लक्ष'. त्यामुळे निर्णयात चुका होऊ शकतात. आपण नव्या छोटेखानी उद्योगात (स्टार्टअप) पैसे गुंतवतो. संभाव्य नफा पाहता आपल्या डोळ्यांपुढे डॉलर्स नाचू लागतात, पण असे उद्योग यशस्वी होण्याची शक्यता किती माफक असते ते आपण विसरतो (किंवा आळसामुळे आपण पारखून घेत नाही). तसेच, एखाद्या विमान दुर्घटनेचा सर्व प्रसिद्धीमाध्यमांतून खूप गवगवा झाल्यावर, तसे खरेच होण्याची शक्यता किती नगण्य आहे (दुर्घटना होण्याआधी, तसेच नंतरही) हे न पाहता, आपण धडाधड आपली तिकिटे रद्द करतो. बरेचसे नवशिके गुंतवणूकदार आपल्या गुंतवणुकीची तुलना-मोजमाप फक्त उत्पन्नाच्या आधारावर करतात. त्यांना वाटते की २०% फायदा करून देणारे गुगलचे शेअर्स, दुसऱ्या एखाद्या १०%वाल्या मालमत्तेपेक्षा दुपटीने चांगले असणार. साफ चूक. दोन्ही गुंतवणुकीत काय धोके आहेत हे जाणून घेणे जास्त शहाणपणाचे ठरेल. पण आपल्याला हा कल अंगभूत नसल्याने आपण तिकडे कानाडोळा करतो.

विजेच्या झटक्याच्या प्रयोगाकडे परत वळू या - 'ब' गटात झटका बसण्याची शक्यता (५% वरून ४% व ३% इतकी) कमी करण्यात आली जेव्हा ती 0% झाली तेव्हाच 'ब' गटाची प्रतिक्रिया 'अ' गटापेक्षा वेगळी झाली. 0% धोका आपल्याला अत्यंत अशक्यप्राय १% धोक्यापेक्षा अतोनात चांगला भासतो. त्याची शहानिशा करण्यासाठी आपण पिण्याच्या पाण्याच्या शुद्धीकरणाच्या दोन प्रक्रिया पाहू या. समजा, एका नदीच्या सारख्याच मोठ्या अशा दोन उपनद्या आहेत. एकीचे पाणी 'अ' पद्धतीने शुद्ध केले जाते. त्यामुळे दूषित पाण्यामुळे मरण्याची शक्यता ५% वरून २% वर येते. दुसरीचे पाणी 'ब' पद्धतीने शुद्ध केले जाते. त्यामुळे मरण्याचा धोका १% वरून 0% वर येतो. म्हणजेच संपूर्णपणे जातो. तर 'अ'

पद्धत की 'ब'? जर बहुतांश लोकांसारखा तुम्ही विचार केला, तर तुम्ही 'ब' पद्धत निवडाल. पण तो मूर्खपणा आहे. कारण, 'अ' पद्धतीमुळे मरणाऱ्यांची संख्या ३%ने कमी होते. आणि 'ब'मुळे फक्त १%ने. 'अ' पद्धत 'ब' पेक्षा तीन पटींनी चांगली आहे. ह्या गैरसमजुतीला 'शून्य जोखमीकडे कल' असे म्हणतात.

ह्याचे एक उत्तम उदाहरण म्हणजेच १९५८ चा यू.एस.चा फूड ॲक्ट (अन्न ठराव). त्यायोगे अन्नात कर्करोग (कॅन्सर) व्हायला कारणीभूत असणारे पदार्थ वर्ज्य केले आहेत. कर्करोगाची शक्यता 0% वर आणण्यासाठी केलेला हा ठराव प्रथमदर्शनी चांगला वाटतो. पण त्यामुळे अन्नामध्ये कर्करोग उत्पन्न न करणारे पण जास्त धोकादायक असे पदार्थ वापरात येऊ लागले. हा खरा खुळचटपणा आहे. कारण पॅरॅसेल्सस १६व्या शतकात दाखवल्याप्रमाणे विषबाधा प्रमाणावर अवलंबून असते. शिवाय 'वर्ज्य' केलेल्या पदार्थांचा प्रत्येक कण अन्नातून काढून टाकणे अशक्य असल्यामुळे हा कायदा अगदी चोखपणे लागू होऊ शकत नाही. प्रत्येक शेताला कॉम्प्युटर चिपच्या कारखान्याप्रमाणे निर्जंतुक पद्धतीने चालवावे लागेल. अन्नाची किंमत त्यामुळे १०० पटींनी वाढेल. 0% धोका आर्थिकदृष्ट्या अर्थहीन आहे. ह्याला एकच अपवाद - जिथे पर्यवसान अवाढव्य नुकसानात होते. उदा - एखाद्या बायोटेक प्रयोगशाळेतून अत्यंत मारक संसर्गजन्य विषाणूचे प्रसरण होणे.

आपल्याला जोखमीचे उपजत आकलन नाही. म्हणून, वेगवेगळ्या धोक्यांमधले फरक आपण योग्य तऱ्हेने पारखू शकत नाही. धोका जितका गंभीर तितका तो विषय भावनाप्रधान बनतो. (उदा - किरणोत्सर्ग). तिथे धोक्याची शक्यता कमी झाली तरी हायसे वाटत नाही. शिकागो विश्वविद्यालयातील दोन संशोधकांनी हे सिद्ध केले की, विषजन्य पदार्थांच्या प्रदूषणाबाबत धोका ९९% असो वा १%, लोकांना तेवढेच भय वाटते. हा प्रतिसाद असंमजसपणाचा असेल, पण सर्वसामान्य आहे.

हेही पहा :

'उपलब्धीचा आभास' (प्र. ११), 'बेस-रेट वास्तवाकडे दुर्लक्ष' (प्र. २८), 'सरासरीची समस्या (प्र. ५४), 'जेतेपणाचा पूर्वग्रह' (प्र. १), 'नियंत्रणाचा आभास', (प्र. १७), 'अतिभरभराटीने प्रगती', (प्र. ३४), 'संदिग्धतेचा तिटकारा' (प्र. ८०)

२७

शेवटचे कुकीज् पाहून तोंडाला पाणी का सुटते?

'टंचाईची गफलत'

मैत्रिणीच्या घरी कॉफी! तिची तीन मुले एकमेकांशी झटापटी करत असताना, आम्ही गप्पागोष्टी करायचा प्रयत्न करत होतो. अचानक मला आठवले की, मी एक पिशवी भरून काचेच्या गोट्या आणल्या होत्या. ती छोटी गोड पोरं शांतपणे खेळतील ह्या आशेने मी त्या जमिनीवर टाकल्या. खेळणे राहिले बाजूला, त्यांच्यात भयानक भांडणे लागली. मी बारकाईने पाहीपर्यंत मला काही कळेना. इतक्या साऱ्या गोट्यांमध्ये एकच निळी गोटी होती, आणि तिघेही त्यासाठी झगडत होते. सगळ्याच गोट्या अगदी एकाच आकाराच्या, चकचकीत व रंगीत होत्या. पण निळी गोटी एकच एक असल्यामुळे वरचढ होती. मुले किती पोरकट असतात या विचाराने मला हसू आले.

ऑगस्ट २००५मध्ये जेव्हा मला कळले की, गुगल स्वतःचे ईमेल सुरू करणार आहेत तेव्हा मी स्वतःचे एक अकाऊंट मिळवण्याचा निर्धार केला (अखेर ते मिळवलेही). त्या काळी नवीन खाती (अकाऊंट) मर्यादित होती आणि त्यासाठी आमंत्रणाची गरज होती. त्यामुळे मला ते मिळवण्याचा आणखीन ध्यास लागला. पण का? मला अजून एक ईमेल खात्याची गरज होती म्हणून नक्कीच नाही (तोवर माझ्याकडे चार खाती होती). जी-मेल इतर ईमेल खात्यांपेक्षा चांगले होते म्हणून ही नाही, तर फक्त ते सर्वांना उपलब्ध नव्हते म्हणून. म

ागे वळून पाहताना, प्रौढ माणसे किती पोरकट असतात हे पाहून मला हसू आल्याशिवाय राहात नाही.

रोमन म्हण आहे 'रारा सन्टकेरा' (Rara sant cara) जे दुर्मीळ, ते मौल्यवान. खरे म्हणजे 'टंचाईची गफलत' ही मनुष्यप्राण्याएवढी जुनी आहे. तीन मुलांची आई असलेली माझी मैत्रीण अर्धवेळ काम करणारी, इस्टेटीची खरेदी-विक्री करणारी दलाल आहे. जेव्हा कोणी ग्राहक निर्णय घ्यायला कां-कू करतो तेव्हा ती फोन करून सांगते, 'लंडनच्या एका डॉक्टरने ती जागा काल पाहिली. त्याला फार आवडली. तुमचे काय? तुम्हाला अजूनही त्यात रस आहे का? लंडनचा डॉक्टर- तो कधीकधी प्रोफेसर किंवा बँकर असतो - अर्थात काल्पनिक असतो. पण त्याचा प्रभाव एकदम खराखुरा आहे. इच्छुक ग्राहकांना आपली संधी हातची जाताना दिसू लागते व ते पटकन सरसावून सौदा पक्का करतात. का? परत तेच! संभाव्य टंचाईचा आभास. तर्कनिष्ठतेने पहावे तर ही परिस्थिती समजून घ्यायला कठीण. लंडनचा डॉक्टर असो वा नसो; त्या संभाव्य ग्राहकाला ती जागा त्या किमतीला हवी असते किंवा नसते.

कुकीज्‌ची प्रत पारखण्यासाठी प्रोफेसर स्टिफन वॉरचल यानी सहभागी व्यक्तींचे दोन गट केले. पहिल्या गटाला कुकीज्‌चा एक पूर्ण खोका मिळाला व दुसऱ्याला फक्त दोन कुकीज्. प्रयोगाअखेरीस ज्यांना फक्त दोन कुकीज् मिळाले होते त्यांची प्रत, पहिल्या गटापेक्षा जास्त नमूद केली. हा प्रयोग अनेकदा केला गेला आणि प्रत्येक वेळी तोच अनुभव आला.

जाहिरात ताकीद देते - 'फक्त माल असेपर्यंत', 'फक्त आजपुरते' - पत्रके सांगतात. कलादालने ह्या 'टंचाईच्या गफलतीचा' फायदा घेऊन, बऱ्याच चित्रांवर विकले गेल्याचा लाल स्टीकर लावतात. त्याबरोबर, उरलेली चित्रे दुर्मीळ बनून जातात आणि ती पटकन विकत घेणे अपरिहार्य होते. आपण पोस्टाची तिकिटे, नाणी, जुन्या (विंटेज) गाड्या इत्यादी जमवतो. त्यांचा काही उपयोग नसतो. पोस्टऑफिस जुने स्टॅम्पस् वापरू देत नाही. बँका जुनी नाणी घेत नाहीत आणि जुन्या गाड्यांना रस्त्यावर बंदी आहे. हे सगळे दुय्यम आहे. खरी गोम म्हणजे ह्या सर्व दुर्मीळ वस्तू आहेत.

एका प्रयोगात विद्यार्थ्यांना दहा पोस्टर्स त्यांच्या आकर्षकतेच्या क्रमाने लावायला सांगितले. शिवाय, बक्षीस म्हणून त्यातले एक पोस्टर तुम्ही ठेवू शकता असे त्यांना सांगण्यात आले. पाच मिनिटांनी त्यांना सांगितले गेले की, तिसऱ्या क्रमांकाचे पोस्टर आता त्यांना मिळू शकणार नाही. परत एकदा त्यांना मिळू

न शकणाऱ्या पोस्टर्सना क्रम देण्यास सांगितले. त्यांना मिळू न शकणारे पोस्टर आता सर्वात सुंदर झाले. मानसशास्त्रात ह्याला 'रिॲक्टन्स' म्हणतात. (प्रतिक्रियेची प्रक्रिया) एखादा पर्याय काढून घेतला तर तो आपल्याला अधिक आकर्षक वाटतो. ती एक प्रकारे आव्हानात्मक भूमिका आहे. त्याला 'रोमिओ व ज्युलिएट प्रभाव' म्हणतात. शेक्सपिअरच्या ह्या दुर्दैवी जोडप्याचे प्रेम निषिद्ध होते म्हणून ते असीम झाले. ही आसक्ती फक्त प्रेमासंबंधी असते असं नाही. अमेरिकेत विद्यार्थ्यांच्या पार्टीत बेफाम दारू पिऊन झिंगलेली अर्धवट वयाची कितीतरी पोरं असतात. का? तर २१ वर्षांखाली मद्यपान हा कायद्याने गुन्हा आहे.

सरतेशेवटी - टंचाईवर सहसा होणारी प्रतिक्रिया म्हणजे सुस्पष्ट विचारपद्धतीत अडथळा. उत्पादने व सेवा दोन्हीचे मूल्यमापन त्यांची किंमत व फायदा ह्यावरूनच करा. ती वस्तू पटकन संपणे, नाहीशी होणे, किंवा कोणी लंडनचा त्यात रस घेतो आहे; ह्यावर ते अवलंबून नसावे.

हेही पहा :

'तफावतीचा प्रभाव' (प्र. १०), 'खंत वाटण्याची भीती' (प्र. ८२),
'खिशातल्या पैशांचा प्रभाव' (प्र. ८४)

२८

घोड्याच्या टापा ऐकून झेब्र्याची अपेक्षा करू नका

'बेस-रेट वास्तवाकडे दुर्लक्ष'

जर्मनीचा मार्क म्हणजे चष्मेवाला सडपातळ इसम. त्याला मोझार्टचे संगीत ऐकायला आवडते. यावरून काय म्हणता येईल? मार्क (अ) एक ट्रक चालवत आहे, (ब) तो फ्रॅन्कफर्ट इथे साहित्याचा प्राध्यापक आहे. बहुतेकांना (ब) उत्तर बरोबर वाटेल, पण ते चूक आहे. जर्मनीमध्ये साहित्याच्या प्राध्यापकांपेक्षा १००० पटींनी जास्त ट्रकचालक आहेत. त्यामुळे मार्क ट्रकचालक असण्याची शक्यता अधिक जास्त आहे. मग आता काय घडले? बारकाईने केलेल्या वर्णनाला भुलून आपण संख्याशास्त्रीय वास्तव विसरलो. शास्त्रज्ञ ह्याला 'बेस-रेट वास्तवाकडे दुर्लक्ष' किंवा 'मुलभूत वितरण पातळीची उपेक्षा' म्हणतात. ही तर्कसंगत विचाराविरुद्ध जाणारी नेहमीची चूक आहे. जवळजवळ सगळे पत्रकार, अर्थशास्त्रज्ञ आणि राजकारणी तिला बळी जातात.

दुसरे उदाहरण घ्या. एक तरुण भोसकले गेल्यामुळे मरण पावतो. काय झाले असण्याची शक्यता अधिक? (अ) हल्लेखोर एक रशियन परदेशी निवासी आहे आणि तो बेकायदेशीररीत्या लढाईतले सुरे आयात करतो, किंवा (ब) हल्लेखोर एक मध्यमवर्गीय अमेरिकन आहे. तुम्हाला आता पुढचे सगळे माहीतच आहे. 'ब' हे उत्तर जास्त वेळा बरोबर निघेल, कारण मध्यमवर्गीय अमेरिकन माणसांची संख्या सुरे आयात करणाऱ्या रशियन माणसांपेक्षा दशलक्ष पटींनी जास्त आहे.

वैद्यक क्षेत्रात 'बेस-रेट वास्तवाकडे दुर्लक्षाची' फार महत्त्वाची भूमिका आहे. उदा. मायग्रेन होण्यामागच्या कारणांत (इतर कारणांप्रमाणे) विषाणूंची लागण होणे जास्त शक्य आहे. (म्हणजेच त्याचा 'बेस-रेट' जास्त आहे.) म्हणून डॉक्टर्स त्याची चाचणी, ट्यूमर शोधण्याआधी करतात. हे अगदी रास्त आहे. वैद्यकीय शिक्षण घेताना कॉलेजमध्ये निवासी डॉक्टर्स 'बेस-रेट वास्तवाकडे दुर्लक्ष' होणे थांबवण्यासाठी खूप काळ झटत राहतात. अमेरिकेत होऊ घातलेल्या डॉक्टर्सच्या डोक्यात एक ब्रीद सतत बाणवले जाते. 'तुमच्या मागे घोड्यांच्या टापांचा आवाज आला तर झेब्रा दिसेल अशी अपेक्षा करू नका.' त्याचा अर्थ हा की, तुम्ही त्यातले तज्ज्ञ असलात तरी काही विलक्षण रोगाचे निदान करण्याआधी नेहमीच्या सर्वसामान्य रोगांची चाचणी करा.

डॉक्टर ह्या एकच व्यावसायिकांना 'बेस-रेट' प्रशिक्षणाचा फायदा मिळतो. दुर्दैवाने उद्योगजगताला ह्याचा वाराही शिवलेला नसतो. कधीमधी नव्या धडाडीच्या उद्योजकांच्या योजना पाहून व त्यांची उत्पादने, कल्पना व व्यक्तिमत्त्व बघून मी उत्तेजित होतो. 'हे पुढचे 'गुगल' तर नव्हे!' असा विचार माझ्या मनात सहजच येतो. पण बेस-रेटकडे एक नजर टाकताच माझे पाय जमिनीला टेकतात. ती कंपनी पहिली पाच वर्षे टिकण्याची शक्यता २०% असतांना ती जगातली मोठी कॉर्पोरेट बनण्याची शक्यता कितपत असेल? जवळजवळ शून्य. वॉरेन बफेट बायोटेक कंपन्यात गुंतवणूक का करत नाही ते त्यांनी रीतसर उलगडून सांगितले आहे. 'ह्यातल्या किती कंपन्या शेकडो कोटी डॉलर्सची उलाढाल करतात? ते होतच नाही... बहुधा त्या कुठेतरी मध्ये अडकून बसतात. बेस-रेट विचारपद्धतीचा हा एक नामी नमुना आहे. बहुतेक जणांच्या बाबतीत 'जेतेपणाचा पूर्वग्रह' (प्र. १) हे 'बेस-रेट वास्तवाकडे दुर्लक्ष' होण्याचे एक कारण आहे. त्यांचा कल फक्त यशस्वी व्यक्ती व कंपन्यांची दखल घेण्याकडे असते. कारण अपयशी उदाहरणांबाबत कधी लिहिले-बोलले जात नाही अथवा फार क्वचितच ते होते. त्यामुळे मोठ्या संख्येने असणाऱ्या अशा 'अदृश्य' उदाहरणांकडे त्यांचे लक्ष जात नाही.

कल्पना करा की, तुम्ही एका रेस्टॉरंटमध्ये वाईन चाखताय आणि तुम्हाला ओळखायचं आहे की ती कुठच्या देशाची आहे. बाटलीवरच्या लेबलवर दुसरा कागद लावून नाव लपवले आहे. माझ्यासारखे तुम्हीही वाईनचे जाणकार नसाल तर तुमचा एकच 'सहारा' म्हणजे बेस-रेट. अनुभवाने तुम्ही जाणता की मेन्यूमधील तीन-चार वाईनस् फ्रेंच आहेत. म्हणून तुम्ही सारासार विचाराने अंदाज बांधता 'फ्रेंच'; जरी ती तुम्हाला थोडी चिलियन किंवा कॅरिबियन असल्यागत वाटली तरीही.

कधीतरी मला एखाद्या उच्चस्तरीय बिझनेस स्कूलमध्ये भाषणाचे आमंत्रण मिळते. त्यांना मी त्यांच्या भावी कारकिर्दीबद्दल विचारतो तेव्हा बहुतेक जण सांगतात की, काही वर्षांनंतर ते स्वतःला एखाद्या जागतिक कंपनीच्या बोर्डावर असलेले पाहतात. खूप वर्षांपूर्वी मी व माझ्या वर्गमित्रांनीसुद्धा असेच उत्तर दिले होते. मला वाटते की, विद्यार्थ्यांना 'बेस-रेट' बद्दल झटपट सखोल ज्ञान देणे ही माझी जबाबदारी आहे. 'ह्या बिझनेस कॉलेजच्या पदवीच्या आधारावर तुम्ही फॉर्च्यून ५०० मधल्या कंपनीच्या बोर्डवर असण्याची शक्यता ०.१% पेक्षा कमी आहे. तुम्ही कितीही हुशार आणि महत्त्वाकांक्षी असलात, तरी बहुधा तुम्ही अशा कंपनीच्या मॅनेजमेंटच्या मधल्या स्तरावर फारतर पोचता. ही वस्तुस्थिती आहे.' मी हे सांगताच सगळे धडधडत्या हृदयाने माझ्याकडे कटाक्ष टाकतात. 'ह्या तरुणांना प्रौढपणी बसणाऱ्या धक्क्यांचा जोर कमी करून त्यांचे भविष्य सावरायला मी थोडी मदत केली आहे,' असं मी स्वतःला सांगतो.

हेही पहा :

'जेतेपणाचा पूर्वग्रह' (प्र. १), 'शक्यतेकडे दुर्लक्ष' (प्र. २६), 'जुगाऱ्याचा भ्रम' (प्र. २९), 'संयोगामुळे फसगत' (प्र. ४१), 'सरासरीची समस्या' (प्र. ५५), 'माहितीचा गंड' (प्र. ५९), 'संदिग्धतेचा तिटकारा' (प्र. ८०).

२९

विश्वाचा समतोल राखणारी शक्ती हे थोतांड आहे.

'जुगाऱ्याचा भ्रम'

१९१३च्या उन्हाळ्यात मॉन्टे कार्लोमध्ये आश्चर्य घडले. रुले टेबलभोवती जमलेल्या लोकांचा स्वतःच्या डोळ्यांवर विश्वास बसेना. बॉल सलग वीस वेळा नेमका काळ्यावर येऊन थडकला होता. अनेकांनी त्याचा फायदा घेऊन लगेच लालवर आपले पैसे लावले. पण सतत बॉल काळ्यावरच येऊन थांबत होता. लालवर बोली लावायला त्या टेबलवर आणखी गर्दी जमली. हे बदलणार होतंच. पण, परत काळ्याचीच बाजी; परत-परत तेच. शेवटी, सत्ताविसाव्या वेळी बॉल लालवर येऊन थांबला. तोपर्यंत लोक लाखोंची खेळी खेळले होते. चक्राच्या काही फेऱ्यांत त्यांचे दिवाळे निघाले होते.

शहरातील विद्यार्थ्यांचा बुद्ध्यांक (I.Q) सरासरी १०० असतो. हे आजमावण्यासाठी कोणतेही ५० विद्यार्थी घ्या. समजा परीक्षा घेतलेल्या पहिल्याच मुलाचा बुद्ध्यांक १५० आला तर इतर ४९ विद्यार्थ्यांचा बुद्ध्यांक काय असेल? तोही १०० असेल असा बहुतेकांचा कयास असतो. कोण जाणे त्यांना असे का वाटते की त्या अतिबुद्धिवान मुलांचा बुद्ध्यांक इतर मुलांच्या वेगवेगळ्या बुध्यांकांत मिसळून सरासरीवर येईल. कदाचित, त्या गटात एकाचा अत्यंत खालचा असा ५० बुद्ध्यांक असेल किंवा दोघांचा त्यामानाने 'जेमतेम' ७५ असेल. पण इतक्या कमी संख्येमध्ये असे होणे कठीण. आपल्याला असे मानायला हवे की, बाकीचे ४९ विद्यार्थी

सर्वसामान्य जनतेचे प्रतिनिधित्व करत असल्यामुळे त्यांचा बुद्ध्यांक सरासरी १०० असेल. ४९ गुणिले १०० अधिक १५० ह्या गटाचा सरासरी बुद्ध्यांक १०१ असेल.

मॉन्टे कार्लो व विद्यार्थ्यांच्या बुद्ध्यांकाचे उदाहरण आपल्याला दाखवते की, लोक 'विश्वाच्या संतुलन राखणाऱ्या शक्ती'वर विश्वास ठेवतात. ह्यालाच 'जुगाऱ्याचा भ्रम' म्हणतात. पण एकट्यादुकट्या घटनांमध्ये अशी काही संतुलनात्मक शक्ती काम करीत नसते. आपण किती वेळा काळ्यावर येऊन थडकलो ह्याची बॉलला काही कल्पना नसते. तरीही माझा एक मित्र मेगा मिलियन लॉटरी जिंकलेले आकडे एक मोठ्या कागदावर रकान्यात भरतो आणि जे आकडे कमीत कमी आले आहेत त्यावर खेळी लावतो. हे सारे कष्ट फुकट आहेत. 'जुगाऱ्याच्या भ्रमाचा' हा आणखी एक बळी होय.

हे कसे घडते? पुढच्या जोकवरून लक्षात घेऊ या. दहशतवाद्यांच्या हल्ल्याच्या अगदी छोट्याशा शक्यतेमुळे एक गणितज्ज्ञ विमानप्रवास करायला घाबरतो. त्यापायी प्रत्येक वेळी तो त्याच्या केबिनच्या सामानात एक बॉम्ब नेतो. त्याची कारणमीमांसा देतांना तो म्हणतो, 'विमानात बॉम्ब असण्याची शक्यता कमीच असते. त्यातून, एकाच विमानात दोन बॉम्ब असणे जवळजवळ अशक्य!'

नाणेफेकीत एक नाणे तीन वेळा उडवले आणि प्रत्येक वेळा छापा आला. समजा, कोणीतरी तुम्हाला तुमचे हजारो डॉलर्स पुढच्या नाणेफेकीच्या निकालावर पैज म्हणून लावायला भाग पाडले. तुम्ही कशावर बोली लावाल? छापा की काटा? बहुतांश लोकांसारखेच तुम्ही काट्यावर पैज लावाल; पण खरे तर छापा येण्याची शक्यता तेवढीच आहे. 'जुगाऱ्याचा भ्रम' आपल्याला भुलवतो की काहीतरी बदललेच पाहिजे.

एक नाणे पन्नास वेळा वर फेकले गेले आणि प्रत्येक वेळा ते छाप्यावर पडले. आता परत तुम्हाला कोणी पैसे लावण्याची गळ घालत असेल तर तुम्ही छापा निवडणार की, काटा? आता एखाद-दोन उदाहरणे पाहिल्यावर तुम्हाला ह्या खेळाची खुबी समजली असेल. तुम्ही जाणता की डाव कसाही पडू शकतो. पण अजून एका महान घोडचुकीपाशी आपण आलो आहोत. गणितज्ज्ञांची 'व्यावसायिकतेची कलुषित नजर'! साधी अक्कल वापरली तर तुम्हाला कळेल की छापा निवडणे जास्त योग्य ठरेल. कारण, नाणे जड असावे!

ह्याआधी आपण 'सरासरीकडे वापसी' (रिग्रेशन टू द मीन) पाहिले आहे. एक नमुना - तुमच्या राहत्या जागी जर कडाक्याची थंडी पडली असेल तर साहजिकच पुढील काही दिवसात तापमान परत नेहमीप्रमाणे होईल. जर हवामान कॅसिनोप्रमाणे

असते तर तापमान वाढण्याची अथवा कमी होण्याची शक्यता प्रत्येकी ५०% असती. पण हवामान कॅसिनोसारखे नसते. गुंतागुंतीच्या प्रतिसादात्मक प्रक्रियेमुळे टोकाची तापमाने परस्परांमध्ये संतुलन राखतात. दुसऱ्या काही उदाहरणांत टोकाच्या गोष्टी आणखी गडद होतात. उदा - श्रीमंतांकडेच लक्ष्मी येत राहते - ते अजून श्रीमंत होतात. एखाद्या स्टॉकचे मूल्य वाढले की, तो डोळ्यात भरतो, म्हणूनच त्याची मागणी काही अंशी वाढते. - एक तऱ्हेची उलट भरपाई म्हणा ना.

म्हणूनच, आजुबाजूला दिसणाऱ्या स्वतंत्र व परस्परावलंबी घटना बारकाईने निरखा. सर्वपरीने स्वतंत्र घटना फक्त कॅसिनो, लॉटरी व सिद्धांतामध्ये आढळतात. खऱ्याखुऱ्या जगात, आर्थिक बाजारपेठेत व उद्योगात हवामान व तुमचे स्वास्थ्य ह्या साऱ्यामध्ये घटना अनेकदा परस्परांशी संबंधित असतात. जे घडले आहे त्याचा प्रभाव जे घडणार आहे त्यावर होतो. ती कल्पना खूप सुखदायक वाटली तरी अशी संतुलनात्मक शक्ती किंवा पूर्णपणे स्वतंत्र घटना अस्तित्वात नाही. 'जे वर जाते ते खाली येणार' किंवा 'जे गोल फिरते ते परत येणार' हे ह्या जागी फोल ठरते.

हेही पहा :

'सरासरीची समस्या' (प्र. ५५), 'बेस-रेट वास्तवाकडे दुर्लक्ष' (प्र. २८), 'व्यावसायिकतेची कलुषित नजर' (प्र. ९२), 'सरासरीकडे वापसी' (प्र. १९), 'साधे तर्कशास्त्र' (प्र. ६३)

३०

जुगाराच्या भाग्यचक्रामुळे आपले डोके का गरगरते?

'गृहीतक'

अब्राहम लिंकनचा जन्म कधी झाला? तुम्हाला जर ते तोंडपाठ नसेल आणि तुमच्या स्मार्टफोनची बॅटरी संपली असेल, तर तुम्ही ह्याचे उत्तर कसे द्याल? कदाचित तुम्हाला माहीत असेल की १८६०च्या नागरी लढ्याच्या दरम्यान ते राष्ट्राध्यक्ष होते, हत्या केले गेलेले ते अमेरिकेचे पहिले राष्ट्राध्यक्ष होते. वॉशिंगटनमधील लिंकन मेमोरियल येथील पुतळा एका उत्साही तरुणाचा नसून ६० वर्षांचा एका थकलेल्या म्हाताऱ्याचा आहे. मेमोरियलमध्ये दिसणारे रूप त्यांच्या राजकीय कारकिर्दीच्या सर्वोच्च शिखराच्या वेळेचे, साधारण ६० वर्ष वयाचे असणार. त्यांची हत्या १८६०च्या दशकाच्या मध्यवर झाली असे गृहीत धरले तर ते १८०५मध्ये जन्मले असे अनुमान आपण करू शकतो (खरे उत्तर १८०९ आहे). हा अंदाज आपण कसा बांधाल? मदतीसाठी आपण गृहीतक वापरले - १८६० चा काळ- आणि त्यावरुन आपण तर्कशुद्ध कयास बांधत गेलो.

काहीही अंदाज बांधताना - मिसिसिपी नदीची लांबी, रशियातली लोकसंख्या, फ्रान्समधील अणु प्रकल्पांची संख्या - आपण 'गृहीतक' वापरतो. आपल्याला खात्रीने माहिती असलेल्या गोष्टीपासून आपण सुरू करतो आणि तिथून अनोळखी अज्ञात जगात शिरतो. नाहीतर कसे करणार? आपल्या डोक्यातला कोणताही आकडा धरणार? तो मूर्खपणा होईल.

दुर्दैवाने, गरज नसेल तिथेही आपण 'गृहीतक' वापरतो. उदा - एकदा एका वर्गात शिकवताना प्रोफेसरने वाईनची एक बाटली टेबलवर ठेवली. त्यांनी विद्यार्थ्यांना आपल्या सोशल सिक्युरिटी नंबरचे शेवटचे दोन अंक लिहायला सांगितले व तेवढी रक्कम ते वाइनवर खर्च करतील का ते ठरवायला सांगितले. नंतर असे दिसले की, मोठे आकडे लिहिलेले विद्यार्थी, छोट्या आकडेवाल्यांपेक्षा दुप्पट बोली लावत होते. इथे सोशल सिक्युरिटी नंबर 'गृहीतक' ठरले होते - पण काहीशा आकस्मिक व दिशाभूल करणाऱ्या पद्धतीने. मानसशास्त्रज्ञ ॲमॉस वोस्की ह्यांनी जुगाराचे भाग्यचक्र वापरून एक प्रयोग केला. त्यात भाग घेणाऱ्यांना त्यांनी चाक फिरवायला सांगितले आणि नंतर विचारले की, युनायटेड नेशन्समध्ये किती सभासद राष्ट्रे आहेत? त्यांच्या उत्तरावर 'गृहीतक' प्रभाव दिसून आला; ज्यांनी अंदाज बांधताना मोठे आकडे सांगितले, त्यांना आधी भाग्यचक्रात मोठे आकडे लागले होते.

रुस्सो व शुमेकर ह्या संशोधकांनी विद्यार्थ्यांना विचारले की, 'अत्तिला-द हन्' चा युरोपमध्ये दारुण पराभव कधी झाला. वरील उदाहरणाप्रमाणेच ह्या विद्यार्थ्यांचा फोन नंबर वापरून 'गृहीतक' धरण्यात आले. परिणती काय? मोठ्या आकडेवाल्यांनी पुढची (नंतरची) वर्षे अंदाजाने सांगितली आणि लहान आकडेवाल्यांनी आधीच्या वर्षांचा आकडा सांगितला. (तुम्ही विचारात पडला असाल, तर अत्तिलाचा जन्म साधारण ४५३मध्ये झाला.)

अजून एक प्रयोग - विद्यार्थी व स्थावर मालमत्तेच्या दलालांना एका घरात फिरवून सर्व दाखवले व त्याची किंमत (मूल्य) ठरवायला सांगितले. त्याआधी त्यांना त्यांच्या विक्रीच्या किमतीचा आकडा (सहजगत्या काढलेला) सांगण्यात आला होता. अपेक्षेप्रमाणे त्या 'गृहीतकाचा' परिणाम विद्यार्थ्यांवर झाला. जितकी जास्ती किंमत तितके जास्त त्यांनी त्याचे मूल्य ठरवले. आणि मालमत्ता तज्ज्ञ? त्यांनी त्याचे मूल्य बुद्धिनिष्ठतेने ठरवले का? नाही. त्यांच्यावरही त्या बिनबुडाच्या किमतीच्या आकड्याचा 'गृहीतक' म्हणून प्रभाव पडला. एखाद्या गोष्टीचे- उदा. स्थावर मालमत्ता, कंपनीचे स्टॉक किंवा चित्राकृती - मूल्य जितके अनिश्चित, तितकेच तज्ज्ञ 'गृहीतकाच्या' प्रभावाखाली येतात.

अशी 'गृहीतके' चोहीकडे असतात- आणि आपण त्यांना घट्ट पकडून ठेवतो. अनेक उत्पादनांवरची किरकोळ किमतीची शिफारस विक्रीखात्यातील एक प्रकारचे 'गृहीतक' आहे. लोक जाणतात की, सौंदर्याची सुरुवात करायच्या आधीच किमतीचा आकडा ठसवणे गरजेचे आहे. हेही सिद्ध झाले आहे की, जर शिक्षकांना विद्यार्थ्यांचे

पूर्वीचे मार्क्स माहिती असतील, तर त्याचा प्रभाव पुढच्या वेळेस मार्क्स देण्यावर होतो. सर्वात शेवटचे मार्क्स 'गृहीतकाचे' काम करतात. माझ्या तरुणपणी मी एका कन्सल्टिंग कंपनीमध्ये काही काळ काम केले हाते. माझा बॉस 'गृहीतक' वापरण्यात वाकबगार होता. ग्राहकाच्या पहिल्याच भेटीत तो सुरुवातच अशा रकमेने करायचा, जी आमच्या खर्चाच्या मानाने कितीतरी अवाढव्य असायची. 'मी आताच तुम्हाला सांगतो म्हणजे किमतीच्या अंदाजाचे बिल पाहून आश्चर्य वाटणार नाही. मिस्टर एक्स, अशाच प्रकारचे प्रोजेक्ट आम्ही तुमच्या एका स्पर्धक कंपनीसाठी हल्लीच केले आणि तिथे साधारण ५० लाख डॉलर्सच्या घरात खर्च आला.' 'गृहीतक' मांडले गेले होते. किमतीच्या वाटाघाटी बरोबर ५० लाख डॉलर्सवर सुरू झाल्या.

हेही पहा :
'बांधणी' (प्र. ४२)

३१

लोकांना त्यांच्या संपत्तीपासून मुक्त कसे कराल

'भरवून दिलेले एकसुरी विचार'

शेतकरी एका हंसाला रोज अन्न देतो. सुरुवातीस हंस गोंधळात पडतो. 'हे काय चाललेय? तो मला अन्न का देतोय?' काही आठवडे असेच चालू राहते, मग हंसाला छान वाटून शंकेखोरपणा लुप्त होतो. काही महिन्यांनंतर त्याची खात्री होते; 'शेतकरी माझ्याच भल्याचा विचार करतोय.' पुढच्या प्रत्येक वेळी शेतकरी त्याला अन्न भरवतो तेव्हा ही खात्री पक्की होते. त्या माणसाच्या दानशुरपणावर व चांगुलपणावर खोल विश्वास बसलेल्या हंसाला जेव्हा तो ख्रिसमसच्या दिवशी त्याच्या नेहमीच्या जागेतून बाहेर काढतो. तेव्हा तो हंस आश्चर्यचकित होतो. शेवटी त्याचा बळी जातो. अशा प्रकारे, हंस भरवून दिलेल्या एकसुरी विचारांचा (इंडक्टिव्ह थिंकिंग) बळी झाला; म्हणजेच वैयक्तिक निरीक्षण व अनुभवावरून वैश्विक सिद्धांत किंवा अनुमान बांधायच्या प्रवृत्तीचा शिकार. तत्त्वज्ञानी डॅनिअल ह्युम ह्यांनी १८व्या शतकात ह्या रूपकाचा वापर ह्यातल्या धोक्यांची सूचना द्यायला केला होता. परंतु, फक्त हंसच असे पीडित असतात असे नव्हे.

एका भांडवलदार 'क्ष' स्टॉकचे शेअर्स विकत घेतो. शेअर्सची किंमत चढते तेव्हा प्रथम तो साशंक होतो. 'फक्त एक बुडबुडा बहुतेक,' त्याला वाटते. महिनोन् महिने स्टॉक वाढत जातो त्याच्या साशंकतेचे रूपांतर उत्साहात होते. 'ह्या स्टॉकची किंमत कधीच खाली येणार नाही'- विशेषतः, हे दररोज होताना दिसते. म्हणून एका वर्षाने,

एकाच ठिकाणी पूर्ण पुंजी अडकवण्यातले धोके न जुमानता तो आपल्या आयुष्याची सारी मिळकत त्यात गुंतवतो. नंतर त्याला आपल्या बेअकलीपणाची फळे भोगावी लागतील. 'भरवून दिलेल्या विचाराच्या' प्रभावाने हा मासा गळाला लागला.

'भरवून दिलेले एकसुरी विचार' म्हणजे काही खास कष्टाचा व दूरवर जाणारा रस्ता नाही. किंबहुना त्याच्या साहाय्याने फक्त काही इमेलस् पाठवून तुम्ही मालामाल होऊ शकता. नसिम तालेब हे कसे सांगतात पहा (पण कमी इमेल पाठवून); स्टॉक मार्केटची दोन भाकीते तयार करा. एकात पुढचा महिनाभर स्टॉकचे मूल्य वाढेल असे म्हणा, आणि दुसऱ्यात ते घसरेल अशी ताकीद द्या. पहिला ई-मेल ५०,००० लोकांना पाठवा आणि दुसरा वेगळ्या ५०,००० लोकांना. समजा, एका महिन्याने स्टॉक्सचा भाव उतरला. आता ज्यांना बरोबर भाकीत सांगणारा ई-मेल मिळाला होता त्यांनाच आता दुसरा एक ई-मेल पाठवा. त्या ५०,००० लोकांचे दोन गट करा. पहिल्याला कळवा की, पुढच्या महिन्यात भाव वाढणार आहेत आणि दुसऱ्याला कळवा की भाव घसरणार आहेत, असे सुरू ठेवा. दहा महिन्यांनंतर असे १०० जण उरतील, ज्यांना अगदी अचूक भाकीत केले गेले होते. त्यांच्या मते तुम्ही एक अजब अवलिया ठराल. तुम्ही एकदम अचूक भविष्य सांगू शकता हे तुम्ही दाखवून दिले आहे. तुमच्याकडे एक गूढ शक्ती आहे. यातले काही खुशीने आपली संपत्ती तुमच्या हाती सुपूर्द करतील. ती घ्या व ब्राझिलमध्ये आरामात एक नवे जीवन सुरू करा. तालेबने ही युक्ती त्याच्या 'फुल्ड बाय रॅन्डमनेस'मध्ये वर्णिली आहे, पण फक्त १०,००० जणासंबंधी.

पण फक्त भाबडे अनोळखी लोक असे फसतात असे नाही. आपण सतत स्वत:ची अशी फसगत करतो. उदा. क्वचित आजारी पडणारे स्वत:ला अमर सम जतात. सातत्याने तिमाही कालावधीत नफा दाखवणारे सी.ई.ओ. आपण कधीच काही चूक करू शकत नाही, असे मानतात. त्यांच्या कर्मचारी व भांडवलदारांनाही तसेच वाटते. माझा एक मित्र 'बेस जंपर' (खूप उंचावरून उड्या मारणारा) होता. तो उंच कड्यांवरून, अन्टेना आणि इमारतींवरून उड्या मारी व एकदम शेवटच्या क्षणाला तो रिपकॉर्ड (सुरक्षेसाठीची दोरी) खेचे. एके दिवशी मी त्याच्याकडे त्याचा खेळ किती घातक आहे हा विषय काढला. त्याने अगदी शांतपणे सांगितले; 'आतापर्यंत मी अशा १००० उड्या मारल्या आहेत, आणि मला काहीही झालेले नाही.' दोन महिन्यांनी त्याचा मृत्यू झाला. त्यावेळी त्याने साऊथ अफ्रिकेतल्या एका धोकादायक उंच कड्यावरून उडी मारली होती. त्या घटनेने त्याचा १००० वेळा खरा ठरलेला सिद्धांत मोडीत काढला.

'भरवून दिलेल्या एकसुरी विचाराचा' भीषण परिणाम होऊ शकतो. तरी आपण त्याशिवाय राहू शकत नाही. आपण विमानोड्डाण करू तेव्हा एरोडायनामिक नियम लागू असतीलच असा आपण विश्वास कायम ठेवतो. आपण मानतो की, उगाच कोणी आपल्याला रस्त्यात मारहाण करणार नाही. आपले हृदय उद्याही असेच धडधडत राहील, असे आपण गृहीत धरतो. जगण्यासाठी असा विश्वास आवश्यक आहे, पण खात्री ही नेहमी तात्पुरती बाब असते हे विसरून चालणार नाही. बेंजामिन फ्रॅन्कलिनने म्हटल्याप्रमाणे - 'मरण व कर याशिवाय कशाचीही खात्री देता येत नाही.'

भारावून टाकणारे एकसुरी विचार आपल्याला मोहित करतात आणि निष्कर्षावर आणून सोडतात. उदा - मनुष्यप्राणी आजतागायत जिवंत राहिला आहे. म्हणून, या पुढचीही संकटे आपण तरुन जाऊ. हे फक्त म्हणण्यापुरते ठीक आहे, पण आपण हे विसरतो की, आजपर्यंत ज्या टिकून राहिल्या आहेत, अशाच प्राणीजाती अशी विधाने करू शकतात. आजपर्यंतच्या अस्तित्वाच्या जोरावर पुढेही आपण टिकून राहू असे गृहीत धरणे हे तर्कशास्त्राच्या दृष्टीने चूक आहे. कदाचित सर्वात घोर चूक.

हेही पहा :

'चुकीचा कार्यकारणभाव' (प्र. ३७), 'जेतेपणाचा पूर्वग्रह' (प्र. १)

३२

चांगल्यापेक्षा वाईटाचा धक्का जोरात का लागतो?

'हानीविषयी तिटकारा'

१-१० ह्या प्रमाणरेषेवर तुम्हाला आज किती चांगले वाटतेय? आता सांगा, एक परिपूर्ण १० साठी तुम्हाला काय लागेल? ती तुमच्या स्वप्नातली कॅरिबियनची ट्रीप? की कदाचित करियरमध्ये बढती? पुढचा प्रश्न; तेवढेच क्रमांक कमी होण्यासाठी काय घडावे लागेल? अर्धांगवायू, अल्झायमर्स, कर्करोग, डिप्रेशन, युद्ध, भूक, छळ, आर्थिक विनाश, तुमच्या प्रतिष्ठेला ठेच, तुमच्या सर्वात जिवलग दोस्ताशी ताटातूट, तुमच्या मुलांचे अपहरण, अंधत्व, मृत्यू? शक्यतांची इतकी लांब यादी पाहून आपण समजून जातो की, सुखाला किती अडथळे येऊ शकतात; थोडक्यात चांगल्यापेक्षा वाईट गोष्टी खूप जास्त आहेत- आणि त्यांचे परिणामही जास्त होतात.

उत्क्रांतीच्या आपल्या इतिहासात हे खूप अधिक लागू होते. अनवधानाने झालेली एक घोडचूक आणि तुमचे मरण पक्के. आयुष्याच्या खेळातून बाद होण्याला काहीही कारणीभूत होऊ शकत होते. शिकार करताना हलगर्जीपणा, सुजलेला पाय, कळपातून हकालपट्टी वगैरे वगैरे. जे निष्काळजी किंवा बेपर्वा होते ते त्यांची जनुके पुढच्या पिढीत जायच्या आधीच प्राण गमावून बसले. जे जगले वाचले ते जपून सावध राहणाऱ्यांपैकी होते. आपण यांचेच वंशज आहोत.

त्यामुळे फायद्याचे महत्त्व, आपल्या लेखी नुकसानीच्या भयापेक्षा कमी आहे. ह्यात काही आश्चर्य नाही मी तुम्हाला १०० डॉलर्स दिले तर खूप आनंद होईल.

जर तुम्ही १०० डॉलर्स गमावले तर त्याहून खूप अधिक दुःख होईल. खरे म्हणजे, भावनिकदृष्ट्या, तोट्याचे दुःख तेवढ्याच प्रमाणाच्या फायद्यापेक्षा दुप्पट असते हे सिद्ध झालेले आहे. समाजशास्त्राचे संशोधक ह्याला 'हानीविषयी तिटकारा' म्हणतात.

म्हणूनच, तुम्हाला जर कोणाला काही पटवून द्यायचे असेल तर त्याने होणाऱ्या फायद्यांपेक्षा त्यामुळे तोट्यांपेक्षा दूर राहण्यास कशी मदत होईल, त्यावर जास्त जोर द्या. स्तनांची स्वपरिक्षा (ब्रेस्ट सेल्फ एक्झामिनेशन BSE) संबंधीच्या प्रसार पत्रिकेचे उदाहरण पहा. दोन वेगळी पत्रके स्त्रियांना वाटली गेली. 'अ' पत्रिकेत आवाहन होते की, 'संशोधन सांगते की BSE करतात, त्यांना ट्युमर (कर्करोगाची गाठ) लौकर सापडण्याची शक्यता वाढते. तो औषधोपचार करून संपूर्णपणे बरा होऊ शकतो.' 'ब' पत्रिकेत लिहिले होते की, 'संशोधन सांगते की ज्या स्त्रिया इडए करत नाहीत, त्यांना ट्युमर (कर्कीगाची गाठ) लवकर म्हणजे औषधोपचाराने बरा होण्याजोग्या अवस्थेत असताना, सापडण्याची शक्यता कमी होते.' ह्या प्रयोगात असे आढळले की 'ब' पत्रकाद्वारे (जे हानी- नुकसान ह्या धर्तीवर लिहिले गेले.) 'अ' पत्रकापेक्षा (फायद्याच्या धर्तीवर लिहिलेले) स्तनांच्या कर्करोगाविषयी जाणीव उत्पन्न करण्यात जास्त परिणामकारक ठरले.

नुकसानीचे भय, तेवढाच फायदा होण्याच्या अपेक्षेपेक्षा लोकांना काही हालचाल करायला जास्त प्रेरित करते. समजा घराचे तापमान स्थिर ठेवायच्या साधन-प्रक्रियेचा (होम इन्सुलेशन) तुमचा व्यवसाय आहे. तुमचे उत्पादन विकायचा उत्तम उपाय काय? तुमची उत्पादने वापरून किती पैसे वाचतील ह्यापेक्षा, जरी ती रक्कम अगदी तेवढीच असली तरी, न वापरल्यास किती नुकसान होईल ह्यावर भर दिला तर ग्राहक जास्त आकृष्ट होतील.

ह्या पद्धतीचा 'हानीविषयी तिटकारा' आपल्याला स्टॉक मार्केटमध्येही दिसतो, जिथे पेपरवर दिसणाऱ्या तोट्यांकडे भांडवलदार कानाडोळा करतात. प्रत्यक्षात झालेल्या तोट्याएवढा पेपरवरचा (अप्रत्यक्ष - unrealized) तोटा बोचत नाही. म्हणून, जरी तोटा भरून काढण्याची शक्यता कमी व अधिक घसरण होण्याची शक्यता जास्त असली तरी ते तो स्टॉक हाताशी धरून ठेवतात. एकदा मला एक अब्जाधीश भेटला. १०० डॉलर्सची नोट हरवली म्हणून तो खूप वैतागला होता. ही भावनांची व्यर्थ नासाडी नव्हे तर काय? मी त्याला म्हणालो की, त्याच्या गुंतवणुकीच्या मूल्यांमध्ये दर सेकंदाला १०० डॉलर्सची वाढ होते. मग एक नोट हरवल्याचे एवढे दुःख का?

मॅनेजमेंट गुरू मोठ्या कंपन्यांमधील लोकांना जास्त धाडसी व नवउद्योजकांसारखे व्हायला सांगतात. खरे तर कर्मचारी जोखीम घ्यायला कचरतात. त्यांच्या दृष्टीकोनातून धोके टाळणे हे योग्यच आहे. जर चांगल्यात चांगले म्हणजे बोनस आणि वाईटात वाईट म्हणजे नोकरी जाणे असेल तर एवढी जोखीम का पत्करा? नफ्यापेक्षा तोटा कधीही भारी वाटतो. जवळजवळ सर्व कंपन्या व परिस्थितीत आपल्या करियरविषयी सावधगिरी बाळगणे हे संभाव्य बक्षिसापेक्षा नेहमीच वरचढ ठरते. जर आतापर्यंत आपल्या कर्मचाऱ्यांमध्ये धाडसी वृत्तीची कमतरता तुम्हाला दिसतेय, तर त्यामागचे कारण तुम्हाला आता समजले असेल. (पण जर कर्मचारी मोठी जोखीम घेत असतील, तर हा निर्णय ते गटानुरूप निर्णय घ्यायच्या वृत्तीआड दडून घेताना बहुधा दिसतील. (ह्या विषयी अधिक प्र. ३३मध्ये वाचा - 'समूहाबरोबर भटकेगिरी')

आपण त्याचा प्रतिकार करू शकत नाही - चांगल्यापेक्षा वाईट अधिक प्रमाणात आणि जास्त प्रभावशाली आहे. सकारात्मक गोष्टींपेक्षा आपण नकारात्मक गोष्टींबद्दल जास्त संवेदनाक्षम आहोत. बाहेर रस्त्यात, भयानक चेहरे हसऱ्या चेहऱ्यांपेक्षा जास्त उठून दिसतात. वाईट वर्तणूक चांगल्यापेक्षा दीर्घकाळ लक्षात राहते - अर्थात फक्त आपली स्वत:ची सोडून.

हेही पहा :

'खिशातल्या पैशांचा प्रभाव' (प्र. ८४), 'आत्मगंडाचा प्रभाव' (प्र. २३), 'समूहाबरोबर (सामाजिक) भटकेगिरी' (प्र. ३३), 'नैसर्गिक सवयीचा परिणाम' (प्र. ८१), 'बुडीत रक्कम आणि कुतर्क' (प्र. ५), 'बांधणी' (प्र. ४२), 'निमिषार्धात समस्यापूर्तीसाठी शॉर्टकट' (प्र. ६६)

३३

गट (टीम) आळशी का असतो?

'समूहाबरोबर भटकेगिरी'

१९१३मध्ये मॅक्सिमिलियन रिंगेलमान ह्या फ्रेंच इंजिनिअरने घोड्यांच्या कामाच्या आवाक्याचा अभ्यास केला. दोन घोडे गाडी खेचताना जितकी ताकद लावतात, ती एक घोड्याच्या शक्तीच्या दुप्पट नसते, असा निष्कर्ष त्याने काढला. त्या निरीक्षणाने अचंबित होऊन त्यांने आपले संशोधन माणसांवर सुरू केले. त्याने अनेक पुरुषांना एक दोरखंड ओढायला लावून ते करताना प्रत्येकाची किती शक्ती वापरली जाते ते मोजले. सरासरीनुसार जर दोन पुरुष एकत्र दोरखंड ओढत असतील तर प्रत्येक जण जेमतेम ९३% एवढीच वैयक्तिक ताकद लावतात. तीन असतील तर ८५% आणि आठ असतील तर फक्त ४९%.

विज्ञानशास्त्र याला 'समूहाबरोबर भटकेगिरी'चा प्रभाव म्हणते. जेव्हा एखाद्याची स्वतःची वैयक्तिक कामगिरी सहज समोर न येता, समूहात (टीममध्ये) गणली जाते, तेव्हा हे हमखास होते. गटागटाने केलेल्या नौकानयनाच्या शर्यतीत (रोईंग) हे होते पण रिले शर्यतीत नाही, कारण इथे प्रत्येकाची कामगिरी स्पष्ट दिसून येते. 'समूहाबरोबर भटकेगिरी' एक तर्कनिष्ठ वर्तन आहे. जर अर्ध्याने काम होत असेल तर पूर्ण ताकद का लावा? विशेषतः, जर हा छोटासा शॉर्टकट कोणाच्या लक्षात येणार नसेल तर? साध्या शब्दात म्हटले तर 'समूहाबरोबर भटकेगिरी' म्हणजे एक प्रकारची लबाडी आहे, जी आपण सर्व अजाणता का होईना, पण करत असतो, अगदी रिंगेलमानच्या घोड्यांप्रमाणे.

जेव्हा लोक एकत्र काम करतात, तेव्हा प्रत्येकाचे वैयक्तिक कार्यप्रदर्शन (Perfomance) कमी होतो. ह्यात काही आश्चर्य नाही. ते पूर्णपणे थांबत नाही ही गोष्ट महत्त्वाची आहे. मग आपल्याला पूर्णपणे अकार्यशील होऊन, इतरांना सगळी मेहनत करू देण्यापासून काय थांबवते? उत्तर आहे, पुढचे परिणाम. अजिबात काम न केल्यास ते लक्षात येईल आणि मग भक्कम शिक्षा भोगाव्या लागतील. उदा - समूहातून हकालपट्टी किंवा नाचक्की. उत्क्रांतीमुळे आपल्यात खूप सूक्ष्म जाणीवा उत्पन्न झाल्या आहेत. कितपत आळस खपून जाईल आणि इतरांत तो कसा ओळखावा हा ही त्या आकलनाचा परिणाम.

'समूहाबरोबर भटकेगिरी' आपल्याला केवळ शारीरिक कामात आढळते असे नाही. आपण मानसिकरीत्यापण गलथानपणा करतो. उदा. जितकी मोठी टीम मीटिंगमध्ये असते, तितका प्रत्येकाचा सहभाग कमी, एका विशिष्ट आकड्यापर्यंत लोक जमले की, माणसे २० असो किंवा १००; काही फरक पडत नाही.

एक प्रश्न राहतोच - एकेकट्या कर्मचाऱ्यांपेक्षा टीम जास्ती कार्यशील असते, अशी बढाई मारणारी कल्पना कुठून आली? कदाचित जपानमधून. तीस वर्षांपूर्वी त्यांच्या उत्पादनांनी जागतिक बाजारपेठा दुथडी भरून वाहात होत्या. उद्योगजगातल्या अर्थशास्त्रज्ञांनी ह्या औद्योगिक जगातल्या आश्चर्याचे बारकाईने निरीक्षण केले. त्यांना आढळले की, जपानी कारखान्यात गट-समूहात काम केले जाते. त्याचाच कित्ता गिरवला गेला - पण कमी अधिक यशाने. जे जपानमध्ये उत्तमरीत्या लागू पडते त्याची नक्कल युरोपियन व अमेरिकन लोक करू शकले नाहीत. कारण कदाचित जपानी लोकात 'समूहाबरोबर भटकेगिरी'चा लवलेश नसावा. पाश्चिमात्य देशांत तर गट छोटे व वेगवेगळ्या विषयातल्या तज्ज्ञांनी बनलेले असतील तरच चांगले चालतात. हे साहजिक आहे कारण इथे प्रत्येकाचा कार्यभाग त्याच्या विशेष विषयाच्या कौशल्यामुळे ओळखू येतो.

'समूहाबरोबर भटकेगिरी'चे चित्तवेधक परिणाम आहेत. समूहामध्ये आपण सहभागाच्या निकषांमध्ये अंग आखडून तर घेतोच, पण परिणामांची जबाबदारी घेण्यातही काचकूच करतो. संपूर्ण गटाच्या बेजबाबदार वागण्यावर किंवा चुकीच्या निर्णयाबद्दल कोणीही शिक्षा घ्यायला तयार नसते. ह्याचा एक ढळढळीत नमुना म्हणजे नुरेनबर्गला नाझींच्या विरुद्ध झालेले खटले; किंवा कोणत्याही बोर्ड किंवा मॅनेजमेंटची सभा, हा जरा कमी वादग्रस्त नमुना. आपण गटाच्या निर्णयामागे दडतो. ह्याचे शास्त्रशुद्ध नाव आहे 'जबाबदारीचे विरळीकरण' (Diffusion). एकेकटा स्वत: जितका धोका पत्करेल त्याहून अधिक जोखीम सहसा गट घेतो. प्रत्येकजण

असा विचार करतो की, 'जर काही गफलत झाली तर सारे खापर माझ्यावर फुटणार नाही.' ह्या परिणामाला 'धोकादायक बदल' (रिस्की शिफ्ट) म्हणतात. कंपन्या व पेन्शन फंड गुंतवणुकीचे योजनाकार (Strategist), जिथे अब्जावधींचा प्रश्न येतो, अथवा संरक्षण खाते, जिथे अण्वस्त्रांच्या वापराबद्दल गट निर्णय घेत असतो, तिथे हे विशेष धोक्याचे आहे.

सारांश - गटामध्ये लोक एकेकटे असण्यापेक्षा वेगळे वागतात, नाहीतर गटच नसते. गटाचे दुष्पपरिणाम कमी करायला त्यातील प्रत्येक सदस्याची कामगिरी जितकी नजरेसमोर येईल तितके उत्तम. गुणवत्ताधीनतेचा (Meritocrity) विजय असो! कामगिरी-प्रणित समाजसंस्था अमर राहो!

हेही पहा :
'प्रेरणेचा अतिरेक' (प्र. ५६), 'सामाजिक पुरावा', (प्र. ४), 'गटानुसार विचार' (प्र. २५), 'हानीविषयी तिटकारा' (प्र. ३२)

३४

एका कागदामुळे दांडी गुल

'अती भरभराटीने प्रगती'

एक कागद दुमडून अर्धा करा, मग परत अर्धा आणि परत अर्धा असे करत रहा. असे ५० वेळा दुमडल्यावर कागदाची जाडी किती असेल? पुढे वाचण्याआधी तुमचा अंदाज लिहून ठेवा.

दुसरे काम - ह्यापैकी एक पर्याय निवडा - 'अ' - पुढील १० दिवस मी रोज तुम्हाला १000 डॉलर्स देईन. 'ब' - पुढचे ३0 दिवस, मी तुम्हाला पहिल्या दिवशी १ सेंट, दुसऱ्या दिवशी दोन, तिसऱ्या दिवशी चार, चौथ्या दिवशी आठ सेंट्स असे देत जाईन. आता जास्त विचार करत बसू नका. बोला - 'अ' की 'ब'.

मग, तयार? समजा कागद साधारण 0.00४ इंच जाड असेल तर ५0 वेळा दुमडल्यावर त्यांची जाडी साधारण सहा कोटी मैल होते. तुम्ही कॅलक्युलेटर वापरून पाहू शकता. हे अंतर सूर्य व पृथ्वीमधील अंतराएवढे आहे. दुसऱ्या प्रश्नाचे उत्तर, 'ब' पर्याय निवडणे फायद्याचे ठरेल. 'अ' जास्त आकर्षक वाटला तरी त्याने तुम्हाला ३0 दिवसात ३0,000 डॉलर्स मिळतील. पण 'ब' मुळे साधारण १ कोटीपेक्षा जास्त.

सरळमार्गी (लिनियर) वाढ आपल्याला सहज समजते. पण आपल्याला चढत्या वेगाने (एक्स्पोनेन्शियल) किंवा टक्केवारीने (परसेंटेज) होणाऱ्या वाढीचे उपजत आकलन नसते असे का? कारण आधी आपल्याला त्याची गरज भासली नाही. आपल्या पूर्वजांचे अनुभव बहुतेकदा एकमिती सरळ रेषेगत (लिनियर)

होते. जे फळे (बेरीज) गोळा करण्यात दुप्पट वेळ घालवायचे, त्यांना दुप्पट फळे मिळायची. एक मॅमथची (प्राचीन महाकाय हत्ती) शिकार करण्याऐवजी दोघांची शिकार करण्याने त्याच्या जेवणाची रेलचेल व्हायची, तीही दुप्पट काळ. अश्मयुगात एक्स्पोनेन्शियल वाढीशी माणसाचा फारसा संबंध नव्हता. आज परिस्थिती बदलली आहे.

'दरवर्षी वाहतूक अपघात ७% ने वाढतात,' कोणी राज्यकर्ता ताकीद देतो. स्पष्ट सांगायचे झाले तर ह्याचा अर्थ आपल्याला 'नक्की काय' ते कळत नाही. आपण एक युक्ती वापरून दुपटीच्या वेळाचे गणित मांडू या. एक जादूई अंक घ्या. उदा - ७० व त्याला वाढीच्या दराच्या टक्केवारीने भागा. म्हणजे ७० भागिले ७ = १० वर्षे. म्हणजे तुमचा मंत्री सांगतोय की 'वाहतूक अपघातांची संख्या दर दहा वर्षांनी दुप्पट होते. बाप रे! (तुम्ही विचाराल 'हा ७० आकडाच का घेतला? त्यासाठीची लॉगॅरिथम ह्या गणितातल्या प्रकाराची माहिती तुम्हाला हवी.

अजून एक नमुना - 'महागाई ५% वाढली आहे.' हे ऐकून कोणी म्हणेल 'म्हणजे फार वाईट नाही. ५% म्हणजे काहीच नाही.' आपण पटकन दुपटीच्या वेळाचा हिशोब करू या. ७० भागिले ५ = १४ वर्षे. १४ वर्षात डॉलर्सचे मूल्य आजच्या मानाने अर्धे होईल. ज्याचे बचत खाते आहे त्याच्या लेखी हे मोठे संकटच म्हणायचे.

समजा तुम्ही एक पत्रकार आहात. तुमच्या शहरात पाळलेल्या कुत्र्यांची संख्या दर वर्षी १०% ने वाढते असे तुम्हाला कळले. तुमच्या लेखाला तुम्ही काय शीर्षक द्याल? 'पाळीव कुत्र्यांच्या नोंदणीत १०% वाढ' अशी नक्कीच नाही. कोणी ढुंकून बघणार नाही. त्याऐवजी जाहीर करा, 'कुत्र्यांचा लोंढा, ७ वर्षात दुप्पट कुत्रे.' जे काही अतिवेगाने (एक्स्पोनेन्शियल) वाटते ते कधी सतत तसेच वाढते तर कधी सतत तसेच वाढत रहात नाही. बहुतेक नेते, मंत्री, पत्रकार आणि अर्थशास्त्रज्ञ हे विसरतात. कुठेतरी ती वाढ येऊन ठप्प होते हे नक्की. उदा - आपल्या आतड्यातला एक जिवाणू इश्चरशिया कोलाय दर २० मिनिटांनी दुभंगून दुप्पट होतो. थोड्याच दिवसांत तो पूर्ण जग व्यापून टाकू शकतो. पण आवश्यकतेपेक्षा अधिक प्राणवायू व शर्करा वापरल्यामुळे त्यांची वाढ एका टप्प्यावर येऊन खुंटते.

प्राचीन पर्शियन लोक जाणत होते की, लोकांना टक्केवारीप्रमाणे वाढ समजणे अवघड जाते. तिथली एक आख्यायिका - एका चलाख दरबाऱ्याने राजाला एक बुद्धिबळाचा पट भेट दिला. भारावून राजा उद्‌गारला, 'सांग, मी तुझे आभार कसे मानू?' दरबारी उत्तरला, 'महाराज, तुम्ही ह्या पटावर जितका तांदूळ मावेल

तितकाच माल द्या. फक्त, पहिल्या चौकोनात एक दाणा आणि नंतर प्रत्येक चौकोनात आदल्याच्या दुप्पट दाणे घाला.' राजा आश्चर्यचकित झाला. 'हा तुझा मोठेपणा आहे की तू इतकी साधी विनंती करतोयस.'

पण नक्की किती तांदूळ लागला असता? राजाला वाटले एक गोणी. नोकराने वाटपकाम सुरू केले. पहिल्या घरात एक, दुसऱ्यात दोन, तिसऱ्यात चार इ. इ. तेव्हाच राजाला उमगले की, पूर्ण जगात उगवतो तेवढा तांदूळ लागेल.

वाढीच्या दराबाबत तुमच्या आतल्या आवाजावर विश्वास ठेवू नका. अंतर्ज्ञान अशी काही चीज नसते हे मान्य करा. कॅलक्युलेटरच इथे उपयोगी पडतो, किंवा वाढीचे दर कमी असल्यास, तो जादुई नंबर = '७०.'

हेही पहा :
'साधे तर्कशास्त्र' (प्र. ६३), 'शक्यतेकडे दुर्लक्ष' (प्र. २६), (छोट्या अंकांचा कायदा' (प्र. ६१)

३५

आपला उत्साह आवरा

'जिंकणाऱ्याचा शाप'

१९५०मधले टेक्सास शहर. जमिनीच्या एका तुकड्याचा लिलाव सुरू आहे. तेल उत्पादनाच्या दहा कंपन्या आपली बोली लावत आहेत. उद्देश - जिंकणे. त्या जागेच्या मूल्याचा अंदाज प्रत्येकाने बांधला आहे. सर्वात कमी अंदाज १ अब्ज तर सर्वात जास्त १० अब्ज डॉलर्स. जशी लिलावाची बोली वाढत जाते, तसे एक एक कंपनी काढता पाय घेते. शेवटी, एक कंपनी सर्वात जास्त बोली लावून जिंकते. शॅम्पेनच्या बाटल्या उघडल्या जातात.

'जिंकणाऱ्याचा शाप' सांगतो की, लिलाव जिंकतो तो खरं तर खूप तोटा झाल्याने हरलेला असतो. उद्योग जगताचा अभ्यास करणारे नमूद करतात की, ज्या तेल कंपन्या अशा लिलावात बरेचदा विजयी ठरतात त्या दरवेळी पद्धतशीरपणे खूप जास्त किंमत दिल्याने पुढे कफल्लक होतात. हे सहज समजण्याजोगे आहे. जर मूल्याचा अंदाज १ ते १० अब्ज डॉलर्स इतक्या मोठ्या फरकाचा असेल तर खरी किंमत कुठेतरी मधोमध असेल. सर्वात मोठी बोली सहसा खूपच जास्ती असते. अपवाद - जर त्यांना आतल्या गोटातली माहिती असेल तर. टेक्सासमध्ये हे झाले नव्हते. त्या विजेत्या कंपनीचे मॅनेजर एका सडक्या दिखाऊ विजयाचा जल्लोष करत होते.

आज, ह्या प्रकाराचा आपल्या सगळ्यांवर प्रभाव आहे. ई-बे पासून ग्रुपऑन ते गुगल ॲडवर्डस् सर्व ऑनलाईन विक्री प्रकारात किमती लिलावाने ठरवल्या

जातात. सेलफोन फ्रिक्वेन्सीसाठी होणाऱ्या लिलावांच्या चढाओढीत टेलीकॉम कंपन्या दिवाळखोरीपर्यंत पोचतात. विमानतळावरची व्यावसायिक जागा सर्वात जास्त भाडे देणाऱ्याला दिली जाते. वॉलमार्टने जर एक नवीन साबण (डिटर्जेंट) मार्केटमध्ये आणायचा ठरवला तर ते पाच पुरवठागारांना टेंडर पाठवायला सांगतात. हा एक प्रकारचा लिलावच आहे. मग 'जिंकणाऱ्याच्या शापाचा' धोका आलाच.

दैनंदिन आयुष्याचा लिलाव आता दुकानदार व छोट्या विक्रेत्यांपर्यंत पोचला आहे. ह्याचे कारण इंटरनेट. माझ्या घरी भिंतींना रंग लावायचा होता तेव्हा जवळचा सर्वात चांगला रंगारी शोधण्याऐवजी मी ते इंटरनेटद्वारे जाहीर केले. त्या कामासाठी तीस जणांत चढाओढ लागली. अन् त्यातले काही ३०० मैल दूर होते. त्यातला सर्वात चांगल्या प्रस्तावात इतकी कमी किंमत लिहिली होती की, दयेपोटी मी तो नाकारला - नाहीतर त्याला 'जिंकणाऱ्याचा शाप' बाधला असता.

I.P.O.S (Initial public offerings)- कंपन्यांच्या स्टॉकची जनतेसाठी पहिली विक्री योजना ह्याच प्रकारच्या लिलावाचा नमुना आहे. कंपन्या जेव्हा दुसऱ्या कंपन्या विकत घेतात - म्हणजेच कुप्रसिद्ध विलिनीकरण (Mergers acquisitions) तेव्हा 'जिंकणाऱ्याचा शाप' अनेकदा दिसून येतो. मॅकिन्सीच्या अभ्यासाप्रमाणे. अर्ध्याहून अधिक विलिनीकरणांचे पर्यवसान मूल्याची घसरण होण्यात होते, ही आश्चर्याची बाब.

मग आपण 'जिंकणाऱ्याच्या शापाचा' बळी का होतो? पहिली गोष्ट म्हणजे बऱ्याच गोष्टींचे खरे मूल्य अनिश्चित असते. शिवाय जितके जास्त लोक/कंपन्या लिलावात सहभागी होतात, तितकी वरची बोली अनाठायी उत्साहाने लागण्याची शक्यता अधिक. दुसरे म्हणजे आपल्याला सतत प्रतिस्पर्ध्यांवर कुरघोडी करायची असते. माझ्या एका मित्राची मायक्रो ॲन्टिनाची फॅक्टरी आहे. आयफोन बनवताना ॲपल कंपनीने टेंडरसाठी टोकाची चढाओढ घडवून आणली. त्याची आतल्या गोटातली बातमी त्याने मला सांगितली. ज्याला ते कंत्राट मिळेल त्याचा कितीही तोटा झाला, तरी ॲपलचा अधिकृत पुरवठागार व्हायची सर्वांचीच इच्छा असते.

तर मग १०० डॉलर्ससाठी तुम्ही किती पैसे मोजायला तयार आहात? तुम्ही व अजून एक स्पर्धक एका लिलावात भाग घेत आहात. त्याचे नियम - ज्याची बोली जास्त, त्याला ती १०० डॉलर्सची नोट मिळणार; आणि मुख्य म्हणजे तसे झाल्यावर दोघांनाही आपल्या शेवटच्या बोलीएवढी रकम भरावी लागेल. तुम्ही कितीपर्यंत जाल? तुमच्या दृष्टीने किती देणे योग्य वाटते? २०, ३० की ४० डॉलर्स? तुमचा प्रतिस्पर्धीही तसेच करतो. ९९ डॉलर्सही १०० डॉलर्स मिळवण्यासाठी पणाला

लावणे ठीक वाटते. आता समोरच्याने १०० डॉलर्सची बोली लावली. जर ती सर्वाधिक राहिली तर त्याला ना नफा ना नुकसान (१०० डॉलर्स मिळवायला १०० डॉलर्स दिले); परंतु तुम्हाला ९९ डॉलर्स द्यावे लागतील. म्हणून तुम्ही वरचा आकडा सांगत जाता. ११० डॉलर्सच्या बोलीमध्ये तुमचा १० डॉलर्सचा घाटा, तर तुमच्या प्रतिस्पर्धाचा १०५ डॉलर्सचा (त्याची शेवटची बोली). म्हणून तो आणखी वर जातो. तुम्ही थांबता? तुमचा प्रतिस्पर्धी कधी थांबतो? आपल्या दोस्तांबरोबर हा प्रयोग करून पहा.

सारांश - लिलावाबद्दलचा वॉरेन बफेटचा हा सुज्ञ सल्ला घ्या. 'जाऊच नका-टाळा.' जर तुमच्या उद्योगधंद्यात ते अपरिहार्य असेल, तर मनाशी जास्तीत जास्त किती देणे योग्य ती रक्कम आधी ठरवा, आणि 'जिंकणाऱ्याच्या शापाचा' प्रभाव कुचकामी करण्यासाठी त्यातून २०% वजा करा. एका कागदावर हा आकडा लिहा आणि त्यापेक्षा एकही पैसा जास्त देऊ नका.

हेही पहा :

'आत्मगंडाचा प्रभाव' (प्र. २३)

३६

तुमचे पुस्तक आत्मकथापर आहे का असे लेखकाला विचारू नका

'श्रेय देण्यामागची मूलभूत चूक'

पेपर उघडताच बातमी दिसते की, कंपनी घाट्यात आल्यामुळे एका सी.ई.ओ.ला राजीनामा द्यावा लागला. खेळाबद्दलच्या सदरात तुम्ही वाचता की, तुमच्या आवडत्या टीमची सध्याची विजयी घोडदौड 'क्ष' खेळाडू किंवा 'य' कोचमुळे अविरत चालू आहे. इतिहासाचे पुस्तक सांगते की, १८००च्या सुमारास फ्रेंच सैन्याचे यश म्हणजे नेपोलियनच्या उत्तम नेतृत्व आणि युद्धाच्या मुत्सद्दी योजनांचा पुरावा होता. जणू, 'प्रत्येक कहाणीमागे एक चेहरा असतो'; वृत्तपत्रांच्या बातम्यांच्या बाबतीत तर ही खरंच 'दगडावरची रेघ' आहे. प्रत्येक वेळा पत्रकार (व वाचक ही) बातमीमध्ये व्यक्तीसापेक्ष दृष्टीकोन, एखाद्याचे मत, कल, त्याची कहाणी - ह्यावर भर देण्याच्या फंदात 'अतिरेक' करून, 'श्रेय देण्यामागच्या मूलभूत चुकीची' शिकार होतात. इतर बाहेरील परिस्थितीजन्य घटकांना कमी महत्त्व देऊन अथवा दुर्लक्ष करून, एखाद्या व्यक्तीच्या प्रभावाला प्रमाणाबाहेर महत्त्व देण्याचा कल ह्यामध्ये स्पष्ट दिसून येतो.

१९६७मध्ये, ड्युक विश्वविद्यालयामधील संशोधकांनी एका प्रयोगातून भाग घेणाऱ्यांना एक लेख वाचायला दिला. त्यात फिडेल कॅस्ट्रोची खूप प्रशंसा किंवा भरपूर टीका केली होती. त्यांना सांगण्यात आले होते की, लेखकाच्या स्वत:च्या राजकीय मतांचा त्याच्या लिखाणावर काही प्रभाव नाही. हे सांगूनसुद्धा, बऱ्याच जणांना वाटले की, त्याच्या मतांची झलक त्यात दिसते. त्यांनी त्याच्या

व्यक्तिमत्त्वामध्ये त्याच्या लिखाणातून दिसणारे मुद्दे पेरण्याची चूक केली आणि इतर बाह्य घटकांकडे संपूर्ण दुर्लक्ष केले. ह्या बाबतीत ते म्हणजे - मजकूर मुद्दाम विशिष्ट पद्धतीने लिहिणारे प्रोफेसर.

नकारात्मक वाईट घटनांना गोंडस स्वरूप देण्यासांठी 'श्रेय देण्यामागच्या चुकी'चा छान वापर करता येतो. उदा. युद्धाचे खापर आपण एखाद्या व्यक्तीवर फोडतो. जसे आपल्यामुळे पहिले जागतिक महायुद्ध (World war-I) झाले ही बाब सारयेवोच्या युगोस्लावियन मारेकऱ्याच्या सद्सद्विवेक बुद्धीला सतत टोचते आणि एकट्या हिटलरने दुसरे जागतिक महायुद्ध घडवून आणले. लढाया म्हणजे अकल्पित, आकस्मिक घटना ज्यांचे अगणित गुंतागुंतीचे पदर पूर्णपणे समजणे कठीण. तरीही अनेकजण असे सुलभीकरण सहज स्वीकारतात. असेच काहीसे आर्थिक बाजारपेठा आणि हवामान, वातावरण बदलाच्या संदर्भात होते; नाही का?

कंपन्या जेव्हा चांगले-वाईट अहवाल घोषित करतात तेव्हाही हाच नमुना दिसतो. सत्य काय आहे हे माहीत असूनही आपला रोख सी.ई.ओ.च्या ऑफिसकडे वळतो. आर्थिक यश खरे म्हणजे देदीप्यमान नेतृत्वापेक्षा, एकंदरीत आर्थिक वातावरण कसे आहे आणि कंपनी कितपत आकर्षक आहे ह्यावर अवलंबून असते. बुडण्याच्या मार्गावर असलेल्या उद्योगांचे सी.ई.ओ. अनेकदा बदलताना दिसतात, पण यशाच्या पायऱ्या चढणाऱ्यांत हे क्वचितच दिसते. ही खरी गंमतीशीर गोष्ट आहे. जे उद्योगधंदे चांगले चालत नाहीत ते कर्मचारी निवड प्रक्रियेत निष्काळजी असतात का? फुटबॉलचे क्लब्स व कोच ह्यांच्यामध्ये जे काही घडते, तेवढेच हे कमी तर्कनिष्ठ असते असे मानायला हरकत नाही.

मी अनेकदा संगीताच्या कार्यक्रमांना जातो. स्वित्झर्लंडच्या ल्युसर्न ह्या माझ्या शहरात कधीमधी एखादा शास्त्रीय संगीताचा कार्यक्रम पहायला मिळतो. मध्यंतराच्या गप्पांमध्ये त्या कार्यक्रमातल्या कंडक्टर (वाद्यवृंदाचे कॅप्टन आणि एकेकटे वाजवणाऱ्या गाणाऱ्या कलाकारांनाच वाखाणले जाते, असे माझ्या ध्यानात आले आहे. जागतिक प्रिमिअरचा अपवाद सोडला तर संगीताच्या बांधणीवर क्वचितच चर्चा होते का? संगीताची खरी जादू त्याच्या बांधणीत असते. एका कोऱ्या कागदावर सूर, ताल, रंग, संवेदना कल्पकतेने चितारणे ही किमया नाही तर काय? वेगवेगळ्या संगीत बांधणीतले फरक, संगीत निरनिराळे लोक वाजवतानाच्या फरकापेक्षा हजार पटींनी जास्त मंत्रमुग्ध करणारे व प्रभावशाली असते. पण आपण असा विचार करत नाही. कागदावर लिहिलेली संगीत बांधणी बिनचेहऱ्याची असते. कंडक्टर्स व वाद्य वाजवणाऱ्या स्टार कलाकारांसारखी नव्हे.

कादंबरीकार व लेखक म्हणून माझ्या कारकिर्दीत श्रेय देण्यामागची चूक मी अशा रीतीने अनुभवतो. माझ्या एखाद्या पुस्तकातून काही भागाचे वाचन झाले, (तसे का करावे हाच मुळात प्रश्न आहे.) की हमखास पहिला प्रश्न असतो, अगदी नेहमीच 'तुमच्या पुस्तकातला कुठचा भाग आत्मकथापर आहे?' मला अनेकदा वैतागाने ओरडावेसे वाटते, 'हे काही माझ्याबद्दल नाही. बुद्धू कुठले! हा कार्यक्रम पुस्तकाविषयी आहे. त्यातील भाषा, गोष्टीचा गाभा, कथानकाची घडण इ. इ.! त्याबद्दल बोला!' पण माझे संस्कार मला तसे फार कमी वेळा उफाळून बोलू देतात.

'श्रेय देण्यामागची चूक' करणाऱ्या गुन्हेगारांना आपण फार कडक भूमिकेतून पाहू नये. आपल्या पूर्वापार चालत असलेल्या सवयींचे बीज आपल्या उत्क्रांतीमध्ये आहे. एखाद्या कळपाचा सभासद असणे हे जीवित राहण्यासाठी महत्त्वाचे होते. म्हणून आपल्याला माणसांमध्ये एवढी रुची. प्रजनन, संरक्षण, मोठ्या जनावरांची शिकार ह्या सारख्या गोष्टी एकट्या व्यक्तीला जमणे अशक्य. गटातून हकालपट्टी म्हणजे मरणाची खात्री आणि ज्यांनी स्वेच्छेने एकटे राहणे पसंत केले असे नक्की काही असणार- त्यांचेही हसे झाले असणार व जनुकांच्या समूहातून ते वजा झाले. थोडक्यात आपले आयुष्य इतरांवर अवलंबून होते आणि त्यांच्याशी जोडलेले होते. म्हणूनच आजही आपल्या मनात इतरांविषयी सतत विचार आणि रुची. ह्या भुरळ पडल्यागत अवस्थेमुळे आपला ९०% वेळ इतरांबद्दल विचार करण्यात जातो आणि फक्त १०% इतर घटक व संदर्भाविषयी.

सरतेशेवटी - जीवनाच्या देदीप्यमान देखाव्याने आपण कितीही भारावून गेलो तरी त्या रंगमंचावरील व्यक्ती परिपूर्ण स्वयंचलित नसतात. एका घटनेकडून दुसऱ्या घटनेकडे ते धडपडत असतात. तुम्हाला जर आज आता खरंच काय चाललंय हे समजून घ्यायचं असेल तर, मंचावरच्या त्या कलाकारांना विसरा. त्यांच्यावर कुठच्या प्रभावांचा खेळ चालतो त्याकडे लक्ष द्या.

हेही पहा :
'कथेकडे कल' (प्र. १३), जलतरणपटू देहयष्टी आभास' (प्र. २), 'ठळकपणाचा परिणाम' (प्र. ८३), 'समाचाराचे मोहजाल' (प्र. ९९), 'दिव्यप्रभेचा परिणाम' (प्र. ३८), 'एकच कारण असल्याचा गैरसमज' (प्र. ९७)

३७

करकोचे बाळ आणतात ह्यावर विश्वास का ठेवू नये

'चुकीचा कार्यकारणभाव'

हे ब्रिडस ह्या स्कॉटलंडच्या दक्षिणेकडच्या बेटांच्या समूहावर वसणाऱ्या लोकांना, केसात उवा असणे हा आयुष्यातला अविभाज्य घटक होता. उवा गेल्या तर माणूस ताप येऊन आजारी पडायचा. म्हणून ताप जाण्यासाठी लोक मुद्दाम केसात उवा घालायचे. त्यांच्या वेडेपणात एक तंत्र होते. उवांचे बस्तान परत बसले की रोगी बरा व्हायचा.

एका शहरात एका अभ्यासाद्वारे असे दिले की, आग विझवायला जितके जास्त अग्निशामक बोलवले जातील तितकी अधिक हानी होते. तिथल्या मेयरने तातडीने अग्निशामकसाठीचे बजेट कापून नवीन लोक नेमणे थांबवले.

दोन्ही गोष्टी हान्स-पीटर बेक-बॅर्नहोल्ट व हान्स-हर्मान ड्युब्बेन ह्या जर्मन पदार्थशास्त्राच्या प्रोफेसरकडून आल्या. दुर्दैवाने त्यांच्या पुस्तकाचे इंग्रजी भाषांतर नाही. त्यात ते कारण-परिणामातला गोंधळ दर्शवतात. आजारी माणसाला उवा सोडून जातात. कारण तापामुळे उवांचे पाय भाजतात. ताप गेला की त्या परत येतात. आणि आग जितकी मोठी तितके जास्त अग्निशामक बोलवले जातात. उलटा मामला नव्हे-

आपण अशा कथा ऐकून नाक मुरडतो, पण आपण जवळजवळ रोज 'चुकीच्या कार्यकारण भावाला' बळी पडतो. हा मथळा पहा.' 'कर्मचारी प्रेरित व उत्साही असल्यामुळे कंपनीच्या नफ्यात वाढ.' खरंच तसे होते का? कदाचित कंपनी चांगली

चालत असल्यामुळे कर्मचाऱ्यांचा उत्साह वाढतत असेल. दुसरा एक मथळा म्हणतो की ज्या कंपनीच्या बोर्डवर जास्त स्त्रिया असतात, त्या जास्त नफा दाखवतात. हे असे होते? की खरं म्हणजे जास्त नफा होतो त्या कंपन्यांत बोर्डवर स्त्रियांना घ्यायचा कल जास्त असू शकतो? उद्योगधंदा- व्यापारावर लिहिणारे लेखक व तज्ज्ञ असे नकली, किंवा निदान अस्पष्ट, धूसर, कार्यकारणभाव वापरतात.

१९९०च्या शतकात, फेडरल रिझर्वचे प्रमुख ॲलन ग्रीनपॅनएवढा दबदबा कोणाचाच नव्हता. त्याच्या एखाद्या सहज केलेल्या उद्‌गारामुळे आर्थिक धोरण अशा एका गूढ शास्त्राप्रमाणे वाटायचे. ज्यामुळे देश भरभराटीच्या मार्गावर बिनघोर वाटचाल करतोय. राजकर्ते, पत्रकार आणि उद्योग जगातले पुढारी सर्वांनी ग्रीनपॅनला जणू दिले होते. आज आपण जाणतो की हे सारे समालोचक 'चुकीच्या कार्यकारणभावाचे' शिकार झाले होते. चीन जगातला सर्वात मोठा कमीत कमी किमतीत माल उत्पादक आणि अमेरिका कर्ज मोठ्या उत्साहाने घेणारा देश आहे. अमेरिकेचे त्याच्याबरोबरच्या परस्परावलंबी संबंधाचा अमेरिकेच्या अर्थव्यवस्थेवर प्रभाव जास्त होता. दुसऱ्या शब्दात सांगायचे झाले तर त्याच्या कारकिर्दीत अमेरिकेची अर्थव्यवस्था चांगली होती हे ग्रीनपॅनचे सुदैव होते.

अजून एक नमुना- संशोधकांना दिसले की हॉस्पिटलमध्ये अधिक काळ राहिल्याने रोग्यांना जास्त त्रास होतो. आरोग्याचा विमा उतरवणाऱ्यांना कंपन्यांना हे ऐकून आनंद झाला. त्यांना रोग्याचे हॉस्पिटलचे वास्तव्य कमीत कमी असेल तर फायदा. पण ज्या रोग्यांना लौकर रजा दिली जाते ते मुळात जास्त सुदृढ असतात; जास्त दिवस राहायला लागणारे अधिक दुबळे म्हणून तर रोग बळावलेला असतो. पण म्हणून काही दीर्घकाळ वास्तव्य हानीकारक होत नाही.

किंवा हा मथळा पहा - 'वस्तुस्थिती = दररोज 'क्ष' शांपू वापरणाऱ्या बायकांचे केस घनदाट व मजबूत असतात.' ह्यात किती तथ्य आहे हे आपण शास्त्रीयरीत्या शहानिशा करून पाहू शकतो. पण ह्या विधानावरून शांपूमुळे केस मजबूत होतात हा निष्कर्ष क्वचितच काढू शकतो. पण असे केस असलेल्या जास्त बायका तो 'क्ष' शांपू वापरत असू शकतात, कारण त्याच्या वेष्टनावर 'घनदाट केसांसाठी स्पेशल शांपू' असे लिहिलेले असते.

हल्ली माझ्या वाचनात आले की, खूप पुस्तके असतील अशा विद्यार्थ्यांना चांगले मार्क मिळतात. पुस्तक विक्रेते एकदम खूश. पण 'चुकीच्या कार्यकारणभावाचा' हा आणखी एक नमूना आहे. खरे म्हणजे अशिक्षित पालकांपेक्षा सुशिक्षित पालक मुलांच्या शिक्षणाकडे जास्त लक्ष देतात हा वस्तुस्थिती आहे. शिवाय, सुशिक्षित

पालकांच्या घरी जास्त पुस्तके असतात. थोडक्यात 'वॉर अ‍ॅन्ड पीस' ची प्रत फक्त धूळ खात घरी पडली असल्याने मार्कांवर काही परिणाम होत नाही. पालकांचा शैक्षणिक दर्जा आणि त्यांच्या जनुकांमुळे जास्त फरक पडतो.

'चुकीच्या कार्यकारणभावाचे' एक उत्तम उदाहरण म्हणजे जर्मनीमधील जन्मप्रमाण व करकोच्यांच्या जोड्यांची संख्या यामध्ये बांधलेले समीकरण. दोन्हीही उतरणीला लागले होते आणि त्यांचा आलेख आखला तर १९६५ ते १९८७च्या दरम्यान दोन्ही आलेख रेषा जवळजवळ समांतर जाताना दिसत होत्या. ह्याचा अर्थ खरंच करकोचे बाळे आणतात का? नक्कीच नाही, कारण ह्या दोन गोष्टी एका कालखंडात होणे हा निव्वळ योगायोग आहे.

सरतेशेवटी - परस्परसंबंध म्हणजे कार्यकारणभाव नव्हे. अशा जोडल्या गेलेल्या घटनांना तुम्ही जवळून तपासा- कधीकधी जी गोष्ट कारण म्हणून पुढे केली जाते, तो खरं म्हणजे परिणाम असू शकतो. तसेच, उलटही घडू शकते आणि कधीकधी करकोचे आणि बाळांच्या जन्माच्या उदाहरणाप्रमाणे, काहीही संबंधही नसतो.

हेही पहा :

'योगायोग' (प्र. २४), 'संगतीचा ओढा' (प्र. ४८), 'गटीकरणाचा आभास' (प्र. ३), 'कथेकडे कल' (प्र. १३), 'भरवून दिलेला एकसुरी विचार' (प्र. ३१), नवशिक्याचे भाग्य' (प्र. ४९)

३८

आकर्षक लोक कारकीर्दीचे शिखर अधिक लवकर का गाठू शकतात?

'दिव्यप्रभेचा परिणाम'

सिस्को ही सिलिकॉन व्हॅलीमधील नव्या अर्थव्यवस्थेतली कंपनी. कोणे एके काळी सर्वांत लाडकी होती. उद्योगजगताचे पत्रकार प्रत्येक क्षेत्रातल्या तिच्या यशाची वाहवा करायचे. त्यांची उत्तम ग्राहक सेवा, परफेक्ट बिझनेस डावपेच, इतर कंपन्या-उद्योग हस्तगत करण्यातले कसब, कामकाजाची आगळी संस्कृती आणि आकर्षक प्रभावी सी.ई.ओ.; मार्च २०००मध्ये ती जगातली सगळ्यात मूल्यवान कंपनी होती.

जेव्हा सिस्कोचा स्टॉक शेअर बाजारात पुढच्या वर्षी ८०% नी गडगडला तेव्हा पत्रकारांचा रोख, त्यांची भाषा बदलली. अचानक कंपनीची बलस्थाने व स्पर्धकांमध्ये वरचढ असणाऱ्या गोष्टी आता हानीकारक त्रुटी म्हणून दाखवल्या जाऊ लागल्या. ग्राहक सेवेत खोट, अस्पष्ट कार्ययोजना, चुकीच्या कंपन्या हस्तगत करण्याची तऱ्हा, 'जेमतेम' कार्यसंस्कृती आणि एक निकामी सी.ई.ओ.; खरे म्हणजे हे सारे तेच होते! काही बदल घडला असेल तर फक्त डॉट-कॉमचा फुगा फुटल्यानंतर सिस्कोच्या उत्पादनांचा खप व त्यांची मागणी कमी झाली होती; आणि त्यात कंपनीचा काही दोष नव्हता.

जेव्हा आपण एखाद्या गोष्टीने भारावून जातो तेव्हा परिस्थिती सर्व बाजूंनी पाहात नाही. पूर्वीचे चित्र पाहण्यात आता अडचण येऊ लागते. सिस्कोच्या बाबतीत त्याची दिव्यप्रभा (Halo) खूपच दिपवून टाकणारी होती. 'दिव्यप्रभेच्या प्रभावा'मुळे

पत्रकार कंपनीच्या स्टॉक्स मूल्यांनी विस्मयचकित झाले होते. त्यामुळे, बारकाईने परिक्षण केल्याशिवाय त्यांनी असे गृहित धरले की, पूर्ण उद्योग व्यवहार सर्वोत्तम होता.

'दिव्यप्रभेचा प्रभाव' नेहमी त्याच तऱ्हेने काम करतो. आपण एखाद्या सहज उपलब्ध असणाऱ्या किंवा उठून दिसणाऱ्या गोष्टीवरून उदा. कंपनीची आर्थिक स्थिती, इतर गोष्टीबद्दल निष्कर्ष काढतो. त्या नीट ताडून पाहणे कठीण असते. उदा. कंपनीच्या मॅनेजमेंटचा कस किंवा धोरणाची व्यवहार्यता. तथ्य नसलेल्या ठिकाणी आपण यश व श्रेष्ठत्व प्रदान करतो. उदा - एखाद्या कंपनीच्या प्रतिष्ठेच्या जोरावर आपण त्यांची उत्पादने निवडतो. 'दिव्यप्रभेच्या प्रभावाचा' अजून एक नमुना म्हणजे आपण असे मानतो की, एका उद्योगात यशस्वी असलेले सी.ई.ओ. कुठल्याही दुसऱ्या प्रकारच्या उद्योगातही तेवढेच यशस्वी होतील. एवढेच नव्हे तर आपल्या वैयक्तिक जीवनातही ते हीरो असतात.

मानसशास्त्रज्ञ एडवर्ड थॉर्नडाईक ह्यांनी जवळजवळ १०० वर्षांपूर्वी 'दिव्यप्रभेचा प्रभाव' शोधला. त्यांच्या निष्कर्षाप्रमाणे एखाद्या गुणाची किंवा बाबीची (उदा - सौंदर्य, सामाजिक दर्जा, वय) एवढी सकारात्मक किंवा नकारात्मक छाप पडते, की त्यापुढे इतर सारे निस्तेज होते. परिणाम असंतुलित होतो. सौंदर्याचा अभ्यास सर्वाधिक झाला आहे. संशोधन सांगते की, सुंदर दिसणारे लोक अधिक प्रामाणिक, हुशार व मनमिळावू असतील असे आपण गृहीत धरतो. आकर्षक लोकांना व्यावसायिक आयुष्यही जास्त सोपे जाते. 'बढतीसाठी (बायका) शरीरसंबंध ठेवतात' ह्या गैरसमजाशी त्याचा काही संबंध नाही. ह्याचा प्रभाव शाळांतही दिसतो, जिथे शिक्षक नकळत छान दिसणाऱ्या विद्यार्थ्यांना जास्त मार्क्स देतात.

जाहिरात जगताचे व दिव्यप्रभेच्या प्रभावाचे घट्ट नाते आहे. टि.व्ही.मधील जाहिराती, मासिके व मोठ्या बोर्डस्वरून आपल्याकडे किती चमकत्या ताऱ्यांचे, प्रसिद्ध व्यक्तींचे चेहरे मोहकपणे बघताना दिसतात ते पहा. रॉजर फेडररसारखा ख्यातनाम टेनिसपटू कॉफी मशिनवरचा तज्ज्ञ कसा बनतो ही चर्चेची बाब आहे. पण त्यामुळे ती जाहिरात मोहीम यशस्वी व्हायची राहिली नाही. विख्यात लोकांनी वाटेल त्या उत्पादनांचे समर्थन द्यायची इतकी सवय आपल्याला झाली आहे की, त्याला आपण इतके अवाजवी महत्त्व का देतो हा विचार आपण अजिबात करत नाही. पण हीच तर त्याची गोम आहे. 'दिव्यप्रभेचा प्रभाव' आपल्या सुप्त मनावर काम करतो. फक्त तो आकर्षक चेहरा, ते स्वप्नवत् जीवन आणि ते उत्पादन ह्यांची एकदा छाप पडली की झालं!

'दिव्यप्रथेच्या प्रभावा'मुळे होणाऱ्या नकारात्मक परिणामांच्या पगड्यामुळे खूप अन्याय होतो, विनाकारण वर्गीकरण होते. बाकी साऱ्या घटकांना वगळून नागरिकत्व, जात, धर्म, लिंग अशा वैशिष्ट्यांना अती महत्त्व मिळते. आपण वंश अथवा लिंगाबाबत पूर्वग्रह बाळगणारे द्वेष्टे नसलो तरीही हे घडू शकते. 'दिव्यप्रभेचा प्रभाव' आपली दृष्टी एकांगी व कलुषित करतो - थेट त्या पत्रकार, शिक्षक व ग्राहकांप्रमाणे.

कधीकधी थोडक्या काळासाठी का होईना, दिव्य प्रभावाचा छानसा परिणाम ही होतो. तुम्ही कधी प्रेमात पडलाय का? तसे असेल तर एखादी व्यक्ती किती पूर्णपणे दोषरहित वाटू शकते ह्याचा अनुभव तुम्ही घेतला असेल. तुमचे मिस्टर किंवा मिस परफेक्ट, जणू अद्वितीय गुणांचा खजिनाच असतो. आकर्षक, हुषार, प्रेमळ व आवडण्याजोगा. तुमचे दोस्त, त्यांच्यामधले स्पष्ट दिसणारे दोष दाखवतात तेव्हाही तुम्हाला ती इवलुशी गोंडस 'तीट' वाटते.

'दिव्यप्रभेचा प्रभाव' आपल्याला खरे गुणावगुण दिसण्यापासून वंचित ठेवतो. त्याचा परिणाम टाळण्यासाठी तुम्ही फक्त चेहऱ्यावर जाऊ नका. उठून दिसणारे, दिपवणारे गुण बाजूला ठेवा. जगप्रसिद्ध वाद्यवृंद कलाकारांची निवड करताना हे तंत्र वापरतात. त्यांना पडद्याआड बसून वाद्य वाजवायला सांगतात. आपले संगीत सादर करण्याची संधी देतात. त्यामुळे वय, लिंग, वंश व चेहरामोहरा अशा घटकांचा प्रभाव पडत नाही. उद्योग जगताच्या पत्रकारांना मी असे सुचवेन की कंपनीची योग्यता मोजताना तिच्या त्रैमासिक अहवालावर (जो स्टॉक मार्केट नेमाने पाठवतो) अवलंबून न राहता इतर अनेक घटकांचा अभ्यास करा. खोलवर मागोवा घ्या, नीट अभ्यास करा, पडताळून पहा. एवढे मंथन करून जे मिळेल ते सुरेख, आकर्षक नसेल कदाचित, पण त्यात शिकण्यासारखे काही जरूर मिळेल.

हेही पहा :

'श्रेय देण्यामागची मुलभूत चूक' (प्र. ३६), 'ठळकपणाचा परिणाम' (प्र. ८३), 'जलतरणपटू देहयष्टी आभास' (प्र. २), 'तफावतीचा परिणाम' (प्र. १०), 'अपेक्षा' (प्र. ६२)

३१

शाब्बास! तुम्ही रशियन रुलेमध्ये जिंकलात

'पर्यायी वाटा'

तुमच्या शहराच्या वेशीबाहेरील जंगलात तुम्ही एका कुलीन जेष्ठ रशियनला भेटायचे ठरवता. तुम्ही पोचल्यावर थोड्या वेळाने तो येतो. हातात एक बंदुक आणि एक सुटकेस. ती नोटांनी खचाखच भरलेली असते. एकूण १० मिलियन डॉलर्स (१ कोटी). 'रशियन रुले खेळणार का?' तो विचारतो. 'एकदा बंदुकीचा चाप ओढायचा मग हे सारे पैसे तुझे.' बंदुकीत एकच गोळी असते, बाकी ५ खाने रिकामे. तुम्ही आजमावता, एवढे पैसे मिळाले तर आयुष्य पूर्ण बदलून जाईल. परत कधी नोकरी करायच्याऐवजी तुम्ही स्पोर्टस् कारचा संग्रह करू शकाल.

तुम्ही आव्हान स्वीकारता. ती बंदूक कपाळाशी धरून घोडा दाबता. छोटासा खटक्याचा आवाज येतो अन् तुमच्या रोमारोमात ॲड्रिनॅलिन पसरते. काहीच झालेले नसते. तो खाना रिकामा होता! तुम्ही वाचलात- जिवंत आहात. तुम्ही ते पैसे घेता! आणि तुमच्या माहितीतल्या सर्वात सुंदर शहरात राहायला जाऊन, आपल्या नव्या शेजाऱ्यांना असूया वाटेल, असा आलिशान बंगला बांधता.

त्यापैकी एका शेजाऱ्याच्या घरावर तुमच्या बंगल्याची सावली पडते. तो नावाजलेला वकील आहे. तो वर्षाचे ३०० दिवस रोज १२ तास काम करतो. त्याची फी महाग आहे पण असामान्य किंवा वावगी नाही. ताशी ५०० डॉलर्स कर आणि दैनंदिन खर्च वगळता दरवर्षी तो ५ लाख डॉलर्सची बचत करतो. कधीकधी मनातल्या मनात हसत, तुम्ही तुमच्या बंगल्याच्या आवारातून त्याला हात दाखवून

ओळखीची सलामी देता. तुमच्या ऐपतीपर्यंत पोचायला त्याला अजून २० वर्षे लागतील.

समजा वीस वर्षांनी तुमच्या त्या कष्टाळू शेजाऱ्याने १ कोटी डॉलर्सची पुंजी जमवली आहे. एखादा पत्रकार त्या भागातल्या सुखवस्तू धनाढ्य रहिवाशांवर एक लेख लिहायच्या उद्देशाने येतो. त्याच्या लेखात चित्रासह तुमच्या व तुमच्या शेजाऱ्यांची घरे, मालमत्ता, तुमच्या सुंदर दुसऱ्या बायकांसहित सर्वांचे वर्णन असते. तुमच्या घरातील सजावट आणि बगिच्याचे छान चित्रण त्यात असते, पण सर्वात महत्त्वाचा फरक दृष्टीआड राहतो. तुमच्या दोघांच्या १ कोटी डॉलर्सच्या संपत्तीमागची जोखीम. त्यासाठी त्याला वेगवेगळ्या किंवा पर्यायी वाटा जाणून घ्याव्या लागतील.

पण फक्त पत्रकार इथे कमी पडतात असे नाही. आपण सारे हेच करतो.

नसिम तालेब रशियन रुलेच्या छोट्या कहाणीतून हे स्पष्ट करतात. पर्यायी 'वाटा' म्हणजे थोडक्यात ज्या वेगळ्या गोष्टी घडू शकल्या असत्या (ज्याने घटनेला कलाटणी मिळते) पण ज्या घडल्या नाहीत. रशियन रुलेच्या उदाहरणात चार मार्गांची निष्पत्ती एकच असती (१ कोटी डॉलर्स जिंकणे) आणि पाचव्याची - तुमचा मृत्यू. पराकोटीचा फरक - वकिलाच्या उदाहरणात वेगवेगळ्या पर्यायांमध्ये काही एवढा मोठा फरक नाहीए. तो एखाद्या गावात राहिला तर त्याला कदाचित ताशी २७० मिळाले असते. न्यूयॉर्कमधल्या एखाद्या मोठ्या भांडवल गुंतवणूक करणाऱ्या बँकमध्ये काम करत असता तर त्याचे उत्पन्न ताशी ६०० असते. पण आधीच्या उदाहरणातल्या तुमच्याप्रमाणे, कोणत्याही वेगळ्या वाटेवर आपली सर्व संपत्ती किंवा आपला जीव गमावण्याचा धोका त्याला नव्हता.

'पर्यायी वाटा' अदृश्य असतात. त्याबद्दल आपण क्वचितच विचार करतो. जे टाकाऊ (Junk) बॉन्डस्, पर्याय आणि कर्जाच्या परतफेडीच्या 'जुगाडाशी' खेळतात - त्यात कधी खूप पैसेही कमावतात - त्यांनी हे कधीही विसरू नये की, काही 'वेगळ्या वाटा' त्यांना रसतळाला पोचवतील. तर्कनिष्ठ विचार पद्धतीनुसार अतोनात धोका पत्करून कमवलेल्या १ कोटी डॉलर्सचे मूल्य वर्षानुवर्षे कष्टाने मिळवलेल्या तेवढ्याच रक्कमेपेक्षा कमी असते (एखादा हिशोबनीस ह्याला दुजोरा देणार नाही).

Fooled by randomness ह्या त्याच्या पुस्तकात तालेबने मित्राबरोबर न्यू यॉर्कच्या बारमध्ये घडलेला जेवणाचा किस्सा सांगितला आहे. 'जेवणाचे बिल कोण भरणार हे ठरवायला आम्ही नाणेफेक केली. तो हरला. आता परिस्थिती अवघड झाली. तो माझा पाहुणा म्हणून स्वित्झर्लंडला आला होता. मी त्याला

पटकन म्हटलं, ''पुढच्या वेळेस इथे असो की न्यू यॉर्कला, पैसे मी देणार.'' क्षणभर विचार करून तो म्हणाला, ''म्हणजे, पर्यायी वाटांचा विचार केला तर आत्ताच्या जेवणाचे अर्धे पैसे तूच भरले आहेत की!''

निष्कर्ष - जोखीम सहज, उघडपणे दिसत नाही. म्हणून, नेहमी 'पर्यायी वाटा' काय आहेत ते पहा. खूप धोका पत्करून मिळालेल्या यशाचे मूल्य, तर्कनिष्ठ मनाला, सरळसोट कंटाळवाण्या मार्गाने मिळालेल्या यशापेक्षा कमी वाटते. (उदा. वकील, डेन्टिस्ट, स्किईंग शिकवणारा, वैमानिक, केशभूषा करणारी किंवा तज्ज्ञ सल्लागार) होय, बाहेरून पाहता 'पर्यायी वाटा' दिसणे कठीण. पण, आतमधून तर ते जवळजवळ अशक्य आहे. तुमचा मेंदू तुम्हाला पटवून देऊ पाहील की, तुम्ही यशस्वी व्हायलाच पाहिजे. तुमच्या उलाढाली कितीही धोकादायक असल्या तरीही... तुम्ही निवडलेल्या मार्गापेक्षा कोणताही वेगळा मार्ग मेंदू तुमच्या नजरेसही येऊ देणार नाही.

हेही पहा :

'काळा हंस' (प्र. ७६), 'संदिग्धतेचा तिटकारा' (प्र. ८), 'खंत वाटण्याची भीती' (प्र. ८२), 'माझ्याच बाबतीत' (प्र. ४७)

४०

खोटे भविष्यवेत्ते

'भाकिताचा आभास'

'तीन वर्षांत फेसबुक जगातले सर्वोत्तम मनोरंजनाचे साधन होईल'.

'दोन वर्षांत उत्तर कोरियातील राजवटीत बदल.'

'अर्जेंटिनाच्या वाईन बाजारपेठ काबीज करणार, त्यामुळे, फ्रान्सला 'द्राक्षे आंबट'.

'युरो गडगडण्याची शक्यता.'

'२०२५पर्यंत कमी दरात अवकाश यात्रा'

'येत्या १५ वर्षांत खनिज तेल संपुष्टात.'

दर दिवशी तज्ज्ञ आपल्यावर भाकितांचा मारा करतात, पण ती विश्वासार्ह असतात? काही वर्षांपूर्वीपर्यंत कोणीही ते तपासायची तसदी घेत नसत. आणि मग फिलिप टेटलॉकचे आगमन झाले. दहा वर्षांच्या अवधीत त्याने २८४ स्वघोषित तज्ज्ञांची २८,३६१ भाकीते तपासून पाहिली. निष्कर्ष - अचूकतेच्या दृष्टीने पाहिले तर तज्ज्ञांच्या भाकिताचा अंदाज, सहज अंदाज बांधण्यापेक्षा फक्त कणभर अधिक बरोबर निघतो असे दिसले. जे प्रसारमाध्यमांचे लाडके तज्ज्ञ होते त्यांचे अंदाज जास्त चुकत होते. हा मोठा हास्यापद विरोधाभास होता; त्यातही जगबुडीचे आणि सर्वनाशाचे भविष्यवेत्ते सर्वाधिक अपयशी होते. त्यांच्या असंभाव्य भाकितांच्या उदाहरणानुसार कॅनडा, नायजेरिया, चीन, भारत, इंडोनेशिया, दक्षिण आफ्रिका, बेल्जियम व युरोपियन युनियन कोलमडणार होते. पण तसे काहीही झाले नाही.

हार्वर्डच्या जॉन केनेथ गॉलब्रेथ ह्या अर्थशास्त्रज्ञाने लिहिले आहे की, 'भविष्याचा अंदाज वर्तवणारे दोन प्रकारचे असतात; एक म्हणजे स्वतः अज्ञानी असणारे आणि दुसरे म्हणजे ज्यांना स्वत:ला काही माहीत नाही हेच माहीत नसते.' या विधानाने त्याने आपल्या वर्तुळाचा द्वेष ओढवून घेतला. पीटर लिन्च ह्या फंड मॅनेजरने आणखी जळजळीत पद्धतीने सारांश काढला, 'अमेरिकेत ६०,००० अर्थशास्त्रज्ञ आहेत. त्यातले बरेचसे पूर्ण वेळ नोकरी करत आहेत - येऊ घातलेल्या मंदी व व्याजाच्या दरांचा अंदाज बांधणे हेच त्यांचे काम असते. जर त्यांनी सलग दोनदा योग्य भाकीत केले असते तर ते सर्व आतापर्यंत करोडपती झाले असते. माझ्या माहितीप्रमाणे अजूनही त्यातले बरेचसे नोकरीच करतायत. त्यावरून आपण काय ते समजावे.' ही दहा वर्षांपूर्वीची गोष्ट आहे. आज अमेरिका तिपटीहून अधिक अर्थशास्त्रज्ञांना नोकरी देऊ शकते. पण त्यांच्या अंदाज बांधण्याच्या दर्जावर काही फरक पडणार नाही.

तज्ज्ञांना आपले भाकीत चुकल्याचे काही दुष्पपरिणाम भोगावे लागत नाहीत. त्यांना मोकळीक असते; हीच तर गोम आहे. जर सुदैवाने ते म्हणाले ते खरे झाले तर त्यांना प्रसिद्धी, सल्लागार होण्यासाठी प्रस्तावपत्रे व प्रकाशन-प्रसिद्धीसाठी विचारणा होते. पण भाकीत चुकले तर त्याची काही किंमत मोजावी लागत नाही. ना पैशांनी, ना नावलौकिक गमावून. म्हणजे 'चीत भी मेरी - पट भी मेरी!' अशा परिस्थितीमुळे जमतील तितकी भाकीते ते वर्तवतात. खरंच, जितके जास्त अंदाज ते वर्तवतील, तितकेच योगायोगाने त्यातले जास्त खरे ठरतील. प्रत्येक अंदाजागणिक त्यांना एखाद्या 'भाकीत फंडात' पैसे - समजा १००० डॉलर्स- जमा करावे लागले तर ते योग्य ठरेल. एखादे भाकीत खरे ठरले तर त्यांना व्याजासहित पैसे परत मिळावेत. जर खोटे ठरले तर ते धर्मादाय संस्थेला दान दिले जावेत.

नक्की कशाचा अंदाज बांधणे शक्य असते आणि कशाचा नाही? काही गोष्टी सोप्या-सरळ असतात. उदा. एका वर्षात माझे वजन किती वाढू शकते ह्याचा अंदाज मला असतो. पण जितकी क्लिष्ट व गुंतागुंतीची गोष्ट व जितका जास्त कालावधी, तितका भविष्याचा अंदाज धूसर होत जातो. जागतिक तापमान वाढ, खनिज तेलाची किंमत, चलन, विनिमय दर, अशा गोष्टींचे अनुमान करणे कठीण असते. शोधांचे भाकीत करणे अशक्य, कारण कुठच्या तंत्रज्ञानाचा शोध आपण लावणार आहोत हे माहिती असते तर त्याचा शोध आपण आधीच लावला असता.

म्हणून अशा भाकितांची नीट समीक्षा करा. जेव्हा मी एखादे भाकीत ऐकतो तेव्हा ते कितीही विदारक असेल तरी मी हसतो. मग मी स्वत:ला दोन प्रश्न

विचारतो. पहिला, त्या तज्ज्ञाला ह्यातून काय फायदा होणार आहे? काय मिळणार आहे? तो नोकरदार असेल तर, सतत चुकला तर त्याची नोकरी जाईल का? की तो, पुस्तके व भाषणांद्वारे पैसे कमावणारा स्व-नियुक्त गुरू आहे का? दुसऱ्या प्रकारचा भविष्यवेत्ता प्रसिद्धीमाध्यमांवर अवलंबून असतो, म्हणून साहजिकच त्याची भाकीते सनसनाटी असण्याची शक्यता जास्त. दुसरा प्रश्न- त्याच्या यशाचे प्रमाण किती? गेल्या ५ वर्षांत त्याने किती अंदाज वतर्वले? त्यातले किती बरोबर निघाले व किती चुकले? ही माहिती महत्त्वाची आहे, पण ती कुठेच नमूद केली जात नाही. मी प्रसिद्धीमाध्यमांना कळकळीने विनंती करतो; तज्ज्ञाच्या भाकितांच्या सत्यासत्यतेचा इतिहास दिल्याशिवाय एकही भाकीत छापू नका.

आणि सरतेशेवटी, ब्रिटनचे माजी पंतप्रधान टोनी ब्लेअर यांचे उद्गार - 'मी भाकीते करत नाही. कधी केली नाहीत आणि करणारही नाही,' जे इथे अगदी चपखल बसतात.

हेही पहा :

'अपेक्षा' (प्र. ६२), 'आखणी मांडण्यामागचा गैरसमज' (प्र. ११), 'अधिकाराचा पगडा' (प्र. ९), 'सिंहावलोकनाची प्रवृत्ती' (प्र. १४), 'अनाठायी आत्मविश्वासाचा परिणाम' (प्र. १५), 'नियंत्रणाचा आभास' (प्र. १७), 'सुखसोयींचे ट्रेडमिल' (प्र. ४६), 'काळा हंस' (प्र. ७५).

४१

विशिष्ट केसेसमधला फसवा धागा

'संयोगामुळे फसगत'

क्रिस ३५ वर्षांचा आहे. त्याने सामाजिक तत्त्वज्ञानाचा अभ्यास केला आहे. पौगंडावस्थेपासूनच त्याला विकसनशील देशांमध्ये रुची आहे. पदवीधर झाल्यावर त्याने पश्चिम आफ्रिकेत २ वर्षे रेड क्रॉसमध्ये काम केले व नंतर ३ वर्षे जिनिव्हा येथील त्यांच्या प्रमुख विभागात, तिथे तो आफ्रिकन मदत विभागाचा मुख्य अधिकारी झाला. नंतर त्याने एम.बी.ए. केले. कॉर्पोरेट सोशल रिस्पॉन्सिबिलिटी (C.S.R.) वर त्याचा प्रबंध होता. हे वाचल्यावर सांगा, कशाची शक्यता जास्त आहे? (अ) क्रिस एका मोठ्या बँकेत नोकरी करतो. (ब) क्रिस एका मोठ्या बँकेत काम करतो जिथे तो त्यांची विकसनशील देशांसाठीची संस्था (Third World Foundation) चालवतो.

अ की ब?

बहुतेक लोक 'ब' म्हणतील. पण, ते चुकीचे उत्तर आहे. 'ब' पर्यायामध्ये तो बँकेतच काम करतोय एवढेच नाही, तर अजून एक अट त्याने पूर्ण केली आहे. बँकेत काम करणाऱ्यांपैकी फारच कमी जण, विकसनशील देशात, विशेषतः त्यांच्या संस्थेत काम करतात. म्हणून 'अ' पर्याय जास्त योग्य आहे. 'संयोगामुळे फसगत' झाल्यामुळे छोटासा उपगट पूर्ण मोठ्या गटापेक्षा मोठा वाटतो. जे खरे तर अशक्य आहे. नोबेल पारितोषिक मिळालेली द्वयी डॅनियल काहनेमन व ॲमॉस वेर्स्की ह्यांनी याचा सखोल अभ्यास केला आहे. 'संयोगामुळे फसगतीचे' आपण सहज शिकार

होतो. कारण 'सुसंवादी, सुसंयोजित व विश्वासार्ह' वाटणाऱ्या गोष्टींकडे आकृष्ट होण्याचा आपला नैसर्गिक कल असतो. आर्थिक मदतगार म्हणून क्रिसची प्रतिमा जेवढी वैविध्याने, प्रभावीपणे आणि छातीठोकपणे रंगवली जाईल तेवढाच आपला तर्क चुकण्याचा धोका अधिक. मी जर वेगळ्या पद्धतीने मांडले असते, तर निष्कारण अति माहिती देण्यावरून तुम्ही अतिरंजितता ओळखली असती. उदा. 'क्रिस ३५ वर्षांचा आहे.' कशाची शक्यता जास्त? (अ) क्रिस बँकेत काम करतो, तिथे त्याचे ऑफीस चोविसाव्या मजल्यावर आहे, तिथून सेंट्रल पार्कचा देखावा दिसतो.

आणखी एक उदाहरण पहा. काय होणे अधिक शक्य आहे? (अ) 'सिॲटल विमानतळ बंद आहे. सर्व हवाई उड्डाणे रद्द केली आहेत.' (ब) सिॲटल विमानतळ खराब हवामानामुळे बंद आहे. सर्व हवाई उड्डाणे रद्द केली आहेत.' 'अ' की 'ब'? ह्यावेळी तुम्ही बरोबर ओळखाल. 'अ' ची शक्यता जास्त, कारण 'ब'मध्ये अजून एक परिमाण लागू होणे आवश्यक आहे. वाईट हवामान. विमानतळ बंद असण्याची अनेक कारणे असू शकतात. उदा. बॉम्बस्फोटाची धमकी, अपघात किंवा संप. पण एखादी विश्वास वाटण्याजोगी कहाणी समोर आली, की अशी इतर कारणे लागू होऊ शकतील. ह्याकडे आपण सपशेल दुर्लक्ष करतो. आता हे तुम्हाला समजले आहे तेव्हा तुम्ही तुमच्या मित्रांबरोबर ते ताडून पाडू शकता. बहुतेक जण 'ब' पर्याय निवडतील.

'संयोगामुळे फसगतीचा' परिणाम तज्ज्ञांवरही होऊन त्यांची फसगत होऊ शकते. १९८२मध्ये भविष्यातील संशोधनावरील एका जागतिक परिषदेत शैक्षणिक क्षेत्रातले अनेक नावाजलेले तज्ज्ञ उपस्थित होते. डॅनिअल काहनेमनने त्यांचे दोन गट केले. 'अ' गटासाठी त्यांनी १९८३ साली असे वर्तवले, 'तेलाचा वापर ३०%ने कमी होईल. 'ब' गटाला सांगण्यात आले की, 'खनिज तेलाच्या किंमती भरमसाठ वाढल्यामुळे तेलाचा वापर ३०%ने कमी होईल.' दोन्ही गटांना मत विचारले की, असे होण्याची शक्यता किती आहे. निकाल स्पष्ट होतो. 'ब' गटाला तसे व्हायची खात्री 'अ' पेक्षा खूप जास्त वाटली.

काहनेमनच्या मते विचारप्रणालीचे दोन प्रकार असतात; पहिला म्हणजे सहज आपोआप होणारा स्वयंचलित, सरळसोट, आतल्या आवाजावर आधारित. दुसरा, तर्कशुद्ध, जागृत, सावध, संयम व वेळ घेऊन घाई न करता केलेला. दुर्दैवाने, अंतर्प्रेरित (इन्ट्युइटिव्ह) आतल्या आवाजावर आधारित) विचारप्रणाली तर्कशुद्ध मनाच्या पार पुढे जाऊन निर्णय घेऊन मोकळी होते. उदा. ९/११च्या वर्ल्ड ट्रेड सेंटरवरच्या हल्ल्यानंतर मी ते अनुभवले. मला प्रवासासाठी विमा काढायचा होता.

मला अशी एक कंपनी सापडली जी 'आतंकवादी हल्ल्यासाठी' विशेष विमा उतरवते. जरी इतर कंपन्यांच्या विमा पॉलिसी सर्व प्रकारचे अपघात (आतंकवादी हल्लादेखील) त्यांच्या योजनेत समाविष्ट करतात तरीही मी आपोआप त्या 'विशेष' ऑफरकडे आकृष्ट झालो. त्या आकर्षक पण कुचकामी 'विशेष' ऑफरसाठी मी जास्त पैसेही द्यायला तयार झालो ही सर्वात हास्यास्पद गोष्ट!

तात्पर्य काय की, मेंदूच्या डाव्या-उजव्या बाजूबद्दल विसरून जा. अंतःप्रेरित विचारपद्धती व सारासार तर्कशुद्ध विचारपद्धतीतला फरक अधिक महत्त्वाचा आणि प्रभावी आहे. महत्त्वाचे निर्णय घेताना नीट लक्षात ठेवा की, अंतःप्ररित पातळीवर वाजवी शक्यप्राय माहितीला आपण भुलतो. म्हणून उगीच पुढे आलेल्या अनावश्यक माहितीपासून आणि गाफील ठेवणाऱ्या सुखद शेवटापासून सावध रहा. एक लक्षात असू द्या; जर एखादा जादा नियम किंवा अतिरिक्त अट लागू होत असेल तर कितीही विश्वासार्ह वाटले तरी ते होण्याची शक्यता कमीच होते.

हेही पहा :

'बेस-रेट' वास्तवाकडे दुर्लक्ष' (प्र. २८), 'कथेकडे कल (प्र. १३)

४२

तुम्ही काय म्हणता यापेक्षा कसे म्हणता ते महत्त्वाचे

'बांधणी' (फ्रेमिंग)

खालील दोन वाक्ये पहा;

'अरे! कचऱ्याचा डबा भरलाय पहा!'

'ऐक ना! कचऱ्याचा डबा जरा रिकामा करून येशील का?

'स्वर व पट्टीमुळेच संगीत घडते' असे म्हटले जाते. तुम्ही काय म्हणताय, यापेक्षा ते कसे म्हणताय हे महत्त्वाचे आहे. आपले सांगणे वेगळ्या पद्धतीने पोचवले तर ते वेगवेगळ्या पद्धतींनी घेतले जाते. मानसशास्त्राच्या भाषेत ह्याला 'बांधणी' असे म्हणतात.

दोन घटना सारख्याच असल्या तरी त्या कशा मांडल्या जातात यावर आपली प्रतिक्रिया अवलंबून असते. काहनेमन व वेर्स्की ह्यांनी १९७०मध्ये एक सर्वेक्षण केले. रोगाची साथ रोखण्याच्या दोन योजना त्यांनी त्यात मांडल्या. सहाशे लोकांचे आयुष्य धोक्यात आहे, असे त्यांनी सांगितले. 'अ' पर्यायामुळे सर्व ६०० जणांना वाचवण्याची शक्यता ३३% होती. तर 'ब' पर्यायामुळे कोणीही वाचू न शकण्याची ६६% शक्यता आहे. पर्याय 'अ' व 'ब' दोन्ही समान होते (२०० लोक जीवित राहतील), तरीही बहुतेकांनी पर्याय 'अ' निवडला- कारण 'पळत्यापेक्षा हातचे बरे' ह्या म्हणीप्रमाणे त्यात २०० जीव तरी वाचतीलच असे वाटले. जेव्हा हेच पर्याय वेगळ्या पद्धतीने मांडले गेले तेव्हा निष्कर्ष खूप रोचक आला. पर्याय 'अ' मुळे

४०० जीव जातील, पर्याय 'ब' मुळे कोणाचाही जीव न जाण्याची ३३% शक्यता आहे आणि सर्व ६०० मरण्याची शक्यता ६६% आहे.' ह्यावेळी फक्त थोड्या जणांनी पर्याय 'अ' निवडला. बहुतेकांनी 'ब'ची निवड केली. भाग घेतलेल्या सर्वांनी सपशेल 'यू' टर्न (पूर्ण पलटी) मारला.

'जगतील' किंवा 'मरतील' ह्या केवळ रचनेवरून लोकांनी पार वेगळे निर्णय घेतले. अजून एक नमुना - संशोधकांनी एका गटाला दोन प्रकारच्या मांसाबद्दल सांगितले. '९९% मेद विरहित' आणि '१% मेद' (फॅट) असलेले, आणि त्यातले कोणते आरोग्यासाठी अधिक योग्य असे विचारले. कोणते असेल त्यांच्या मते.... तुमचा काय अंदाज? बरोबर! दोन्ही हुबेहुब सारखे असूनही बहुतेकांनी म्हटले की, पहिला प्रकार जास्त चांगला आहे. त्याहीपुढे जाऊन त्यांना '९८% मेद विरहित' व '१% मेद असलेले'मध्ये निवडायला सांगितले तेव्हाही त्यांनी पहिला पर्याय निवडला. खरं तर, त्याच्यात जास्त मेद आहे.

'सुशोभीकरण' (ग्लॉसिंग) हा बांधणी (फ्रेमिंग)चा एक लोकप्रिय प्रकार आहे. त्यामध्ये शेअरच्या मूल्यांच्या घसरणीला 'वाजवीकरणासाठी बदल (दुरुस्ती)' असे गोंडस नाव दिले जाते. मालकी हक्क मिळवण्यासाठी दिलेल्या जादा रकमेला सद्भावना मूल्य असे लेबल लावले जाते. प्रत्येक मॅनेजमेंट कोर्समध्ये 'समस्या' जादूने आपोआप 'संधी' किंवा 'आव्हान' बनते. नोकरी गमावलेली व्यक्ती आपल्या करिअरचे 'पुनर्मूल्यमापन' (रिअसेसमेंट) करत असते. धारातीर्थी पडलेला सैनिक नेहमीच देशासाठी वीरगती प्राप्त झालेला धाडसी योद्धा म्हणून गौरवला जातो. मग प्रत्यक्ष त्याच्या मृत्यूचे कारण दुर्दैव किंवा ऐनवेळी केलेला काही मूर्खपणा का असेना. वंशशुद्धीकरण म्हणजे पारंपरिक शुद्धता म्हणून सफाईने सारवासारव केली जाते. समजा, हड्सन नदीसारख्या ठिकाणी आपत्कालीन स्थितीत विमान यशस्वीरीत्या नीट उतरवले तर उड्डाणजगातला एक चमत्कार म्हणून त्याचा गवगवा होतो (खरं म्हणजे धावपट्टीवर एकदम पुस्तकात दाखवल्याप्रमाणे तंतोतंत लॅन्डिंग केले तर तो त्याहून मोठा विजय मानला गेला पाहिजे, नाही का?)

आर्थिक उत्पादनांची माहितीपत्रके तुम्ही नीट पाहिली आहेत का? उदा. स्टॉक एक्सचेंजमधून ट्रेडिंग केले जाणारे फंडस्. सहसा त्यात त्या उत्पादनाची गेल्या काही वर्षांतली कामगिरी दाखवली जाते; पण वर चढत जाणारा कल आकर्षक दिसेल तितकंच मागे जाऊन तो दाखवला जातो. ह्यालाही जाणुनबुजून प्रभाव टाकण्यासाठी केलेली बांधणी म्हणतात. अजून एक उदाहरण म्हणजे ब्रेडचा एक साधा तुकडा. त्याची कशा प्रकारे मांडणी - बांधणी केली जाते. म्हणजे येशू

ख्रिस्ताचे प्रतीक अथवा 'खरेखुरे' शरीर, त्यावरून एका धर्माची दोन शकले होतात, जसे १९व्या शतकात रिफॉर्मेशन (शुद्धीकरण)मुळे झाले.

व्यापारात मांडणी-बांधणीचा परिणामकारक वापर केला जातो. वापरलेल्या गाड्यांचे पहा. तुमचे लक्ष फक्त काही गोष्टींवर केंद्रित करायचा प्रयत्न केला जातो. तसा संदेश कधी एखादा विक्रेत्याकडून तर लक्ष वेधून घेणाऱ्या फलकावर दिला जातो. कधी तुमचे स्वत:चे निकष असू शकतात. उदा. जर गाडीने कमी मैल प्रवास केला असेल आणि चाके चांगली असतील, तर तुमचे लक्ष तिकडे वेधले जाईल. आपसूकच, इंजिनाची स्थिती, ब्रेकस् किंवा इंटिरिअरकडे दुर्लक्ष होईल. म्हणजे 'मैल' व चाके हा चतुर विक्रीचा आणि तुमच्या विकत घेण्याच्या निर्णय बांधणीकरणाचा मुख्य मुद्दा होतो, अशी कल्पना होणे साहजिकच आहे. सर्व चांगले वाईट मुद्दे लक्षात घेणे कठीण आहे. पण जर वेगळी विचारसूची बांधणी वापरली असती तर आपला निर्णय फार वेगळा झाला असता, हीच खरी गंमतीशीर बाब आहे.

लेखक जाणतेपणे योजून बांधणी करतात. एखाद्या रहस्यमय गुन्ह्यावरच्या पुस्तकात जर पहिल्या पानापासूनच तो खून जसा झाला तसा रुक्ष पद्धतीने मांडला, तर ते पुस्तक कंटाळवाणे होईल. जरी शेवटी आपल्याला त्या गुन्ह्याचा हेतू व हत्यार कळून आले, तरी लेखक त्या पुस्तकाच्या बांधणीत चित्तथरारकपणा व रहस्य गुंफतो म्हणून आपण खिळून राहतो.

सारांश - प्रत्येक संवादात काही ना काही रितीने बांधणीचे अंश असतात हे पक्के ध्यानात ठेवा. जे तुम्ही बोलता, जे ऐकता, त्या प्रत्येक गोष्टीमागे, माहितीमागे ह्याचा प्रभाव जाणवतो. मग ते तुम्ही अगदी विश्वासू दोस्ताकडून ऐकले असेल किंवा एखाद्या प्रख्यात वर्तमानपत्रात वाचले असेल. अगदी ह्या पुस्तकाच्या खुद्द ह्या प्रकरणातही.

हेही पहा :

'तफावतीचा प्रभाव' (प्र. १०), 'खंत वाटण्याची भीती' (प्र. ८२), 'हानीविषयी तिटकारा' (प्र. ३२), 'परतफेड' (प्र. ६), 'नांगर' (प्र. ३०), 'निद्रेगत परिणाम' (प्र. ७०)

४३

'जरा थांबून पहा' हा छळवाद का आहे?

'कृतीची प्रवृत्ती'

फुटबॉल (सॉकर)मधील पेनल्टी कॉर्नरच्या वेळी खेळाडूने लाथ (किक) मारल्यावर गोलकडे पोचायला चेंडूला (बॉल) ०.३ सेंकद लागतात. बॉलचे मार्गक्रमण कसे होतेय ते जोखायला हा वेळ पुरेसा नाही. बॉलला किक मारण्याआधीच त्याला हा निर्णय घ्यावा लागतो. पेनल्टी कीक मारणारे फुटबॉलचे खेळाडू बॉल १/३ वेळा गोलच्या मध्यभागी, १/३ वेळा डाव्या व १/३ वेळा उजव्या कडेशी मारतात. गोलरक्षकांनी हे नक्कीच ताडले असेल, पण ते काय करतात? ते डावी किंवा उजवीकडे झेप घेतात. अदमासे १/३ वेळा बॉल मध्यभागी येऊन थडकत असला तरी ते तिथेच ठिय्या धरून उभे रहात नाहीत. मग त्या पेनल्टीज्चा धोका ते का पत्कारतात? साधे सोपे उत्तर - देखावा. एकाच जागी ठोंब्यासारखे उभे राहून बॉल बाजूने सुर्रकन जाताना पहात राहण्यापेक्षा चुकीच्या बाजूला झेप घेणे जास्त रुबाबदार, आकर्षक आणि कमी लाजिरवाणे दिसते. हा 'कृतीच्या प्रवृत्तीचा' परिणाम. काहीही निष्पन्न झाले नाही तरी काहीतरी करताय असे भासवा.

इस्त्राइलचे संशोधक मायकेल बार-एली ह्यांनी शेकडो पेनल्टी शूट-आऊटस्चा अभ्यास केला. पण फक्त गोलरक्षकच ह्या 'कृतीच्या प्रवृत्तीला' बळी पडतात असे नाही. समजा एका नाईट क्लबमधून तरुणांचा गट बाहेर पडला आणि त्यांच्यात जोरजोरात ओरडून हातवारे करत वाद सुरू झाला. परिस्थिती आता हमरीतुमरीवर आली. त्या भागातले पोलीस अधिकारी, त्यात काही वरिष्ठ, तर काही नवे तरुण

होते, ते दुरून निरीक्षण करत उभे राहतात. जर खरंच हाणामारी सुरू झाली तर तेमध्ये पडतील. जरी अनुभवी वरिष्ठ अधिकारी तिथे नसतील तर प्रकरणाचा शेवट वेगळा होईल. अतिउत्साही तरुण अधिकाऱ्यांचे रक्त सळसळून ते लगेच दखल देतील. हा सर्व 'कृतीच्या प्रवृत्तीचा' प्रभाव. अशाच एक संशोधनात्मक अभ्यासातून हे दिसते की शांत राहून थोडे उशिरा, जरूर असेल तेव्हाच, हस्तक्षेप केला तर कमी दुर्घटना होतात.

जेव्हा परिस्थिती नवीन किंवा संदिग्ध असते तेव्हा 'कृतीच्या प्रवृत्तीचा' जोर आणखी वाढतो. सुरुवातीला भांडवल गुंतवणूक करणारे अतिउत्साही नवशिक्या पोलीस अधिकाऱ्यांसारखे वागतात. त्यांना स्टॉक मार्केटचा अंदाज येत नाही. त्याची भरपाई ते उगीच अवाच्यासव्वा उतावीळ उलाढाली करून करतात. अर्थातच, हा वेळेचा अपव्यय आहे. चार्ली मुंगेर गुंतवणुकीच्या आपल्या पद्धतीबद्दल म्हणतात, 'काही न करणे सहन करू शकत नाही म्हणून उगीच बावळटासारखे काहीही करणे म्हणजे! .... ते टाळलेच पाहिजे.'

सुशिक्षित लोकांतही 'कृतीच्या प्रवृत्तीचा' कल दिसतो. जोवर रोगाचे निदान निर्विवादपणे होत नाही तोवर डॉक्टरने काहीतरी कृती करणे (उदा. प्रिस्क्रिप्शन लिहून देणे) किंवा वाट पाहणे ह्यामधले एक निवडायचे असेल तर कृती करण्याकडे त्यांचा अधिक कल असेल. ह्यात नफेबाजीचा प्रयत्न नसून, अनिश्चिततेच्या वेळी जरा दम धरून वाट पाहाण्याऐवजी काहीतरी कृती करण्याच्या मानवी वृत्तीचा भाग आहे.

ह्या वृत्तीमागे काय आहे? आपल्या जुन्या परंपरागत शिकार करणे किंवा अन्न गोळा करणे (आपल्यालाही ते छान जमतं), कृती करणं, विचार करण्यापेक्षा वरचढ व फायद्याचे होते. जिवंत राहण्यासाठी विजेच्या वेगाने प्रतिक्रिया करणे नितांत गरजेचे होते. विचारविमर्ष करण्यात वेळ घालवणे म्हणजे मरण ओढवून घेणे. जेव्हा आपल्या पूर्वजांना जंगलाच्या कडेशी पुसटशी आकृती दिसे - जी साब्र टुथ टायगर (वाघ)सारखी दिसे; ते जरा थबकून कडेला थांबून ते काय बरं असेल अशा गहन विचारात बुडून जात नसत. ते धूम पळ काढत. तत्काळ प्रतिक्रिया देणाऱ्या त्या पूर्वजांचे आपण वंशज आहोत. त्याकाळी तत्काळ पळून जाणे फायद्याचे होते. पण हल्लीचे जग वेगळे आहे. आपली अंत:प्रेरणा जरी दुसरे काही सांगत असेल, तरी विचारपूर्वक कृतीला आज मान्यता व मोबदला मिळतो.

जरी हल्ली अंतर्मुख होऊन विचार करणे योग्य व उच्च प्रतीचे मानले जाते, तरी काही न करता मख्खपणे बसून राहणे अक्षम्य गुन्हा ठरतो. कंपनीच्या, राष्ट्राच्या

आणि मानवजातीच्या भल्यासाठी जर तुम्ही फक्त 'शांत राहाण्याचा' योग्य निर्णय घेतला, तर तुम्हाला मानमरातब, प्रशस्तीपत्र, पदक किंवा तुमचे नाव लिहिलेला प्रतीकात्मक पुतळा मिळत नाही. त्याउलट, जर तुम्ही निर्णयक्षमता व त्वरित सुज्ञता दर्शवली व परिस्थिती सुधारली (कदाचित योगायोगाने), तर तुमचा बॉस किंवा म हापौरदेखील तुमची प्रशंसा करतील. सर्वसाधारण समाजाला अजूनही घाईने केलेली कृती 'शांत, संयमी, आणि थांबा व वाट पहा' ह्या पद्धतीपेक्षा अधिक मान्य आहे.

म्हणजेच नव्या, अनिश्चित, गोंधळात टाकणाऱ्या परिस्थितीत आपल्याला काहीतरी करायची तगमग जाणवते. अक्षरशः काहीही, जरी त्यामुळे परिस्थिती बिघडली, (कारण आपण घाईघाईने किंवा वारंवार काहीतरी केले) तरी आपल्याला बरे वाटते. निदान काही प्रयत्न केल्याचे समाधान मिळते. म्हणून जरी त्यासाठी तुमची शानदार मिरवणूक काढली गेली नाही, तरीही जर परिस्थिती अस्थिर, संदिग्ध असेल तर कळ काढा. सर्व पर्याय उघड होऊन त्यांची पारख होईपर्यंत जरा थांबा. 'मनुष्यजातीच्या साऱ्या समस्यांचे मूळ माणसाने एका खोलीत एकटे शांत बसण्याच्या असमर्थतेत आहे', असे ब्लेझ पास्कल ह्यांनी लिहून ठेवले आहे; आपल्या घरी लिहा-वाचायच्या खोलीत एकटे बसून त्याने हे लिहिले आहे.

हेही पहा :

'वगळण्याचा कल' (प्र. ४४), 'अति विचार' (प्र. ९०), 'दिरंगाई' (प्र. ८५), 'चांगल्या आधी वाईट होणारच हा भ्रम' (प्र. १२), 'दरवाजे बंद करण्याची अक्षमता' (प्र. ६८)

४४

तुम्ही उपाय अथवा समस्या का आहात?

'वगळण्याचा कल'

दोन गिर्यारोहकांबरोबर तुम्ही एका हिमनदीवर (ग्लेशिअर) उभे आहात. पहिला घसरून एका निमुळत्या खोल दरीत जाऊन पडतो. तुम्ही जर मदत बोलावली तर तो वाचू शकतो. पण तुम्ही ते करत नाही, आणि तो मरतो. दुसऱ्या गिर्यारोहकाला तुम्ही मुद्दाम दरीत ढकलून देता आणि तो लौकरच मरण पावतो. तुमच्या कर्तव्यबुद्धी (कॉन्शन्स्) व मूल्यांना कोणत्या प्रसंगाचे ओझे जास्त अवघड होईल?

जर तर्कशुद्ध पद्धतीने पाहिले तर दोन्ही पर्याय तेवढेच निंद्य आहेत. कारण दोन्हींचे पर्यवसान तुमच्या साथीदारांच्या मृत्यूमध्ये होते. तरीही आपोआप आपण पहिला, निष्क्रियतेतून उद्‌भवणारा, पर्याय कमी भयानक मानतो. ह्याच भावनेला 'वगळण्याचा कल' म्हणतात. जेव्हा कृती व निष्क्रियता दोन्हींचा परिणाम भयंकर वाईट असतो, तेव्हा त्याचा प्रभाव दिसतो. अशावेळी आपण काही न करणे पसंत करतो, कारण जे काही निष्पन्न होईल त्याच्या वेदना कमी होतात.

समजा तुम्ही फेडरल ड्रग ॲडमिनिस्ट्रेशन (F.D.A.) चे प्रमुख आहात. मरणाच्या वाटेवर असलेल्या आजारी व्यक्तींसाठीच्या एका औषधाला मान्यता देण्याचा निर्णय तुम्हाला घ्यायचा आहे. त्या गोळ्यांचे खूप धोकादायक दुष्परिणाम, कदाचित प्राणहानी, होऊ शकते. त्यांच्यामुळे २०% रोगी तत्काळ मरण पावतात, पण उरलेल्या ८०% चे प्राण मात्र काही काळातच वाचतात. तुमचा निर्णय काय असेल? बरेचजण अशी मान्यता देणे नाकारतील. त्यांच्या दृष्टीने ८०% रोग्यांच्या

फायद्याचे औषध देणे अमान्य करण्यापेक्षा, पाचजणांपैकी एकाचा जीव घेणारे औषध देण्याची मंजुरी देणे जास्त प्रतीचे दुष्टकृत्य आहे. हा एक विचित्र आणि हास्यास्पद निर्णय आहे. 'वगळण्याचा कल' इथे पुरेपूर दिसतो. समजा, तुम्हाला त्या काळाची उमज आहे आणि विवेकनिष्ठ विचार व सौजन्य म्हणून तुम्ही त्या औषधाला मंजुरी द्यायचे ठरवता. भले! पण पहिला पेशंट दगावतो तेव्हा काय होते? प्रसारमाध्यमे एकच वादळ उठवतात आणि लौकरच तुम्ही नोकरी गमावता. एक नागरी सेवा अधिकारी किंवा राजकारणी म्हणून तुम्ही 'वगळण्याच्या कलाचे' महत्त्व समजून, किंबहुना तो जोपासून वेळीच काही कृती न करणे फायद्याचे राहील.

'केस लॉ' (केस संदर्भात कायदा) पाहिला की, आपल्या समाजात ह्या तऱ्हेचे नैतिक विद्रूपीकरण किती खोलवर रुजले आहे ते दिसते. मरणासन्न व्यक्तीची स्पष्ट इच्छा आणि मागणी असली तरी सक्रीय इच्छामरण हा कायद्याने गुन्हा आहे. पण प्राण वाचवायचे उपाय जाणून घेतल्यावर ते नाकारणे कायद्यात बसते. उदा. पुनर्जीवित न करण्याचा (D.N.R. डू नॉट रिसक्सीटेट) आदेश पाळणे.

अशाच विचारसरणीमुळे पालकांना वाटते की, मुलांना लसी न देणे हे अगदी योग्य आहे. खरे तर लसीकरणामुळे रोग होण्याचा संभव खूप कमी होतो हे सर्वश्रुत आहे, पण तरी ते टाळतात. लसीकरणामुळे थोडेफार आजारी पडण्याचा किंचित धोका असला, तरी सर्वसाधारणपणे लसीकरण फायद्याचे आणि सुज्ञपणाचे आहे. त्यामुळे मुलांचेच नव्हे तर समाजाचेही संरक्षण होते. ज्याची रोगप्रतिकारशक्ती (इम्युनिटी) चांगली आहे, त्याच्यामुळे इतरांना रोग होत नाही. खरे तर्कनिष्ठ पद्धतीने पाहिले तर लसीकरण न केल्यामुळे मुलांना रोग झाला तर आपण त्यांच्या पालकांवर त्यांना मुद्दाम हानी पोचवल्याचा आरोप करू. पण हाच तर मुद्दा आहे. जाणूनबुजून केलेली निष्क्रियता मुद्दाम केलेल्या त्यासारख्या कृतीपेक्षा कमी वाईट मानली जाते. पालकांनी मुद्दाम मुलांना रोगजंतूंचा संसर्ग करणे हे त्याचेच उदाहरण.

खालील भ्रमामागे 'वगळण्याचा कल' असतो. आपण दुसऱ्यावर घाव घालण्यापेक्षा लोकांनी त्यांच्या पायावर स्वतःच कुऱ्हाड मारून घ्यायची वाट बघणे पसंत करतो. ज्या कंपन्या वाईट उत्पादने बनवतात त्यांच्याशी भांडवलदार व पत्रकार, एकही नवीन उत्पादन न बनवणाऱ्या कंपन्यांपेक्षा जास्त कठोर तऱ्हेने वागतात. वास्तविक, दोन्ही तऱ्हेच्या कंपन्या रसातळाला जात आहेत. निरुपयोगी फडतूस शेअर्स होण्यापेक्षा बरे वाटते. खर्च कमी व्हावा म्हणून एमिशन फिल्टर काढून टाकण्यापेक्षा कोळशाच्या कारखान्यात तो लावण्याची तसदीच न घेणे जास्त बरे वाटते. वाचलेले इंधन आपल्या मनोरंजनाकरिता वाया घालवण्यापेक्षा आपले

घर उष्णतारोधक बनवण्याची (इन्सुलेट) खबरदारी न घेणे उच्चप्रतीचे मानले जाते. राष्ट्राचे नुकसान तेवढेच होते, परंतु, खोटी फसवी कागदपत्रे देऊन उत्पन्न कर (इन्कम टॅक्स) बुडवण्यापेक्षा उत्पन्न जाहीर न करून कर टाळणे जास्त धकवून घेतले जाते.

आधीच्या प्रकरणात आपण 'कृतीची प्रवृत्ती' पाहिली. ती ह्या 'वगळण्याच्या कलाच्या' बरोबर विरुद्ध आहे का? तर तसे नव्हे. आपल्याला काही नीट कळत नसेल, विचारात स्पष्टता नसेल तर भरपाई म्हणून 'कृतीच्या प्रवृत्तीचा' उपयोग होतो. जेव्हा परिस्थिती संदिग्ध, किचकट, विरोधाभासी व दलदलीसारखी असेल तेव्हा हा जास्त उद्भवतो आणि कामी येतो. त्याउलट, परिस्थिती स्पष्ट समजण्यासारखी असेल, आणि फुकाचे दुर्दैव टाळण्याची शक्यता आपल्या काही कृतीतून होत असेल; पण हे उमगूनही ते करायची प्रेरणा होत नसेल, तेव्हा 'वगळण्याच्या कलाचा' प्रभाव आहे हे समजावे.

'वगळण्याचा कल' ओळखणे खूप कठीण असते. कारण काही न करता स्वस्थ बसण्यापेक्षा कृती केलेली सहज नजरेत येते. १९६०च्या काळात विद्यार्थी क्रांतीमध्ये एक मस्त घोषणा तयार करण्यात आली होती, ज्यात नेमके ह्याच वर्मावर बोट ठेवले होते. 'जर तुम्ही तोडग्याचा भाग नसाल, तर तुम्ही समस्येचा भाग आहात.'

हेही पहा :

'स्वयंसेवकाची चूक' (प्र. ६५), 'कृतीची प्रवृत्ती' (प्र. ४३), 'दिरंगाई' (प्र. ८५)

४५

मला दोष नका देऊ

'श्रेय सारे माझेच, असा कल'

सी.ई.ओ.च्या शेऱ्यांकडे विशेष लक्ष देऊन तुम्ही कंपन्यांचे वार्षिक अहवाल वाचता का? नाही? अरेरे! तिथे तुम्हाला पुढच्या चुकीची किंवा गैरसमजाची अगणित उदाहरणे मिळतील. आपण सारेच त्यांना कधी ना कधी बळी पडतो. एखाद्या कंपनीचे वर्ष उत्तम गेले असेल तर, सी.ई.ओ. आपले अपरिहार्य योगदान, अत्युत्तम निर्णय, अथक परिश्रम आणि पुरोगामी ('डायनॅमिक' वातावरण जोपासण्याच्या) वृत्तीची गाथा लिहितो. पण जर ते वर्ष खराब गेले असेल, तर इतर दुर्दैवी उलाढाली, घसरलेला विनिमय दर, राष्ट्राची ढवळाढवळ, चीनची कुजकी मत्सरी व्यवहार-पद्धती, अनेक छुपे कर, ग्राहकाचा ढळलेला विश्वास इ. इ. आपल्याला वाचावे लागते. थोडक्यात - यशाचे श्रेय आपण स्वतःकडे घेतो आणि अपयशाचे मूळ आपण बाहेर पाहतो. हा 'श्रेय सारे माझेच' अशा कलाचा भाग झाला.

जरी तुम्ही आधी हा शब्दप्रयोग ऐकला नसेल, तरी अगदी माध्यमिक शाळेपासून तुम्हाला 'श्रेय सारे माझेच- अशा कलाचा' अर्थ माहीत असणार. तुम्हाला 'अ' श्रेणी मिळाली तर श्रेय सारे तुमचेच- त्यामागे तुमची बुद्धिमत्ता, कष्ट आणि कौशल्य आहे हे स्पष्ट दिसते. पण तुम्ही नापास झालात तर ती परीक्षा अन्यायकारक व पक्षपाती होती, असंच तुम्ही म्हणता.

पण आता श्रेणीचे तुमच्या गणतीत फारसे महत्त्व राहिलेले नाही. त्याची जागा बहुतेक स्टॉक मार्केटने घेतली आहे. जर तुमचा नफा झाला तर तुम्ही स्वतःला

शाबासकी देता. पण तुमचा पोर्टफोलिओ आपटला असेल तर सर्व दोष 'मार्केटचा' असतो, (म्हणजे तुमच्या मते जे काही असेल) किंवा ते त्या बुद्दु निरुपयोगी आर्थिक सल्लागारामुळे झालेले असते. मी देखील ह्या 'श्रेय माझे- अशा कलाचा' जबरदस्त वापर करतो कधीकधी. जर माझे नवे पुस्तक अत्यंत लोकप्रिय पुस्तकांच्या यादीत वर चढत गेले तर मी स्वत:ची पाठ थोपटतो. नक्कीच, हे माझे आतापर्यंतचे सर्वोत्कृष्ट पुस्तक आहे! पण जर नवीन पुस्तकांच्या लोंढ्यात ते कुठेतरी गायब झाले तर वाचकांना चांगल्या वाङ्मयाची जाण नाही असे मी मानतो. जर टिकाकारांनी त्याची चिरफाड केली, तर अर्थातच ती मत्सरामुळे असते!

हे ताडून पाहण्याकरिता संशोधकांनी व्यक्तिमत्त्व चाचणी घेऊन सहभागींना मनात येतील असे गुण दिले. ज्यांना चांगले गुण मिळाले, त्यांना ती चाचणी परिपूर्ण व योग्य वाटली पण, ज्यांना कमी गुण मिळाले, त्यांना ती चाचणी बिनबुडाची व निकामी वाटली. यशाचे श्रेय आपण स्वत:कडे घेतो अन् अपयशाची कारणे इतरत्र शोधतो, असे का होते? त्याचे काही सिद्धांत आहेत. सर्वात सोपे कारण म्हणजे त्यामुळे छान वाटते. शिवाय, कोणाचे काही मोठे नुकसान होत नाही. झाले असते तर उत्क्रांतीने गेल्या हजारो शेकडो वर्षांमध्ये ही रीत वगळून टाकली असती. पण जरा सावधान; आजकालच्या जगात अनेक अनेक छुपे धोके आहेत. तिथे 'श्रेय सारे माझेच' ह्या कलापोटी फार मोठी आपत्ती येऊ शकते. रिचर्ड फल्ड (जो स्वत:ला विश्व-स्वामी समजतो), ह्याला दुजोरा देईल. २००८मध्ये दिवाळखोरीमुळे बुडालेली लेहमॅन ब्रदर्स ह्या बँकेचा ह्याचा तो सर्वेसर्वा आणि सी.ई.ओ. होता. बँक कोलमडण्याचा दोष पूर्णपणे सरकारी निष्क्रियतेला देत तो अजूनही स्वत:ला 'विश्व-स्वामी' समजत असेल, तर मला त्यात आश्चर्य वाटणार नाही.

SAT ह्या परीक्षेत विद्यार्थ्यांना २०० ते ८०० गुण मिळू शकतात. वर्षभराने विचारले तर ते आपला निकाल ५० गुणांनी वाढवतात असे दिसते. खरं तर ते मुद्दाम खोटे बोलत नाहीत किंवा बढाया मारत नाहीत ही विस्मयकारक गोष्ट आहे. ते फक्त आपले गुण थोडेसे सुधारू पाहतात. आणि मग अजाणतेपणे ते स्वत:च्या नव्या गुणांनाच खरे मानू लागतात. मी ज्या इमारतीत राहतो; तिथे एका फ्लॅटमध्ये ५ विद्यार्थी राहतात. कधीकधी लिफ्टमध्ये मी त्यांना भेटतो. त्यांना एकेकटे भेटल्यावर मी विचारले की, ते स्वत: किती वेळा कचरा बाहेर आणून पेटीत टाकतात. एक म्हणाला दर दुसऱ्या दिवशी; दुसरा म्हणाला प्रत्येक तिसऱ्या दिवशी; तिसरा जरा त्रासला होता. कचऱ्याची पिशवी नेमकी फाटली होती. त्याच्या मते प्रत्येक दिवशी तोच कचरा नेऊन टाकत होता; निदान ९०% वेळा तरी. खरं तर तिघांच्या उत्तरांची

बेरीज १००% यायला हवी होती. पण त्यांनी ३२०% असा महाउच्चांक गाठला. पाचही जणांनी आपली कामगिरी जरा वाढवून सांगितली. म्हणजे ते आपल्या सर्वांसारखेच म्हणायचे. लग्न झालेल्या जोडप्यांचेही हेच होते. आपण संसार चांगला होण्यासाठी काय काय केले हे स्त्री-पुरुष दोघेही थोडेफार वाढवूनच सांगतात. प्रत्येकाला वाटते की, त्यांचं योगदान ५०% हून अधिक आहे.

मग आता 'श्रेय सारे माझे' असा कल आपण डावलू शकतो का? तुम्हाला सपशेल खरे-अगदी कठोर सत्य सांगणारी मित्र-आप्तेष्ट मंडळी आहेत का? जर असतील तर स्वत:ला भाग्यवान समजा. नसतील तर तुम्हाला निदान एक तरी शत्रू आहे का? अरे वा! त्यांना चहा-कॉफीसाठी आंमत्रण द्या आणि तुमच्या त्रुटी आणि बलस्थानांविषयी त्यांचे प्रांजळ मत विचारा- तुम्ही जन्मभर त्यांचे ऋणी रहाल.

हेही पहा :

'सिंहावलोकनाची प्रवृत्ती' (प्र. १४), 'अनाठायी आत्मविश्वाचा परिणाम' (प्र. १४), 'हे इथले नाही'चा रोग (प्र. ७४), 'जेतेपणाचा पूर्वग्रह' (प्र. १), 'नवशिक्याचे भाग्य' (प्र. ४९), 'बौद्धिक विसंगती' (प्र. ५०), 'फोरर परिणाम' (प्र. ६४), 'आत्मनिरीक्षणाचा आभास' (प्र. ६७), 'निवडक चेरीज खुडणे' (प्र. ९६)

४६

कशाची इच्छा करता त्याची खबरदारी ठेवा.

'सुखसोयींचे ट्रेडमिल'

समजा, अचानक फोन वाजतो. एक उतावळा आवाज तुम्हाला उत्साहाने सांगतो, 'तुम्ही एक कोटी डॉलर्सचा जॅकपॉट जिंकला आहे.' काय वाटले तुम्हाला? आणि तसे किती काळ वाटत राहील? दुसरा प्रसंग - फोन वाजतो, तुम्हाला तुमच्या जिगरी दोस्तांच्या मृत्यूची बातमी कळते. तुम्हाला कसे वाटेल आणि किती काळ?

प्रकरण ४0मध्ये आपण पाहिले की, भाकीते खरी होण्याची शक्यता किती नगण्य आहे. उदा - राजकारण, अर्थशास्त्र व सामाजिक घटनांबाबत. आपण हा निष्कर्ष काढला की स्वनियोजित तज्ज्ञ काही फारसे निष्णात नसतात. तेही उगीच अंदाज लावतात. तेव्हा आता नव्या विषयाकडे वळूया. आपल्या भावना आपण किती चांगल्या वर्तवू शकतो? आपण आपल्या स्वत:च्या बाबतीत तज्ज्ञ आहोत का? लॉटरी जिंकल्यामुळे आपण जन्मभर अत्यंत सुखी राहू शकतो का? हार्वर्डचे मानसशास्त्रज्ञ डॅन गिल्बर्ट म्हणतात, 'कदापि नाही! ' त्यांनी लॉटरी जिंकणाऱ्यांचा अभ्यास केला व त्यांना हा शोध लागला की, थोड्या महिन्यांतच ती सुखाची अनुभूती विरून जाते. म्हणजेच तो मोठा चेक मिळाल्यानंतर, काही काळाने तुम्ही पहिल्याइतकेच समाधानी किंवा असमाधानी असता. त्यांनी त्याला 'भावनांचे भाकीत' असे नाव दिले, अर्थात - आपल्याला स्वत:च्या भावना भविष्यात काय असतील हे अचूक सांगता येत नाही.

माझा मित्र बँकेतला एक मोठा अधिकारी होता. त्याची संपत्ती त्याला डोईजड ठरू लागली म्हणून त्याने शहरापासून दूर एक नवीन घर बांधायचे ठरवले. त्याचा स्वप्नातला बंगला तयार झाला. तो एक १० खोल्यांचा स्विमिंग पूलसहित एक आलिशान महाल होता. तिथून तलावाचे व डोंगरांचे विहंगम दृश्य दिसत होते. पहिले काही आठवडे तो अत्यंत खूश होता. पण लौकरच त्याचा तो उत्साह आणि आनंद मावळला. सहा महिन्यांनंतर तो पूर्वीपेक्षा उदास झाला. काय बरे झाले? आनंदाचा प्रभाव काही काळानंतर नाहीसा झाला. तो बंगला आता त्याचे स्वप्न राहिला नव्हता. 'मी कामावरून घरी येतो, दार उघडतो आणि ..... बस्स! काही नाही! विद्यार्थी असताना मी एका खोलीत राहायचो, त्या वेळेस होतो तेवढाच अलिप्त मी ह्या बंगल्याविषयी आहे. काही देणंघेणं नाही.' त्यात भर म्हणून आता त्याला रोज कामाला जाण्यासाठी एक तास आणि परतायला एक तास प्रवास करावा लागत होता. तुम्ही म्हणाला त्यात काय मोठा त्रास? पण संशोधन सांगते की, गाडीने प्रवास करणे हे त्रागा, ताण व असमाधानाचे एक मोठे कारण असते. कालांतराने अशा प्रवासाची सवय झाल्याने त्रास कमी होतो, असेही नाही. दुसऱ्या शब्दात, ज्यांना अशा प्रवासाची आवड नाही त्यांना त्या अपरिहार्य प्रवासाने त्रासच होणार- तेही दररोज दोनदा. माझ्या ह्या सांगण्याचे तात्पर्य काय, तर माझ्या मित्राच्या स्वप्नातल्या घराने त्याच्या आनंदाचा बट्ट्याबोळ केला.

इतरांचीही गत काही फार वेगळी नाही. ज्यांची नोकरी-धंद्यात बरकत होते, ते आनंद-समाधानाच्या बाबतीत, तीन महिन्यांनंतर परत आधीच्याच पातळीवर येतात. जे नवीन पोर्शे गाडी विकत घेतात, त्यांचीही हीच गोष्ट. शास्त्रज्ञ ह्याला 'विलासवादाची ट्रेडमिल' म्हणतात. आपण खूप कष्ट करून मेहनतीने प्रगती करतो. अधिक चांगल्या आणि महागड्या गोष्टी विकत घेण्याची ऐपत वाढवतो; पण तरी हे सारे आपल्याला सुखी-समाधानी करत नाही.

मग वाईट नकारात्मक घटनांचा आपल्यावर काय प्रभाव होतो? समजा, मणक्यातल्या मज्जातंतूंना इजा झाली, पाठीचा कणा मोडला किंवा जिवलग दोस्त मृत्यू पावला. इथेसुद्धा आपण जाणवणाऱ्या भावना, त्यांची तीव्रता व त्याच्या कालावधीबद्दल अतिशयोक्ती करतो. जसे प्रेमभंग झाला किंवा एखादे नाते तुटले तर आयुष्य कधीच पूर्ववत होणार नाही, असे आपल्याला वाटते. एखादी व्यक्ती दुखावली गेली असेल तर आपल्याला पुन्हा कधी आनंद वाटू शकणार नाही ह्याची त्या व्यक्तीला खात्री असते. पण पुढे साधारण तीन महिन्यांनी पाहिले तर ते नव्या साथीदाराच्या शोधात 'डेटिंग' करताना आढळतात.

जर आपल्याला आधीच कळू शकले की एखादी नवी गाडी, नोकरी-व्यवसाय किंवा प्रेम-नाते नक्की किती आनंद देऊ शकते, तर किती छान होईल. नाही का? हे काही अंशी शक्य आहे. शास्त्रोक्त पद्धतीने प्रमाणित केलेले हे निकष व सूचना पाळून तुम्ही अधिक चांगले निर्णय घेऊ शकता. १) ज्या नकारात्मक गोष्टी तुम्ही अंगळवणी पाडून घेऊ शकत नाही, त्या टाळा. उदा. प्रवास, गोंगाट, सततचा दीर्घकालीन तणाव. २) गाडी, घर, लॉटरी, बोनस व पारितोषिक; अशा भौतिक गोष्टींमुळे मिळणारा आनंद तात्पुरता असतो. ३) शक्य तितका जास्त मोकळा वेळ व स्वायत्ततेसाठी प्रयत्नशील रहा; जे आपण प्रत्यक्ष करतो, त्यातूनच येणारे समाधान व आनंद टिकून राहते. आपल्या आंतरिक उर्मीतून, जे मनापासून आवडते, ते करा. त्यासाठी पदराला थोडी खार लावावी लागली हरकत नाही. मैत्रीत गुंतवणूक करा. बऱ्याच लोकांना व्यावसायिक क्षेत्र आणि त्यात प्राप्त केलेल्या दर्जामुळे दीर्घकाळ आनंद मिळतो. मात्र, समवयस्कांचा गट कायम ठेवला असेल तर. थोडक्यात; सी.ई.ओ. झाल्यावर तुम्ही जर फक्त इतर अधिकाऱ्यांबरोबर उठू-बसू लागलात तर हा परिणाम नष्ट होईल.

हेही पहा :

'भाकिताचा आभास' (प्र. ४०), 'नावीन्याचे वेड' (प्र. ६९), 'मत्सर' (प्र. ८६)

४७

स्वत:च्या अस्तित्वाचा अचंबा वाटून घेऊ नका

'माझ्याच बाबतीत'

फिलाडेल्फियाहून न्यू यॉर्कला जाताना मी ट्रॅफिक जॅममध्ये अडकलो. 'हे नेहमी माझ्याच बाबतीत का होते?' मी वैतागलो. पलीकडे नजर टाकली तर उलट दिशेने जाणारे ड्रायव्हर्स वेगाने गाडी हाकताना दिसले. पुढचा एक तास मी गोगलगायीच्या गतीने पुढे सरकत राहिलो. ब्रेक व ॲक्सिलरेटर आलटून पालटून मारून बेजार होऊन मी स्वत:ला विचारले, 'मी खरंच इतका कमनशिबी आहे का? खरोखरच मी बँक, पोस्ट ऑफीस, किराणामालाचे दुकान इत्यादींमध्ये सर्वात बेकार, हळूहळू सरकणारी रांग निवडतो का? की असं मला फक्त वाटतं?'

समजा, ह्या मार्गावर ट्रॅफिक जॅम व्हायचे प्रमाण १०% आहे. कोणत्याही दिवशी मी त्यात अडकायची शक्यताही तेवढीच आहे. त्याचप्रमाणे, मी माझ्या प्रवासादरम्यान कुठेतरी अडकण्याची शक्यता १०% पेक्षा जास्त आहे. ट्रॅफिक जॅममध्ये मी फक्त हळूहळूच पुढे सरकू शकतो. त्यात प्रचंड वेळ वाया जातो. वाहतूक सुसाट बिनघोर असेल तर कुठलेच विचार माझ्या मनाला शिवत नाहीत; पण मी जर अडकलो तर ते मला प्रकर्षाने जाणवते.

तीच गत बँकेतल्या रांगेची किंवा ट्रॅफिक सिग्नलची. समजा 'अ'कडून 'ब'कडे जाताना रस्त्यात दहा ट्रॅफिक सिग्नल आहेत. सर्वसाधारणपणे त्यापैकी एक तरी सिग्नल लाल लागणारच. पण एखाद्या लाल सिग्नलला तुम्ही १०%पेक्षा जास्त

वेळ थांबलेले असाल. हे जर तुम्हाला अति वाटत असेल, तर कल्पना करा की, तुम्ही प्रकाशाच्या गतीने प्रवास करत आहात. तेव्हा तुम्ही एखाद्या लाल सिग्नलला अडकलेल्या अवस्थेत तुमच्या वेळापैकी १०% नाही, तर ९९.९९% वेळ घालवाल.

दुर्दैवाबद्दल तक्रार करताना आपण 'माझ्याच बाबतीत...' असे तुणतुणे वाजवण्यापासून सावध राहिले पाहिजे. माझ्या मित्रपरिवारातील पुरुष दोस्तांची तक्रार असते की, त्यांच्या ऑफिसमध्ये फार कमी स्त्रिया आहेत; आणि मैत्रिणींना वाटते की, त्यांच्या कंपनीत पुरुष कमी आहेत. ह्याचा नशिबाशी काहीही संबंध नाही. ह्या तक्रारखोरांची गणनाही त्या समुदायात होते. पुरुषप्रधान कामे असलेल्या कंपन्यांत पुरुष नोकरी करण्याची तसेच, स्त्री-प्रधान कामे असलेल्या कंपन्यात स्त्री कर्मचाऱ्यांची संख्या जास्त असते. खूप व्यापक पद्धतीने पाहायचे झाले तर तुम्ही अशा एखाद्या देशात राहात असाल तिथे पुरुषांची किंवा स्त्रियांची (अनुक्रमे चीन व रशिया) लोकसंख्या जास्त आहे, तर शक्यता अशी आहे की, तुम्ही त्यातल्या मोठ्या गटामध्ये मोडून स्वत:ला कमनशिबी मानाल. निवडणुकीत तुम्ही सर्वात मोठ्या पार्टीला मत द्यायची शक्यता खूप जास्त आहे. म्हणजे तुम्ही जिंकणाऱ्या बहुसंख्याकांबरोबर सहमत असता.

'माझ्याच बाबतीत....' हा समज सर्वव्यापी आहे. व्यापार जगातले लोकही ह्या सापळ्यात अडकतात. कसे ते पहा. आपल्या वर्तमानपत्राला किती मान्यता आहे हे पाहाण्यासाठी ते आपल्या ग्राहकांना एक प्रश्नसूची पाठवतात. पण दुर्दैवाने ती फक्त एका गटाकडे पोचते. ते सध्याचे वाचन-ग्राहक आहेत, त्यांना मुळातच ते वर्तमानपत्र आवडते, उत्तर द्यायला वेळ आहे आणि त्यांनी आपली वर्गणी रद्द केली नाहीए. दुसऱ्या गटाला ती प्रश्नसूची मिळत नाही. तो गट त्या शोधाचा भाग बनत नाही. परिणाम - हा लोकप्रियतेसाठी घेतलेला सर्व्हे कुचकामी आहे.

काही काळापूर्वी सदान्कदा उदासपणे भव्य विधाने करणाऱ्या माझ्या एका मित्राने म्हटले, 'त्याचे अस्तित्वात असणे हेच मुळी एका चमत्कारापेक्षा काही कमी नाही'. 'माझ्याच बाबतीत....' अशा ग्रहाच्या बळीचा हा एक उत्तम नमुना आहे. जो जिवंत आहे तोच असे निरीक्षण करू शकतो. क्षुल्लक व्यक्ती आपल्या नगण्य अस्तित्वाबद्दल फारसा दूरवर विचार करत नाहीत. आणि तरीही, निदान अर्धा डझन तत्त्वज्ञानींच्या पुस्तकांचा गाभा ह्याच भ्रमावर आधारित असतो. त्यात ते वेळोवेळी भाषेचा उगम व विकास कसा झाला ह्याबद्दल अचंबा व्यक्त करतात. मला त्यांच्या आश्चर्याबद्दल कणव वाटते, पण हे सारे समर्थनापलीकडे आहे. भाषेचे अस्तित्वच नसते, तर तत्त्ववेत्त्यांना त्याबद्दल आदरयुक्त अचंबा

वाटला नसता; किंबहुना तत्त्वज्ञानींचे अस्तित्वच नसते. भाषेची जादू फक्त अशा जगात जाणवू शकते जिथे मुळात ती आधीपासून अस्तित्वात आहे. हल्लीच टेलिफोनद्वारे केलेला हा सर्व्हे फारच हास्यापद आहे. एका कंपनीला शोधायचे होते की, प्रत्येक घरात किती मोबाईल फोन आणि किती जुन्या पद्धतीचे फोन (लॅन्डलाईन) आहेत. सगळी गोळाबेरीज केल्यावर त्या कंपनीला असे आढळून फार आश्चर्य वाटले की एकही घर असे नव्हते जिथे एकही फोन नव्हता. किती उत्कृष्ट नमुना म्हणायचा हा!

हेही पहा :

'पर्यायी वाटा' (प्र. ३९), 'हजर असण्याचा प्रभाव' (प्र. ५९), 'जलतरणपटू देहयष्टी आभास' (प्र. २)

४८

अनुभवामुळे निर्णयाला हानी का पोहोचू शकते?

'संगतीचा ओढा'

केविनने गेल्या तीन कंपन्यांमध्ये आपल्या विभागाच्या कामगिरीचे सादरीकरण बोर्डापुढे केले. प्रत्येक वेळी एकदम चोख, आदर्श पद्धतीने सारेकाही झाले. प्रत्येक वेळी त्याने आपली हिरवी ठिपक्यांची बॉक्सर शॉर्टस् घातली होती. तो मनाशी गाठ बांधतो, 'ही माझी शुभशकुनी बॉक्सर आहे.'

दागिन्यांच्या दुकानातली विक्रेती तरुणी एवढी आकर्षक आणि छाप पाडणारी होती, की तिने दाखवलेली १० हजार डॉलर्सची साखरपुड्याची अंगठी घेतल्यावाचून त्याला राहावले नाही. खरे तर त्याने ठरवलेल्या रकमेपेक्षा ती किंमत बरीच जास्त होती; विशेषतः दुसऱ्या लग्नासाठी. पण त्याने अंगठीची सांगड त्या सुंदर तरुणीशी घालत आपली बायकोही अशीच अप्सरा असेल, अशी कल्पना करून घेतली.

दरवर्षी केविन डॉक्टरकडे तपासणीसाठी जातो. चव्वेचाळीस वर्षे वयाच्या मानाने तो बऱ्यापैकी सुदृढ आहे, असंच त्याला सांगण्यात येतं. आतापर्यंत फक्त दोनदा त्याला आरोग्याविषयी काही समस्या उद्भवली. एकदा अपेन्डिक्सची-जी ऑपरेशन करून सोडवली गेली- आणि दुसऱ्यांदा प्रोस्ट्रेट ग्रंथीची सूज- तपासणी केल्यावर समजले की तो कर्करोग नसून केवळ सूज आहे. दोन्ही वेळा डॉक्टरांच्या खोलीतून निदान ऐकून बाहेर पडताना तो चिंतेने बेजार झाला होता. योगायोगाने ते दोन्ही दिवस उकाड्याचे होते. तेव्हापासून कोणत्याही दिवशी उकाडा वाढला की तो

अस्वस्थ होतो. समजा एखाद्या दिवशी तापमान वाढू लागलेय आणि नेमकी त्याची डॉक्टरकडे तपासणी असेल, तर तो ती रद्द करतो.

आपला मेंदू असे धागे जोडणारे एक यंत्र आहे. त्याची व्यावहारिक उपयुक्तता आहे. जर आपण एखादे अनोळखी फळ खाल्ल्यावर आजारी पडलो, तर आपण पुढे ते खाणे टाळतो आणि त्याला विषारी, किंवा खाण्यालायक नसलेले तरी मानतो. ज्ञान असेच वाढते. पण ह्या प्रकारे मिळालेले ज्ञान कधीकधी चुकीचेही असते. रशियन संशोधक इवान पावलोव हे पहिलेच असे शास्त्रज्ञ होते ज्यांनी हा अभ्यास केला. आधी त्यांचा उद्देश कुत्र्यांना किती लाळ येते हे मोजण्याचा होता. प्रथम त्यांनी कुत्र्यांना खाण्यासाठी बोलवायला एक घंटी वाजवणे सुरू केले. पण लौकरच फक्त घंटीचा आवाज ऐकला की (जरी खाणे दिले/दिसले नाही) कुत्र्यांना लाळ सुटू लागली. त्या प्राण्याच्या मेंदूने घंटीचा आवाज आणि लाळ येणे, या दोन भिन्न गोष्टी जोडल्या होत्या.

पावलोवचे तंत्र माणसांच्या बाबतीतही लागू पडते. जाहिरातींच्या माध्यमातून उत्पादन व भावना ह्यांच्यात एक दुवा निर्माण केला जातो. त्याचमुळे पेयांच्या जाहिरातीत तुम्हाला कधी आठ्या घातलेला किंवा सुरकुतलेला चेहरा आढळणार नाही. कोक पिणारे तरुण, सुंदर आणि मस्त मजेत जगणारे असतात आणि खऱ्याखुऱ्या जगात न आढळणाऱ्या समूहात ते दिसून येतात.

अशा नकली नात्यामागे 'संगतीच्या ओढ्याचा' हात आहे, आपल्या निर्णयांवरही त्याचा प्रभाव पडतो. उदाहरणार्थ, बरेचदा आपण वाईट बातमी आणणाऱ्या निरोप्याची निंदा करतो, कारण आपोआप आपण त्याला त्याने आणलेल्या निरोपातल्या वाईटपणाशी जोडतो (ह्याला 'दूताला गोळ्या घाला' असे लक्षण म्हटले जाते). कधीकधी सी.ई.ओ. आणि गुंतवणूकदार (अजाणता) अशी वाईट बातमी आणणाऱ्यांना टाळतात. म्हणजे फक्त सकारात्मक चांगल्या बातम्या त्यांच्यापर्यंत जातात, आणि परिस्थितीचे वेगळेच एकतर्फी चित्र त्यांच्या डोळ्यासमोर राहते. तुम्ही जर एखाद्या गटाचे नेतृत्व करत असाल आणि चुकीचे दुवे जोडण्यापासून तुम्हाला स्वत:ला वाचवायचे असेल, तर तुमच्या कर्मचाऱ्यांना सांगा की, वाईट बातमी नेहमी आधी आणि आठवणीने सांगा. त्यामुळे तुम्ही 'दूताला गोळ्या घाला'चा प्रभावाखाली येणार नाही आणि विश्वास ठेवा - भरपूर चांगल्या बातम्याही तुमच्यापर्यंत येतील.

इंटरनेट व ईमेलच्या आधीच्या काळात फिरते विक्रेते घरोघरी जाऊन आपली उत्पादने विकायचे. एकदा जॉर्ज फॉस्टर नावाचा विक्रेता एक दाराबाहेर उभा होता.

घर रिकामे होते आणि एका छोट्याशा छिद्रामुळे गॅस गळती होऊन काही आठवडे गॅस झिरपत आत भरून राहिला होता. घराच्या घंटीमध्येही काही बिघाड झाला होता. त्याने बटन दाबताच स्पार्क उडून पूर्ण घरात स्फोट झाला. बिचाऱ्या जॉर्जला बराच काळ हॉस्पिटलमध्ये रहावे लागले. नंतर तो परत हिंडता फिरता झाला. पण त्याच्या मनात दाराची घंटी वाजवण्याबद्दल इतकी भीती बसली होती की, अनेक वर्षे तो आपली नोकरी करू शकला नाही. त्याला माहिती होते की, अशी घटना परत होणे जवळजवळ अशक्य होते. पण काही गेल्या ह्या दोन गटांमधला भावनिक जोड नष्ट करणे त्याला जमले नाही. त्याला माहीत होते की अशी घटना परत होणे जवळजवळ अशक्य होते. पण काही केल्या त्या दोन घटनांमधला भावनिक जोड नष्ट करणे त्याला जमले नाही.

ह्यातून मिळालेला धडा मार्क टव्हेनच्या ह्या वाक्यातून उत्तम लक्षात येतो; 'कोणत्याही अनुभवातून मिळालेले ज्ञान व सुज्ञता घेऊन आपण बाहेर पडले पाहिजे. आणि बस् तेवढेच; नाही तर गरम झालेल्या स्टोव्हच्या झाकणावर येऊन बसणाऱ्या मांजरीसारखी आपली अवस्था होईल. ती परत कधीच गरम स्टोव्हच्या झाकणावर तर बसणार नाहीच, पण झाकणावरही बसणार नाही.'

हेही पहा :

'संसर्गाबद्दल अढी' (प्र. ५४), 'चुकीचा कार्यकारणभाव' (प्र. ३७), 'नवशिक्याचे भाग्य' (प्र. ४९), ''निमिषार्धात समस्यापूर्ती'साठी शॉर्टकट' (प्र. ६६)

४१

सुरुवात झाली भली, तर सावधान!

'नवशिक्याचे भाग्य'

गेल्या प्रकरणात आपण 'संगतीच्या ओढ्या'बद्दल वाचले- त्यामुळे काहीही संबंध नसताना दुवे जोडले जातात. उदा. जी बॉक्सर घातली असताना केविनने प्रत्येक सादरीकरणात छाप पाडली असली तरी ती त्याची हिरव्या ठिपक्यांची बॉक्सर शॉर्टस् ही काही यशाचा हुकमी एक्का नाही.

आता आपण 'संगतीच्या ओढ्याच्या' वृत्तीची एक वेगळी फसवी तऱ्हा पाहूया; भूतकाळाशी एक (नकली) दुवा जोडणे. कॅसिनोमध्ये जुगार खेळणाऱ्यांना हे नेमके ठाऊक आहे. जे त्याला 'नवशिक्याचे भाग्य' म्हणतात. जे नव्याने खेळतात आणि पहिल्या काही फेऱ्यात हरतात, ते शहाणपणाने माघार घेतात. पण एखाद्याला चांगला डाव लागला, तर तो खेळत राहतो. आपल्या असाधारण कौशल्याची खात्री बाळगून हे कच्चे खेळाडू जास्त पैसे लावत राहतात. जिंकण्याच्या शक्यतेबद्दल सत्य स्वीकारल्यावर त्यांचे डोळे उघडतात.

'नवशिक्याच्या भाग्याची' अर्थव्यवस्थेमध्ये फार मोठी भूमिका आहे. समजा 'अ' कंपनीने 'ब', 'क' आणि 'ड' ह्या छोट्या कंपन्या एकापाठी एक विकत घेतल्या. हे विलिनीकरण समजा यशस्वी झाले, तर डायरेक्टर्स समजतात की, त्यांच्यात हे कौशल्य आहे. ह्या आत्मविश्वासाने प्रेरित होत ते 'फ' ही एक मोठी कंपनी विकत घेतात. हे विलिनीकरण सपशेल फोल ठरते; ते झेपणे कठीण होऊन जाते. तो एकत्रित डोलारा सावरणे मुश्कील होते. तर्कनिष्ठ पद्धतीने विचार केला

तर हे होणे अपरिहार्य होते ह्याचा अंदाज आधीच येऊ शकला असता. पण आधीच्या प्राप्तींमध्ये सारेकाही अगदी जादूने व्हावे असे जुळून आल्यामुळे त्यांना 'नवशिक्याच्या भाग्याने' आंधळे केले होते.

हाच प्रकार स्टॉक एक्सचेंजमध्ये होतो. सुरुवातीला आलेल्या यशाला भुलून बऱ्याच गुंतवणूकदारांनी १९९०च्या दशकाच्या अखेरीस इंटरनेट स्टॉक्समध्ये आपली आयुष्याची पुंजी गुंतवली. काहींनी तर कर्ज काढून रक्कम गुंतवली. पण ह्या गुंतवणूकदारांनी एक छोट्याशा गोष्टीकडे दुर्लक्ष केले. त्यांनी आजवर मिळवलेल्या नफ्यामागे त्यांचे स्टॉक निवडण्याचे कसब मुळीच नव्हते. त्यावेळी स्टॉक मार्केट नाहीतरी तेजीत चालू होते. ज्यांना काही जाण नाही अशा गुंतवणूकदारांनाही यश लाभले होते. जेव्हा मार्केटमध्ये मंदी आली तेव्हा अनेकांपुढे डॉट कॉम कर्जाचे डोंगर उभे राहिले.

हाच भ्रम आपण काही काळापूर्वीच्या अमेरिकेच्या घरे व स्थावर मालमत्तेच्या (रिअल इस्टेट) धंद्यातल्या बरकतीबद्दल पाहिला. डेन्टिस्ट, वकील, शिक्षक, टॅक्सीचालक सारे आपला कामधंदा सोडून घराच्या उलाढालीत उतरले; विकत घेणे आणि लगेच जास्त किमतीला विकणे. सुरुवातीला झालेल्या नफ्यामुळे त्यांना आपला निर्णय योग्य वाटला. पण त्याचा त्यांच्या कौशल्याशी काहीही संबंध नव्हता. त्या वेळच्या भ्रामक फुग्यामुळे अगदी अपात्र नवशिक्या घरविक्री दलालांचीही भरभराट झाली होती. त्यानंतर मात्र मोठी घरे, बंगले घेऊन फसलेले गुंतवणूकदार कर्जबाजारी झाले. जेव्हा शेवटी तो फुगा फुटला तेव्हा विकायला अयोग्य अशी अनेक घरे गळ्यात पडण्याखेरीज त्यांच्या हाती काही लागले नाही.

खरे म्हणजे इतिहासात 'नवशिक्याच्या भाग्याची' अनेक उदाहरणे मिळतात. नेपोलियन किंवा हिटलरला जर आधीच्या किरकोळ लढायांमध्ये यश मिळाले नसते तर त्यांनी रशिया विरुद्ध मोठी चढाई करायची मोहीम हाती घेतली असती का अशी मला शंका आहे. त्यामुळेच त्यांचा विश्वास बळावून त्यांनी ते धाडस केले.

पण 'नवशिक्याचे भाग्य' आणि खरे कौशल्य ह्यातला फरक कसा समजेल? त्यासाठी काही ठाम ठोकताळे नाहीत, पण ह्या दोन सूचना कामी येतील. पहिली म्हणजे तुम्ही खरंच इतरांपेक्षा बराच मोठा कालावधी वरचढ व अधिक यशस्वी असाल, तर तुमच्यात काही खास कसब असू शकेल असे तुम्ही मानू शकता (पण त्याची १००% खात्री कधीच नसते). दुसरी म्हणजे जेव्हा खूप जास्त लोकांत चढाओढ असते तेव्हा एखादा वरचेवर भाग्यवान ठरण्याची शक्यता जास्त असते ही गोष्ट लक्षात ठेवावी - अगदी तुम्हीसुद्धा ते असू शकता. जर सातत्याने काही वर्षे

तुम्ही तुमच्या दहा प्रतिस्पर्ध्यांमध्ये वरचढ असाल - नेतृत्वाच्या जागी टिकून रहाल तर तुम्ही स्वतःची पाठ थोपटू शकता. कौशल्य असण्याचे खरे लक्षण ते आहे. पण जर १ कोटी लोकांमध्ये तुम्ही शिखरावर आज असाल (उदा. आर्थिक बाजारपेठा - स्टॉक मार्केट) तर तुम्ही वॉरेन बफेटसारख्या सांपत्तिक साम्राज्याची दिवास्वप्ने पहायला लागू नका. तुम्ही फक्त आतापुरते सुदैवी असण्याची शक्यता जास्त आहे.

काही निष्कर्ष काढण्याआधी थांबा आणि वाट पहा. 'नवशिक्याच्या भाग्याच्या' मोहजालात अडकून पूर्ण वाताहत होऊ शकते. म्हणून तुमचे कयास व सिद्धांत एका शास्त्रीय दृष्टीने पारखून, गैरसमज होण्यापासून स्वतःला वाचवा. गैरसमजांची शास्त्रोक्त पद्धतीने तपासणी करून ते खोटे आहेत का याचे परीक्षण करायचा प्रयत्न करा. माझे पहिले पुस्तक 'थर्टी फाइव्ह' तयार झाले तेव्हा मी ते एकाच संपादकाकडे पाठवले, ज्यांनी ते लगेच छापून वितरित करायचे मंजूर केले. क्षणभर मला वाटले की, माझी प्रतिभा अलौकिक - साहित्य जगतात खळबळ उडवणारी आहे (कोणीही संपादक एखादे पुस्तक स्वीकारायची शक्यता १,५००मध्ये एक अशी साधारणपणे आहे). माझा सिद्धांत तपासून पाहण्यासाठी मी ते हस्तलिखित आणखी दहा मोठ्या संपादकांकडे पाठवले. मला दहा नकाराची पत्रे आली. माझा गोड गैरसमज दूर झाला आणि मी परत खाली जमिनीवर येऊन आदळलो.

हेही पहा :

'जेतेपणाचा पूर्वग्रह' (प्र. १), 'श्रेय सारे माझेच, असा कल' (प्र. ४५), 'संगतीचा ओढा' (प्र. ४८), 'चुकीचा कार्यकारणभाव' (प्र. ३७), 'कौशल्याचा आभास' (प्र. ९४)

५०

छोट्या गोंडस थापा

'बौद्धिक विसंगती'

एक कोल्हा हळूच एका द्राक्षाच्या वेलीपाशी आला. अधाशीपणे त्याने त्या जाडजूड जांभळ्या पिकलेल्या द्राक्षांना न्याहाळले. त्याने त्याचे पुढचे पंजे त्या वेलीवर विसावले आणि मान उंचावत द्राक्षे मटकवायचा प्रयत्न केला. पण ती फार उंच होती. वैतागून त्याने पुन्हा प्रयत्न केला. याही वेळेस एकही द्राक्ष तोंडी लागलं नाही. तिसऱ्या वेळी त्याने पूर्ण ताकद पणाला लावून उडी मारली. इतक्या जोराने की, तो दाणकन जमिनीवर सपशेल आपटला. वेलीचे मात्र पानसुद्धा हलले नाही. कोल्ह्याने नाक मुरडले. 'अजून ही द्राक्षे पिकलीदेखील नाहीत. मला नकोच ती,' असं म्हणत तो ताठ मानेने परत जंगलात घुसला.

ग्रीक कवी 'इसाप'ने आपल्या विचार पद्धतीतील सामान्य चुका दाखवण्यासाठी ही कहाणी रचली. जेव्हा कोल्ह्याने काही करू पाहिले आणि ते जमले नाही तेव्हा एक विसंगती निर्माण झाली. हा संघर्ष सोडवण्याचे तीन मार्ग आहेत.

अ) कसेही करून ती द्राक्षे मिळवणे. ब) आपली असमर्थता स्वीकारणे किंवा क) झालेल्या गोष्टीचा फेरविचार करून वेगळा अर्थ लावणे. शेवटचा पर्याय हे बौद्धिक विसंगतीचा एक नमुना; किंबहुना त्याचे उत्तर अथवा उपाय आहे.

समजा तुम्ही एक नवी गाडी विकत घेतली, पण लवकरच तुम्हाला तुमच्या निवडीचा खेद वाटू लागतो. त्याची टोचणी वाटते. गाडीच्या इंजिनचा एवढा मोठा आवाज येतो की, जेट विमान उड्डाण आहे असे वाटावे. चालकाच्या जागी

बसल्यावर तुम्हाला आरामशीर वाटत नाही. तुम्ही काय करता? गाडी परत करणे म्हणजे चूक कबूल करणे (ते कसे चालेल?) आणि तो विक्रेता बहुतेक सगळी रक्कम परत करणार नाही. म्हणून तुम्ही स्वत:ला समजावता की इंजिनचा मोठा आवाज आणि सीट आरामशीर नसणे यामुळे तुम्ही गाडी चालवताना झोपणार नाही, म्हणजेच ते सुरक्षिततेचे साधन आहे. म्हणजे, इतका बावळटपणा नाही झाला म्हणायचा. अचानक तुम्हाला आपल्या व्यावहारिक उपयुक्त निवडीबद्दल अभिमान वाटू लागतो.

स्टॅनफोर्डचे लिऑन फेस्टिंगर आणि मेरिल कार्लस्मिथ यांनी आपल्या विद्यार्थ्यांना एकदा एक तासभर अत्यंत कंटाळवाणी कामे करायला सांगितली. मग त्यांनी त्यांचे दोन गट केले. 'अ' गटातील प्रत्येकाला १ डॉलर देण्यात आला (ही १९५९ची गोष्ट आहे). आणि त्यांनी त्या कामाचे बाहेर थांबलेल्या दुसऱ्या विद्यार्थ्यांपाशी प्रमाणाबाहेर गोडवे गायचे अशी सूचना दिली; म्हणजे खोटे बोलणे. 'ब' गटाच्या विद्यार्थ्यांबरोबरही हेच करण्यात आले. फक्त फरक असा की, त्यांना प्रत्येकी २० डॉलर देण्यात आले. नंतर काही वेळाने त्यांना विचारले गेले की, ते रटाळ काम करताना त्यांना खरोखरच कसे वाटत होते. गंमत म्हणजे ज्यांना फक्त एक डॉलर मिळाला होता, त्यांना ते काम बरेच मजेदार व आकर्षक वाटले. का? एक डॉलर त्यांना इतके खोटे बोलण्यासाठी पुरेसा नव्हता, त्याऐवजी त्यांनी स्वत:ला पटवून दिले की, ते काम काही एवढे वाईट नव्हते. इसापच्या कोल्ह्याप्रमाणेच त्यांनीही परिस्थितीचा अर्थ वेगळा लावायचे ठरवले. ज्यांना जास्त पैसे मिळाले होते त्यांना बाकी काही कारण सबबीची गरज नव्हती. ते खोटे बोलले. त्याबद्दल त्यांना २० डॉलर्स मिळाले. सौदा चांगला होता. त्यांना बौद्धिक विसंवाद जाणवला नाही.

समजा तुम्ही एका नोकरीसाठी अर्ज केलात आणि मग तुमच्याऐवजी दुसऱ्या कोणाला नोकरी मिळाली असे समजले. ती व्यक्ती तुमच्यापेक्षा जास्त योग्य ठरली असेल किंवा चांगली असेल हे मान्य करण्याऐवजी, तुम्ही स्वत:ची ठाम समजूत करून घेता की, खरं तर तुम्हाला ती नोकरी नकोच होती. तुम्ही फक्त नोकरीच्या मार्केटमध्ये तुमची पत काय ते आजमावून पाहात होतात. आणि तुम्हाला फक्त हे जाणून घ्यायचे होते की, इंटरव्ह्यूसाठी आपल्याला निवड करून बोलावले जाते की, नाही.

काही काळापूर्वी दोन वेगवेगळ्या स्टॉक्समध्ये गुंतवणूक करताना मी काहीसा असाच वागलो. मी निवडलेला स्टॉक नंतर लगेचच घसरला, आणि दुसरा, ज्याची मी निवड केली नव्हती, त्याची किंमत सरसर वर चढली. मला माझी चूक

स्वीकारणे कठीण जात होते. त्या नंतर मी माझ्या मित्राला पटवून देऊ पहात होतो की, त्या स्टॉकला आता थोडे प्रॉब्लेम येत असले तरी त्याला पुढे सुधारण्याची मोठी शक्यता आहे. हे मला खात्रीने आठवतंय. फक्त बौद्धिक विसंवादच. जर मी तो स्टॉक घ्यायचा निर्णय घेण्यासाठी आजपर्यंत थांबलो असतो तर त्यातून नक्कीच अधिक लाभ झाला असता. त्या मित्राने मला ही इसापची कहाणी सांगितली. तुम्ही हुषार कोल्ह्यासारखं कितीही वागलात तरी त्या पद्धतीने वागून तुम्हाला द्राक्षे कधीच मिळणार नाहीत.

हेही पहा :

'आत्मगंडाचा प्रभाव' (प्र. २३), 'श्रेय सारे माझेच, असा कल' (प्र. ४५), 'पुष्टीकरणाचा कल' (प्र. ७ व ८) 'कारणे देऊन समर्थन' (प्र. ५२), 'कष्टाचे समर्थन' (प्र. ६०)

५१

प्रत्येक दिवस शेवटचाच असल्यासारखे जगा– पण फक्त रविवारी

'जाणूनबुजून दुर्लक्षाचा कळस'

तुम्हाला ती म्हण माहिती असेलच, 'असे जगा की जणू काही दर दिवस तुमचा अखेरचा आहे.' प्रत्येक जीवनशैलीविषयक मासिकात हे वाक्य निदान तीनदा सापडेल. तसेच प्रत्येक स्व-मदत (सेल्फ हेल्प) पुस्तकात हा हुकमी एक्का म्हणून वापरला जातो. पण या चतुर वाक्यामुळे आपण काही विशेष सुज्ञ बनत नाही. जर तुम्ही ते शब्दशः खरे मानून वागलात तर काय होईल? तुम्ही तुमची रोजची कामे करायचे सोडून द्याल. उदा. दात घासणे, केस धुणे, घर स्वच्छ करणे, कामावर जाणे, बिले भरणे इत्यादी. काही दिवसांतच तुमचे दिवाळे निघेल, तुम्ही आजारी पडाल किंवा तुरुंगात असाल. आणि तरीदेखील या वाक्यातला गर्भित अर्थ खूप उदात्त आहे. त्यात तत्कालीनतेची एक खोल उर्मी - एक ओढ आहे. साक्षीत्वभावाला (इमिडियसी) आपण महत्त्व देतो. वाजवीपेक्षा फार जास्त. आजचा दिवस पुरे, आनंदाने जगा, त्याची मजा लुटा आणि उद्याची चिंता करू नका हे ब्रीद खरोखर शहाणपणाने जगण्यासाठी उपयोगाचे नाही.

एका वर्षात १००० डॉलर्स मिळणे किंवा एक वर्ष व एक महिन्याने अकराशे डॉलर्स मिळणे यापैकी तुम्हाला काय आवडेल? बहुतेक जणांना तेरा महिन्यांत मिळणारे जास्त पैसे हवे असतील. १०% मासिक व्याजाचा दर (किंवा वार्षिक

१२०%) प्रत्येक रक्कमेसाठी दुसरीकडे कुठे मिळणार? एक सुज्ञ निर्णय; कारण व्याजाची रक्कम वाट पाहण्याची भरपाई करेल.

दुसरा प्रश्न - तुम्हाला १००० डॉलर्स तत्काळ नगद मिळालेले चालतील की एक महिन्यानंतर १,१०० डॉलर्स? तुम्ही जर इतरांसारखाच विचार करत असाल तर तुम्ही त्या क्षणी मिळणारे १००० डॉलर्स घेऊन मोकळे व्हाल. हे किती विस्मयकारक आहे! दोन्ही उदाहरणात तुम्ही एक महिना थांबलात तर तुम्हाला शंभर डॉलर्स जास्त मिळतात. पहिल्या उदाहरणात ते ठीक वाटते. बारा महिने थांबल्यावर अजून एक महिना थांबू शकतो. तुम्ही म्हणता दुसऱ्या उदाहरणात तसे होत नाही. 'आता' किंवा 'तत्काळ' हा शब्द आल्याबरोबर आपल्या निर्णयात विसंगती निर्माण होते. शास्त्र त्याला 'जाणूनबुजून दुर्लक्षाचा कळस' असे म्हणते (हायपरबेलिक डिस्काउंटिंग). साध्या सोप्या शब्दात सांगायचे झाले तर प्रतिफळ (रिवॉर्ड) जितक्या लौकर मिळण्याची शक्यता, तितका आपला भावनिक व्याजाचा दर (इमोशनल इंटरेस्ट रेट) जास्त वाढतो आणि त्या बदल्यात आपण जास्त सोडून द्यायला तयार होतो. बहुतेक अर्थशास्त्रज्ञांना अजून हे नीट कळले नाही की, व्याजाच्या दराबाबत आपली प्रतिक्रिया एवढी विसंगत आणि वास्तववादाला सोडून कशी असेल. त्यांचे आलेख व योजना अजूनही स्थिर व्याजदरावर आधारित आहेत आणि म्हणूनच त्यात कितपत तथ्य आहे, असा विचार येतो.

जाणूनबुजून दुर्लक्षाचा कळस हा आपल्या पशुवत आदिमानव काळाचा अंश आहे, हे आपल्या तत्काळतेकडे आकृष्ट होण्याच्या कलावरून सहज दिसते. पुढे भविष्यात काही मोठा लाभ होईल म्हणून पशु कधीही आत्ता लगेच मिळणारे इनाम (लाभ) हातचे सोडत नाही. तुम्ही उंदरांना कितीही शिकवले, तरी उद्या चीझचे दोन तुकडे मिळतील म्हणून आज मिळणारा एक तुकडा ते सोडून देणार नाहीत. पण थांबा ! खारी असा पुढच्या उपयोगासाठी अन्नाचा साठा करून नाही का ठेवत? होय, पण ते आपोआप अंत:प्रेरणेमुळे होते हे सिद्ध झाले आहे. त्यात अनुभवातून शिकणे किंवा प्रेरणावजा उर्मीला आळा घालण्याचा काही अंश नसतो.

आणि मुलांचं काय? ६०च्या शतकामध्ये वॉल्टर मायकेलने आनंद मिळण्यात विलंब होण्याविषयीचा केलेला प्रयोग प्रसिद्ध आहे. 'मार्शमेलो एक्सपेरिमेंट' असे यूट्यूबवर शोधल्यास तुम्हाला या संदर्भात देखणा व्हिडियो पाहायला मिळेल. त्यामध्ये ४ वर्षे वयाच्या मुलांच्या गटाला प्रत्येकी एक मार्शमेलो देण्यात आला. तो ते लगेच खाऊ शकत होते, किंवा काही मिनिटे थांबले तर त्यांना दुसरा मार्शमेलो मिळणार होता. आश्चर्याची गोष्ट अशी की, खूपच कमी मुले वाट पाहू शकली.

त्याहून जास्त अचंबा हाच वाटतो की, आनंद मिळण्यात विलंब ज्यांना सहन करता येतो, त्यांच्या पुढील आयुष्यात करिअरमध्ये यश प्राप्त होण्याची शक्यता वाढते असे मायकेलच्या लक्षात आले. खरोखरच, संयम हा फार मोठा सद्‌गुण आहे.

आपण जितके मोठे होतो, जितका आपण स्वत:वर ताबा मिळवत जातो, तितके आपण प्रतिफळ मिळण्यात विलंब झालेला सहज सहन करू शकतो. बारा महिन्यांऐवजी १०० डॉलर्स जास्त मिळण्यासाठी आपण आनंदाने १३ महिने थांबू शकतो. पण आपल्याला लगेच काही (फळ) मिळणार असेल, तर ते मिळवण्यात विलंब सहन करण्यासाठी आपल्याला खूप जास्त मौल्यवान व अधिक दर्जेदार बक्षीस मिळण्याची हमी लागते. एक ठळक नमुना; क्रेडिट कार्डची थकबाकी व वैयक्तिक कर्ज घेण्यासाठी बँका खूप अवास्तव व्याजदर लावतात, त्यामागे आपला 'आताच हवे' हा हव्यास कारणीभूत आहे.

तात्पर्य; तत्क्षणी मिळणारा लाभ फार विलोभनीय असतो; पण जाणूनबुजून दुर्लक्षाचा कळस हे तरीही एक वैगुण्यच आहे. आपल्या उतावळेपणावर जितका आपला ताबा कमी तितके आपण या सापळ्यात अडकू. उदा. मद्याच्या प्रभावाखाली असताना आपण सहज बळी पडतो. दुसऱ्या बाजूने पाहिले तर जर तुम्हाला ग्राहकोपयोगी उत्पादने (कंझ्युमर प्रॉडक्टस्) विकायची असतील तर तुमच्या ग्राहकांना ती तत्काळ उपलब्ध करून द्या. जास्त वाट पहावी लागू नये म्हणून काही लोक जास्त किंमत द्यायला राजी असतात. ॲमेझॉन ही ऑनलाईन विक्रीची साईट याच्याच जोरावर दुसऱ्या दिवशी वस्तू हातात मिळण्यासाठीच्या अधिक रकमेच्या नावाखाली चांगली भरघोस कमाई करते. 'आजचा दिवस तुमचा खरोखरच शेवटचा आहे असे जगा' हे सूत्र छान आहे. पण ते आठवड्यातून एकदाच वापरावे.

हेही पहा -

'निर्णयाचा शीण' (प्र. ५३), 'साधे तर्कशास्त्र' (प्र. ६३), 'दिरंगाई (प्र. ८५)

५२

कोणतीही तकलादू सबब

'कारणे देऊन समर्थन'

लॉस एन्जेलीस आणि सॅन फ्रान्सिस्कोमधील महामार्गावर ट्रॅफिक जॅम; रस्तादुरूस्तीचे काम; हळूहळू, इंच इंच पुढे सरकत, त्या गोंधळाला मागे टाकायला मी ३० मिनिटे घेतली. मी हुश्श करतोय. इतक्यात परत अर्ध्या तासाने मी तशाच ट्रॅफिक जॅममध्ये अडकतो. परत त्याच रस्तादुरूस्ती कामामुळे; पण या वेळी का कोण जाणे, मला कमी वैताग येतो; का? ह्या रस्त्याच्या कडेला फलक लावले होते, 'तुमच्यासाठी आम्ही हा महामार्ग दुरूस्त करून नव्याप्रमाणे करत आहोत,' ते वाचूनच बरे वाटले.

त्या ट्रॅफिक जॅममुळे मला हार्वर्डचे मानसशास्त्रज्ञ एलेन लॅग्नर यांनी १९७०च्या दरम्यान केलेला प्रयोग आठवला. एका लायब्ररीत जाऊन त्या एका झेरॉक्स मशीनपाशी रांग लागेपर्यंत थांबल्या. मग पहिल्या व्यक्तीकडे जाऊन त्या म्हणाल्या, ''माफ करा, माझ्याकडे ५ पाने आहेत. मी आधी कॉपी काढून घेऊ का?'' ६0% वेळा त्यांना यश मिळाले. त्यांनी पुन्हा तोच प्रयोग केला, फक्त या वेळी त्यांनी एक कारण दिले. ''माफ करा, माझ्याकडे ५ पाने आहेत. मी आधी कॉपी काढून घेऊ का, कारण मी जरा घाईत आहे!'' या वेळी जवळ जवळ प्रत्येक वेळी (९४% वेळा) त्यांना पुढे जाऊ दिले, हे समजण्यासारखे आहे. जर लोक घाईत असतील तर आपण त्यांना बरेचदा रांगेत पुढे जाऊ देतो. त्यांनी अजून एक वेगळा पवित्रा घेतला. या वेळी म्हणाल्या ''माफ करा, माझ्याकडे ५ पाने आहेत, मी तुमच्या पुढे जाऊ का, कारण मला कॉपी काढायच्या आहेत.'' याचा परिणामी निकाल आश्चर्यजनक

होता. जरी त्यांनी दिलेले कारण तकलादू होते - म्हणजे तसे सगळेच त्या रांगेत कॉपी काढायला उभे होते. तरी जवळजवळ सगळ्या वेळी (९३% वेळा) लोकांनी त्यांना रांग मोडून पुढे जाऊ दिले.

तुम्ही जेव्हा तुमच्या वागण्यामागचे कारण देता तेव्हा तुम्हाला जास्त सहकार्य, मदत व सहनशीलता अनुभवायला मिळते. तुमची सबब चांगली आहे की नाही यावर फारसे काही अवलंबून नसते. फक्त 'कारण' असे म्हणणे पुरेसे असते. 'तुमच्यासाठी आम्ही हा महामार्ग दुरूस्त करत आहोत,' असा फलक खरेतर काही कामाचा नसतो. रस्तादुरूस्ती पथकाला तिथे आणखी काय काम असू शकते? जर आधी कळले नसेल तरी खिडकीबाहेर नजर टाकताच तुम्हाला कळते की, काय चालू आहे आणि तरीही तो फलक वाचताच ती माहिती तुम्हाला दिलासा देऊन शांत करते. नाही तरी, अंधारात ठेवले जाण्याइतके वैताग देणारे दुसरे काही नाही.

जे.एफ.के. विमानतळ, गेट ए ५७, विमानात जाण्यासाठी थांबलो आहे. घोषणा ऐकू येते, ''फ्लाईट १२३४ साठी थांबलेल्या प्रवाशांनी इथे लक्ष द्यावे. फ्लाईटला तीन तास उशीर होणार आहे.'' व्वा! मी काय कारण आहे हे विचारण्यासाठी त्यांच्या टेबलाकडे गेलो; पण काही ठोस उत्तर न मिळाल्याने माझा संताप झाला. काही माहिती न देता उगीच मला थांबवून ठेवण्याची हिंमत कशी करू शकतात ते? दुसरी कंपनी पहा किती व्यवस्थितपणे सांगतेय; ''काही तांत्रिक कारणांमुळे फ्लाईट ५६७८ला तीन तास उशीर होत आहे.'' हे कारण खरे म्हणजे अतिशय तकलादू आहे, पण प्रवाशांना शांत करायला तेवढे पुरेसे होते.

'कारण' या शब्दाला लोक फार सोकावले आहेत. असे दिसते की, गरज नसली तरी आपण तो शब्द वापरतो. तुम्ही जर नेता असाल किंवा प्रमुख असाल तर नक्कीच तुम्हाला अनुभव आला असेल. जर तुम्ही काही उद्देश घोषित केला नाही तर तुमच्या गटाचा/कर्मचाऱ्यांचा उत्साह कमी होतो. तुमच्या पादत्राणांच्या कंपनीचे ध्येय चपला-बूट बनवणे आहे. एवढे पुरेसे होत नाही. नव्हे! उच्च उद्दिष्ट्ये आणि पडद्यामागच्या कहाणीला आज फार महत्त्व आहे. उदा. 'आमच्या पादत्राणांनी बाजारपेठेत क्रांती घडवून आणलेली आम्हाला पाहायची आहे.' (म्हणजे नक्की काय, कोण जाणे!), 'तळपायाच्या खोलगट भागाला जास्त चांगला आधार देऊन एक चांगले विश्व घडवू या,' (देव जाणे हे कसे काय घडणार!) झाप्पोचा दावा आहे की, 'आनंद उत्पन्न करणे हाच आमचा उद्योगधंदा आहे' (म्हणजे काय ते अनाकलनीय आहे!).

स्टॉक मार्केट अर्ध्या टक्क्याने वाढले काय किंवा कमी झाले काय त्यावर टिपण्णी करणाऱ्या समीक्षकांकडून तुम्ही कधीच खरे कारण जाणू शकणार नाही. त्याला 'व्हाईट नॉईझ' म्हणतात. म्हणजेच, त्या बाजारपेठेतल्या असंख्य हालचालींचा तो परिणाम आहे. काही लोकांना काही ठोस कारण लागते. आणि समीक्षक आनंदाने कोणते तरी एक कारण निवडतो. तो जे काही स्पष्टीकरण देईल त्यात खरे तर काही तथ्य नसते. बरेचदा फेडरल रिझर्व्ह बँकाच्या प्रेसिडंटने केलेल्या विधानांना दोष दिला जातो.

जर तुम्हाला कोणी विचारले की, तुमचे काम अजून का पूर्ण झाले नाही तर हे म्हणणे जास्त योग्य राहील की, 'अजून मी त्याला हात घातला नाही.' हे कारण सांगणे इतके मूर्खपणाचे आहे (कारण जर तुम्ही ते काम केले असते तर हे संभाषण होण्याचा प्रश्नच उद्‌भवला नसता), पण योग्य कारण शोधायचे फार कष्ट न घेता त्याने वेळ मारून नेता येते.

एकदा मी माझ्या बायकोला काळे आणि निळे कपडे धुण्यासाठी वेगळे करताना पाहिले. माझ्या मते हे एवढे कष्ट घेण्याची काही गरज नाही. दोन्हीही गडद रंग आहेत, बरोबर? या तर्कामुळे मी माझे कपडे नेहमी पटकन धुवून मोकळा होतो. 'तू असे का करतेयस?' मी तिला विचारले. 'कारण, मला ते वेगवेगळे धुणे जास्त आवडते,' मला तिचे हे कारण पुरेसे वाटले.

'कारण' या शब्दाशिवाय तुम्ही घराबाहेर पडू नका. या छोट्याशा निरुपद्रवी शब्दामुळे माणसातला संवाद मुक्तपणे विनासायास चालू राहतो. अगदी हवा तेवढा तो वापरा.

हेही पहा :

'बौद्धिक विसंगती' (प्र. ५०), 'कथेकडे कल' (प्र. १३), 'एकच कारण असल्याचा गैरसमज' (प्र. ९७)

५३

कमी, पण योग्य निर्णय घ्या

'निर्णयाचा शीण'

एका सादरीकरणाकरीता (प्रेझेन्टेशन) तुम्ही अनेक आठवडे मरेस्तोवर कष्ट करताय. पॉवरपॉईंट स्लाईडस् एकदम आखीवरेखीव केल्या आहेत. एक्सेलमधील प्रत्येक संख्या निर्विवाद बरोबर आहे. सर्व काही तर्कशुद्धतेचे उत्तम प्रतीकच आहे, असे म्हणणे गैर नाही. तुमच्या सी.ई.ओ.कडून शाबासकीचा हिरवा कंदील मिळाला तर तुमची बढती निश्चित, नाही तर तुमचा रस्ता बेरोजगार लोकांसोबत, नोकरीच्या शोधात. सी.ई.ओ.चा साहाय्यक तुम्हाला सादरीकरणाची वेळ निवडायला सांगतो. सकाळी ८.००, ११.३० किंवा संध्याकाळी ६.००, तुम्ही कोणती निवडाल?

मानसशास्त्रज्ञ रॉय बॉमायस्टर आणि त्यांची साथीदार जाँ व्टेन्ग यांनी एका टेबलावर शेकडो स्वस्त वस्तूंचा ढीग रचला. त्यात टेनिस बॉलपासूपन मेणबत्त्या, टी-शर्ट, च्युईंगम, कोकच्या कॅनपर्यंत बरेच काही होते. त्यांनी आपल्या विद्यार्थ्यांचे दोन गट पाडले. पहिल्या गटाला त्यांनी 'निर्णय घेणारे' म्हटले व दुसऱ्याचे नाव 'निर्णय न घेणारे' ठेवले. पहिल्या गटाला त्यांनी सांगितले की, ''तुम्हाला मी दोन समूह दाखवेन. ज्यात दोन वेगळ्या वस्तू ठेवल्या असतील; आणि, प्रत्येकवेळी तुम्हाला कुठची आवडेल हे तुम्ही दर्शवायचे आहे. प्रयोगाअखेरीस मी दोनपैकी एक वस्तू तुम्हाला देईन.'' त्यांची अशी आपोआप समजूत करून देण्यात आली की त्यांचा कुठची वस्तू मिळेल हे त्यांच्या निवडीवर अवलंबून असेल किंवा त्याचा प्रभाव पडेल. दुसऱ्या गटाला ते म्हणाले, ''प्रत्येक वस्तूबद्दल तुम्हाला काय वाटते

ते लिहा. आणि मी नंतर शेवटी एक वस्तू उचलून तुम्हाला देईन.'' त्यानंतर लगेचच त्यांनी प्रत्येक विद्यार्थ्याला बर्फाळ थंडगार पाण्याच्या बादलीत जमेल तेवढ्या वेळ हात बुडवून ठेवायला सांगितला. मानसशास्त्रात मन:शक्ती किंवा इच्छाशक्ती आणि स्वयंशिस्त मोजण्याची पारंपरिक नामी पद्धत आहे ही. ज्या व्यक्तीत ती फार कमी किंवा अजिबात नसते ती व्यक्ती लगेचच पाण्यातून हात बाहेर काढते. प्रयोगाची परिणती; निर्णय घेणाऱ्यांनी त्या थंडगार पाण्यातून खूपच लवकर हात बाहेर काढला. त्यामानाने निर्णय न घेणारे किंवा निर्णय घ्यायला बांधील नसलेले, जास्त काळ पाण्यात हात ठेवू शकले. निर्णय घ्यायच्या प्रक्रियेत खूप जास्त उर्जा खर्ची पडते, त्यामुळे पहिल्या गटाच्या इच्छाशक्तीचा ऱ्हास झाला होता. इतर अनेक प्रयोगांद्वारे हा प्रभाव सिद्ध करण्यात आला आहे.

निर्णय घेण्यामध्ये खूप दमछाक होते. ज्यांनी लॅपटॉप घेताना ऑनलाईन सर्व तपासून शोधून संरचित (कॉन्फिगर) केला असेल किंवा एखाद्या दीर्घकाळच्या पर्यटनासाठी फ्लाईट, हॉटेल, खाण्या-पिण्याच्या जागा, हवामान, तिथे करण्यासारख्या गोष्टी इत्यादीचा खोलवर अभ्यास केला असेल त्यांनी हे नक्की अनुभवले असेल. सर्व काही शोधून, तुलना करून चौफेर विचार करून मग निर्णय घेणे म्हणजे फार दमछाक करणारे प्रकरण आहे. शास्त्र त्याला 'निर्णयाचा शीण' म्हणते.

निर्णयाचा शीण खूप धोकादायक असतो. एक ग्राहक म्हणून तुम्ही जाहिरातींच्या भडिमाराला व क्षणैक मोहाला बळी पडता आणि गरज नसताना किंवा अवास्तव किमतीने वस्तू विकत घेता. एक निर्णय घेणारा म्हणून तुमच्यावर कामूक, मोहक, भूल पाडणाऱ्या गोष्टींचा प्रभाव जास्त पडतो. इच्छाशक्ती एखाद्या बॅटरीसारखी आहे. काही वेळाने ती क्षीण होते. ती परत भरून (रिचार्ज) काढावी लागते. ते कसे करता येईल? जरा क्षणभर थांबा-बाजूला सरा, आराम करा आणि काहीतरी खाऊन घ्या. रक्तात साखर कमी झाली की, इच्छाशक्ती पार रसतळाला पोचते. 'आयकेईए' यांना हे पक्के ठाऊक आहे. त्यांच्या अवाढव्य डेपो वजा दुकानातल्या चक्रव्यूहागत रचनेत आकर्षक तऱ्हेने मांडलेल्या वस्तू पाहात व उंचच्या उंच रकाने धुंडाळत पायपीट करताना 'निर्णय शीण' येतो. म्हणूनच रेस्टॉरंट त्या महाकाय दुकानाच्या मध्यभागी असते. तुम्ही तिथे स्विडीश पदार्थांवर ताव मारून रक्तातली शर्करा (ब्लड शुगर) रिचार्ज करून मेणबत्त्यांच्या शोधात फिरायला नव्याने सिद्ध होता.

इस्त्राइलच्या जेलमधल्या चार कैद्यांनी लवकर सुटका व्हावी म्हणून कोर्टात अर्ज केला. पहिली केस (दिलेली वेळ स. ८.५०) अफरातफरीच्या गुन्ह्यासाठी एक अरबाला ३० महिने जेलची शिक्षा झाली होती. दुसरी केस (नेमलेली वेळ -

दु. १.२७) मारामारीसाठी एका ज्यू व्यक्तीला १६ महिन्यांची सजा झाली होती. केस तिसरी, (ठरलेली वेळ दु. ३.१०), प्राणघातक हल्ल्यासाठी एका ज्यूला १६ महिन्यांची सजा. चौथी केस (नेमलेली वेळ : दु. ४.३५) अफरातफरीसाठी एका अरबाला ३० महिने सजा! जजनी कसा बरे निर्णय घेतला? गुन्ह्याचे गांभीर्य किंवा कैदी कोण आहे (अरब की ज्यू) या पेक्षा जजला आलेला 'निर्णयाचा शीण' जास्त प्रभावकारी होता. केस १ व २मध्ये जजनी त्यांची विनंती मान्य केली कारण त्यावेळी त्यांच्या रक्तात पुरेशी शर्करा होती (ब्रेकफास्ट व दुपारचे जेवण झाल्यावर काही वेळात) पण तिसरी व चौथी याचिका त्यांनी अमान्य केली, कारण, तोपर्यंत रक्तातली शर्करा कमी झाल्यामुळे कैद्यांना लवकर सोडण्यामुळे होणाऱ्या संभाव्य परिणामांचा नीट विचार करण्याची ताकद त्यांच्यात उरली नव्हती. त्यांनी सोपा मार्ग निवडला, 'जैसे थे'! आणि त्या कैद्यांना परत तुरुंगात पाठवले. शेकडो निर्णयांचा अभ्यास केल्यावर असे दिसते की, कोर्टाच्या एक सेशनमध्ये घेतलेल्या 'धीट' निर्णयांचे प्रमाण हळूहळू ६५% वरून जवळजवळ ०% पर्यंत उतरते, आणि मधल्या सुटीनंतर ते परत ६५% होते. न्यायदेवतेचा नीट विचार करून घेतलेला निरपेक्ष निवाडा म्हणतात तो हाच बरं का! पण तुमच्याविरूद्ध काही खटला चालू नाही ना, मग ठीक आहे. आता तुमची योजना सी.ई.ओ. पुढे कधी मांडायची ते तुम्हाला कळले ना, मग बस!

हेही पहा -

'निवडीबाबतचा विरोधाभास' (प्र. २१) 'जाणूनबुजून दुर्लक्षाचा कळस' (प्र. ५१), 'साधे तर्कशास्त्र' (प्र. ६३) 'नैसर्गिक सवयीचा परिणाम' (प्र. ८१)

५४

हिटलरचा स्वेटर तुम्ही घालाल का?

'संसर्गाबद्दल अढी'

नवव्या शतकात कॅरोलिन्जियन साम्राज्य कोलमडल्यावर युरोपमध्ये, विशेषत: फ्रान्समध्ये, अराजकता माजली होती. काऊंट, कमांडर, नाईट व इतर असे अधिकारी सतत कुठच्या तरी भांडण-लढाईत गुंतलेले असायचे. निर्दयी लढवय्ये शेते लुटायचे, स्त्रियांवर बलात्कार करायचे, पिकांचा नाश, पुजाऱ्यांचे (पॅस्टर) अपहरण करून चर्चची कॉन्व्हेन्टस् आग लावून नष्ट करायचे. चर्च आणि नि:शस्त्र शेतकरी अमीर सरदारांच्या क्रूर युद्धपिपासू वृत्तीपुढे दुर्बल झाले होते.

दहाव्या शतकात, एक फ्रेंच बिशपला एक कल्पना सुचली. त्याने सगळ्या राजपुत्र व सरदारांना (नाईटस्) एका शेतात जमा व्हायला सांगितले. त्या दरम्यान साऱ्या धर्मगुरूंनी (प्रिस्ट, बिशप व ॲबॉट) त्या भागातले सर्व भग्नावशेष गोळा करून तिथे मांडले. विचित्र दृश्य होते ते. हाडे, रक्ताने माखलेले वस्त्रावशेष, विटा, फरश्या... संत पुरूषाशी संपर्क आला असेल असे सारेकाही. त्या काळी बिशपला समाजात खूप मान होता. त्याने सर्व भग्नावशेषांच्या सान्निध्यात त्या सर्व उच्चकुलीन सरदारांना बेलगाम हिंसाचार व हल्ले बंद करून क्रूर वृत्तीचा त्याग करायचे आवाहन केले. ते जास्त प्रभावी व्हावे म्हणून त्याने त्यांच्यापुढे ती रक्ताळलेली लक्तरे व हाडे परत परत उंचावून दाखवली. त्या सरदारांना अशा गोष्टींचा परमादर होता. बिशपने त्या सरदारांच्या नैतिक विवेकबुद्धीला (कॉन्शन्स) केलेल्या आगळ्यावेगळ्या आवाहनाचा प्रभाव युरोपभर पसरला, आणि त्याबरोबर 'युद्धविराम व शांतीचा

देवाचा संदेश'! अमेरिकन इतिहासकार फिलिप डायलिडर म्हणतात, 'मध्यकालीन युगात असणारा संत व त्यांच्या भग्नावशेषांबद्दलच्या दराऱ्याचा प्रभाव कधी कमी लेखू नये.'

आज 'दिव्यदृष्टी' प्राप्त झालेल्या अवस्थेत तुम्हाला ही अंधश्रद्धा हास्यास्पदच वाटेल. पण समजा मी ते वेगळ्या तऱ्हेने मांडले तर? कधी काळी हिटलरने वापरलेला पण आता स्वच्छ साफ धुतलेला स्वेटर तुम्ही घालाल का? बहुतेक नाही. बरोबर ना? म्हणजे अदृश्य शक्तींचा दरारा तुमच्याही मनात आहे म्हणायचा. तसे पाहिले तर स्वेटरचा व हिटलरचा काही संबंध नाही. आता तर खचित नाही. त्याच्या घामाचाही अंश आता त्यात नाही. पण तरीही, तो घालण्याचा विचार तुम्हाला नकोसा वाटला. हे फक्त आदरासंदर्भात नसते. आपल्याला इतरांच्या डोळ्यात आपली योग्य प्रतिमा पहायची असते, तशी आपल्या मनातही. एकटे असताना आपण त्या स्वेटरला हात लावणे म्हणजे हिटलरचे कुठल्याही प्रकारे समर्थन करणे नव्हे असे आपण स्वत:ला किती खात्रीलायकपणे समजवले तरी त्या विचाराने शिसारी येते. जे स्वत:ला उच्च प्रतीचे, विवेकनिष्ठ व तर्कशुद्ध विचारवादी मानतात, त्यांनाही गूढ शक्तींवरचा विश्वास समूळ उपटून टाकणे कठीण होते (त्यात मी ही आहेच).

या तऱ्हेच्या गूढ शक्तींचा अंमल असा सहज वर्ज्य करणे (स्विच ऑफ) शक्य नसते. युनिव्हर्सिटी ऑफ पेनसिल्वेनियाचे पॉल रोझिन व त्यांच्या संशोधक सहकाऱ्यांनी एका प्रयोगाभ्यासात भाग घेणाऱ्या विद्यार्थ्यांना आपल्या प्रिय व्यक्तीचा फोटो आणायला सांगितले. तो एका लक्ष्याच्या मध्यभागी लावून त्यांना त्यावर बाण मारून छिन्नविछिन्न करायला सांगितले. तसे केल्याने त्या व्यक्तीला इजा पोहोचणार नव्हती; तरीही विद्यार्थ्यांच्या मनाची द्विधावस्था, चलबिचल सहज जाणवत होती. नियंत्रण गटातील (कंट्रोल ग्रुप) विद्यार्थ्यांच्या मानाने त्या गटाचा खूप अधिक वेळा चुकत होता. नियंत्रण गटाने त्या आधी नेहमीच्या लक्ष्यावर नेमबाजी केली होती. संशोधनात सहभागी विद्यार्थ्यांचे वर्तन असे होते, जणू काही एखादी गूढ शक्ती त्यांना प्रिय व्यक्तीच्या फोटोवर नेम लावण्यापासून परावृत्त करत होती.

संसर्गाची प्रवृत्ती याचे स्पष्टीकरण देते की, आपण काही गोष्टींशी जोडलेल्या नात्याकडे संपूर्णपणे दुर्लक्ष का करू शकत नाही? मग ते खूप पूर्वीच्या काळचे असेल किंवा अप्रत्यक्षपणे जोडलेले (जसे त्या फोटोच्या बाबतीत) असेल.

माझी एक मैत्रीण फ्रेंच सार्वजनिक टेलीव्हिजनच्या फ्रान्स२ ह्या चॅनेलवर बराच काळ एक युद्ध पत्रकार म्हणून काम करत होती. जसे कॅरेबियन क्रूझचे

प्रवासी प्रत्येक बेटावरून एखादी वस्तू आठवण म्हणून घेतात (उदा. गवती टोपी, रंगवलेली नारळाची करवंटी इ.) त्याप्रमाणे ती ही आपल्या कामानिमित्ताच्या साहसी प्रवासामध्ये प्रत्येक ठिकाणाहून एक स्मृतिचिन्ह गोळा करायची. तिच्या अखेरच्या मोहिमांपैकी एक २००३ साली बगदादला होती. सद्दाम हुसेनच्या सरकारी महालावर अमेरिकन सैन्याने कब्जा केल्यावर काही तासातच ती हळूच त्याच्या खासगी भागात शिरली. तिथल्या डायनिंग खोलीत तिला सहा सुवर्ण वर्ख लावलेले वाईनचे प्याले दिसले, जे तिने लगेच ताब्यात घेतले. जेव्हा पॅरिसमध्ये मी तिच्या एक डिनर पार्टीला गेलो होतो. तेव्हा ते प्याले मोठ्या दिमाखाने डायनिंग टेबलवर विराजमान झाले होते. एका पाहुण्याने विचारले, 'हे लफायेत् गॅलरीमधून आणलेत का?' 'नाही, ते सद्दाम हुसेनचे आहेत,' ती प्रांजलपणे उत्तरली. त्या भेदरलेल्या पाहुण्याने लगेच ती वाईन प्याल्यात थुंकून टाकली आणि अकस्मात ततपप करीत विचित्रपणे फसफस करू लागला. मला बोलल्यावाचून रहावले नाही, ''तुम्ही निव्वळ श्वास घेण्यातून आतापर्यंत सद्दामबरोबर किती अणु-रेणू शेअर केलेत (त्याचे प्याले वापरून) हे समजले का? श्वासागणिक १ कोटी,'' हे ऐकताच त्यांचा ठसका आणखीनच वाढला.

हेही पहा :

'संगतीचा ओढा' (प्र. ४८), 'निमिषार्धात समस्यापूर्तीसाठी शॉर्टकट' (प्र. ६६)

५५

युद्ध सर्वसाधारण का असू शकत नाही

'सरासरीची समस्या'

समजा इतर एकोणपन्नास लोकांबरोबर तुम्ही एका बसमध्ये आहात. पुढच्या स्टॉपवर अमेरिकेतील सर्वाधिक वजनदार व्यक्ती चढते. प्रश्न - बसमधील प्रवाशांचे सरासरी वजन कितीने वाढले असेल? चार टक्के, पाच टक्के, कदाचित तसेच काहीसे. समजा बस फक्त एकदा थांबली आणि बिल गेटस् चढला. यावेळी आपण वजनाबद्दल बोलत नाही. प्रश्न - प्रवाशांच्या सरासरी संपत्तीमध्ये किती वाढ झाली असेल? चार टक्के? पाच? त्याहून अधिक?

आपण दुसऱ्या उदाहरणाचे पटकन गणित मांडू या. समजा, त्या इतर ५० वेगवेगळ्या प्रवाशांची संपत्ती प्रत्येकी ५४,००० डॉलर्स आहे. हा आकडा संख्याशास्त्राप्रमाणे मध्यम आहे. मग त्यात बिल गेटस्ची भर पडते. त्यांची संपत्ती अंदाजे ५९ कोटी डॉलर्स आहे. त्यामुळे गटातल्या प्रवाशांची संपत्तीची सरासरी ताडकन १.१५ कोटी डॉलर्स झाली. म्हणजे २० लक्षापेक्षा अधिक टक्क्यांनी सरासरी वाढली. फक्त एका आगळ्यावेगळ्या व्यक्तीने चित्र पूर्णपणे बदलून टाकले आणि सरासरी हा शब्दच अर्थहीन ठरला.

ज्याच्याकडून मला हे उदाहरण मिळाले तो नसिम तालेब ताकीद देतो, ''ज्या नदीची खोली सरासरी ४ फूट आहे, ती कधीही ओलांडून पार करायचा प्रयत्न करू नका. ती नदी बऱ्याच अंशी उथळ असेल, फक्त काही इंच खोल, पण अचानक मध्यभागी ती वादळी भोवऱ्याचं रूप घेऊन वीस फूट खोल होऊ शकते. ज्यात तुम्ही

सहज बुडून जाऊ शकता. सरासरीवर विसंबून अंदाज बांधणे किंवा निष्कर्ष काढणे धोक्याचे असते. कारण त्यावरून त्या गटातल्या संख्यांच्या मूल्याबाबत काही कळू शकत नाही. त्यात किती फेरफार किंवा साम्य आहे, हे लक्षात येऊ शकत नाही.

दुसरे उदाहरण - जुनच्या एक उन्हाळी दिवसात तुमच्या शरीरावर सरासरी अतिनील किरणे पडतील, त्याने तुमच्या आरोग्याला धोका नसेल. पण जर तुम्ही पूर्ण उन्हाळा एका अंधाऱ्या बंदिस्त ऑफिसमध्ये घालवला असेल आणि मग बार्बाडोसला उड्डाण करून तुम्ही एक पूर्ण आठवडा सनस्क्रीन लोशन न लावता तळपत्या सूर्यप्रकाशात घालवलात तर नक्कीच तुम्हाला त्रास होऊ शकतो. म्हणजे, सर्वसाधारणपणे बरेचदा सूर्यप्रकाशात बाहेर वावरणाऱ्या व्यक्तींपेक्षा तुम्ही अतिनील प्रकाशकिरणांच्या कमी संपर्कात आला असलात तरीही तफावतीमुळे धोका जास्त.

हे सारे बरेच सरळसोट व सोपे आहे आणि कदाचित तुम्हाला ते आधीपासून माहिती असेल. उदा. तुम्ही दर रात्री जेवणासोबत एक प्याला रेड वाईन पिता. त्याने आरोग्याला धोका नाही. अनेक डॉक्टर्स तसा सल्लाही देतात. पण जर वर्षभर तुम्ही दारूला शिवतही नाही आणि ३१ डिसेंबरला ३५६ प्याले गटागटा पिऊन टाकता (म्हणजे अंदाजे ६० बाटल्या) तर जरी त्यांची सरासरी तेवढीच असली तरी दुसऱ्या पद्धतीने प्यायल्यास नक्कीच समस्या उभी राहू शकते.

ताज्या माहितीनुसार या जटील गुंतागुंतीच्या दुनियेत, कोणत्याही गटाच्या संख्यांमधली तफावत किंवा विसंगती अधिक अनिश्चित आणि वरचेवर होत आहे. वर सांगितलेला बिल गेटस प्रकारचा प्रभाव अनेक वेगवेगळ्या क्षेत्रांत दिसतो. एखाद्या सर्वसाधारण वेबसाईटला किती लोक भेट देतात? याचे खरे उत्तर म्हणजे कोणतीही वेबसाईट सर्वसाधारण नसते. अगदी थोड्या (म्हणजे न्यूयॉर्क टाइम्स्, फेसबुक, गुगल यांसारख्या) वेबसाईट्सना सर्वाधिक संख्येने लोक शोधून भेट देतात. बाकी शेकडो हजारो साईट्सना फारसे कोणी जात नाही. अशा संदर्भात, गणितज्ज्ञ पॉवर लॉ बद्दल सांगतात, ''तुम्ही शहरांचे नमुने घ्या. जगात टोकियो या एका शहराची लोकसंख्या ३ कोटीपेक्षा अधिक आहे. २ ते ३ कोटी लोकसंख्या असलेली शहरे ११ आहेत. १५ शहरांमध्ये १ ते २ कोटी लोक राहतात. ४८ शहरात ५० ते १०० लाख लोकांची वस्ती आहे आणि १० ते ५० लाख लोकसंख्येची हजारो शहरे आहेत. हाच पॉवर लॉ आहे.''

(शक्तींचा नियम) काही मर्यादेपलीकडची टोकाची उदाहरणे एखाद्या गटाच्या संख्यांच्या वितरणात सामील झाली (डिस्ट्रीब्यूशन) तर त्याच्या सरासरीला काही अर्थ राहत नाही.

एखाद्या कंपनीचा सामान्यतः सरासरी आकार काय असतो? एखाद्या शहराची सरासरी लोकसंख्या किती असते? एखादी लढाई सामान्यतः कशी असते? (किती मृत्यू झाले, किंवा किती काळ चालली अशा संदर्भात. डॉव जोन्सच्या मूल्याचे सरासरी चढउतार प्रत्येक दिवशी किती असतात? बांधकाम प्रकल्पाच्या अंदाजे खर्चापेक्षा प्रत्यक्ष काम करताना साधारणतः सरासरी खर्च किती जास्त होतो? एका सर्वसाधारण पुस्तकाच्या किती प्रती विकल्या जातात? चक्रीवादळामुळे होणाऱ्या नुकसानीची सरासरी काय? बॅन्कर्सचा सरासरी बोनस किती असतो? एखाद्या मार्केटिंगच्या मोहिमेचे सरासरी यश किती असते? साधारणतः एखाद्या आय-फोनचे कोणते ॲप किती वेळा डाऊनलोड होते? एका सर्वसाधारण नटाची कमाई सरासरी किती असेल? अर्थात, तुम्ही या साऱ्याची उत्तरे आकडेमोड करून काढू शकाल, पण तो वेळेचा अपव्यय आहे. नेहमीच्या आयुष्यात घडणाऱ्या गोष्टी व घटना पॉवर लॉच्या प्रभावाखाली येतात.

एका शेवटचे उदाहरण पाहूया. हाताच्या बोटांवर मोजण्याऐवढे नट दर वर्षी १ कोटीपेक्षा जास्त डॉलर्स कमावतात, तर हजारो - जेमतेम पोटापुरते कमावतात, तुम्ही तुमच्या मुलाला किंवा मुलीला ॲक्टिंगमध्ये करिअर करू द्याल का? कारण सरासरी उत्पन्न तर बरंच चांगलं दिसतेय. छे! चुकीचे कारण! मला आशा आहे तुम्ही असे काही करणार नाही.

तात्पर्य - जर कोणी 'सरासरी' किंवा 'साधारणतः' असे शब्द वापरत असतील तर सावध होऊन जरा विचार करा. त्या समूहातील लहानापासून मोठ्यापर्यंत सर्व आकडे व त्यांची वारंवारिता वितरण (डिस्ट्रीब्यूशन) चित्र कसे आहे ते जाणून घ्या. जर एखादा अपवाद असेल पण त्याने त्या गटावर फार फरक पडणार नसेल तर त्या संकल्पनेचा उपयोग करायला काही हरकत नाही. फायद्यावरूनच ठरेल ते. पण जेव्हा टोकाची विसंगती (उदा. बिल गेट्स प्रभाव) सर्वांवर वर्चस्व गाजवते, तेव्हा सरासरी या शब्दाला काही अर्थ उरत नाही. आपण लेखक विल्यम गिब्सनकडून थोडे शिकले पाहिजे. भविष्यकाळ आधीच इथवर आला आहे. फक्त तो समान तऱ्हेने सर्वजागी पसरला नाही.

हेही पहा :

'बेस-रेट वास्तवाकडे दुर्लक्ष' (प्र. २८), 'साधे तर्कशास्त्र' (प्र. ६३), 'सरासरीकडे वापसी' (प्र. १९), 'शक्यतेकडे दुर्लक्ष' (प्र. २६), 'जुगाऱ्याचा भ्रम' (प्र. २९)

५६

बोनसमुळे प्रेरणा कशी नष्ट होते

'प्रेरणेचा अतिरेक'

काही महिन्यांपूर्वी माझ्या एका मित्राने कनेक्टिकटमधून न्यूयॉर्क शहरात स्थलांतरित व्हायचे ठरवले. त्याच्याकडे जुन्या गोष्टींचा अफाट साठा होता. उदा. उत्तम जुनी पुस्तके आणि विशेषरीत्या हातकारागिरीने फुगवून बनवलेले कित्येक पिढ्यांपूर्वीचे म्यूरॅनो ग्लास; त्यांच्यामध्ये त्याचा जीव किती गुंतला आहे, हे मला माहीत होते. एखाद्या सामान हलवणाऱ्या कंपनीच्या हाती ते मौल्यवान सामान सोपवणे त्याच्या जीवावर येईल हे उघड होते म्हणून जेव्हा मी त्याला शेवटचे भेटायला गेलो तेव्हा मी प्रस्ताव मांडला की, न्यूयॉर्कला परत जाताना मी त्याच्या नाजूक वस्तू घेऊन जाऊ शकतो. दोन आठवड्यांनी मला एक धन्यवाद देणारे पत्र मिळाले, त्यात ५० डॉलर्सची नोट होती.

खूप वर्षांपासून आपला अणुकिरणोत्सारी कचरा (रेडिओॲक्टिव्ह वेस्ट) कुठे साठवून ठेवावा असा विचार स्वित्झर्लंड करीत आहे. संबंधित अधिकारी विभागाने जमिनीखाली भुयारात साठा ठेवण्याच्या दृष्टीने अनेक जागांचे निरीक्षण केले. त्यात देशाच्या मध्यभागी असलेले वोल्फेनशिसेन हे ठिकाणही होते. अर्थशास्त्रज्ञ ब्रुनो फ्रे आणि युनिव्हर्सिटी ऑफ झुरीकमधील त्यांचे सहकारी संशोधक तिथे गेले. सार्वजनिक मीटिंगमध्ये तेथील रहिवाशांची मते त्यांनी रेकॉर्ड केली. ५०.८% लोक त्या प्रस्तावाला दुजोरा देत होते; हे अनपेक्षित होते. त्यांच्या होकारामागे अनेक कारणे होती; राष्ट्राभिमान, साधा शिष्टाचार, सामाजिक बांधीलकी, नोकरीच्या नव्या

जागा निर्माण होण्याची शक्यता इ. त्या टीमने नंतर पुन्हा एकदा असेच सर्वेक्षण तिथे केले. पण या वेळी त्यांनी प्रत्येक रहिवाशाला ५,००० डॉलर्स (काल्पनिक) बक्षीस मिळेल असे म्हटले, जे स्विस करदात्यांकडून मिळत असलेल्या पैशांतून दिले जाणार होते. अट फक्त ही की, प्रस्ताव मान्य करावा. मग काय झाले? सहमत लोकांची टक्केवारी घसरून फक्त २४.६% वर आली.

दुसरे उदाहरण; मुलांच्या पाळणाघरांचे. पाळणाघरातल्या कर्मचाऱ्यांना जगभर तेच ते प्रॉब्लेम सतावतात. वेळ संपल्यानंतर पालक मुलांना न्यायला येतात. सदा उशीर, पण त्या कर्मचाऱ्यांना थांबण्यावाचून गत्यंतर नसते. मागे राहिलेल्या मुलांना ते टॅक्सीत बसवून मोकळे होऊ शकत नाहीत. पालकांच्या अशा बेजबाबदार आळसाला आळा घालण्यासाठी बऱ्याच पाळणाघरांनी उशीर झाल्यास काही जादा फी आकारणे सुरू केले, पण निरीक्षणानंतर दिसले की, त्यामुळे पालकांची दिरंगाई उलट वाढली आहे. अर्थात अगदी कठोर तत्त्वाला धरून ते ताशी ५०० डॉलर्स अशी अव्वाच्यासव्वा फी शिक्षा म्हणून लावू शकले असते. त्याचप्रमाणे त्या छोट्या स्विस गावातल्या प्रत्येक नागरिकाला ते दहा लाख डॉलर्स इनाम देऊ शकले असते. पण तो खरा मुद्दा नाही. महत्त्वाचा मुद्दा असा आहे की, लहानसहान प्रोत्साहन किंवा प्रेरणा देण्यासाठी जिथे पैसे वापरले जातात, तिथे बाकी साऱ्या गोष्टी फिक्या पडतात.

वर सांगितलेल्या तीन किश्श्यांमधून एक गोष्ट दिसते की, पैशांमुळे नेहमी उत्साह व प्रेरणा वाढते असे नाही. प्रत्यक्षात अनेकवेळा उलटेच होते. जेव्हा माझ्या मित्राने पत्राद्वारे मला ५० डॉलर्स दिले तेव्हा चांगल्या उद्देशाने केलेल्या मदतीचा त्याने अवमान केला आणि आमच्या मैत्रीलाही गालबोट लावले. किरणोत्सारी कचरा साठवण्याच्या बदल्यात जेव्हा पैसे देऊ केले तेव्हा ते लाच देऊ पाहतात असे वाटून त्या समाजाला कमी लेखले गेले व त्यांच्या देशभक्तीचा अपमान झाला असे गावकऱ्यांना वाटले. पाळणाघरांनी जेव्हा उशिरा येण्याबद्दल दंड म्हणून फी आकारणे सुरू केले, तेव्हा त्यांचे पालकांबरोबरचे नाते परस्पर वैयक्तिक संबंधांपासून व्यावहारिक (आर्थिक) झाले आणि त्यांच्या उशिरा येण्याला एक प्रकारे मान्यता मिळाल्यासारखे झाले.

विज्ञानशास्त्रात याला नाव आहे 'प्रेरणेचा अतिरेक'. जिथे पैशाचा काही कार्यभाग नाही, फक्त सहृदयता आणि अनुकंपेचा भाग असतो, तेव्हा लोक चांगल्या उद्देशाने इतरांच्या भल्यासाठी काही करतात, त्याला आर्थिक मोबदला देऊन आपण मात्र सर्वच मुसळ केरात घालतो. जिथे पैशांनी गोष्टींची भरपाई केली जाते तिथे इतर उच्च उद्देश व प्रेरणांना कीड लागल्यासारखे होते.

समजा तुम्ही एक सेवाभवी संस्था (एनजीओ) चालवत आहात. साधारणतः तुम्ही जो पगार देता तो जेमतेम असेल. पण तुमचे कर्मचारी खूप उत्साहाने काम करतात. कारण ते काहीतरी चांगला बदल घडवून आणण्यात हातभार लावत आहेत असा त्यांना विश्वास आहे. समजा, अचानक तुम्ही एक बोनस इनाम योजना सुरू केली. उदा. प्रत्येक जण जेवढी देणगी मिळवून देतो त्यावर अवलंबून त्याला पगारात थोढी वाढ मिळेल. प्रेरणेच्या अतिरेकाचा प्रभाव जाणवायला लागेल. ज्या कामात आता काही इनामाची शक्यता नाही अशी कामे ते टाळतील. कल्पकता, संस्थेची प्रतिष्ठा, ज्ञानाची देवाण-घेवाण या साऱ्या गोष्टी खिजगणतीत उरणार नाहीत. सर्व लक्ष आणि प्रयत्न फक्त देणग्या मिळविण्याकडे असेल.

तर प्रेरणेच्या अतिरेकापासून कोण सुरक्षित आहे? पुढची क्लृप्तीवजा सूचना उपयोगी पडेल. तुम्हाला असे कोणी खासगी बॅन्कर्स, विमा एजंट किंवा आर्थिक ऑडिटर्स माहिती आहेत का जे त्यांचे काम फक्त अतोनात आवड म्हणून अथवा काही उच्च उद्देशासाठी करतात? मला तरी नाहीत. आर्थिक इनाम-बोनस व काम गिरीचे बक्षीस अशा कार्यक्षेत्रात उत्तम लागू पडते, जिथे आपल्या कंपनीबद्दल किंवा उत्पादनांबद्दल अभिमान व विश्वास नाही. फक्त पगारासाठी ते काम करतात. या उलट तुम्ही एक स्टार्ट-अप (छोटेखानी) सुरू केली तर तुमच्या कर्मचाऱ्यांचा उत्साह व त्या कल्पनेशी संलग्नता तुम्ही कंपनीचा उद्योग व आलेख वाढवण्यासाठी कराल, उगीच मोठे इनामवजा बोनस देऊन नव्हे, जे नाही तरी तुम्हाला परवडणे कठीण.

ज्यांना मुले आहेत त्यांच्यासाठी एक अखेरची सूचना; मुले आणि तरूण विकाऊ नसतात हे अनुभव सांगतो. तुम्हाला जर मुलांनी गृहपाठ केलेला, संगीताचा सराव केलेला किंवा कधी समोरची हिरवळ (लॉन) कापून नीट साफ केलेली हवी असेल तर कधीही पैसे आणू नका- पर्स बाहेर काढू नका. त्याऐवजी त्यांना आठवड्याला नियमित पॉकेटमनी द्या. नाहीतर ते तुमच्या त्या योजनांचा पुरेपूर वापर करतील आणि लवकरच काहीतरी मिळाल्याखेरीज झोपायलाही तयार होणार नाहीत.

हेही पहा :

'लाभांसाठी अति प्रतिसायासाची प्रवृत्ती' (प्र. १८), 'परतफेड' (प्र. ६), 'समूहाबरोबर (सामाजिक) भटकेगिरी' (प्र. ३३)

५७

तुमच्याकडे बोलण्यासारखे काही नसेल तर गप्प रहा

'निरर्थक बडबडीची सवय'

'मिस टीन-साऊथ कॅरोलीना'ला लाईव्ह चित्रणादरम्यान जेव्हा विचारण्यात आले की, २०% अमेरिकन लोकांना जगाच्या नकाशावर आपला देश नेमका का सापडत नाही तेव्हा त्या हायस्कूल ग्रॅज्युएटने उत्तर दिले, ''मला स्वतःला असे पक्के वाटते की, अमेरिकेतल्या नागरिकांना ते जमत नाही कारण आपल्या देशात बऱ्याच लोकांकडे नकाशे नाहीत, आणि मला वाटते की, आपली शिक्षण पद्धती. जशी साऊथ आफ्रिका आणि इराक सर्वत्र आहे, उदाहरणार्थ आणि त्यांनी केले पाहिजे, आपल्या शिक्षण संस्थेने अमेरिकेला मदत केली पाहिजे आणि इराक व आशियातील देशांना मदत केली पाहिजे, म्हणजे आपल्याला आपले भविष्य नीट साकारता येईल.'' हा व्हिडिओ क्षणात वाऱ्यासारखा इंटरनेटवर पसरून वायरल झाला होता. 'भयंकर आपत्ती'- तुम्ही सहमत व्हाल, पण सौंदर्यस्पर्धा विजेत्या काय म्हणतात इकडे फारसे लक्ष द्यायला कोणाला वेळ नसतो. ठीक आहे, मग हे पुढचे वाक्य पहा;

'हल्ली जी एक विचारपूर्वक सांस्कृतिक प्रथा पसरवण्याची वृत्ती वाटतेय, तिचा संबंध विषयाला धरून असलेली कारणप्रणाली व भविष्याकडे रोख असलेल्या ऐतिहासिक भान व जाणिवेशी जोडण्याची काही आवश्यकता नाही. आपण जितके स्वातंत्र्याच्या घटकांमधल्या गुंतागुंतीच्या, एकमेकांत अडकलेल्या विषयांबद्दल

जागरूक होतो, तितका आपला स्वायत्ततेचा, वैयक्तिक स्वामित्वाचा भ्रम, आपला स्वत:वर ताबा असल्याचा भास चक्काचूर होतो.'

काही आठवले का? जर्मनीचे सर्वोत्तम तज्ज्ञ तत्त्वज्ञानी व समाजशास्त्रज्ञ जर्गन हाबेरमास यांनी 'बिटवीन फॅक्टस् अँड नॉर्मल'मध्ये हे लिहिले आहे.

हे दोन्ही त्याच प्रकारात मोडतात. 'निरर्थक बडबडीची सवय' किंवा थोडक्यात शब्दबंबाळपणा, बौद्धिक आळस, मूर्खपणा किंवा कमकुवत अथवा नीट साकार न झालेल्या कल्पनांवर पांघरूण घालण्यासाठी शब्दांचे धबधबे वाहतात. कधीकधी वेळ मारून नेता येते, कधी सपशेल तोंडघशी पडतात. सौंदर्यसम्राज्ञीला त्या पांघरुणाचा काही उपयोग झाला नाही. तो प्रयत्न हास्यास्पद झाला. हाबेरमासच्या बाबतीत कदाचित त्याचा उपयोग होत असेल. त्या शब्दांच्या संदिग्धतेचे धुके जितके प्रभावी व अवजड तितके आपण सहज भुलतो. जर ते अधिकाराच्या पगड्यासोबत वापरले तर जास्त धोकादायक ठरू शकते.

मीसुद्धा निरर्थक बडबडीच्या सवयीचा अनेकदा बळी झालो आहे. काही वर्षांआधी तरुणपणी फ्रेंच तत्त्वज्ञानी जाक डेरिडावर मी फिदा होतो. त्यांची पुस्तके मी अधाशासारखी वाचायचो, पण खूप विचार करूनही मला फारसे काही समजायचे नाही. कालांतराने त्यांच्या लिखाणाला एक गूढ वलय आले आणि त्या सर्व पगड्यामुळे मी माझा प्रबंध तत्त्वज्ञानावर लिहायचा ठरवला. आता मागे वळून पाहताना हे सहज जाणवते की, डेरिडा आणि माझा प्रबंध हे दोन्हीही निरर्थक बडबडीचा कळस होते. माझ्या अज्ञानामुळे मी स्वत:ला एक धुके ओकणारे जिवंत यंत्र करून टाकले होते.

'निरर्थक बडबडीची सवय' खेळजगतात सर्रास दिसते. दमछाक झालेले वार्ताहर त्याहून दमछाक व बेजार झालेल्या फुटबॉल खेळाडूंचा पिच्छा पुरवत म्हणतात की, 'झालेल्या खेळाचे विश्लेषण करा.' उत्तरादाखल त्यांना खरं म्हणजे एवढेच म्हणायचे असते की, 'आम्ही हरलो!' बस एवढंच! पण प्रस्तुतकर्त्याला प्रक्षेपणाचा वेळ कसातरी भरून काढायचा असतो. त्याला असे वाटते की, काहीतरी बडबड करत राहणे खेळाडू व कोच (प्रशिक्षक) यांना त्यात ओढणे हाच उत्तम उपाय आहे. बडबड अज्ञानावर पांघरूण घालते. वेगळे सोंग आणायला मदत करते.

अध्ययनातही त्याचा प्रादुर्भाव झाला आहे. एखाद्या शास्त्राची शाखा जितके कमी संशोधनात्मक लेख (पेपर) प्रसिद्ध करते तितकी बाष्कळ बडबडीची आवश्यकता जास्त. अर्थशास्त्रज्ञ या कचाट्यात जास्त सापडतात. कारण त्यांची टिप्पणे, निरीक्षणे व पुढचे अंदाज सहज नजरेस येतात. व्यापार उद्योगातही थोड्याबहुत प्रमाणात हेच

दिसते. कंपनी जितकी गोत्यात, तितकी जास्त भाषणे तिथला सी.ई.ओ. देतो. अशी अति बडबड म्हणजे शब्दकल्लोळ आणि उतावळा अतिउत्साहदेखील असतो. सद्य परिस्थितीत जनरल मोटर्सचे पूर्वाश्रमीचे सी.ई.ओ. जॅक वेल्श हे एक स्तुत्य अपवाद आहेत. एका मुलाखतीत ते म्हणाले, 'साधे-सोपे व स्पष्ट असणे किती कठीण असते हे तुम्हाला सांगून पटणार नाही, आपण बावळट, भोळसट वाटू असे भय लोकांना वाटते. खरे म्हणजे, सत्य त्याच्या उलट आहे.'

सरतेशेवटी शब्दांत व्यक्त होणे म्हणजे मनाचा आरसा दाखवणे. विचार स्पष्ट असतील तर स्पष्ट विधाने करता येतात. त्या उलट, संदिग्ध गोंधळलेल्या विचारांचे परिवर्तन अर्थहीन फुकाच्या बडबडीमध्ये होते. पण बरेचदा आपले विचार स्वच्छ, स्पष्ट, सुबोध नसतात हीच तर समस्या आहे. जग हे जटील, गुंतागुंतीचे आहे. त्याचा एखादा पैलू नीट समजायलासुद्धा खूप मानसिक श्रम लागतात. जोपर्यंत तुम्हाला दिव्यदृष्टीने काही संदेश मिळत नाही तोपर्यंत मार्क व्हेनचे ऐकलेले बरे. जर तुमच्याकडे बोलण्यासारखे योग्य काही नसेल तर तोंड बंद ठेवलेले बरे. साधेपणा हा लांब दुष्कर प्रवासाचा कळस आहे, परिणती आहे आणि त्याचबरोबर त्याच्या सुरुवातीचा टप्पाही.

हेही पहा :

'अधिकाराचा पगडा' (प्र.९), 'माहितीच्या विषयावर अवलंबन' (प्र. ७६), 'वाहनचालकाचे ज्ञान' (प्र. १६)

५८

दोन राज्यांचा सरासरी बुद्ध्यांक कसा वाढवायचा?

'विल रॉजर्स प्रभावानुभूती'

समजा, तुम्ही एक बँक चालवत आहात. ती बहुधा निवृत्त असलेल्या श्रीमंत लोकांच्या पैशांचे नियोजन करते. असे संपत्ती नियोजन करणारे दोन मॅनेजर 'अ' आणि 'ब' तुमच्या हाताखाली काम करत आहेत. मॅनेजर 'अ' खूपच मोजक्या, पण अति श्रीमंत लोकांचे अकाऊंट पाहतात. मॅनेजर 'ब'चे ग्राहक श्रीमंत असले तरी अति श्रीमंत नाहीत. तुमच्या बँकेचे मंडळ सांगते की, सहा महिन्यांत 'अ' व 'ब' दोन्ही गटांच्या पैशांच्या ठेवीची सरासरी वाढ झाली पाहिजे.

जर तुम्ही यशस्वी झालात तर तुम्हाला भरघोस बोनस मिळेल. नाहीतर तुमची उचलबांगडी होऊन त्याजागी दुसऱ्या कोणाची नियुक्ती करण्यात येईल. तुम्ही कुठे सुरुवात कराल?

खरे तर हे फार सोपे आहे, तुम्ही 'अ' गटातून बऱ्यापैकी संपत्ती (पण अवाढव्य नव्हे) असलेल्या एका व्यक्तीच्या खात्याला 'ब' गटामध्ये घालाल. यामुळे 'अ' व 'ब' नियोजित करत असलेल्या संपत्तीच्या सरासरीमध्ये झटक्यात वाढ होईल. आणि तेसुद्धा एकही नवीन ग्राहक खाते न उघडता. मग प्रश्न एवढाच उरतो की, बक्षीस म्हणून मिळालेला बोनस तुम्ही कसा खर्च करणार?

समजा, तुम्ही आपले कार्यक्षेत्र बदलून आता तीन वेगळे हेज फंड (फायद्यासाठी गुंतवणूक करण्याचा उद्योग करणारे भांडवल) हाताळत आहात, जे

मुख्यत्वे खासगी कंपन्यांमध्ये पैसे गुंतवतात. 'अ' फंडाचा भरघोस नफा होतो, 'ब' फंडाचा सर्वसाधारण आणि 'क'चा अगदी दयनीय. तुम्हाला जगाला आपल्या कामगिरीची गुणवत्ता दाखवून द्यायची आहे, मग तुमची नामी योजना काय? आता तुम्हाला ते कसे चालते समजले आहे. तुम्हाला 'अ'चे असे काही शेअर्स 'ब' 'क'मध्ये घालायचे आहेत, ज्यामुळे 'अ'चा सरासरी नफा कमी होत होता, पण 'ब' व 'क'चा सरासरी नफा वाढवण्याइतपत त्यांच्यातून नफा उत्पन्न झाले असेल. लवकरच तीनही फंड व्यवस्थित चालतायत असे चित्र निर्माण होईल आणि ही अदलाबदल आतल्याआत झाली असल्यामुळे तुम्हाला काही फी वजा खर्चही आला नाही. अर्थात, तीनही फंड्स मिळून एक पैशाचाही फरक पडलेला नाही. वाढ झाली नाही तरी लोक तुमची पाठ थोपटतील.

या परिणामाला स्टेज मायग्रेशन (स्थितीतले स्थलांतरण) किंवा विल रॉजर्स प्रभावानुभूती असे म्हणतात. हे नाव ओक्लाहोमा येथील एका अमेरिकन विनोदी नटावरून देण्यात आले आहे. त्यांनी असा विनोद केला होता की, ओक्लाहोमाचे रहिवाशी गाशा गुंडाळून कॅलिफोर्नियाला राहायला जातात. ते दोन्ही राज्यांचा सरासरी बुद्ध्यांक वाढवायला कारणीभूत होतात. आपल्याला अशा घटना सहसा लक्षात येत नाहीत. म्हणून विल रॉजर्स प्रभावानुभूती आपण पक्की आठवणीत रुजवली पाहिजे.

एक उत्तम उदाहरण, समजा तुम्ही एक गाडी विकण्याचे अधिकार (फ्रॅन्चायजी) घेतले आहेत. त्या शहरातल्या दोन्ही छोट्या शाखांचा तुम्ही ताबा घेतलाय. जिथे एकूण सहा विक्रेते आहेत. नंबर १, २, ३ अ शाखेत व नंबर ४, ५, ६ ब शाखेत. साधारणतः नं. १ हा विक्रेता दर आठवड्यात १ गाडी विकतो, नं. २ आठवड्याला दोन गाड्या विकतो. अशा चढत्या क्रमाने सर्वोत्तम विक्रेता (६ नंबरचा) दर आठवड्याला सहा गाड्या विकतो. थोडी आकडेमोड केली की, तुम्हाला समजेल की, 'अ' शाखेत दर विक्रेत्यापाठी दोन गाड्यांची विक्री होते; पण 'ब' शाखा खूप पुढे आहे. आणि ती दर आठवड्याला प्रत्येक विक्रेत्यापाठी ५ गाड्यांची विक्री करते. तुम्ही ४ नं.च्या विक्रेत्याची बदली 'अ' शाखेत करता. त्यामुळे काय होते? त्यांची सरासरी विक्री प्रत्येक विक्रेत्यामागे अडीच पटींनी वाढते. आणि 'ब' शाखेचे काय? तिथे आता फक्त दोन विक्रेते आहेत. नं. ५ व नं. ६ त्यांची सरासरी विक्री आता माणशी ५.५ गाड्या अशी वाढते. अशा बदलीच्या डावपेचांमुळे प्रत्यक्ष आमूलाग्र बदल काही होत नाही; पण एक फसवे मोहक चित्र जरूर उभे राहते. त्याच कारणासाठी जेव्हा कुठेही-देशांमध्ये, कंपन्यांत, विभागात, खर्चाची

खाती (क्रॉस कटिंग) किंवा उत्पादनांच्या प्रकारात सरासरीमध्ये वाढ होताना दिसत असेल; तेव्हा पत्रकार, गुंतवणूकदार व बोर्ड मेंबर्स यांनी जास्त दक्ष राहण्याची गरज असते.

विल रॉजर्स प्रभावानुभूतीचे एक विशेष फसवे स्वरूप आपल्याला आरोग्य व औषधोपचाराच्या क्षेत्रात दिसते. ट्यूमर (कर्करोगाची गाठ) सहसा ४ गटांत विभागले जातात. सर्वांत छोटे व उपचार करून बरे होण्याजोगे असतात, त्यांना स्टेज १ म्हणतात. सर्वांत बिकट, चिवट, मोठे व उपचार फारसे लागू होण्यासारखे नसतात, त्यांना स्टेज ४ म्हणतात, त्यात एका स्टेजमधून दुसऱ्यात जाताना होत जाणाऱ्या बदलांना आपण स्थितीतले स्थलांतरण (स्टेज मायग्रेशन) म्हणतो. स्टेज १च्या पेशंटचा जीवित राहण्याचा दर (सर्व्हायव्हल रेट) सर्वांत जास्त असतो व स्टेज ४चा सर्वांत कमी. दर वर्षी निदानाचे व उपचाराचे नवे मार्ग व उत्पादने बाजारात येतात. त्यामुळे अचूक निदान होण्याचे प्रमाण वाढते. नव्या उपकरण पद्धतींमुळे डॉक्टरांनी आजतागायत न पाहिलेले सूक्ष्म ट्यूमरही आता नजरेस येतात. तात्पर्य, ज्यांना आधी चुकून निरोगी मानले जायचे अशा लोकांची गणना आता स्टेज १ रोग्यांत होते. स्टेज १मध्ये त्या मानाने आरोग्य चांगले असलेल्या लोकांचा समावेश असल्याने त्या गटाचे आयुर्मान वाढले आहे. वैद्यकीय क्षेत्रातला महान विजय? दुर्दैवाने तसं नाही. हे फक्त स्थितीतले स्थलांतरण.

हेही पहा :

'उपचार देण्याच्या मानसामधून झालेली चूक' (प्र. ९८), 'छोट्या अंकांचा कायदा' (प्र. ६१).

५९

तुमचा शत्रू असेल तर त्याला माहिती पुरवा

'माहितीचा गंड'

जेमतेम एका परिच्छेदाइतक्या 'Del Rigor en la Ciencia' (देल रिगॉर आँ ला रिएन्सिआ) या शीर्षकाच्या लघुकथेत जॉर्गे लुई बोर्जेस याने एका देशाचे वर्णन केले आहे. या देशात नकाशे काढण्याची कला व शास्त्र इतके प्रगत आहे की, फक्त अत्यंत बारकावे दाखवणारे नकाशेच; म्हणजेच १.१ या प्रमाणात आखलेले, चक्क त्यांच्या देशाएवढे असलेले नकाशेच चालतात. तिथल्या नागरिकांना लवकरच लक्षात येते की, अशा नकाशांनी काही नवे लक्षात येत नाही कारण समोरही प्रत्यक्ष त्यांना तेच व तेवढेच दिसत असते. जे त्यांना आधीच माहीत आहे. बोर्जेसच्या नकाशाचे उदाहरण हे टोकाच्या 'माहितीच्या गंडा'चे प्रतीक आहे. म्हणजे जास्त माहिती असेल तर खात्रीलायकरीत्या जास्त योग्य निर्णय घेता येतील हा भ्रम असतो असे म्हणता येईल.

काही काळापूर्वी मी मियामी येथे हॉटेल शोधत होतो. मी पाच हॉटेल्सची छोटी यादी केली. तिथे चांगल्या ऑफर मिळत होत्या. त्यातली एक लगेच उठून दिसत होती पण मला खात्री करून घ्यायची होती की, मला सर्वोत्तम ऑफर मिळाली आहे. म्हणून मी अजून शोधत राहिलो. डझनवारींनी ग्राहकांचे अभिप्राय, ब्लॉग्स, पोस्टस्, शेकडोंनी फोटो व व्हिडिओ पाहण्यात मी वेळ व श्रम दोन्ही खर्ची पाडले. दोन तासांनी मी खात्रीने सांगू शकलो की, सर्वात उत्तम हॉटेल कोणते आहे - जे मला आधीच आवडले होते तेच. पर्वतकाय माहितीचा मला अजून चांगला

व अचूक निर्णय घ्यायला काही उपयोग झाला नव्हता. उलट जर वेळ, पैसा समान मानला, तर मी फोर सिझनमध्येच राहू शकलो असतो.

युनिव्हर्सिटी ऑफ पेनसिल्वेनियाच्या जॉनॅथन बॅरनने डॉक्टरांना पुढील प्रश्न विचारला. समजा, पेशंट अशी लक्षणे दाखवतोय ज्यामुळे त्याला 'अ' रोग असण्याची शक्यता ८०% आहे. जर तसे नसेल तर त्याला 'क्ष' किंवा 'य' रोग असू शकतो. त्यातले प्रत्येक आजार तेवढेच वाईट आहेत व औषधोपचाराचे सारखेच साईड इफेक्ट (अतिरिक्त दुष्परिणाम) होतात. एक डॉक्टर म्हणून तुम्ही कोणती उपचारयोजना कराल? तर्कशुद्ध विचारपद्धतीनुसार तुम्ही 'अ' रोग आहे अशा हिशोबाने उपचार सुचवाल. आता समजा, अशी एखादी निदान करण्याची चाचणी परीक्षा आहे जी 'क्ष' रोग असेल तर पॉझिटिव्ह (+) येते व 'य' असेल तर निगेटिव्ह (-) येते. पण जर पेशंटला खरोखरच 'अ' रोग असेल तर ती चाचणी ५०% वेळा निगेटिव्ह येते. तुम्ही ती निदान चाचणी करायला सांगाल का? बहुतेक डॉक्टर्स होय म्हणतात. खरे म्हणजे त्या चाचणीच्या निकालामध्ये काही फारसा अर्थ नाही. जरी तो पॉझिटिव्ह आला तरी पेशंटला 'क्ष' रोगापेक्षा, 'अ' रोग असण्याची शक्यता जास्त आहे. निर्णय घेण्यासाठी अतिरिक्त जादा माहितीचा काही उपयोग होत नाही.

अनावश्यक जादा माहितीची हौस फक्त डॉक्टरांनाच असते असे नाही; इतर तज्ज्ञही त्यात वाहवत जातात. मॅनेजर्स व गुंतवणूकदारांना तर जणू ते व्यसनच असते. जरी मुख्य माहिती व जरुरीचे मुद्दे (Critical Facts) सहज उपलब्ध असतात, तरी नवे व्यापक अभ्यास व सर्व्हे किती वेळा केले जातात? ही अधिक माहिती गोळा करण्यात पैसे व वेळेचा अपव्यय तर होतोच, शिवाय तुमचा गोंधळ व तोटा होऊ शकतो. आता हा प्रश्न पहा - कुठल्या शहरात जास्त रहिवासी आहेत? सॅन् डिएगो की सॅन् ॲन्टोनिओ? मॅक्स प्रॅन्क इन्स्टिट्यूटच्या गर्ड गिगेरेन्झरनी हा प्रश्न युनिव्हर्सिटी ऑफ शिकागो व युनिव्हर्सिटी ऑफ म्युनिक येथील विद्यार्थ्यांना विचारला. शिकागोच्या ६२% विद्यार्थ्यांचा अंदाज बरोबर आला. सॅन् डिएगो! पण आश्चर्य म्हणजे प्रत्येक जर्मन विद्यार्थ्यांचे उत्तर बरोबर होते. कारण सगळ्यांनी सॅन् डिएगोबद्दल ऐकले होते, पण सॅन् ॲन्टोनिओबद्दल क्वचितच; म्हणून त्यांनी ओळखीचे नाव 'उत्तर' म्हणून लिहिले. शिकागोतल्या विद्यार्थ्यांना दोन्ही शहरे खूप परिचयाची होती. त्यांच्याकडे जास्त माहिती होती, त्यामुळे त्यांची दिशाभूल झाली.

किंवा तुम्ही शेकडो, हजारो अर्थशास्त्रज्ञांची गोष्ट घ्या- जे बँकांसाठी काम करतात; हेज फंडस्, योजना आखणारे, विचारविनिमय करणारे गट (थिंक टॅन्कस्) आणि सरकारबरोबर काम करणारे; आणि २००५ ते २००७ पर्यंत त्यांनी प्रकाशित

केलेले 'व्हाईट पेपर' (गुंतागुंतीच्या जटिल गोष्टी व त्यामागची संकल्पना नीट उलगडून समजणारे तपशीलवार रिपोर्ट) व गणिती साचे (model) पहा. ती भरमसाठ टिपणे, घासूनपुसून केलेली अप्रतिम पॉवरपॉइंट सादरीकरणे, ब्लुमबर्ग ॲन्ड सुटर्स या पत्रकारिता क्षेत्रातल्या कंपनीकडे असणारी टेराबाईटस् प्रमाणातली माहिती. माहितीरूपी ज्ञानदेवापुढे चालणारा अक्षरशः झिंगल्यागत बेभान नाच. हे सारे गरम हव्याच्या फुग्यासारखे वृथा आहे. अर्थव्यवस्था कोलमडून जेव्हा जागतिक मार्केट कोसळले, तेव्हा ही सारी अगणित भाकीते आणि टिपा-सूचना कुचकामी ठरल्या.

सर्व होती नव्हती माहिती गोळा करण्याच्या भानगडीत पडू नका. जी खरी उपयुक्त मूलभूत माहिती असेल, जी सत्य व तथ्याला धरून असेल तेवढ्याने काम भागवा. माहितीचा अतिरेक अर्थहीन असतो. मग ते तुम्हाला कळो व न कळो. डॅनिएल बुरास्टिननी बरोबर म्हटले आहे - 'शोध व बोध (insight) होण्यातला सर्वात मोठा अडसर अज्ञान नसून, ज्ञानाचा आभास आहे.' आणि पुढच्यावेळी शत्रूवजा प्रतिस्पर्ध्याशी गाठ पडली तर त्याला मारायला (हरवायला) दस्तऐवज रूपातला माहिती व विश्लेषणाचा ढीग वापरा.

हेही पहा :

'अति विचार' (प्र. १०), 'समाचाराचे मोहजाल' (प्र. ११), 'बेस-रेट वास्तवाकडे दुर्लक्ष' (प्र. २८)

६०

किती सुखद हे दुखणे

'कष्टाचे समर्थन'

जॉन या अमेरिकी सैनिकाने पॅराशूट वापरायचे (Paratrooper) नुकतेच प्रशिक्षण घेतले आहे. पॅराशूटचे सन्माननीय मेडल लावून घेण्यासाठी तो संयमाने रांगेत उभा आहे. त्याची पाळी आल्यावर तो त्याच्या वरिष्ठ अधिकाऱ्यापुढे उभा राहतो. ते त्याच्या छातीवर मेडल ठेवून एवढ्या जोरात त्यावर थाप मारतात की, ते त्याच्या मांसात घुसते. तेव्हापासून संधी मिळाली की, तो आपल्या शर्टाचे वरचे बटन उघडून तो व्रण दिमाखाने दाखवतो. कित्येक वर्षांनी त्याने त्या पिनखेरीज त्याच्या सैन्याच्या कारकिर्दीमधील सर्व स्मृतीचिन्हे टाकून दिली आहेत. पण ते मेडल फ्रेम करून एका विशेष जागी त्याच्या हॉलमध्ये मिरवत आहे.

मार्कने एकट्याने, कष्टाने एक गंजलेली हार्ले डेविडसन मोटरबाईक ठीकठाक केली. दर सुटीचा दिवस असो की शनिवार-रविवार, गाडी सुरू करण्याच्या ध्यासापायी तो सगळा वेळ तिथेच घालवायचा. त्याचा संसार कोलमडण्याच्या मार्गावर होता त्याकडे त्याचे पूर्ण दुर्लक्ष झाले. अतोनात मेहनत घेऊन शेवटी त्याची मौल्यवान लाडकी अमानत भरधाव जायच्या तयारीत उन्हात लखलखत रस्त्यावर उभी होती. दोन वर्षांनी मार्कला पैशांची फार चणचण भासू लागली. त्याने सारी मालमत्ता विकली, टी.व्ही., गाडी, घरदेखील; पण बाईक नव्हे. एका ग्राहकाने त्याला दुप्पट किंमत देऊ केली, तेव्हाही मार्कने ती विकली नाही.

जॉन व मार्क दोघेही 'कष्टाचे समर्थन' या जाळ्यात अडकले आहेत. जेव्हा आपण एखादे काम खूप जीव ओतून, अपार कष्ट घेऊन करतो तेव्हा आपल्या लेखी त्याचे मूल्य प्रमाणाबाहेर जास्त होते. त्या पॅराशूट पिनमुळे त्याला शारीरिक वेदना झाल्या म्हणून त्या प्रतिकाचे महत्त्व त्याच्या लेखी इतर पदकांपेक्षा अधिक. मार्कच्या हार्ले बाईकमुळे त्याला अनेक तास अपार कष्ट करायला लागले. शिवाय, तो बायकोही गमावून बसण्याच्या मार्गावर होता. म्हणून त्याच्या नजरेत ती बाईक अद्वितीय व अमूल्य झाली. इतकी की तो ती कधीच विकणार नव्हता.

'कष्टाचे समर्थन' हा 'बौद्धिक विसंगती'चा एक प्रकार आहे. एक प्रशिक्षण पूर्ण केल्याचे प्रतीक म्हणून एक बिल्ला पिन म्हणून छातीवर दाबून भोसकून घेणे म्हणजे खुळचट विचित्रपणाच झाला. झालेले असंतुलन निपटून काढण्यासाठी जॉनचा मेंदू त्या पिनचे मूल्य मनातल्या मनात वाढवून तिला सर्वसाधारणपासून असामान्य करून टाकतो - जवळजवळ पूजनीय. हे सगळे आपोआप, अभावितपणे होते, त्याला आळा घालणे कठीण.

समूह गट (ग्रुप) आपल्या सभासदांना आपल्याशी बांधून ठेवण्यासाठी 'कष्टाचे समर्थन' वापरतात; उदा. दिक्षा संस्कार विधी - टोळ्या व बंधुत्व समूह (Fratenities). नव्या सभासदांना विशिष्ट विधीद्वारे घृणास्पद किंवा हिंसक कृत्य करायला लावून मगच सामील करून घेतात. संशोधन सांगते की, 'प्रवेश परीक्षा' जितकी कठीण, तितके त्यांना सभासद होण्याचे मूल्य व अभिमान वाटतो. एम.बी.ए.ची विद्यालये 'कष्टाचे समर्थन' या तत्त्वाबरोबर असे खेळतात. ते आपल्या विद्यार्थ्यांना काही विश्रांतीशिवाय दिवस-रात्र खपायला लावून भयाण थकवा उत्पन्न करतात. त्या कोर्सचे शिक्षण व अभ्यासक्रम कितीही अर्थहीन किंवा उपयोगी असले, तरी एकदा ती पदवी मिळाली की, त्यांनी ती आपल्या करिअरसाठी अत्यावश्यक वाटते; कारण काय, तर ती मिळवताना प्रचंड दमछाक झालेली असते.

'कष्टाच्या समर्थना'चा एक सौम्य प्रकार म्हणजे तथाकथित आयकेईए (IKEA) परिणाम. कोणत्याही डिझायनर फर्निचरपेक्षा आपण स्वतःच्या हाताने जोडून बनवलेले फर्निचर जास्त मौल्यवान वाटते. हाती विणलेल्या मोज्यांच्या बाबतीत तेच. जरी ते जुनाट झाले किंवा त्यात गाठी झाल्या तरी टाकून देणे कठीण. ज्या मॅनेजर्सनी नव्या कार्यपद्धतीचा प्रस्ताव तयार करण्यात (Strategy Proposal) अनेक आठवडे भयंकर कष्ट घेतले असतील, ते त्या प्रस्तावाचे तर्कनिष्ठ पद्धतीने परीक्षण करू शकणार नाहीत. डिझायनर्स, कॉपी रायटर्स, नवी उत्पादने

निर्माण करण्याच्या योजना बनवणारे (प्रॉडक्ट डेव्हलपर्स) किंवा असे कोणतेही तज्ज्ञ आपल्या कलाकृती निर्मितीच्या बाबतीत असेच वागतात.

१९५०च्या दशकात मार्केटमध्ये तत्काळ तयार करता येणारे सोपे केक मिक्स (Instant Cake Mix) आले. त्याच्या निर्मात्यांना वाटले होते की, हे उत्पादन एकदम लोकप्रिय होईल. पण गृहिणींनी ते तत्क्षणी नापसंत केले कारण त्यामुळे गोष्टी अतिसुलभ झाल्या. कंपनीने ते लक्षात घेत बनवायची प्रक्रिया जराशी कठीण केली (त्यात एक अंडे स्वतः फोडून, फेटून घालणे). त्या वाढीव 'कष्टामुळे' बायकांना आपण काही केल्याचे समाधान व सार्थक वाटले आणि त्याबरोबर त्या सहज बनवू शकणाऱ्या सोप्या खाण्याच्या उत्पादनाबद्दल त्यांना कौतुक वाटू लागले.

आता तुम्हाला 'कष्टाचे समर्थन' कसे काम करते हे माहिती झाल्यामुळे तुम्ही तुमच्या प्रॉजेक्ट्सना नीट वस्तुनिष्ठपणे तपासू शकता. कधीही तुम्ही कोणत्याही कामात खूप वेळ व प्रयत्न ओतले असतील तर थोडे मागे सरून निष्कर्ष पहा - फक्त निष्कर्ष. ते पुस्तक ज्यावर तुम्ही ५ वर्षे खपलात पण ते कोणत्याही संपादकाला नको आहे. कदाचित, ते नोबेल पुरस्कार लायक नसेल बहुतेक. ती एम.बी.ए.ची पदवी जी तुम्ही नेटाने मिळवली, खरंच तुम्ही तिची शिफारस दुसऱ्या कोणाला कराल का? आणि ती स्त्री जिचा तुम्ही इतके वर्षं ध्यास लागल्यागत पिच्छा पुरवताय ती नंबर २च्या तरुणीपेक्षा - जी लगेच राजी होईल - खरंच इतकी चांगली आहे का?

हेही पहा :

'बुडीत रक्कम आणि कुतर्क' (प्र.५), 'बौद्धिक विसंगती' (प्र.५०)

६१

छोटे आकडे (गोष्टी) अगडबंब बनतात

'छोट्या अंकांचा कायदा'

१००० दुकाने असलेल्या एक रिटेल कंपनीच्या बोर्डवर समजा तुम्ही आहात. त्यातली अर्धी दुकाने शहरात आणि अर्धी ग्रामीण भागात आहेत. सी.ई.ओ.ने नेमल्याने एका तज्ज्ञाने उचलेगिरी (शॉपलिफ्टिंग)वर सविस्तर अभ्यास केलाय व आता तो त्याला मिळालेली माहिती व शोध सादर करत आहे. जिथे सगळ्यात जास्त चोऱ्या होतात अशा १०० शाखांची नावे त्यांच्या विक्रीच्या आकड्यांसह आता तुम्ही पाहत आहात. त्याला लागलेला शोध त्यावर ठळक अक्षरात दिसतो, तुमचे डोळे उघडतात. 'जिथे चोऱ्या होतात अशा बहुतेक शाखा ग्रामीण भागात आहेत.' अविश्वासाने थक्क होऊन क्षणभर अंतर्मुख झालेल्या वातावरणाचा भंग करत, प्रथम सी.ई.ओ. उद्गारतो - 'महाशय व महोदया, आपली पुढची पावले काय हवीत ते स्पष्ट दिसतेय. आतापासून सर्व ग्रामीण शाखांत आपण अजून जास्त सुरक्षा योजना वापरू. मग बघूया हे गांवढळ लोक कसे आपल्याला लुबाडतात ते. सर्वांना पटतेय ना?''

''हं! असेच काही नाही.'' तुम्ही तज्ज्ञाला सांगता, ''विक्रीच्या तुलनेत सर्वात कमी चोरी होते अशा १०० दुकानांची यादी पाहू या.'' काही शोधाशोध व वर्गवारी पटकन करून तो यादी दाखवतो. आश्चर्य! ती सारी दुकानेही ग्रामीण भागातच होती! ''दुकान कुठे आहे यावर हे अवलंबून नाही.' सभोवार बसलेल्या सहकाऱ्यांकडे पाहात तुम्ही ऐटीत स्मितहास्य करत बोलू लागता, ''दुकान किती

मोठे आहे त्यावर ते अवलंबून आहे. ग्रामीण भागात दुकाने छोटी असतात. म्हणजेच एखादी घटना झाली तरी चोरीच्या दरामध्ये खूप मोठा फरक पडू शकतो. म्हणून मोठ्या शहरी शाखांपेक्षा ग्रामीण शाखांमध्ये या फरकाचे प्रमाण खूप जास्त आहे. महाशय व महोदया, याला 'छोट्या अंकांचा कायदा' म्हणतात. आताच तुम्हाला त्याने चीत केले आहे.''

'छोट्या अंकांचा कायदा' आपल्याला अंतःप्रेरणेने आपोआप समजत नाही. म्हणूनच, लोक विशेषतः पत्रकार, मॅनेजर्स आणि संचालक मंडळ त्यामुळे गारद होतात. आपण एक टोकाचे उदाहरण घेऊ. चोरीच्या दराऐवजी आपण कर्मचाऱ्यांचे सरासरी वजन प्रत्येक शाखेनुसार काय आहे ते पाहू. १००० ऐवजी आपण फक्त दोन शाखा घेऊ - एक सर्वात मोठी व एक छोटेखानी. मोठ्या शाखेतल्या कर्मचाऱ्यांचे सरासरी वजन साधारणपणे जनतेच्या सरासरी वजनाएवढे, समजा १७० पाऊंड आहे. कोणाला नोकरीवर घेतले जातेय किंवा बडतर्फ केले जातेय यामुळे त्यावर काही फरक पडणार नाही. पण छोट्या शाखांची गोष्ट वेगळी आहे. तिथे एखादा कर्मचारी जाड आहे की बारीक याने एकंदरीत सरासरीवर खूप जास्त परिणाम होईल.

आपण परत त्या उचलेगिरीच्या समस्येकडे जाऊ. आता आपल्याला समजले आहे की, शाखा जितकी छोटी तितकीच चोरीच्या दरामध्ये फरक पडण्याची शक्यता जास्त. म्हणजे खूप जास्त चोऱ्या ते अतिशय कमी चोऱ्या. तज्ज्ञाने आपले आकडे कशाही तऱ्हेने रचले तरी, जर सर्व उचलेगिरीच्या प्रमाणाची यादी केली तर छोट्या शाखा सर्वात खाली असतील, मोठ्या शाखा मध्यभागी असतील आणि सर्वात वरच्या टोकाला...कोण असेल? तिथेही छोट्या शाखाच असतील. म्हणजे सी.ई.ओ.चे निष्कर्ष चुकले होते, अर्थहीन होते; पण निदान आता त्याला छोट्या शाखांत सुरक्षाव्यवस्था बदलण्याबद्दल अतिउत्साह दाखवायची गरज नव्हती.

समजा, तुम्ही पुढची बातमी वाचता- स्टार्टअप कंपन्या जास्त हुषार लोकांना नोकऱ्या देतात. नॅशनल इन्स्टिट्यूट ऑफ अननेसेसरी रिसर्चने (अनावश्यक संशोधनाची राष्ट्रीय संस्था) केलेल्या अभ्यासाअंतर्गत अमेरिकन कंपन्यांमधल्या कर्मचाऱ्यांचा बुद्ध्यांक (IQ) मापला गेला. निष्कर्ष - स्टार्टअप कंपन्यामध्ये मेन्सा (MENSA) चाचणीत योग्य बुद्ध्यांक असलेले लोक आहेत. तुमची पहिली प्रतिक्रिया काय? अविश्वासाने उंचावलेली भुवई असावी! 'छोट्या अंकांच्या कायद्या'चे हे एक उत्तम उदाहरण आहे. स्टार्टअपमध्ये कमी कर्मचारी असतात. म्हणून मोठ्या कंपन्यांपेक्षा सरासरी बुद्ध्यांकात फेरफार खूप जास्त प्रमाणात होईल. त्यामुळे छोट्या व नव्या कंपन्यांमध्ये ती सरासरी खूप मोठा किंवा खूप छोटा

आकडा दाखवेल. 'नॅशनल इन्स्टिट्यूट'चा शोधप्राय अभ्यास निरर्थक आहे. तो फक्त 'संभाव्यतेचा नियम' पुन्हा सिद्ध करतो.

म्हणूनच, कोणत्याही छोट्या गोष्टीबद्दल संख्याशास्त्राने काढलेले अर्थ जरा तपासून घ्या; उदा. छोटे उद्योगधंदे, घर-संसार, शहरे, डेटा सेंटर्स, मुंग्यांची वारूळे, शाळा व चर्चची पॅरिश. ज्या शोधाचा अद्वितीय किंवा आश्चर्यकारक म्हणून उदोउदो केला जात आहे, तो खरे म्हणजे यादृच्छिक वितरणाचा (Random Distribution) एक साधा परिणाम आहे. नोबेल पारितोषक विजेते डॅनिअल काहनेमन त्यांच्या अलीकडच्या एक पुस्तकात सांगतात की, अनुभवी शास्त्रज्ञसुद्धा 'छोट्या अंकांच्या कायद्या'ला भुलतात. किती आश्वासक ही गोष्ट!

हेही पहा :
'अतिभरभराटीने प्रगती' (प्र. ३४), 'विल रॉजर्स प्रभावानुभव' (प्र. ५८)

६२

जपून हाताळा

'अपेक्षा'

३१ जानेवारी २००६ला गुगलने त्यांच्या २००५च्या शेवटच्या तिमाहीचे आर्थिक स्थितीचे निकाल जाहीर केले. महसुलात (रेव्हेन्यू) ९७% ने वाढ. नफ्यात एकूण वाढ ८२%. त्या तिमाहीत सगळे उच्चांक मोडले गेले. या असामान्य निकालावर स्टॉक मार्केटची प्रतिक्रिया काय होती? काही सेकंदातच शेअर्सची किंमत १६%नी घसरली. ट्रेडिंग बंद करावे लागले. जेव्हा परत सुरू केले तेव्हा ती अजून १५%ने घसरली. प्रचंड भीती आणि गोंधळाचं वातावरण. एका हताश स्टॉक मार्केट ट्रेडर-दलालाने विमनस्क स्थितीत त्याच्या ब्लॉगवरून विचारणा केली - 'स्वतःला झोकून देऊन आत्महत्या करण्यायोग्य अशी कुठची गगनचुंबी इमारत आहे?'

कुठेतरी काय चुकले होते? वॉल स्ट्रीट विश्लेषकांनी त्याहून उत्तम निकालाचे भाकित केले होते. पण ते फोल ठरले. तेव्हा त्या मीडियाच्या मोठ्या कंपनीच्या मूल्यामध्ये २० कोटी डॉलर्सची भयंकर घसरण झाली.

प्रत्येक गुंतवणूकदार जाणतो की, आर्थिक बाबींचे भाकित अगदी तंतोतंत करणे कठीण असते. ते चुकल्यास सर्वसाधारण तर्कशुद्ध प्रतिक्रिया काय असावी? 'माझा अंदाज चुकला.' पण गुंतवणूकदार अशी प्रक्रिया देत नाहीत. जानेवारी २००६ मध्ये, जेव्हा ज्युनिपर नेटवर्क्सने प्रत्येक शेअर्स मागे त्यांची उत्पन्नाची अपेक्षा जाहीर केली तेव्हा ती आधी वर्तवल्यापेक्षा १/१० सेंट कमी आली होती. लगेच शेअर्सची किंमत २१% ने व कंपनीचे मूल्य २.५ कोटी डॉलर्सनी कमी झाले.

एखाद्या गोष्टीसाठी आधीपासून खूप अपेक्षा वाढवून ते घोषित होईपर्यंत एक प्रकारे जादूई हवा पसरली असेल, तर नंतर तफावत अगदी क्षुल्लक असली तरी त्याचा परिणाम फार गंभीर असू शकतो. क्रूर शिक्षेसारखा.

अनेक कंपन्या आर्थिक विश्लेषणकारांच्या भाकिताप्रमाणे आपली कामगिरी असावी म्हणून आटोकाट प्रयत्न करतात (Performance according to Prediction). त्या भयगंडापासून सुटका म्हणून ते स्वतःच स्वतःच्या उत्पन्नाचे अंदाज प्रकाशित करू लागले - एक आर्थिक उत्पन्नाचे मार्गदर्शन म्हणून. त्यात खरे म्हणजे काही सुज्ञता नव्हती. आता ते मार्केटचा नियमित सखोल अभ्यास करून फक्त त्यावर आपले निर्णय व कृती आखतात. सी.एफ.ओ.ना ते लक्ष्य अगदी शेवटच्या पैशापर्यंत पूर्ण करण्याची धडपड करावी लागते. त्यासाठी अकाउंटिंगची सगळी तंत्रे व क्लृप्त्या वापराव्या लागतात.

सुदैवाने, अपेक्षांमुळे कधीकधी उत्तम लाभांश (इन्सेन्टिव्ह) मिळण्याचे मार्ग निघतात. १९६५मध्ये, अमेरिकन मानसशास्त्रज्ञ रॉबर्ट रोझेनथल यांनी अनेक शाळांमध्ये एक विलक्षण प्रयोग केला. शिक्षकांना सांगण्यात आले की, एक नवी (नकली) चाचणी परीक्षा आहे जिच्यामुळे ज्या विद्यार्थ्यांची बुद्धी तीक्ष्ण होऊ घातली अशी, तथाकथित उमलू पाहणारे तल्लख मेंदू असणारी 'जिनिअस' मुले शोधून काढता येतील. २०% मुलांना सरसकट (Random) निवडून ते त्या प्रकारात मोडतात असे सांगण्यात आले. शिक्षकांना खरोखरच वाटले की, ती मुले खूप हुशार व पुढे चांगल्या तऱ्हेने प्रगती दाखवू शकणारी आहेत. एका वर्षानंतर चाचणी केल्यावर रोझेनथालना दिसून आले की, नियंत्रित गटातील विद्यार्थ्यांच्या मानाने निवडलेल्या गटातील विद्यार्थ्यांच्या बुद्ध्यांकात वाढ झाली होती. या परिणामाला 'द रोझेनथल इफेक्ट' (किंवा पिगमॅलियन इफेक्ट) असे म्हणतात.

त्या सी.एफ.ओ. आणि सी.ई.ओं.नी आपली कामगिरी (परफॉर्मन्स) अपेक्षेनुसार व्हावी याचे जाणूनबुजून प्रयत्न केले होते. त्या उलट, त्या शिक्षकांच्या बाबतीत ते अजाणता घडले. त्या तथाकथित तल्लख मुलांवर त्यांनी नकळत जास्त लक्ष देऊन कष्ट घेतले आणि परिणामतः तो गट जास्त शिकला. हुषार विद्यार्थी मिळण्याच्या संभवाच्या प्रभावामुळे शिक्षकांनी त्यांना फक्त जास्त मार्कच नाही दिले, तर त्या 'प्रतिभावान' मुलांच्या व्यक्तिमत्त्वाच्या निकषांमध्येही त्यांनी वाढीव गुण दिले. हा 'दिव्यप्रभेच्या परिणामा'चा महिमा.

पण वैयक्तिक अपेक्षांबाबत आपली प्रतिक्रिया कशी असते? त्यासाठी आपण 'प्लॅसिबो इफेक्ट' पाहू या. अशा गोळ्या औषधे व उपचारपद्धती (थेरपी)

ज्यांची तब्येत सुधारण्यात काही भूमिका नसते, पण तरी ती सुधारते. 'प्लॅसिबो इफेक्ट' जवळजवळ १/३ रोग्यांमध्ये आढळून येतो. तो नक्की कसा परिणाम करतो हे आतापर्यंत नीट समजलेले नाही. फक्त एवढेच कळले आहे की, अपेक्षा व विश्वासामुळे मेंदूतले रसायन (बायोकेमिस्ट्री) बदलते व त्यामुळे पूर्ण शरीरावर त्याचा प्रभाव पडतो. म्हणून अल्झायमरने पीडित लोकांना त्याचा फायदा होत नाही कारण या आजारामुळे अपेक्षांशी निगडित असलेल्या त्यांच्या मेंदूच्या भागावर परिणाम होतो.

अपेक्षा अमूर्त असतात पण त्यांचा परिणाम व प्रभाव सहज दिसू शकतो. वास्तव बदलण्याची ताकद त्यांच्यात असते. आपण त्या प्रक्रियेचा पगडा व कार्यप्रणाली बदलू शकतो का? अपेक्षांशिवाय आयुष्य जगणे शक्य आहे का? दुर्दैवाने नाही. पण तुम्ही जास्त काळजी घेऊ शकता, सावध राहू शकता. स्वतःबद्दल व आपल्या प्रियजनांबद्दल अपेक्षा वाढवा. त्याने कार्यप्रेरणा वाढते. त्याचप्रमाणे, ज्या गोष्टी आपल्या ताब्यात नाहीत अशांबद्दल अपेक्षा कमी करा. उदा. स्टॉक मार्केट. यात विरोधाभास वाटला तरी हादरवणाऱ्या धक्क्यांपासून स्वतःला वाचवायचे असेल तर असा धक्का बसू शकतो अशी तयारी ठेवणे हा सर्वात उत्तम मार्ग.

हेही पहा :

'काळा हंस' (प्र. ७५), 'भाकिताचा आभास' (प्र. ४०), 'दिव्यप्रभेचा परिणाम' (प्र. ३८)

६३

पुढे छुपे वेगमापक आहेत

'साधे तर्कशास्त्र'

तीन सोपे प्रश्न - पटकन एक पेन घ्या आणि तुमची उत्तरे समासात लिहा. पहिला प्रश्न - एका डिपार्टमेंट स्टोअरमध्ये एक पिंगपाँग रॅकेट व एक प्लॅस्टिकचा चेंडू १.१० डॉलरला मिळतो. जर रॅकेटला १ डॉलर जास्त पडले, तर चेंडू कितीला मिळेल? दुसरा प्रश्न - एक कापडाच्या कारखान्यात ५ मशीन ५ शर्ट बरोबर ५ मिनिटात शिवतात. १०० मशीनना १०० शर्ट शिवायला किती मिनिटे लागतील? आता तिसरा प्रश्न - एका तलावात वॉटर लिलीची झाडे उगवतात. दर दिवशी ती झपाट्याने वाढतात. प्रत्येक दिवशी दुप्पट जागा व्यापतात. जर तळे संपूर्णपणे व्यापायला ४८ दिवस लागतात, तर वॉटर लिलीना अर्धे तळे भरायला किती दिवस लागतील? तुम्ही सगळी उत्तरे लिहिल्याशिवाय पुढे वाचू नका.

यापैकी प्रत्येक प्रश्नाला एक पटकन सहज सुचलेले (इन्स्टिक्टिंव) उत्तर व दुसरे अचूक उत्तर असेल. नैसर्गिकपणे मनात आधी असे - १० सेंटस्, १०० मिनिटे व २४ दिवस. ही सारी चूक आहेत. तुमची किती बरोबर आली?

हजारो लोकांनी ही कॉग्निटिव्ह रिफ्लेक्शन टेस्ट (CRT) (बुद्धिवादी तर्कपूर्ण विचाराची चाचणी) घेतली आहे. ही प्रोफेसर शेन फ्रेडरिकनी बनवली आहे. आतापर्यंत मॅसॅच्युसेट्स इन्स्टिट्यूट ऑफ टेक्नॉलॉजी (MIT), बॉस्टन, येथील विद्यार्थ्यांनी सर्वाधिक वेळा बरोबर उत्तरे दिली. २.१८ अचूक उत्तरे. प्रिन्सटन युनिव्हर्सिटी सरासरी १.६३ अचूक उत्तरांनी दुसऱ्या स्थानावर आली. युनिव्हर्सिटी

ऑफ मिशिगनच्या विद्यार्थ्यांनी सरासरी ०.८१ अचूक उत्तरे दिली. पण या सरासरीच्या अंकांना काही अर्थ नाही. ज्यांचे गुण जास्त आले त्यांच्यात व इतरांत काय फरक आहे हे मात्र कुतूहलजनक व महत्त्वाचे आहे.

एक छोटा इशारा - तुम्हाला हातात एक पक्षी असणे जास्त आवडेल की, झाडावर दोन (हातचे सोडून पळत्याच्या पाठी?) फ्रेडरिकने शोध लावला की, CRT मध्ये ज्यांना कमी गुण मिळतात त्यांना हातात एक पक्षी असलेला परवडतो. ते प्रत्येक गोष्ट तोलूनमापून सावधगिरीने करतात. काही झाले तरी हाताला काहीही न लागण्यापेक्षा काहीतरी मिळालेले बरे. ज्यांचा २ किंवा त्याहून जास्त स्कोर येतो, ते जरा जास्त जोखीम असलेला पर्याय निवडतात. त्यांना त्यातला धोकायुक्त 'जुगार' परवडतो. हे पुरुषांच्या बाबतीत जास्त लागू पडते.

आंतरिक उर्मी - उतावळेपणावर ताबा हा त्या दोन गटांना वेगळे करणारा घटक आहे. 'जाणूनबुजून दुर्लक्षाचा कळस' या प्रकरणात आपण 'आता या क्षणी'चा भुलवणारा मोहक प्रभाव पाहिला. फ्रेडरिकने संशोधनात सहभागी लोकांना प्रश्न विचारला - तुम्हाला काय हवे आहे - आता मिळणारे १४०० डॉलर्स की १ महिन्यानंतर मिळणारे १८०० डॉलर्स? सर्वसाधारणपणे ज्यांचा CRT स्कोअर कमी आहे त्यांना कमी पण लगेच मिळणारे पैसे हवे असतात. त्यांना थांबणे अवघड वाटते कारण त्यांच्यात उतावळेपणा जास्त असतो. खरेदी करताना, निर्णय घेतानाही हेच लागू होते. त्या उलट ज्यांचा CRT स्कोअर जास्त आहे असे लोक काही आठवडे थांबायचे ठरवतात. इच्छाशक्ती एकवटून ते तत्क्षणी मिळणारे कार्यसिद्धी समाधान (इन्स्टंट ग्रॅटिफिकेशन) दूर ढकलू शकतात. त्यामुळे त्यांचा नंतर फायदा होतो.

सहज जाणवणं सोपं असतं. पण विचार करण्याने दमणूक होते - सहज अंत:प्रेरणेने (वाटलं म्हणून) त्या क्षणी जे सुचले ते करण्यापेक्षा तर्कबुद्धी वापरून निर्णय घेण्यासाठी खूप जास्त इच्छाशक्ती लागते. वेगळ्या तऱ्हेने मांडायचे झाले तर आतल्या आवाजाप्रमाणे जाणारे लोक कमी निरीक्षण व विश्लेषण करतात. त्यावरून हार्वर्डच्या मानसशास्त्रज्ञ अमिताय शेनहॅव आणि त्यांच्या सहकाऱ्यांना सुचले की, लोकांचे CRT स्कोअर व त्यांचा विश्वास-श्रद्धा यांचा काही संबंध आहे का ते पहावे. हा अभ्यास फक्त अमेरिकेत केला होता. त्यात दिसले की, ज्यांचा CRT स्कोअर जास्त होता ते बरेचदा नास्तिक होते आणि त्यांचा तो विश्वास वर्षागणिक दृढ होत गेला. ज्यांचे CRT स्कोअर कमी होते त्यांचा मात्र देवावर विश्वास होता आणि 'आत्मा अमर आहे' असे ते मानत होते. त्यांना अनेकदा 'दैवी अनुभव'ही

आले होते. यात तथ्य आहे - निर्णय घेताना लोक जितके अधिक आपल्या आतल्या आवाजावर (Intuition) अवलंबून राहतात, तितके ते धर्माबद्दलच्या विश्वास व श्रद्धेला चौकसपणे प्रश्न विचारण्याचा संभव कमी.

जर तुम्हाला तुमचा CRT स्कोअर पटत नसेल आणि तो सुधारायचा असेल, तर सर्वात सोप्या सरळ तर्कशुद्ध प्रश्नांना अचंब्याने प्रतिसाद द्या. शक्य असेल अशी वाटणारी प्रत्येक गोष्ट खरी असेलच असे नाही. डोक्यात लगेच येणारी सारी सोपी उत्तरे बाद करा. खोडून टाका. चला अजून एकदा प्रयत्न करू या - तुम्ही 'अ' पासून 'ब'पर्यंत जात आहात. जाताना तुम्ही ताशी १०० मैल वेगाने जाता आणि परतताना तुमचा वेग ताशी ५० मैल आहे. तुमचा सरासरी वेग काय आहे? ७५? थांबा! जरा हळू जरा हळू!

हेही पहा :

'जाणूनबुजून दुर्लक्षाचा कळस' (प्र. ५१), 'निर्णयाचा शीण' (प्र. ५३), 'अतिभरभराटीने प्रगती' (प्र. ३४), 'जुगाऱ्याचा भ्रम' (प्र. २१), 'सरासरीची समस्या' (प्र. ५५)

६४

ढोंगी माणसांचा मुखवटा कसा पाडायचा?

'फोरर परिणाम'(Forer Effect)

प्रिय वाचक, तुम्हाला आश्चर्य वाटेल पण मी तुम्हाला व्यक्तिशः ओळखतो. तुमचे वर्णन मी थोडक्यात असे करेन. 'इतरांना तुम्ही आवडले पाहिजे आणि त्यांनी तुमची प्रशंसा केली पाहिजे अशी तुमची जबरदस्त गरज आहे. तुम्हाला स्वतःची टिका करण्याची सवय आहे. तुमच्यात असे भरपूर कर्तृत्व आहे जे अजून तुम्ही स्वतःच्या प्रगतीसाठी वापरले नाही. तुमच्या व्यक्तिमत्त्वात काही त्रुटी जरूर आहेत, पण त्याची भरपाई तुम्ही करता. तुमच्या लैंगिक बाबतीतल्या तडजोडीमुळे तुम्हाला समस्या निर्माण होतात. बाहेरून जरी तुम्ही शिस्तबद्ध व स्वतःवर ताबा असलेले दिसत असाल तरी आतून तुम्हाला असुरक्षित व चिंतेने ग्रासल्यागत वाटते. कधीकधी आपल्या निर्णय व कृत्यांबद्दल तुम्हाला शंका वाटते की, ते खरंच बरोबर आहेत का? तुम्हाला काही प्रमाणात बदल व विविधता लागते आणि बंधने आणि मर्यादा आड आल्या की तुम्ही नाराज होता. तुम्ही स्वतःला स्वतंत्र विचारांचे मानता व पुरेशा पुराव्याशिवाय इतरांचे म्हणणे मानत नाही. इतरांशी फार मोकळेपणे बोलण्यात व स्वतःबद्दल उघडपणे सांगण्यात शहाणपण नसते हे तुम्हाला कळले आहे. कधीकधी तुम्ही बहिर्मुख, मनमोकळे व प्रेमळ असता, तर कधी अंतर्मुख, सावध व आतल्या गाठीचे असता. तुमच्या काही इच्छा-आकांक्षा अवास्तव असतात. सुरक्षितता हे तुमच्या आयुष्याच्या प्रमुख उद्दिष्टांपैकी एक आहे.'

तुम्ही यात स्वतःला पाहता का? माझ्या अनुमानाला तुम्ही १ (वाईट) ते ५ (उत्तम) अशा स्केलवर काय श्रेणी द्याल?

१९४८मध्ये, मानसशास्त्रज्ञ बर्टरॅम फोरर यांनी हा परिच्छेद, वेगवेगळ्या मासिकातल्या ज्योतिष सांगणाऱ्या स्तंभामधून लिहिलेल्या वाक्यांवरून लिहिला. त्यांनी मग तो त्यांच्या विद्यार्थ्यांना वाचायला दिला, पण असे भासवले की, खास वैयक्तिक मूल्यमापन वरून लिहिलेला अहवाल प्रत्येकाला मिळत आहे. सर्वसाधारणपणे, विद्यार्थ्यांनी आपल्या व्यक्तिमत्वाच्या चित्राला ५ पैकी ४.३ गुण दिले; म्हणजेच फोरर ८६% वेळा अचूक असल्याची ग्वाही त्यांनी दिली. हा प्रयोग अनेक दशके शेकडो विद्यार्थ्यांबरोबर केल्यावर प्रत्येकवेळी निष्कर्ष तोच आला.

तुम्हीही बहुधा, या चाचणीला ४ किंवा ५ गुण दिले असतील. अशा संदिग्ध भाषेतल्या व्यापक वर्णनातल्या अनेक छटा लोक स्वतःमध्ये पाहतात. विज्ञान याला 'फोरर इफेक्ट' (किंवा बार्नम इफेक्ट) म्हणते. ज्योतिष, ॲस्ट्रोथेरपी, ग्रॅफॉलॉजी (हस्ताक्षरावरून व्यक्तीची पारख), बायोऱ्हिदम चाचणी, 'हात पाहणे', टॅरो कार्डवरून भविष्य सांगणे व मृतात्म्याबरोबर बोलणे/भेट अशा तथाकथित शास्त्रांची (Pseudosciences) चलती का होते हे तुम्हाला 'फोरर परिणाम' उलगडून दाखवतो.

'फोरर परिणामा'मागे काय आहे? फोररच्या परिच्छेदातली जास्तीत जास्त वाक्ये इतकी सर्वसाधारण व ढोबळ आहेत की, ती कोणालाही लागू पडू शकतात. 'कधीकधी तुम्ही आपल्या कृत्यांकडे शंकाग्रस्त नजरेने पाहता' असे कोण करत नाही, सांगा? दुसरे - स्तुतीप्रिय वाक्ये आपल्याला लागू होत नसतील तरी आपण खुशीने स्वीकारतो. 'तुम्हाला तुमच्या स्वतंत्र विचारसरणीचा अभिमान आहे.' बेशक! बिनअकलेच्या अनुयायाच्या भूमिकेत स्वतःला पाहायला कोणाला आवडेल? तिसरा - 'हजर असण्याचा प्रभाव' इथे परिणामकारक होतो - पूर्ण परिच्छेदात एकही नकारात्मक वाक्य नाही. जरी काही गोष्टींचा किंवा वैशिष्ट्यांचा अभाव हा व्यक्तिमत्त्वाचा महत्त्वाचा भाग असतो, तरी ही वाक्ये फक्त आपण काय आहोत हे सांगतात. चौथे - सगळ्या भ्रमांचा बाप म्हणजे 'पुष्टीकरणाचा कल'. आपल्या स्वप्रतिमेशी जे काही संलग्न असते ते आपण खुशीने स्वीकारतो व बाकीचे आपसूक गाळून टाकतो. जे उरते ते एक सुसंगत व्यक्तिचित्र असते.

ज्या युक्त्या ज्योतिषी आणि हस्तरेखा वाचून भविष्य वर्तवणारे वापरतात, त्याच तज्ज्ञ व विश्लेषक वापरतात - 'चढाओढीच्या वातावरणातही या स्टॉकचे मूल्य छान वाढू शकते. डेव्हलपमेंट टीमच्या कल्पना समजणे व राबवण्याएवढी

प्रेरणात्मक प्रगल्भता कंपनीमध्ये कमी पडतेय. व्यवस्थापन स्तरावर उद्योगजगातले अनुभवी तज्ज्ञ लोक आहेत पण तरी 'बाबुगिरी', लालफितीचा पगडा थोडाफार जाणवतो. नफा-तोट्याच्या अहवालावरून स्पष्ट कळते की, बचत होऊ शकते. आम्ही कंपनीला असा सल्ला देतो की, नव्या अर्थव्यवस्थांकडे जास्त बारकाईने लक्ष द्या, तरच भावी बाजारपेठेत तुम्हाला काही स्थान राहील.' पटतंय ना?

एखाद्या गुरूची, समजा ज्योतिषाची प्रत व पत तुम्ही कशी ओळखाल? कुठलीही वीस माणसे गोळा करा आणि त्यांना गुपचूप प्रत्येकी एक नंबर द्या. प्रत्येक व्यक्तीला जोखून ज्योतिषीने त्याचे गुणधर्म कागदावर लिहायचे आहेत. अनामिकता राखण्यासाठी त्यात भाग घेणाऱ्यांना त्यांचे नंबर कधीच कळू नये याची खबरदारी घ्या. नंतर सर्वांना सर्व कागदांवरच्या नोंदीची प्रत द्या. जर खरोखरच जास्तीतजास्त लोक 'त्यांच्या' वर्णनावरून स्वतःचा नंबर ओळखू शकले तर ते खरे कसब आहे असे आपण मानू शकतो. मी अजूनही वाट पाहतोय.

हेही पहा :

'हजर असण्याचा प्रभाव' (प्र. १५), 'पुष्टीकरणाचा कल' (प्र. ७-८), 'श्रेय सारे माझेच, असा कल' (प्र. ४५)

६५

स्वयंसेवी काम पक्ष्यांकरता आहे

'स्वयंसेवकाची चूक'

जॅक, एक फोटोग्राफर, सोमवार ते शुक्रवार कामात खूप व्यस्त असतो. फॅशन नियतकालिकांसाठी काम करत असल्यामुळे त्याचा वेळ मिलान, पॅरिस, न्यूयॉर्क अशा ठिकाणी विभागला जातो आणि तो सतत सुंदर मुली, उत्कृष्ट ताजी दर्जेदार डिझाईन्स् व योग्य प्रकाशाच्या शोधात असतो. उच्चभ्रू समाजात तो सुपरिचित आहे. प्रति तासाला त्याला सहज पाचशे डॉलर्स तरी मिळतात. 'म्हणजे व्यावसायिक वकिलाएवढेच;' तो आपल्या दोस्तांकडे वल्गना करतो, 'आणि माझ्या कॅमेरा लेन्सपुढे जे येतात ते दिसायला कोणत्याही बँकरपेक्षा चांगले असतात.'

जॅकचे आयुष्य खरोखरच हेवा करण्याजोगे आहे, पण हल्ली तो तत्त्वज्ञानी बनत चालला आहे. फॅशनची दुनिया आणि त्याच्यामध्ये काहीतरी फिसकटले आहे. सूर बिघडले आहेत. त्या दुनियेतल्या अप्पलपोटेपणाची त्याला अचानक घृणा वाटू लागली आहे. कधीकधी तो बिछान्यावर पडून आढ्याकडे नजर लावून विमनस्कपणे विचार करता राहतो. अर्थपूर्ण कामाची आस त्याला वाटत राहते. त्याला परत निःस्वार्थी बनायला आवडेल; कितीही छोटे असले तरी जगाला काही योगदान द्यावे असे त्याला वाटते.

एके दिवशी त्याचा फोन वाजतो. फोनवर त्याचा जुना वर्गमित्र पॅट्रिक, जो सध्या स्थानिक पक्षीमित्र क्लबचा अध्यक्ष आहे, तो असतो. 'पुढच्या रविवारी आमची वार्षिक पक्षीगृह (बर्ड-हाऊस) मोहीम आहे. लुप्त होण्याच्या (Endangered)

मार्गावर असलेल्या पक्षांसाठी घरटी बनवायला आम्ही स्वयंसेवक शोधत आहोत. मग ती घरटी आम्ही जंगलात लावणार आहोत. तू येशील का? आम्ही सकाळी ८ वाजता भेटणार आहोत. दुपारपर्यंत आपले काम संपेल.'

जर जॅकला खरंच एक चांगले जग होण्यासाठी योगदान द्यायचे असेल तर त्याने काय म्हणावे? होय! त्याने विनंती नाकारली पाहिजे. का? जॅक दर तासाला ५०० डॉलर्स कमावतो; तर एक सुतार ताशी ५० डॉलर्स. फोटोग्राफीचे काम एक तास जास्त करून जॅकने एका कुशल सुताराकडून सहा तास काम करून घेऊन चांगल्या प्रतीची घरटी बनवून घ्यावी हे जास्त सुज्ञपणाचे ठरेल. नाहीतरी, तेवढी छान घरटी बनवणे जॅकला जमलेही नसते. कराची रक्कम वजा करून उरलेले (२०० डॉलर्स) तो पक्षीमित्र क्लबला दान करू शकला असता. असे केल्याने खरंच त्याने खूप जास्त व चांगली मदत केली असती. हातात करवत घेऊन बाह्या सरसावत कष्ट करण्यापेक्षा नक्कीच जास्त.

तरीही, पुढच्या शनिवारी पक्ष्यांची घरटी बनवण्यासाठी जॅक भल्या पहाटे हजर राहील ही शक्यता नाकारता येत नाही. अर्थशास्त्रज्ञ याला 'स्वयंसेवकाची चूक' म्हणतात. हा एक लोकप्रिय प्रकार आहे. जवळजवळ २५% अमेरिकन लोक काही वेळ स्वयंसेवी कामांसाठी देतात. पण ते चुकीचे का ठरते? एकतर एका कारागिराचे काम जॅक हिरावून घेतो; कारण, घरटे स्वतः बनवायचा अट्टाहास. थोडा जास्त वेळ आपले काम करून मिळणारी रक्कम दान करणे जास्त उपयुक्त व प्रभावी आहे. जर त्याच्या कौशल्यातले काम असेल तरच ते स्वयंसेवी भूमिकेतून केले तर खरा उपयोग होईल. जर त्यांच्या एखाद्या निधी गोळा करण्याच्या योजनेसाठी त्यांना एक उत्तम फोटो हवा असेल तर जॅक स्वतः तो फोटो काढून देऊ शकेल किंवा जादा काम करून त्या पैशातून दुसऱ्या एखाद्या तज्ज्ञ फोटोग्राफरला पैसे देऊन ते काम करून घेऊ शकेल. शिवाय, उरलेले पैसे तो दान म्हणून देऊ शकेल.

तर आता आपण एका जटिल, काट्याकुट्यांनी भरलेल्या विषयाकडे वळू या. परार्थभाव, निःस्वार्थीपणा खरंच अस्तित्वात असतो की, आपण आपल्या अहंकाराला लावलेले ते मलम आहे? समाजाला योगदान देऊन मदत करण्याची इच्छा बऱ्याच स्वयंसेवकांना प्रेरणा देते; परंतु स्वतःला लाभदायक काही गोष्टी, उदा. काही नवे कसब प्राप्त होणे, नवे अनुभव व ओळखी, यांचाही त्यामागे हात आहे. आता अचानक आपण इतके निःस्वार्थी भासत नाही. किंबहुना, अनेक स्वयंसेवक 'वैयक्तिक सुखाच्या व्यवस्थापना'साठी यात गुंतलेले असतात ज्याचा फायदा त्या मुख्य उद्देशाला मुळीच होत नाही. सडेतोडपणे बोलायचे झाले तर

ज्याला अशा कामातून काही फायदा होतो किंवा थोडेफार का होईना, समाधान मिळते तो खऱ्या अर्थाने निःस्वार्थी नसतो. मग जर शनिवारी सकाळी जॅक हातात हातोडी घेऊन हजर झाला तर तो मूर्ख ठरतो का? नाही, तसेही नाही. असा एक गट आहे ज्याला 'स्वयंसेवकाची चूक' माफ आहे. तो गट म्हणजे लोकप्रिय प्रसिद्ध व्यक्ती. बोनो, केट विन्सलेट किंवा मार्क झुकेरबर्गने पक्ष्यांची घरटी बनवताना, समुद्र किनाऱ्यावर तेलाचे तवंग साफ करताना किंवा भूकंपानंतर गाडलेल्या लोकांना सोडवायला खणताना फोटो काढू दिले, तर त्या प्रसंगी त्या उद्देशाला ते एक अमूल्य गोष्ट देतात - प्रसिद्धी. म्हणून जॅकने सुज्ञपणे विचार केला पाहिजे की, तो असा प्रभाव आणण्याएवढा नामवंत आहे का? तोच निकष तुम्हालाही लागू पडतो. जर रस्त्याने जाताना लोक वळून वळून तुमच्याकडे पाहत नाहीत, तर फुकाचे अननुभवी उद्योग/उपद्व्याप करण्यापेक्षा पैसे दान केलेले जास्त उपयुक्त ठरतील.

हेही पहा :

'व्यावसायिकतेची कलुषित नजर' (प्र. १२), 'वगळण्याचा कल' (प्र. ४४).

६६

तुम्ही तुमच्या भावनांचे गुलाम का आहात?

'निमिषार्धात समस्यापूर्तीसाठी शॉर्टकट'

जनुकीय सुधारित (जेनेटिकली मॉडिफाईड) गव्हाबद्दल तुमचे काय मत आहे? हा एक गुंतागुंतीचा विषय आहे. तुम्हाला लगेच उत्तर द्यायचे नसते - गरजही नाही. त्या वादग्रस्त तंत्रज्ञानाचा सखोल विचार करून, फायदे-तोटे आजमावून, ते तर्कशुद्ध पद्धतीने ठरवायचे हा सुज्ञ पवित्रा आहे. संभाव्य फायदे लिहून काढा, त्यांचे महत्त्व व परिणामकारकता मोजा आणि मग तसे घडून येण्याच्या शक्यतेने (प्रॉबॅबिलिटी) त्याला गुणा. असे केल्याने तुम्हाला काही अपेक्षित मूल्यांची यादी मिळेल. मग तोट्यांच्या बाबतीतही तेच करा. सगळे तोटे लिहून, त्याने होणारे संभाव्य नुकसान लिहा. तसे घडून येण्याच्या शक्यतेने त्याला गुणा. पॉझिटिव्ह (+) संख्येतून (बेरीज) निगेटिव्ह (शून्याहून कमी किंवा (-)) संख्येला वजा केल्यावर तुम्हाला अपेक्षित निव्वळ मूल्य (net expected value) मिळते. ते शून्याहून जास्त असेल तर तुम्ही जनुकीय सुधारित गव्हाला समर्थन देता. जर ते शून्यापेक्षा कमी असेल तर तुम्ही विरोध करता. तुम्हाला ही पद्धत माहिती असेल. त्याला 'अपेक्षित मूल्य' म्हणतात. निर्णयप्रक्रिया सिद्धांतांवरच्या सर्व पुस्तके व लेखात ते वाचनात येते. पण निर्णय घेताना तुम्ही हे अशा पद्धतीने केले असण्याची शक्यता फार कमी. ही पुस्तके लिहिलेल्या कोणत्याही प्राध्यापकांनी आपली बायको निवडताना ही पद्धत वापरली नसणार यात काही शंका नाही.

कोणीही ही पद्धत निर्णय घेण्यासाठी वापरत नाही, हे सत्य आहे. एकतर सर्व संभाव्य फायदे तोटे लिहून काढण्याइतकी कल्पकता आपल्याकडे नाही. अशी साधक-बाधक (प्रो ॲन्ड कॉन्स) मुद्द्यांची यादी आपण फक्त आपल्या मर्यादित अनुभवांवरून करू शकतो. जर तुम्ही फक्त दहा वर्षांचे असाल, तर महाभयानक वादळाची कल्पना तुम्ही कशी करू शकाल? दुसरे - ज्या घटना दुर्मीळ असतात त्यांच्याबद्दल माहिती खूप कमी असते, म्हणून अशा गोष्टींची नगण्याकडे झुकणारी शक्यता ताडणे कठीण असते. जितकी शक्यता कमी, तितकी उपलब्ध माहिती कमी आणि संभाव्यता (प्रोबॅबिलिटी) अचूकपणे मोजणे तेवढेच कठीण होते, एक क्रूर घातक परिणाम. तिसरे - असे हिशोब करण्याची क्षमता आपल्या मेंदूमध्ये नसते. आपल्या उत्क्रांती इतिहासाप्रमाणे जो खोल विचार करण्यात खूप वेळ घालवतो त्याचा अंत शिकार करणाऱ्याच्या जबड्यात होतो. आपण क्षणार्धात निर्णय घेणाऱ्यांचे वंशज आहोत. आपण 'ह्युरिस्टिकस्' नावाचे मानसिक शॉर्टकट वापरतो.

त्यातला एक सर्वात लोकप्रिय म्हणजे 'निमिषार्धात समस्यापूर्तीसाठी शॉर्टकट'. 'ॲफेक्ट' (Affect) म्हणजे क्षणात उत्स्फूर्तपणे निर्णय घेणे. तुम्हाला काहीतरी आवडते की नाही. 'बंदुकीचा गोळीबार' हा शब्द ऐकताच नकारात्मक प्रभाव जाणवतो. 'ऐषोआराम' हा शब्द ऐकताच छान सकारात्मक वाटते. ही एकस्तरीय (युनिडायमेन्शनल) स्वयंचलित प्रेरणा (इम्पल्स) धोके व फायद्यांचा स्वतंत्र घटक (व्हेरिएबल्स) म्हणून गणना करण्यात बाधा आणते. खरे म्हणजे ते वेगवेगळे घटक आहेत, पण 'निमिषार्धात निर्णयासाठी शॉर्टकट' धोके व फायदे एकाच संवेदनेच्या तंतुवर टाकते.

अणुऊर्जा, सेंद्रीय (ऑरगॅनिक) भाज्या, खाजगी शाळा व मोटरबाईक्ससारख्या विषयांबद्दल तुमची उत्स्फूर्त भावनिक प्रतिक्रिया काय असते त्यावरून तुम्ही धोके व फायद्यांचा अदमास कसा लावता ते समजते. जर तुम्हाला एखादी गोष्ट आवडत असेल तर त्यात तुम्हाला जोखीम कमी आहे असे तुम्ही मानता आणि वास्तवापेक्षा फायदे अधिक आहेत असा समज करून घेता. जर तुम्हाला काहीतरी आवडत नसेल तर बरोबर उलटे होते. धोके व फायदे स्वतंत्र नसून परावलंबी आहेत असे वाटते. पण वास्तवात तसे नसते.

अजून प्रभावी उदाहरण पाहू, तुम्ही हार्ले डेविडसन बाईकचे मालक आहात. तुम्हाला एक अहवाल मिळतो. त्यावरून स्पष्ट दिसते की, पूर्वी वाटले त्यापेक्षा ती बाईक चालवणे धोकादायक आहे तर अजाणता तुम्ही त्याचे फायदे उचलून धरता. ती गाडी चालवण्यात एक खूप मोकळी मुक्तपणाची भावना आहे असे मानता.

पण अॅफेक्ट म्हणजेच तत्काळ व उत्स्फूर्त भावना - कुठून कशी आली? युनिव्हर्सिटी ऑफ मिशिगन येथील संशोधकांनी सर्व सहभागी लोकांपुढे पुढील तीन चित्रांपैकी एक चित्र १/१०० सेकंदापेक्षा कमी वेळ झळकवले - एक हसरा चेहरा, एक रागीट आणि एक निर्विकार चेहरा. मग त्यांना काही चिनी आद्याक्षरे दाखवून, त्यातली कोणती आवडली व कोणती नाही हे विचारले; (त्यांना चिनी भाषा येत नव्हती; तसेच आद्याक्षरे निवडण्यामागे काही ठोस कारण नव्हते). बहुतेकांना जी आद्याक्षरे हसऱ्या चेहऱ्यानंतर लगेच दाखवली गेली, तीच पसंत पडली. वरवर क्षुल्लक वाटणारे घटक आपल्या भावनांवर प्रभाव पाडतात. क्षुल्लक गोष्टींची भूमिका काय व कशी असते हे दाखवणारे दुसरे उदाहरण पत्र - हिर्शलीफर व शमवे या संशोधकांनी रोज सकाळच्या सूर्यप्रकाशाचे प्रमाण व १९८२ ते १९९७ या कालखंडात २६ मोठ्या स्टॉक एक्सचेंजमध्ये रोजची स्टॉकची उलाढाल यांच्यात काही संबंध आहे का यावर संशोधन केले. त्यांना त्यात एक असा परस्परसंबंध (को-रिलेशन) सापडला जो शेतकऱ्यांच्या म्हणीसारखा वाटतो - जर सकाळी स्वच्छ लखलखीत सूर्यप्रकाश असेल तर दिवसभरात स्टॉक मार्केटमध्ये तेजी येईल. नेहमी नाही, पण बरेचदा. सूर्यप्रकाशामुळे करोडोंची उलाढाल होऊ शकते असे कोणी विचारसुद्धा करू शकले असते का? सूर्यप्रकाश व हसऱ्या चेहऱ्याचा एकच परिणाम होतो.

आपल्याला आवडो किंवा न आवडो, भावना आपल्याला कठपुतळीसारख्या नाचवतात. आपण गुंतागुंतीचे व क्लिष्ट निर्णय भावनांच्या आधारावर घेतो - विचारांच्या नाही. आपल्या चांगल्या सुज्ञ उद्दिष्टांविरुद्ध जाऊन 'माझा याविषयी काय विचार आहे?' या ऐवजी आपण 'मला या विषयी काय वाटते?' यावर जास्त भर देतो. त्यामुळे चेहरा हसरा ठेवा. तुमचे भवितव्य त्यावर अवलंबून आहे.

हेही पहा :

'संगतीचा ओढा' (प्र. ४८), 'हानीविषयी तिटकारा' (प्र. ३२), 'उथळपणाचा परिणाम' (प्र. ८३), 'संसर्गाबद्दलची अढी' (प्र. ५४)

६७

तुम्हीच तुमचे पाखंडी बना

'आत्मनिरीक्षणाचा आभास'

ब्रुस व्हिटॅमिन्सच्या उद्योगधंद्यात आहे. रोज व्हिटॅमिन्स घेणे हा जीवनशैलीचा एक भाग नव्हता, अशा काळी त्याच्या वडिलांनी ती कंपनी स्थापित केली. तेव्हा डॉक्टरांच्या चिठ्ठीशिवाय ती मिळत नसत. १९९०च्या सुमारास ब्रुसने जेव्हा ताब्यात घेतली तेव्हा व्हिटॅमिन्सची मागणी खूप वेगाने वाढत होती. ब्रुसने ती संधी अचूक साधली. उत्पादन वाढवण्यासाठी त्याने मोठे कर्ज घेतले. आज तो यशस्वी उद्योजकांच्या संघटनेचा अध्यक्ष आहे. लहानपणापासून तो रोज निदान तीन मल्टिव्हिटॅमिन्सच्या आठवणीने घेतोच. एका पत्रकाराने विचारले, 'खरंच त्या गोळ्यांनी काही फायदा होतो का?' 'अर्थात!' तो उत्तरला, 'मला खात्री आहे.' तुमचा विश्वास बसतो का त्याच्या विधानावर?

मी तुम्हाला अजून एक प्रश्न विचारतो. तुम्ही एखादी अशी कल्पना किंवा विचार घ्या ज्याची तुम्हाला १००% खात्री वाटते; जसे पुढील पाच वर्षे सोन्याचा भाव वाढत जाईल. किंवा समजा, 'देव आहे' किंवा तुमचा डेन्टिस्ट तुमच्याकडून पैसे उकळतोय. जो काही पक्का विचार असेल तो लिहून काढा. तुम्हाला स्वतःबद्दल, स्वतःच्या विधानाबद्दल विश्वास वाटतो का?

तुम्हाला तुमचा स्वतःचा विश्वास (श्रद्धा) ब्रुसच्या विश्वासापेक्षा जास्त रास्त वाटतो; बरोबर? त्याचे कारण असे - तुमचा विश्वास स्वतःच्या आंतरिक निरीक्षण जाणिवेतून येतो, पण ब्रुसचा-बाहेरील निरीक्षणातून. ढोबळपणे

सांगायचे झाले तर तुम्ही स्वतःच्या आत्म्यात डोकावून पाहू शकता, पण त्याच्या नाही.

ब्रुसच्या बाबतीत तुम्ही कदाचित म्हणाल - 'नाही तर काय! व्हिटॅमिन्सने खूप फायदा होतो असे मानणे त्याच्या पथ्यावरच पडते. शेवटी, त्याची संपत्ती आणि प्रतिष्ठा त्याच्या कंपनीच्या यशावर अवलंबून आहे. त्याला आपल्या घराण्याची परंपरा जोपासायची आहे. जन्मभर त्याने गोळ्या गिळल्या आहेत. ते सारे फुकट गेले - व्यर्थ आहे हे कधीच तो मानणार नाही.' पण तुमची गोष्ट वेगळी आहे. तुम्ही पार अंतरंगात शोध घेतला आहे. तुम्ही पूर्णपणे निःपक्षपाती आहात.

पण आंतरिक परीक्षण किती निर्मळ आणि सचोटीचे असते? स्वीडिश मानसशास्त्रज्ञ पिटर जोहॅन्सनी त्यांच्या संशोधनात भाग घेणाऱ्या लोकांना कुठल्यातरी लोकांचे दोन फोटो काही क्षण दाखवले आणि त्यातला कोणता जास्त आकर्षक वाटतो ते विचारले. मग तो आवडलेला फोटो त्यांना जवळून नीट दाखवून त्यातल्या सर्वात मोहक वैशिष्ट्यांचे वर्णन करायला सांगितले. त्याआधी हातचलाखीने त्यांनी चित्रांची अदलाबदल केली. ते बहुतेकांच्या लक्षात आले नाही व त्यांनी खूप विस्तृत वर्णन करून समजावले की, ते चित्र त्यांना का आवडले होते.

'सखोल चिंतन केल्याने आपण सत्याला धरून व अचूक विचार करतो' या समजाला 'आत्मनिरीक्षणाचा आभास' म्हणतात. हे वितंडवादाहून जास्त आहे. तुमचा विश्वास इतका दृढ असतो (स्वतःच्या समजावर) की, जर कोणी तुमच्याशी सहमत नसतील तर तुम्ही तीन प्रतिक्रिया अनुभवता. पहिली प्रतिक्रिया : अनभिज्ञ असल्याचा समज. समोरच्या व्यक्तीला आवश्यक ती माहिती नाही हे उघड आहे. जे तुम्हाला माहीत आहे ते त्यालाही ज्ञात असते, तर तो तुमच्याशी सहमत असता. राजकीय कार्यकर्ते असा विचार करतात. त्यांना वाटते की, त्यांना झालेल्या साक्षात्काराने ते तुम्हाला जिंकून घेतील. दुसरी प्रतिक्रिया - मूर्ख असल्याचा समज (गृहीत धरणे). समोरच्याला आवश्यक ती माहिती आहे, परंतु त्याची मति तेवढी प्रगल्भ नाही. त्याला त्यातून साहजिक सरळसोट निष्कर्ष काढता येत नाही. थोडक्यात तो निर्बुद्ध आहे. ही प्रतिक्रिया प्रशासकीय अधिकाऱ्यांची अगदी आवडती आहे. त्यांना 'मूर्ख' ग्राहकांना स्वतःपासूनच वाचवायचे असते. तिसरी प्रतिक्रिया - दुष्ट हेतु असल्याचा समज. समोरच्याला आवश्यक ती माहिती आहे आणि त्याला ते मुद्दे समजलेही आहेत. पण तो मुद्दाम उलट बोलून वाद घालतो आहे. त्याच्या मनात काळंबेरं आहे - वाईट उद्देशाने तो ते करतो आहे. जर ते

सहमत नसतील तर नक्कीच ते सैतानाचे सेवक असणार असा विचार धार्मिक नेते आणि त्यांचे अनुयायी अविश्वास दाखवणाऱ्यांबद्दल करतात.

आशय - आपल्या स्वतःच्या समजाएवढे खात्री पटवून देणारे दुसरे काही नाही. आपण मानतो की, अंतर्मुख होऊन विचार केला की, खरेखुरे आत्मभान येते. दुर्दैवाने, बऱ्याचदा आत्मनिरीक्षण हे एक कुभांड आहे, ज्यामुळे दोन धोके उद्भवतात. पहिला - 'आत्मनिरीक्षणाचा आभास' तुमच्या भावी मनस्थितीबद्दल चुकीचे अंदाज बांधतो. तुम्ही जर तुमच्या अंतःचक्षूच्या निरीक्षणावर फार जास्त व फार काळ अवलंबून राहिलात तर एक दिवस खडबडून जागे होण्याची पाळी येईल. दुसरा - आपण असे गृहीत धरतो की, आपले आत्मनिरीक्षण दुसऱ्यांच्या आत्मनिरीक्षणापेक्षा जास्त विश्वासार्ह आहे. त्यामुळे श्रेष्ठत्वाचा भ्रम निर्माण होतो.

उपाय - स्वतःच स्वतःचे टिकात्मक विश्लेषण करा. कोणा अवांतर व्यक्तीच्या दाव्याबद्दल तुम्ही जितके साशंक असता तितकेच स्वतःच्या आंतरिक निरिक्षणाविषयी साशंक राहा. स्वतःच स्वतःचे परखड टिकाकार बना.

हेही पहा :

'नियंत्रणाचा आभास' (प्र.१७), 'श्रेय सारे माझेच, असा कल' (प्र. ४५), 'पुष्टीकरणाचा कल' (प्र. ७-८), 'हे इथले नाही'चा रोग' (प्र. ७४)

६८

आपल्या जहाजांना आग का लावावी?

'दरवाजे बंद करण्याची अक्षमता'

माझ्या बिछान्यालगत दोन डझन पुस्तकांचा ढीग आहे. मी ती पुन्हा पुन्हा पाहिली आहेत, पण त्यातले एकही मी देऊन टाकू शकत नाही. मला ठाऊक आहे की, अधेमधे थोडेफार वाचून मला काही अंतर्ज्ञान लाभणार नाही. त्यात कितीही वेळ मी दवडला तरी खूप पुस्तकांत कधीकधी डोकावण्यापेक्षा, एकावेळी एका पुस्तकाचा चांगला अभ्यास केला तर फायदा. मग तरीही मी चोवीसच्या चोवीस पुस्तकांशी का खेळतोय?

तीन बायकांबरोबर डेटिंग करणाऱ्या एका माणसाला मी ओळखतो. तो तिघींच्याही प्रेमात आहे आणि त्यातल्या कोणाही बरोबर संसार करायचा विचार करू शकतो. पण त्यातल्या एकीची निवड करणे त्याच्या जिवावर येत होते. कारण मग दुसऱ्या दोघींना तो कायमचे गमावून बसेल. जर त्याने निर्णय घ्यायचे टाळले तर सर्व पर्याय खुले राहतात. पण कोणतेही नाते उमलू शकणार नाही हा त्यातला तोटा.

ख्रिस्तपूर्व तिसऱ्या शतकात सेनापती जनरल झियांग यु ने यांगत्झी नदीवरून क्विन खानदानावर चढाई करण्यासाठी आपले सैन्य रवाना केले. सैन्य झोपले असताना, त्याने सर्व जहाजांना कूच करायचा आदेश दिला. दुसऱ्या दिवशी तो म्हणाला - 'तुमच्यापुढे पर्याय आहे जिंकण्यासाठी लढा किंवा मरा.' माघार घेण्याचा पर्याय काढून टाकून त्याने त्यांचे पूर्ण लक्ष फक्त एका गोष्टीवर केंद्रित केले - युद्ध. सोळाव्या शतकात कोर्टेस नावाच्या स्पॅनिश हल्लेखोर लढवय्याने तीच युक्ती

आपल्या टोळीबद्दल वापरली. मेक्सिकोच्या पूर्व किनाऱ्यावर उतरल्यावर त्याने आपले जहाज बुडवले.

झियांग यु आणि कोर्टेस हे अपवाद आहेत. आपण क्षुद्र लोक जास्तीत जास्त पर्याय खुले ठेवण्याचा आटोकाट प्रयत्न करतो. मानसशास्त्राचे प्रोफेसर डॅन ॲरिएली आणि जी वॉन्ग शिन यांनी या आंतरिक ओढीची ताकद दाखवण्यासाठी एक कॉम्प्युटर खेळ वापरला. खेळाडूंना सुरुवातीलाच १०० गुण देण्यात आले. स्क्रिनवर त्यांच्यासमोर तीन दरवाजे आले; एक लाल, दुसरा निळा व तिसरा हिरवा. एक दरवाजा उघडायला एक गुण द्यावा लागणार होता, (वजा होतो), दारामागे असलेल्या खोलीत प्रवेश केला तर काही गुण मिळणार होते. तर्कबुद्धीने खेळून सर्वात फायदेशीर खोली सापडल्यावर खेळाडू तिथेच पूर्ण वेळ ठाण मांडून बसले. ॲरिएली व शिन यांनी मग खेळाचे नियम बदलले. जर १२ चालींमध्ये दरवाजे उघडले नाहीत, तर ते स्क्रीनवर आकुंचन पावत लहान होऊन नाहीसे व्हायचे. आता खेळाडू पटापट एका दारावरून दुसऱ्याकडे धाव घेत, शक्य तितक्या जास्त खजिन्याच्या खोल्या (संभाव्य) शोधू लागले. या साऱ्या निरर्थक सैरावैरा धावण्यामुळे त्यांना पहिल्यापेक्षा १५% कमी गुण मिळाले. संशोधकांनी अजून एक क्लृप्ती योजली - आता दार उघडण्यासाठी तीन गुण द्यावे लागत होते. त्याच प्रकारच्या तणावाखाली खेळाडू आता सारी दारे उघडण्यामध्ये त्यांचे गुण वाया घालवत होते. प्रत्येक खोलीत किती गुणाचा खजिना आहे हे खेळाडूंना आधीच कळूनही तेच झाले. पर्याय सोडून देणे त्यांना मान्य नव्हते.

आपण इतक्या असमंजसपणे का वागतो? कारण अशा वर्तनातल्या त्रुटी व नुकसान सहज दिसत नाही. आर्थिक बाजारपेठात गोष्टी स्पष्ट, निःसंदिग्ध असतात : एखाद्या सिक्युरिटीवरच्या आर्थिक पर्यायाची काहीतरी किंमत मोजावी लागते. फुकट काहीच नसते. इतर बऱ्याच क्षेत्रात काही पर्याय मोफत असल्यासारखे वाटतात. पण ते मायावी आभास आहेत. त्यांच्यासाठीही किंमत मोजावी लागते. त्या किमतीचे लेबल (टॅग) बरेचदा छुपे व अमूर्त असते. प्रत्येक निर्णय घेताना आपली मानसिक शक्ती खर्च करावी लागते. शिवाय, विचारमंथन करायला व जगायला मौल्यवान वेळ द्यावा लागतो. जे सी.ई.ओ. विकासासाठी सर्व उपलब्ध पर्यायांचा अभ्यास करतात, ते अनेकदा शेवटी एकही निवडत नाहीत. ज्या कंपन्या सर्व प्रकारच्या ग्राहकवर्गाच्या गरजा भागवू पाहतात, त्या एकाचेही नीट समाधान करत नाहीत. जे विक्रेते सर्व संभाव्य ग्राहकांचा पिच्छा पुरवतात, ते प्रत्यक्ष विक्री फारशी करू शकत नाहीत.

आपण ध्यास असल्यासारखे जास्तीत जास्त बाण म्यानात ठेवू पाहतो; काहीही वाद न करता सर्व रस्ते खुले ठेवतो. पण त्यामुळे यशाचा सहज विनाश होऊ शकतो. आपण दरवाजे बंद करायला शिकले पाहिजे. उद्योगधंद्यातले डावपेच हे मुख्यतः काय करू नये याची गोळाबेरीज असते. एखाद्या कंपनीच्या योजनांप्रमाणेच आपले आयुष्य आखा. आयुष्यात काय करायचे नाही हे पक्के ठरवा. म्हणजेच कोणत्या शक्यता किंवा पर्याय मोडीत काढायचे हा निर्णय तोलून मापून घ्या. एखादा मार्ग समोर आला की तो तुमच्या 'न करण्याच्या यादी'मध्ये आहे का ते शोधा. त्यामुळे तुम्ही गोत्यात येण्यापासून वाचाल शिवाय, तुमचा विचारमंथनाचा वेळ वाचेल. एकदा सखोल आणि यथायोग्य विचार करा आणि मग तुमच्या त्या यादीत डोकवा. प्रत्येक नवे कवाड उघडले की पुन्हा डोके लढवून निर्णय घेण्यात वेळ व ऊर्जा वाया घालवू नका. कडी सहज उघडली जात असली तरी प्रत्येक दार ओलांडून आत शिरण्याच्या लायकीचे नसते.

हेही पहा :

'बुडीत रक्कम आणि कुतर्क' (प्र. ५), 'कृतीची प्रवृत्ती' (प्र. ४३)

६९

नव्याकडे फारसे लक्ष देऊ नका

'नावीन्याचे वेड'

पुढच्या ५० वर्षांत जग कसे दिसेल? तुमचे दैनंदिन आयुष्य कसे असेल? कुठच्या गोष्टी तुम्ही तुमच्या सभोवती ठेवाल?

पन्नास वर्षांपूर्वी ज्यांनी या प्रश्नावर विचार केला होता त्यांच्या भविष्याबद्दल फार भव्य दिव्य कल्पना होत्या - आकाशात महामार्ग, काचेच्या विश्वासारखी दिसणारी शहरे, टोलेजंग झगमगीत इमारतींमधून वाट काढणारी बुलेट ट्रेन. आपण प्लॅस्टिकच्या कोषात (कॅप्सूल) राहता असू, पाण्याखाली वसलेल्या शहरात काम करीत असू, सुट्टीसाठी चंद्रावर जाऊ आणि जेवण-खाण सारे गोळ्यांच्या रूपात असेल. आपल्याला मुले होणार नाहीत; त्याऐवजी कॅटलॉग (विक्री पुस्तिका) मधून आपण मुलांची निवड करू. आपले जानी दोस्त रोबॉट असतील. आपण मृत्यूवर विजय मिळला असेल आणि आपण आपल्या बाईकऐवजी जेट पॅक्सचा वापर सुरू केला असेल.

पण जरा दम धरा. आजूबाजूला नजर टाका. तुम्ही एका खुर्चीवर बसलायत. जिचा शोध प्राचीन इजिप्तमध्ये लावण्यात आला होता. साधारण ५००० वर्षांपूर्वी निर्माण केलेल्या आणि ख्रिस्तपूर्व ७५० साली (B.C.) जर्मेनिक टोळ्यांनी सुधारणा केलेल्या अशा पॅन्टस् तुम्ही आज घालताय. तुमच्या चामडी बुटाची कल्पना गेल्या हिमयुगातून आलेली आहे. तुमच्या पुस्तकांची फडताळे लाकडी आहेत, जे जगातले सर्वांत जुने बांधकामाचे सामान आहे. जेवायच्या वेळी तुम्ही मेलेल्या जनावरांचे व

झाडापाल्याचे तुकडे तोंडात भरायला 'फोर्क' वापरता. हा फोर्क रोमन काळात 'जीव घेण्याचे' सरसकट साधन होता. तेव्हा लक्षात घ्या की, काहीच बदलले नाहीये.

आता सांगा, जग पन्नास वर्षांनंतर कसे दिसेल? नसिम तालेब आपल्या 'ॲन्टीफ्रॅजाईल' या पुस्तकात एक इशारा देतात - गृहित धरा की, ५० वर्षे अस्तित्वात असणारे तंत्रज्ञान पुढची ५० वर्षे अस्तित्वात राहील. हल्लीचे तंत्रज्ञान काही वर्षांतच 'पूर्वीचे' असे गणले जाईल. बहुधा टिकणारही नाही. का? सर्व शोध व आविष्कारांकडे तुम्ही प्रजाती म्हणून पहा - इतक्या शेकडो वर्षांच्या तांत्रिक बदल व नवनिर्माणात जे टिकून राहिले आहे ते बहुतेक भविष्यातही टिकून राहील. जुन्या तंत्रज्ञानाने स्वतःला सिद्ध केले आहे. जरी त्याचे आकलन आपल्याला होत नसले तरी त्यात एक तथ्य आहे ज्यामुळे ते टिकून आहे. जर काही युगांना झेलून ते आजही उभे आहे तर जरूर त्यात काही 'दम', बळ आणि गुण आहेत. तुम्ही जेव्हा भविष्यकालीन योजना आखण्याच्या मीटिंगमध्ये असाल तेव्हा हे लक्षात ठेवा. पन्नास वर्षांनंतरचा काळ आजसारखा दिसेल. अर्थात, तुम्ही अनेक दिमाखदार गॅजेटस् व जादुई यंत्रांचा जन्म होताना पाहिला असेल, पण ते अल्पजीवी असतील.

भविष्याबद्दल विचार करताना आपण हल्ली चलतीत असलेली तंत्रे-यंत्रे व नवीन 'अद्वितीय उत्पादने' (किलर ॲप) यावर फार अवाजवी भर देतो आणि पूर्वापार प्रचलित असलेल्या तंत्रज्ञानाला कमी लेखतो. १९६०च्या दशकात, अंतरिक्ष यात्रेचा खूप बोलबाला झाला होता आणि आपण शाळेच्या सहलीला मंगळावर जायची स्वप्ने पाहू लागलो. १९७०च्या सुमारास प्लॅस्टिक सर्वत्र दिसू लागली आणि आपण आपली पारदर्शक घरे कशी फर्निश करावी, त्यात सजावट कशी असावी असा विचार करू लागलो. नव्या-जुन्या तंत्रज्ञानाविषयीचे जे उदाहरण आपण वर पाहिले त्याचा जनक तालेब याने या सर्व नव्या चकचकीत गोष्टींच्या वेडाला एक नाव दिले, निओमॅनिया (Neomania).

आधी मी नव्या गोष्टी शिकणाऱ्यांशी पटकन जोडला जायचो, त्यांना सर्वात आधुनिक आयफोनशिवाय जगणे अशक्य असे. मला वाटायचे ते सत्य काळापेक्षा, आताच्या दुनियेपेक्षा फार पुढे गेले आहेत. आता तो मला असंमजसपणा वाटतो, जणू तो एक प्रकारचा आजार आहे - 'निओमॅनिया' किंवा 'नावीन्याचे वेड'. एखादे नवे उपकरण किंवा शोध नक्की काय खास असे नवे देते - काय विशेष फायदे आहेत, यापेक्षा त्याच्या नावीन्याशीच त्यांना मतलब असतो.

थोडक्यात, भविष्याचा अंदाज वर्तवताना फार वाहवत जाऊ नका. असे का करू नये हे स्टॅनले क्युप्रिकच्या '२००१ - ए स्पेस ओडेसी' या विलक्षण वेगवान

अशा कल्ट (cult) चित्रपटावरून लक्षात येते. १९६८मध्ये बनवलेल्या या सिनेमात दाखवले होते की, पुढचे शतक उलगडताना चंद्रावर अमेरिकेच्या हजार माणसांची वसाहत असेल व सर्वसाधारण प्रवाशांसाठी पॅन-ॲम एअरलाइनच्या वाऱ्या तिथे होत असतील. हे स्वप्नरंजित भाकित ध्यानात ठेवून मी एक सोपा नियम सांगतो - 'जे 'क्ष' वर्षे टिकले आहे, ते अजून 'क्ष' वर्षे टिकून राहील.' तालेब अशी पैज लावतो की, इतिहासाची थोतांड ओळखण्याची चाळणी, खरा बदल घडवून आणणाऱ्या गोष्टींपासून फक्त वरवर आकर्षक दिसणाऱ्या क्लृप्त्यांना बाजूला काढेल आणि या पैजेवर भिस्त ठेवायला मी तयार आहे.

हेही पहा :
'सुखसोयींचे ट्रेडमिल' (प्र. ४६)

७०

गाजावाजायुक्त प्रसार परिणामकारक का होतो?

'निद्रेगत परिणाम'

दुसऱ्या महायुद्धाच्या वेळी प्रत्येक राष्ट्राने प्रचारात्मक चित्रपट बनवले. जनता, विशेषतः सैनिक, त्याने भारावून जावेत, देशप्रेम उफाळून यावे आणि गरज पडल्यास आपल्या जिवाची आहुती उत्साहाने देण्यास त्यांनी उद्युक्त व्हावे हा त्यामागचा हेतू होता. अमेरिकेने अशा प्रचारासाठी इतके पैसे खर्च केले की, युद्ध व संरक्षण विभागाने त्याचा खरंच कितपत परिणाम होतो ते शोधायचे ठरवले. सर्वसामान्य सैनिकांवर त्याचा काय परिणाम होतो हे ठरवण्यासाठी अनेक शोध-अभ्यास केले गेले. त्यांचा निष्कर्ष निराशाजनक होता - सैनिकांच्या लढण्याच्या उत्साहामध्ये त्यामुळे किंचितही फरक पडलेला दिसला नाही.

ते चित्रपट चांगले बनवले नव्हते म्हणून असे झाले का? मुळीच नाही. खरे तर चित्रपट बघायच्या आधीच त्यांना ही कल्पना होती की, ते प्रचारासाठी (प्रोपोगॅन्डा) बनवलेले आहेत, त्यामुळे त्यातल्या संदेशाबद्दल त्यांना भरवसा वाटला नाही. जरी एखाद्या चित्रपटाने एखादा मुद्दा खूप चांगला मांडला असेल किंवा बघणाऱ्यांच्या भावनांशी चित्रपटाची तार जुळली असेल तरीही त्याने काही फरक पडला नाही. सुरुवातीपासूनच त्यातला मजकूर पोकळ मानून दुर्लक्षित केला जात होता.

नऊ महिन्यांनंतर आश्चर्य घडले. मानसशास्त्रज्ञांनी सैनिकांची वृत्ती व मानसिकता परत एकदा तपासली. निष्कर्ष - ज्यांनी ते चित्रपट पाहिले नव्हते

त्यांच्यापेक्षा तो पाहिलेल्यांनी युद्धाला जास्त पाठिंबा दिला. अखेर प्रचार प्रभावकारक झालाच म्हणायचा!

संशोधक बुचकळ्यात पडले; सहसा एखाद्या विधानाचा अथवा समर्थनाचा आग्रही प्रभाव कालांतराने कमी कमी होत जातो. किरणोत्सर्ग पदार्थाप्रमाणे त्याचा क्षय होत जातो (हाफ लाईफ असते). असा अनुभव तुम्हालाही आला असेल - समजा, तुम्ही जनुकांद्वारे उपचारपद्धतीविषयी (जीन थोरपी) वाचले असेल. तत्काळ तुम्ही भारावून जाता व त्याला समर्थन देता; पण काही आठवड्यांनी असे का ते काहीकेल्या आठवत नाही. अशाप्रकारे बराच काळ गेल्यानंतर शेवटी त्या उत्साहाचा एक छोटा अंश फक्त उरतो.

प्रचाराबाबत नेमके उलट घडते हे आश्चर्य आहे. जर तो एखाद्याच्या मनाला भिडला, तर त्याचा प्रभाव काळाबरोबर वाढत जातो. का? ज्यांनी या शोध अभ्यासाचे नेतृत्व केले त्या कार्ल हॉवलॅन्द या मानसशास्त्रज्ञाने त्याला 'निद्रेगत परिणाम' (स्लिपर इफेक्ट) असे नाव दिले. आपल्या आठवणीतून प्रचार व समर्थनाचा स्त्रोत लवकर धूसर होत जातो. त्या मानाने त्यातला मुद्दा मजकूर जास्त काळ ताजा राहतो. अर्थात, लवकरच तुमचा मेंदू ती माहिती कुठून आली आहे ते विसरतो (उदा. प्रचार विभागातून). त्या दरम्यान, तो संदेश (उदा. युद्ध गरजेचे आहे आणि थोर उद्देशाने केले जाते) हळूहळू विरत जातो किंवा टिकूनही राहतो. म्हणून, एखाद्या अविश्वसनीय व्यक्ती किंवा स्त्रोताकडून आलेल्या माहितीला कालांतराने विश्वसनीय मानले जाते. साशंक सावधगिरी संदेशाच्या मजकुरापेक्षा वेगाने विरून जाते.

जाहिरातबाजी का चालते? का प्रभावी होते? याचा मी अनेकदा विचार केला. कोणत्याही तर्कनिष्ठ सुज्ञ माणसाला जाहिरातींचे खरे स्वरूप दिसते आणि त्यानुसार ते त्यांची योग्य वर्गवारी करून हातावेगळे करतात. पण तुम्ही जरी हुषार व चोखंदळ वाचक असाल तरी प्रत्येकवेळी ते जमेलच असे नाही. काही आठवडे उलटले की, एखादी माहिती आपल्याला एका विश्वसनीय, जबाबदारीने लिहिलेल्या लेखामधून मिळाली की, दिखाऊ जाहिरातीतून, तुम्ही विसरणे सहज शक्य आहे.

'निद्रेगत परिणाम' होण्यापासून तुम्ही कसे वाचू शकता? सर्वप्रथम, कोणताही उपरा सल्ला स्वीकारू नका; अगदी उद्देश चांगला वाटला तरी. असे केल्याने काही अंशी तुम्ही स्वतःला फसवणुकीपासून वाचवू शकाल. दुसरे - जाहिरातबाजीने माखलेले स्त्रोत ज्वराप्रमाणे टाळा. पुस्तके (अजूनही) जाहिरातीपासून वाचली आहेत ही किती भाग्याची गोष्ट आहे! तिसरे - तुमच्या पुढे येणाऱ्या प्रत्येक

समर्थनाचा स्त्रोत काय आहे हे लक्षात ठेवा. त्यात कोणाची मते समाविष्ट आहेत? आणि ते तसा विचार का करतात? एखाद्या चिकित्सक गुन्हा विश्लेषकाप्रमाणे चौकशी करा. यामुळे फायदा कोणाचा होतोय ते शोधा. यात खूप प्रयास करून वेळ दवडावा लागतो. निर्णय घेण्यात दिरंगाई होते. पण शेवटी ती प्रक्रिया व निर्णय दोन्हीचा दर्जा उंचावेल.

हेही पहा :

'बांधणी' (प्र. ४२), 'प्रथम दर्शनाचा आणि नुकतेच कळल्याचा प्रभाव' (प्र. ७३), 'समाचाराचे मोहजाल' (प्र. ९९)

७१

ती केवळ दोन घोड्यांची शर्यत का नसते?

'इतर शक्यतांबाबत अंधत्व/काणाडोळा'

एका विश्वविद्यालयाच्या एम.बी.ए. पदवीच्या फायद्यांचे वारेमाप कौतुक तुम्ही त्यांच्या माहितीपत्रकात वाचता. झाडावेलींनी बहरलेला परिसर आणि स्पोर्ट्सच्या अद्ययावत व्यवस्थेचे चित्र तुमच्या नजरेला भावते. माहितीपत्रकात हसऱ्या चेहऱ्याने वावरणाऱ्या उत्साही विद्यार्थ्यांचे फोटो दिसतात. विशेष म्हणजे तरुणी व तडफदार चिनी आणि भारतीय विद्यार्थी त्यात अधिक असतात. शेवटच्या पानावर तुम्हाला एका एम.बी.ए. झालेल्या व्यक्तीचे उत्पन्न आणि आर्थिक मूल्यांचा लेखाजोखा दिसतो. १००,००० डॉलर्सची फी त्याच्यानंतर मिळणाऱ्या सरासरी उत्पन्नाच्या मानाने काहीच नाही असे भासवले जाते. सर्वसाधारण, निवृत्त होईपर्यंत कर वगळता ४००,००० डॉलर्स निव्वळ कमाई असेल असे वर्तवले जाते. आता कोणाला जास्तीचे ३००,००० डॉलर्स नको असतील? अगदी अक्कलशून्य माणसालाही तेवढे कळते.

साफ चूक! अशा युक्तिवादामागे एकच नव्हे तर चार गैरसमज दडले आहेत. प्रथम - 'जलतरणपटू देहयष्टी आभास'. एम.बी.ए.सारख्या कोर्ससाठी असेच विद्यार्थी येतात जे करिअरबाबतीत खूप प्रेरित व मेहनती आहेत, ज्यांना एम.बी.ए. न करतासुद्धा त्यांच्या कर्तृत्वामुळे इतर साधारण कर्मचाऱ्यापेक्षा जास्त वेतन पुढच्या कारकिर्दीत सहज मिळेल. दुसरा गैरसमज - एम.बी.ए. करायला दोन वर्षे लागतात. त्यावेळी त्यांची काही प्राप्ती नसते. म्हणजे तसा १००,००० डॉलर्स तोटाच होतो.

म्हणजे, एम.बी.ए.ला २००,००० डॉलर्स नाही तर ३००,००० डॉलर्स लागतात. जर हीच रक्कम बचत करून त्यातून गुंतवणूक केली तर त्याच्या व्याजातून मिळणारे पैसे माहितीपत्रकात दिलेल्या अधिक अर्थार्जनापेक्षा जास्त असतील. तिसरे - तीस वर्षांनंतर किती मिळकत होईल हा अंदाज करणे चक्क मूर्खपणा आहे. पुढच्या तीन दशकांत काय काय होईल हे कोणी पाहिलेय? शेवटी इतर पर्यायही असतातच. एम.बी.ए. करावे किंवा नाही या द्वंद्वात तुम्ही अडकलेले नाहीत. कदाचित तुम्हाला असा एखादा शिक्षण उपक्रम मिळेल; ज्यात खर्च कमी होईल आणि तुमच्या करिअरला जबरदस्त उठाव मिळेल. या चौथ्या गैरसमजात मला जास्त रूची वाटते. आपण त्याला 'इतर शक्यतांबाबत अंधत्व' म्हणूया. आपण अनेकदा अगदी व्यवस्थितपणे ऑफर त्याच्यानंतरच्या पर्यायाबरोबर तोलून पारखून पाहत नाही.

आर्थिक जगतातले हे उदाहरण पहा. समजा, तुमच्या बचत खात्यात काही रक्कम आहे. तुम्ही तुमच्या गुंतवणूक सल्लागाराचे मत विचारता. तो ५% व्याज मिळणारा एक बॉन्ड घ्यायचा सल्ला देतो. तो सांगतो की, 'तुमच्या खात्यात पडून राहिल्याने मिळणाऱ्या १% व्याजापेक्षा ते चांगले आहे.' मग तो बॉन्ड घेणे शहाणपणाचे आहे का? ठाऊक नाही. फक्त दोन पर्यायांच्या आधारावर ठरवणे चूक आहे. नीट निर्णय घेण्यासाठी, गुंतवणुकीच्या इतर पर्यायांबरोबर त्या बाँडची तुलना करून मग आपल्यासाठी सर्वात चांगले काय हे ठरवणे शहाणपणाचे असेल. सर्वश्रेष्ठ गुंतवणूकदार वॉरेन बफेट याच तऱ्हेने व्यवहार करतात. 'कोणत्याही वेळी करार करण्याआधी आम्ही प्रत्येक व्यावसायिक संधी त्यासारख्या दुसऱ्या उपलब्ध पर्यायांशी तुलना करून पाहतो. मग त्यासाठी तीच कामे आम्हाला परतपरत करावी लागली तरी चालेल.'

वॉरेन बफेटच्या उलट, अनेकदा राज्यकर्त्यांना आपण 'इतर शक्यतांबाबत अंधत्व' आलेले पाहतो. समजा, तुमच्या शहरातील एका रिकाम्या जागेवर खेळाचे मैदान व इतर व्यवस्था असलेली वास्तू बांधण्याची योजना आहे. या योजनेचे समर्थक ठासून सांगतात की, त्या रिकाम्या जागेचे खेळाचे मैदान व केंद्रात परिवर्तन केल्याने समाजाचा खूप जास्त फायदा होईल; भावनिक व आर्थिक दोन्ही तऱ्हेने. पण ही तुलना चुकीची आहे. रिकाम्या जागेशी तुलना करण्याऐवजी, त्यांनी त्या ठिकाणी खेळासाठी केंद्र उभारल्यामुळे इतर कोणत्या योजना ठप्प होतील ते पहायला हवे. उदा. शाळा, कलाभवन, रुग्णालय किंवा दहनगृह. त्याशिवाय त्यांना ती जागा विकून आलेले पैसे नीट गुंतवून, त्यायोगे शहरावरचे कर्ज कमी करणे होऊ शकते.

आणि तुम्ही? तुम्ही पर्यायांकडे काणाडोळा करता का? समजा, तुमच्या

डॉक्टरांनी ट्यूमरचे निदान केले, त्यामुळे ५ वर्षांत तुमचा मृत्यू होऊ शकतो. ट्यूमर संपूर्णपणे काढून टाकण्यासाठी ते शस्त्रक्रियेचा सल्ला देतात. त्यात मोठी जोखीम आहे व जगण्याची शक्यता ५०%. तुम्ही कसे ठरवता? तुम्ही पर्याय आजमावता - ५ वर्षांनी मरण पक्के की पुढच्या आठवड्यात मरण्याचा ५०% धोका. 'इतर शक्यतांबाबत अंधत्व'! कदाचित त्या ऑपरेशनचा एक वेगळा प्रकार असेल जो तुमच्या रुग्णालयात उपलब्ध नाही, पण दुसऱ्या एखाद्या रुग्णालयात मिळत असेल. त्या ऑपरेशनने पूर्ण ट्यूमर नाही काढला गेला तरी त्याची वाढ खुंटते; पण त्यात जिवाचा धोका खूप कमी आणि तुमचे आयुष्य १० वर्षांनी वाढते. पुढच्या १० वर्षांत काही अद्ययावत उपचार पद्धतीचा शोध लागेल ज्यामुळे ट्यूमरचा समूळ नायनाट होऊ शकतो.

मुद्द्याची बाब - निर्णय घेण्यात गोंधळ होत असेल तर लक्षात ठेवा की, 'ऑपरेशन न करणे' किंवा 'जीव धोक्यात घालणारे ऑपरेशन करणे' यातून वेगळे व विविध पर्याय असतात. 'दगड' व 'टणक जमीन' विसरा, आणि त्याहून श्रेष्ठ अतिरिक्त पर्याय असतात हे डोळे उघडून पहा.

हेही पहा :

'निवडीबाबत विरोधाभास' (प्र. २१), 'जलतरणपटू देहयष्टी आभास' (प्र. २)

७२

आपण होतकरू यशस्वी तरुण रक्तावर नेम का धरतो?

'सामाजिक तुलनेचा कल'

लोकप्रिय पुस्तकांच्या यादीमध्ये माझे एक पुस्तक पहिल्या क्रमांकावर येताच, माझ्या प्रकाशकाने मला एक विनंती केली. त्याच्या ओळखीच्या एका व्यक्तीचे पुस्तक १० लोकप्रिय पुस्तकांच्या यादीत प्रवेश करू पाहत होते. माझ्या प्रकाशकाला वाटले की, माझ्या प्रशंसापत्रामुळे वजन येऊन ते सहज घडेल.

या छोट्या प्रशंसात्मक टिप्पण्या इतक्या प्रभावी असू शकतात याचा अचंबा मला नेहमीच वाटतो. फक्त प्रशंसा करणारी मते व टीपा पुस्तकाच्या कव्हरवर छापली जातात हे सर्वांना माहीत असते (आता तुमच्या हातात असलेले पुस्तकही याला अपवाद नाही). तर्कनिष्ठ सुज्ञ वाचकाने त्या स्तुतीने भारावून जाऊ नये. दुर्लक्ष करावे. निदान त्याच्या जोडीने 'टिकाही वाचावी' - जी कुठेतरी दुसरीकडे नक्कीच उपलब्ध असेल. असो. मी भरपूर पुस्तकांसाठी प्रशंसापत्रे लिहिली आहेत, पण माझ्या पुस्तकांशी चढाओढ करू शकणाऱ्या प्रतिस्पर्धी शीर्षकांसाठी कधीच नाही. स्तुतीपर नोंद लिहिणे म्हणजे आपल्याच पायावर कुऱ्हाड मारून घेतल्यासारखेच असताना, मी तसे का करावे? पहिला क्रमांक पटकवायच्या शर्यतीत माझ्याबरोबर धावू पाहणाऱ्याला मी का बरे मदत करेन? या प्रश्नावर मंथन करताना मला उमगले की, हा 'सामाजिक तुलनेचा कल' बोलतोय. म्हणजेच, जे तुमच्या बरोबरीचे किंवा वरचढ होऊ शकतात अशा लोकांना मदत न करणे; मग ते पुढे मूर्खासारखे दिसले जरी बेहत्तर.

पुस्तकासाठी प्रशंसापत्राचे उदाहरण हा 'सामाजिक तुलनेच्या कलाचा' एक निरुपद्रवी प्रकार झाला. पण शैक्षणिक क्षेत्रात हा प्रकार भयानक विषारी स्वरूपाचा झाला आहे. प्रतिष्ठित शास्त्रीय नियतकालिकांमध्ये जमतील तेवढे लेख प्रसिद्ध करणे हा सर्व शास्त्रज्ञांचा मुख्य उद्देश असतो. कालांतराने तुम्ही नावलौकिक कमावता आणि मग संपादक लवकरच तुम्हाला इतर संशोधकांचे लेख (पेपर) वाचून मत द्यायला सांगतात. शेवटी, फक्त दोन-तीन तज्ज्ञ ठरवतात की, एखाद्या क्षेत्रात काय प्रसिद्ध होईल. हे लक्षात घेता विचार करा की, एखाद्या तरुण वैज्ञानिकाने पाठवलेल्या अशा एखाद्या विलक्षण लेखामुळे तो पूर्ण विभाग हादरून जाणार असेल आणि त्यांचे सिंहासन डळमळणार असेल, तर काय होईल? अशा पेपरचे परीक्षण करताना ते जास्त चिकित्सक व सतर्क राहतील. इथेही 'सामाजिक तुलनेच्या कलाचा' प्रभाव दिसून येतो.

मानसशास्त्रज्ञ स्टिफन गार्सिंगा व त्याच्या सहकारी संशोधकांनी एका केसचे वर्णन केले आहे, ज्यात एका नोबेल पारितोषिक विजेत्याने एका तरुण होतकरू संशोधकाला, 'त्याच्या' विश्वविद्यालयात नोकरीसाठी अर्ज करू दिला नाही. वरवर पाहाता हे योग्य वाटत असले तरी, दीर्घकाळ विचार करता ही गोष्ट नुकसान करणारी आहे. जेव्हा तो तरुण तल्लख संशोधक दुसऱ्या वैज्ञानिक गटात समाविष्ट होतो आणि आपल्या अलौकिक बुद्धिमत्तेचा वापर करतो तिथे करतो - तेव्हा काय होते? बहुधा त्या आधीच्या विश्वविद्यालयाला आजवरचे 'जगश्रेष्ठ' स्थान टिकवणे कठीण जाईल. गार्सियाच्या मते कुठचाही संशोधक समूह फार काळ सर्वोच्च स्थानी टिकून राहत नाही, त्याचे कारण हाच 'सामाजिक तुलनेचा कल'.

स्टार्ट-अप कंपन्यांबाबतही 'सामाजिक तुलनेचा कल' काळजीची बाब आहे. ॲपल कंपनीमध्ये गाय कावासाकीने प्रमुख लेखक (इवानगेलिस्ट) म्हणून चार वर्षे काम केले. आज तो नव्या उद्योगांचा भांडवलदार (व्हेन्चर कॅपिटॅलिस्ट) आहे व नव्या उद्योजकांना मार्गदर्शनपर सल्ले देतो. कावासाकी म्हणतो - 'सर्वोत्तम लोक (A-Players) आपल्यापेक्षा उच्च श्रेणीच्या लोकांना नोकरी देतात. पण स्वतःचे वर्चस्व टिकवायला 'ब' श्रेणीचे लोक (B-Players) 'क' श्रेणीच्या लोकांना घेतात व 'क' श्रेणीचे - 'ड' श्रेणीच्यांना; हे स्पष्ट आहे. जर तुम्ही 'ब' श्रेणीचे लोक घेऊ लागलात, तर लवकरच तुमच्याकडे मठ्ठ लोकांचा प्रवाह दुथडी भरून वाहेल, असे स्टीव्ह जॉब्स म्हणायचा (द बोझो एक्सप्लोजन). थोडक्यात, तुम्ही 'ब' श्रेणीचे लोक घेऊ लागलात तर कालांतराने तुमच्याकडे 'ज्ञ' श्रेणीचे लोकच असतील.

शिफारस - आपल्यापेक्षा चांगल्या दर्जाच्या लोकांना नोकरीवर ठेवा, नाहीतर काही काळाने तुम्ही कनिष्ठ प्रतीच्या 'होय बा'च्या गटाचा म्होरक्या व्हाल. अशा 'ज्ञ' श्रेणीच्या लोकांना तथाकथित 'डनिंग-क्रुगर इफेक्ट' लागू पडतो - अयोग्य, अकार्यक्षम लोकांना आपल्या अक्षमतेचा गंधही नसण्याचे विशेष वरदान असते. आपल्या काल्पनिक श्रेष्ठत्वाच्या भ्रमामुळे त्यांच्याकडून विचार करण्यात अनेक चुका होतात. यातून एक दुष्टचक्र निर्माण होऊन प्रतिभावान लोक काळाच्या ओघात कमी होऊ लागतात.

१६६६-६७मध्ये प्लेगच्या साथीमुळे शाळा बंद होत्या. तेव्हा २५ वर्षांच्या आयझॅक न्यूटनने, आपले प्राध्यापक आयझॅक बॅरो यांना आपण फावल्या वेळात काय संशोधन करत होतो ते दाखवले. बॅरोंनी तत्काळ आपल्या प्राध्यापकपदाचा राजीनामा देऊन न्यूटनचा विद्यार्थी होणे स्वीकारले. किती उमदी ही कृती - नीतीमूल्यांना उचलून धरणारे कृत्य! आपल्याहून चांगल्या उमेदवारासाठी आपली जागा सोडायला तयार असलेले प्राध्यापक तुम्ही शेवटचे कधी पाहिले होते? आणि आपल्या २०,००० कर्मचाऱ्यांपैकी एक आपल्याहून उत्तम कामगिरी करू शकतो हे ओळखून आपले टेबल त्याच्यासाठी मोकळे करणाऱ्या सी.ई.ओ.बद्दल तुम्ही शेवटचे कधी ऐकले होते? जाता जाता; तुमच्यापेक्षा प्रतिभावान लोकांना तुम्ही प्रोत्साहन देता का? अशा चमकत्या ताऱ्यांमुळे तुमचे स्थान डगमगते असे जरी सुरुवातीला वाटले तरी कालांतराने त्यांच्या कार्यामुळे तुमचा फायदाच होणार आहे. नाहीतरी, कधी ना कधी कोणीतरी तुमच्या वरचढ होणारच आहे. तोपर्यंत या उभरत्या कलंदरांची मर्जी संपादन करणे व त्यांच्याकडे शिकणे उत्तम. म्हणूनच, अखेरीस मी ते प्रशंसापत्र लिहिले.

हेही पहा :

'मत्सर' (प्र. ८६), 'तफावतीचा परिणाम' (प्र. १०)

७३

पहिली छाप फसवी का असते?

'प्रथमदर्शनाचा आणि नुकत्याच कळलेल्या माहितीचा प्रभाव'

मी तुम्हाला दोन माणसांची ओळख करून देतो - ॲलन आणि बेन. जास्त वेळ विचार न करता तुम्हाला कोण आवडतो ते सांगा. ॲलन हुषार, कष्टाळू, उतावळा, टिकाखोर, हट्टी व मत्सरी आहे. परंतु बेन मत्सरी, हट्टी, टिकाखोर, उतावळा, कष्टाळू आणि हुषार आहे. पटकन सांगा, कोणाबरोबर लिफ्टमध्ये अडकलेले तुम्हाला जास्त चालेल? बहुतेक लोक ॲलनची निवड करतात; किंबहुना दोघांचे वर्णन हुबेहूब सारखे आहे तरीही! तुमचा मेंदू त्या यादीतील पहिल्या काही विशेषणांनी प्रभावित होतो आणि त्या दोघांच्या व्यक्तिमत्त्वात फरक आहे असे मानतो. ॲलन हुषार व कष्टाळू आहे आणि बेन मत्सरी आणि हट्टी. याला 'प्रथमदर्शनाचा प्रभाव' म्हणतात.

जर 'प्रथमदर्शनाचा प्रभाव' नसता, तर सुंदर सुशोभित आलिशान प्रवेशगृह (लॉबी) असलेले प्रमुख कार्यालय (हेडक्वार्टर्स) लोकांनी बांधले नसते. तुमचा वकील सुंदर पॉलिश केलेले डिझायनर ऑक्सफर्ड बूट न घालता अति वापरून झिजलेले बूट घालून आनंदाने तुम्हाला भेटायला आला असता. 'प्रथमदर्शनाच्या प्रभावा'मुळे व्यावहारिक चुकाही होतात. सुरुवातीच्या काळात प्राध्यापक या नात्याने विद्यार्थ्यांचे पेपर तपासताना, आपण कशा तऱ्हेने गुण द्यायचो त्याचे वर्णन नोबेल पारितोषिक विजेते डॅनिअल काहनेमन यांनी केले आहे. सर्व शिक्षक करतात तसेच ते ही करायचे - क्रमांकानुसार - पहिला क्रमांकाचा प्रथम, मग दुसरा इत्यादी. म्हणजेच ज्यांनी पहिल्या प्रश्नाचे उत्तर अचूक व सुरेख लिहिले त्यांच्याविषयी

चांगले मत होऊन, त्यांच्या बाकीच्या उत्तरांना गुण देताना त्याचा प्रभाव त्यावर पडायचा. त्यामुळे काहनेमनने आपली तपासण्याची पद्धत बदलली आणि त्यांनी प्रत्येक प्रश्न सर्व उत्तरपत्रिकांत एकत्रितपणे तपासणे सुरू केले. थोडक्यात - पहिल्या प्रश्नाची सर्व विद्यार्थ्यांची उत्तरे, मग दुसऱ्या प्रश्नाची, मग तिसऱ्या इ. इ. अशा तऱ्हेने 'प्रथमदर्शनाचा प्रभाव' त्यांनी बाद केला.

दुर्दैवाने ही युक्ती दरवेळी वापरता येत नाही. एखाद्या व्यक्तीला नोकरीवर ठेवताना, ज्याची पहिली छाप चांगली पडेल अशाची निवड केली जाते. जर तुम्ही सर्व उमेदवारांना ओळीने तोच प्रश्न एका मागोमाग विचारून मग निवड केली तर तो आदर्श मार्ग ठरेल.

समजा, तुम्ही एखाद्या कंपनीच्या बोर्डवर आहात. एखादा मुद्दा चर्चेसाठी येतो - ज्याच्याविषयी तुम्ही काही निर्णय घेतला नाहीये. तुम्ही जे पहिले मत ऐकता त्याचा प्रभाव तुमच्यावर नक्कीच पडतो. त्यावरून तुम्ही निर्णयाचा अंदाज बांधता. हीच गोष्ट दुसऱ्या सभासदांनाही लागू होते आणि तुम्ही तिचा फायदा करून घेऊ शकता - जर तुमचे काही मत असेल तर ते आधी व्यक्त करण्यात दिरंगाई करू नका. अशा पद्धतीने तुम्ही इतरांच्या मतावर प्रभाव टाकून त्यांना आपल्या बाजूला ओढू शकता. पण जर तुम्ही चेअरमन (अध्यक्ष) असाल तर सभासदांची मते वेगवेगळ्या क्रमाने विचारा, म्हणजे कोणालाही अयोग्य तऱ्हेचा वाव मिळणार नाही.

'प्रथम दर्शनाच्या प्रभावाचाच' दोष नेहमी असतो असे नाही. त्याच्या उलट असलेला 'नुकत्याच ऐकलेल्या माहितीचा प्रभाव'ही महत्त्वाचा आहे. हल्लीच ऐकलेली गोष्ट जास्त लक्षात राहते. एखाद्या फाईलच्या कप्प्याप्रमाणे मर्यादित जागा असलेली, आपली अल्पकालीन स्मरणशक्ती, जास्त माहिती साठवून ठेवू शकत नाही. एखादी नवी माहिती मिळाली की, जागा रिकामी करण्यासाठी जुनी माहिती गाळली जाते.

'प्रथमदर्शनाचा प्रभाव', 'नुकत्याच मिळालेल्या माहितीच्या प्रभावा'पेक्षा वरचढ किंवा उलटपक्षी कधी होतो? जर काही मतांच्या परिणामावर तुमचा तत्काळ निर्णय अवलंबून असेल (उदा. गुणधर्म, परीक्षेची उत्तरे इ. इ.), तर 'प्रथमदर्शनाचा प्रभाव' जास्त भर पाडतो. पण जर त्या मतांची शृंखला काही काळापूर्वी तुमच्या मनात तयार झाली असेल, तर 'नुकत्याच ऐकलेल्या माहितीचा प्रभाव' अधिक काम करतो. उदा. जर तुम्ही एखादे भाषण काही आठवड्यांपूर्वी ऐकलेले असेल, तर त्यातला शेवटचा मुद्दा किंवा छाप पाडणारी ओळ, तुमच्या पहिल्या अभिप्रायापेक्षा जास्त चांगली लक्षात राहील.

सरतेशेवटी - पहिली व शेवटची छाप खूप प्रभावी असते. म्हणजेच, त्या दोन्हीमधला भाग फारसा परिणामकारक नसतो. आपले परीक्षण व निर्णय प्रथमदर्शनी मतावरून घेऊ नका. ते या ना त्या तऱ्हेने तुमची दिशाभूल नक्कीच करेल. निःपक्षपातीपणे सर्व बाबींचा तपास करा. ते सोपे नसते, पण तसे करण्याचे मार्ग जरूर मिळतात. उदा. मुलाखती घेताना दर पाच मिनिटांना मी काही गुण देतो व शेवटी सर्वांची बेरीज करून सरासरी काढतो. अशा पद्धतीने मी मधल्या भागाला, हॅलो व गुडबाय - नमस्कार आणि निरोप घेणे - याच्याएवढेच महत्त्व देतो.

हेही पहा :

'लक्ष असल्याचा आभास' (प्र. ८८), 'निद्रेगत परिणाम' (प्र. ७०),
'ठळकपणाचा परिणाम' (प्र. ८३)

७४

घरगुतीला तुम्ही का हरवू शकत नाही?

'हे-इथले-नाही चा रोग'

जेवण बनवण्याची कला मला फारशी अवगत नाही आणि माझ्या पत्नीला ते ठाऊक आहे. पण अधेमधे मी एखादा पदार्थ बनवतो जो जेमतेम खाण्यालायक असतो. काही आठवड्यांपूर्वी मी 'सोल' नावाचा मासा आणला. नेहमीच्या सॉसची कंटाळवाणी चव टाळण्यासाठी मी एका नव्या, जरा हटके सॉसची निर्मिती केली; व्हाईट वाईन, पिस्त्यांचे वाटण, मध, किसलेले संत्र्याचे साल आणि थोडेसे बाल्सेमिक व्हिनेगर. त्याची चव घेतल्यावर माझ्या बायकोने तो सोल बाजूला सारून, चेहऱ्यावर दुःखद स्मितहास्य ठेवून, सॉसही बाजूला करू लागली. त्या उलट मला त्या पदार्थात काही वावगे वाटले नाही. मी तिला व्यवस्थित समजावून सांगितले की, किती आगळ्यावेगळ्या पदार्थांपासून ती स्वतःला वंचित करतेय, पण तिच्या चेहऱ्यावरचे भाव बदलले नाहीत.

दोन आठवड्यांनी आम्ही परत तोच मासा खात होतो. यावेळी माझ्या बायकोने स्वयंपाक केला होता. तिने दोन सॉस केले : पहिला तिचा नेहमीचा खात्रीचा 'ब्युरे ब्लान्क' आणि दुसरा, एका उत्तम फ्रेन्च शेफची रेसिपी. त्या रेसिपीने बनवलेल्या सॉसची चव भयानक होती. नंतर तिने गुपित उघडे केले की, तो शेफ फ्रेन्च नसून स्विस होता : म्हणजे अस्मादिकांनी दोन आठवड्यांपूर्वी बनवलेली अजब कलाकृती होती ती! तिने मला बरोबर चीत केले. मी 'हे इथले नाही'च्या रोगाला बळी पडलो होतो. त्यामुळे आपल्याला असे वाटते की, जे काही आपण

स्वतः बनवू ते अप्रतिम व सर्वोत्कृष्ट असते. 'नॉट इन्व्हेन्टेड-हियर' अथवा NIH व्याधी असे त्याला म्हणू शकतो.

NIH व्याधीमुळे आपण आपल्या कल्पनांच्या प्रेमात पडतो. हे फक्त माशांसाठी वापरायच्या सॉसपुरते मर्यादित नसून, सर्व प्रकारच्या उपाय, उद्योगाच्या कल्पना व योजना आणि शोधांच्या बाबतीतही सत्य आहे. जरी त्यात तथ्य नसले तरी, बाहेरच्यांच्या कल्पनांपेक्षा स्वतःच्या कंपनीतल्या कर्मचाऱ्यांकडून आलेल्या कल्पनांना जास्त महत्त्व दिले जाते. हल्लीच मी आरोग्य विमा कंपनीचे सॉफ्टवेअर बनवणाऱ्या तज्ज्ञ कंपनीच्या सी.ई.ओ. बरोबर भोजन केले. संभाव्य गिऱ्हाईकांना आपली कंपनी सर्व्हिस देण्यात सर्वोत्कृष्ट असूनही, आपले सॉफ्टवेअर विकणे किती कठीण आहे हे तो सांगत होता. सर्व्हिस, सुरक्षितता व कामकाज करण्यात ते अग्रेसर होते. बहुतेक विमाधारकांची खात्री होती की, त्यांनी स्वतः आपल्यासाठी बनवलेले पर्याय जे गेल्या ३० वर्षांत त्यांनी घडवले आहेत तेच उत्तम आहेत. दुसऱ्या एका सी.ई.ओ.ने सांगितले की, त्याच्या प्रमुख कार्यालयातील कर्मचाऱ्यांना दूरवरच्या विभागातून आलेल्या पर्यायांचा स्वीकार करणे किती कठीण जाते.

जेव्हा लोक एकत्रित येऊन काही समस्या सोडवायचा प्रयत्न करतात आणि आपण काढलेल्या उपायांचे स्वतःच मूल्यमापन करतात, तेव्हा NIH व्याधीचा प्रभाव जरूर जाणवतो. म्हणून आपल्या टिमचे दोन भाग करण्यात हुषारी आहे. पहिल्या गटाने पर्याय शोधावेत, ते दुसऱ्या गटाने तपासून पाहावेत. नंतर, दुसऱ्या गटाचे उपाय पहिल्याने तपासावेत. आपण स्वतःच्या उद्योग योजना इतरांच्या संकल्पनांपेक्षा जास्त प्रभावी व यशस्वी मानतो. हा आत्मविश्वास नवउद्योजकांचा पाया आहे, पण अनेक नवे उद्योग नेमके त्याचमुळे अनेकदा कोलमडतात.

मानसशास्त्रज्ञ डॅन एरिएली यांनी छ्खक व्याधीचे मोजमाप कसे केले पाहू - न्यूयॉर्क टाइम्समधील त्यांच्या ब्लॉगमध्ये त्यांनी वाचकांना सहा समस्यांवर तोडगे सुचवण्याचे आवाहन केले. उदा. 'कायद्याने कपात न आणता शहरे पाणी कसे वाचवू शकतील?' वाचकांनी उपाय सुचवायचे होते, आणि इतर पर्यायांचे परीक्षण करून ते कितपत उपयुक्त होतील याबद्दल मत मांडायचे होते. प्रत्येक कल्पना राबवण्यासाठी त्यांची वेळ व पैसे गुंतवण्याची किती तयारी आहे हेही नमूद करायचे होते. या व्यतिरिक्त त्यांना पन्नास शब्दांची यादी देण्यात आली होती, तेच शब्द वापरून त्यांनी मत मांडायचे होते; म्हणजे सर्वांची उत्तरे साधारणपणे सारखी असतील. तरीही, बहुतेकांनी स्वतः सुचवलेल्या पर्यायांना जास्त महत्त्वपूर्ण व योग्य

असा शेरा दिला. किंबहुना, इतरांचे पर्याय जवळजवळ त्यांच्यासारखे होते तरीही त्यांनी त्यांना डावलून/कमी लेखून स्वतःच्या कल्पना उचलून धरल्या.

सामाजिक स्तरावर छखक व्याधीचे फार गंभीर परिणाम होतात. फक्त वेगळ्या संस्कृतीतून आल्या म्हणून आपण लक्षणीय उत्कृष्ट कल्पनांकडे कानाडोळा करतो. स्वित्झर्लंडमध्ये, प्रत्येक राष्ट्राला (कॅन्टॉन) काही विशेष अधिकार असतात. अशा एका कॅन्टॉनने स्त्रियांना १९९०मध्ये कोर्टाने फतवा काढेपर्यंत, मताधिकार दिलाच नव्हता. त्यानंतरच कायदा बदलण्यात आला - NIH व्याधीचे ठोस व प्रखर उदाहरण. किंवा ब्रिटिश वाहतूक विभागाच्या इंजिनियर्सनी डिझाईन केलेली आधुनिक वाहतूक बेटे (ट्रॅफिक राऊंड अबाऊट) पहा. त्यासाठी पुरेशी जागा लागते. १९६०मध्ये त्यांनी ही संकल्पना प्रस्थापित करून पूर्ण युनायटेड किंगडममध्ये राबवली. त्यानंतर तीस वर्षे संपूर्ण दुर्लक्ष करून आणि अडेलपणात घालवून, मगच अमेरिका व युरोपातील इतर देशांनी त्यांना आपल्या देशातला ट्रॅफिक सुकर करण्यासाठी येऊ दिले. आज फ्रान्समध्येच ३०,०००हून अधिक राऊंड अबाऊटस् आहेत आणि त्याचे श्रेय बहुतेक चुकून ते प्लेस द लित्वॉल्च्या डिझायनरला देतात.

निष्कर्ष - आपण आपल्याच कल्पनांच्या खुशीत धुंद असतो. ती झिंग उतरवण्यासाठी एक पाऊल मागे सरून, फेरविचार करून त्यांची गुणवत्ता नीट पारखून पहा. गेल्या दहा वर्षांतल्या तुमच्या कुठल्या कल्पना - योजना खरोखरच उत्कृष्ट होत्या?

हेच म्हणत होतो मी!

हेही पहा :

'आत्मगंडाचा प्रभाव' (प्र. २३), 'श्रेय सारे माझेच, असा कल' (प्र. ४५), 'फसव्या एकमताचा परिणाम' (प्र. ७७)

७५

अशक्य गोष्टींमधून फायदा कसा करून घ्यावा

'काळा हंस'

'सर्व हंस पांढरे शुभ्र असतात' कित्येक शतके हे विधान म्हणजे दगडावरची रेघ होती. प्रत्येक पांढरा हंस तेच पुन्हा पुन्हा ठळकपणे दर्शवत होता. वेगळ्या रंगाचा हंस? अशक्य! १६९७मध्ये विल्लेम द व्लामिंगने सर्वप्रथम एक काळा हंस पाहीपर्यंत हा समज अबाधित राहिला. तेव्हा तो ऑस्ट्रेलियामध्ये मोहिमेला गेला होता. तेव्हापासून काळा हंस हे अशक्यप्राय गोष्टींचे प्रतीक बनले आहे.

तुम्ही शेअर बाजारात पैसे गुंतवता. डॉव जोन्सचे मूल्य दरवर्षी थोडेफार चढते व उतरते- अशी चढउतार वर्षानुवर्षे होत आली आहे. कालांतराने तुम्हाला त्याची सवय होते. मग अचानक १९ ऑक्टोबर १९८७ सारखा एखादा दिवस उजाडतो आणि स्टॉक मार्केट २२%ने गडगडते; काही सावधगिरीची सूचना न देता. अशी घटना म्हणजेच 'काळा हंस', ज्याविषयी नसिम तालेबने त्याच्या 'ब्लॅक स्वॉन' या पुस्तकात लिहिले आहे.

काळा हंस म्हणजे अशी एखादी अनपेक्षित घटना जिचा आपण विचारही करू शकत नाही आणि जिचा तुमचे आयुष्य, करिअर, कंपनी आणि देशावर खूप मोठा प्रभाव पडतो. जसे नकारात्मक तसेच सकारात्मकही 'काळे हंस' असतात. जमीनदोस्त करणारा उल्कापात, कॅलिफोर्नियामध्ये सटर यांनी लावलेला सोन्याचा (खाणींचा) शोध, सोविएट युनियन कोलमडून पडणे, ट्रान्झिस्टरचा शोध, इंटरनेट ब्राऊझर, इजिप्तचा हुकूमशहा मुबारक याचा पाडाव किंवा अशी कोणतीही घटना

ज्यामुळे तुमचे आयुष्य पूर्णपणे बदलून जाते - अशा सगळ्या गोष्टी म्हणजे 'काळा हंस'.

पूर्वाश्रमीचे अमेरिकन संरक्षणमंत्री डॉनाल्ड रम्सफेल्ड यांच्याबद्दल तुमचे काहीही मत असो, पण २००२मध्ये एका पत्रकार परिषदेत त्यांनी एक गहन तत्त्वज्ञानपूर्ण विचार अत्यंत सुस्पष्ट रितीने मांडला. ते म्हणाले - काही गोष्टी आपल्याला माहिती असतात (वस्तुस्थिती/ज्ञात वास्तव), काही, ज्या आपण जाणतो की, आपल्याला माहिती नाही (ज्ञात अज्ञान); आणि काही गोष्टी ज्या आपल्याला माहिती नाहीत, याबद्दल आपण अनभिज्ञ असतो (अज्ञात अज्ञान).

हे विश्व केवढे मोठे आहे? इराणकडे परमाणू शस्त्रे आहेत का? इंटरनेट आपल्याला जास्त हुशार बनवते की बावळट? यासारख्या गोष्टी 'ज्ञात अज्ञाना'त मोडतात. खूप कष्टपूर्वक कधी ना कधी आपल्याला याची उत्तरे मिळतील अशी आशा आपण बाळगतो. पण अज्ञात अज्ञानाबाबत तसे नाही. फेसबुक जगाला एवढे वेड लावेल अशी १० वर्षांपूर्वी कोणी कल्पनाही केली नव्हती. हा एक 'काळा हंस' आहे.

'काळे हंस' एवढे महत्त्वाचे का असतात? कारण, कितीही अजब वाटले तरी ते वरचेवर येत राहतात आणि मगे ते आनुषंगिक होतात - त्यांचा प्रभाव जाणवतो. आपण जरी भविष्याचे आराखडे बांधत राहिलो, तरी 'काळे हंस' आपल्या सुनियोजित योजनांची धज्जी उडवतात. अभिप्राय व प्रतिक्रियेच्या साखळ्या आणि साधे सरळमार्गी काम करणारे प्रभाव एकमेकांवर परिणाम करतात व अनपेक्षित निष्कर्ष दिसतात. कारण - आपल्या मेंदूची घडणजडण शिकार करणे व अन्न गोळा करणे याला पूरक अशी झाली आहे. अनादीकाळात जेव्हा मानव गुहा-जंगलात राहत होता, तेव्हा काही वेगळ्या विस्मयकारक गोष्टी त्याच्या आयुष्यात क्वचितच यायच्या. ज्या हरणाचा आपण पाठलाग करत होतो, ते कधी थोडे हळू तर कधी थोडे वेगाने धावायचे, कधी थोडे रोड तर कधी किंचित गलेलठ्ठ असायचे, एवढाच काय तो बदल घडायचा.

आजची गोष्ट वेगळी आहे. एखाद्या आकस्मिक घडामोडीमुळे तुमचे उत्पन्न १०,००० पटींनी वाढू शकते. जरा लॅरी पेज, उसेन बोल्ट, जॉर्ज सोरोस, जे.के. रॉलिंग किंवा बोनो यांना विचारून पहा. अशा घवघवीत प्रचंड धनराशी आधी अस्तित्वात नव्हत्या, असे प्रमाणाबाहेरचे उच्चांक कधी गाठले गेले नव्हते. अगदी हल्लीच्या मानवजातीच्या इतिहासात हे शक्य झाले आहे. म्हणूनच आपल्याला जगावेगळ्या टोकाच्या परिस्थितीला हाताळणे कठीण जाते. 'शक्यता' कधीही

शून्याच्या खाली जाऊ शकत नाही. आपल्या विचारप्रणालीमध्ये चुका होण्याचा कल आहे; तेव्हा, कोणत्याही गोष्टीची शक्यता शून्याहून अधिक आहे असेच आपण मानले पाहिजे.

मग, काय बरे करावे? तुम्ही एखाद्या सकारात्मक कायदेशीर 'काळ्या हंसा'वर (जरी ते अशक्यप्राय असले तरी) स्वार होऊ शकाल, अशी परिस्थिती निर्माण करण्याचा प्रयत्न करा. मोठ्या प्रमाणावर निर्मिती करता येईल असे उत्पादन शोधा. मग तुम्ही एखादा चित्रकार-कलाकार किंवा संशोधक किंवा उद्योजक कोणीही असा. जर तुमचा वेळ हेच तुमचे विक्री-साधन असेल (उदा. एक कर्मचारी किंवा डेन्टिस्ट किंवा पत्रकारासारखे) तर अशा संधीची वाट पाहण्यात घालवलेला वेळ फुकट जाईल असे समजा. पण तरी तुम्हाला जर तसे केल्यावाचून राहावत नसेल, तर जिथे नकारात्मक तोटा करण्याजोग्या 'काळा हंसा'चा प्रादुर्भाव असेल अशी परिस्थिती टाळा. अर्थात कर्ज टाळा, तुमची बचत केलेली मिळकत योग्य व सुरक्षित पद्धतीने गुंतवा आणि सर्वसाधारण मध्यम प्रतीच्या जीवनशैलीची सवय करा - मग तुमच्या आयुष्यात ती 'छप्पर फाडके' संधी येवो अथवा न येवो.

हेही पहा :

'संदिग्धतेचा तिटकारा' (प्र. ८०), 'भाकिताचा आभास' (प्र. ४०), 'पर्यायी वाटा' (प्र. ३९), 'अपेक्षा' (प्र. ६२)

७६

ज्ञानाचे हस्तांतरण होऊ शकत नाही

'माहितीच्या विषयावर अवलंबन'

सुस्पष्ट विचारपद्धतीवर पुस्तके लिहिण्याचे अनेक फायदे आहेत. मोठमोठे श्रेष्ठ उद्योजक व गुंतवणूकदार भाषण देण्यासाठी मला भरपूर पैसे देतात (खरे तर यातून नेमके हेच दिसते की, त्यांचा 'अंदाज आणि गणित' किती चुकतेय - पुस्तके त्या मानाने खूप स्वस्त असतात). पुढील गोष्ट एक वैद्यकीय कॉन्फरन्समध्ये माझ्या बाबतीत घडली. 'बेस-रेट वास्तवाकडे दुर्लक्ष' ह्या विषयावर मी बोलत होतो. आरोग्याविषयीचे एक वैद्यकीय उदाहरण मी दिले - एका ४० वर्षांच्या रोग्याचे छातीत खुपणारे, टोकदार दुखणे ह्याचा अर्थ हृदयविकाराच्या समस्या (इतर काही गोष्टींव्यतिरिक्त) किंवा तणावाचा परिणाम असू शकतो. तणावाचा प्रादुर्भाव व प्रमाण खूप जास्त आहे (जास्त बेस रेट), म्हणून रोग्याला आधी त्या दृष्टीने तपासणे योग्य ठरेल. हे सगळे सुज्ञपणाचे आहे म्हणून डॉक्टर मंडळींना ते सहज समजले. पण मी जेव्हा अर्थशास्त्रातले उदाहरण वापरले तेव्हा बहुतेक जण गडबडले.

जेव्हा मी गुंतवणूकदारांपुढे बोलतो तेव्हाही तोच अनुभव येतो. जर आर्थिक उदाहरणे देऊन मी गैरसमजुती किंवा कुतर्कांविषयी बोललो तर त्यांना पटकन समजते. पण जर जीवशास्त्रातली काही उदाहरणे दिली तर ते बुचकळ्यात पडतात. तात्पर्य - एका क्षेत्रातून दुसऱ्या क्षेत्रात शिरून सहजगत्या आकलन हात नाही. ह्या प्रकाराला 'माहितीच्या विषयावर अवलंबन' म्हणतात; 'ज्याचे ज्ञान आहे त्यावरच भिस्त.'

१९९०मध्ये हॅरी मार्कोविट्झ यांना त्यांच्या 'पोर्टफोलियो सिलेक्शन' ह्या सिद्धांतासाठी अर्थशास्त्राचे नोबेल पारितोषिक मिळाले. 'जोखीम व नफा' ह्या दोन्हींची शक्यता ध्यानात घेऊन सर्वोत्कृष्ट पोर्टफोलियो बनवायचे निकष ते समजावून सांगतात. मार्कोविट्झच्या स्वत:च्या पोर्टफोलियोची वेळ आली तेव्हा त्यांनी त्यांची बचत केलेली मिळकत स्टॉक्स व बॉन्डस्‌मध्ये कशा रितीने विभागून गुंतवावी? त्यांनी चक्क शेअर्स व बॉन्डस्‌मध्ये अर्धे-अर्धे असे केले. त्या नोबेल पारितोषिक विजेत्याला स्वत:च्या सिद्धांतातली कल्पक डोकेबाज प्रक्रिया स्वत:साठी वापरणे जमले नाही. 'माहितीच्या विषयावर अवलंबन'चा हा ठळक नमुना आहे. विद्याभ्यासक जगतातले आपले ज्ञान तो वैयक्तिक आयुष्यात वापरू शकला नाही.

माझ्या एका मित्राला अ‍ॅड्रिनॅलीनच्या कैफाचे व्यसनच आहे असे म्हणता येईल. काही साधने न वापरता फक्त हात वापरून तो भयानक कडेकपारी चढतो, डोंगरमाथ्यावरून फक्त 'विंगसुट' पोषाखाच्या जोरावर स्वत:ला झोकून देतो. गेल्या आठवड्यात त्याने मला समजावून सांगितले की, उद्योगधंदा चालू करणे हे धोक्याचे आहे कारण दिवाळखोरीची शक्यता कधीही नाकारता येत नाही. मी म्हणालो, ''मरण्यापेक्षा दिवाळखोरी परवडली.'' त्याला माझे विचार काही पटले नाहीत.

एक लेखक म्हणून मला पूर्ण कल्पना आहे की, एखादे कौशल्य दुसऱ्या क्षेत्रात सहज वापरणे किती कठीण असते. माझ्यासाठी कथानकाचा मसुदा लिहिणे, त्यातील पात्रांची रूपरेषा निर्माण करणे म्हणजे डाव्या हाताचा मळ आहे. कोरे रिकामे पान पाहून मला धस्स होत नाही, पण एखादे रिकामे घर पाहिले तर हे फारच वेगळे प्रकरण आहे. घरसजावटीची वेळ आली तर मी त्या रिकाम्या खोलीत तासन्‌तास खिशात हात घालून उभा राहिलो तरी एकही कल्पना मला सुचत नाही.

उद्योगजगतात 'माहितीच्या विषयावरच्या अवलंबनाची' रेलचेल आहे. एक सॉफ्टवेअर कंपनी एका ग्राहकोपयोगी वस्तूंच्या (कंझ्युमर गुडस्) यशस्वी विक्रेत्याला नोकरीवर ठेवते. ह्या नव्या क्षेत्रात त्याचे कौशल्य बोथट होते; विक्री करण्याचे कसब असे लीलया ग्राहकसेवा (कस्टमर सर्व्हिस) क्षेत्रात स्थलांतरित करणे फार कठीण. छोट्या समूहापुढे उत्तम सादरीकरण करणारी व्यक्ती १०० लोकांपुढे कदाचित तेवढी प्रभावी ठरणार नाही किंवा मार्केटिंगमध्ये तरबेज व्यक्तीला सी.ई.ओ. म्हणून बढती मिळाल्यावर, त्याला अचूक डावपेच योजण्याची कल्पकता नाही, असे ठळकपणे जाणवू शकते.

मार्कोविट्झच्या उदाहरणावरून आपण हे पाहिले की, व्यावसायिक क्षेत्रातून वैयक्तिक क्षेत्रात स्थलांतरण हाताळणे खूपच कठीण असते. आकर्षक

प्रभावी व्यक्तिमत्त्वाच्या सी.ई.ओ.ना मी घरी कुचकामी असल्याचे पाहिले आहे. स्वतः आरोग्यदूत असलेल्या डॉक्टरांपेक्षा जास्त सिगरेट फुंकणारे सापडणे कठीण. सर्वसाधारण माणसापेक्षा पोलीस अधिकारी घरी दुप्पट हिंसक-विध्वंसक असतात. साहित्य समीक्षकांच्या पुस्तकांना सर्वात वाईट अभिप्राय मिळतात आणि योगायोगाने म्हणा, पण वैवाहिक समुपदेशन करणाऱ्यांच्या स्वतःच्या संसारामध्ये वितुष्ट असण्याचे प्रमाण समुपदेशन घेणाऱ्यांपेक्षा जास्त असते. गणिताचे प्राध्यापक पर्सी डायाकोनिस सांगतात, 'काही वर्षांपूर्वी मी स्टॅनफोर्डहून हार्वर्डला जावे का, ह्याचा विचार करत होतो. मी माझ्या मित्रांशी ह्याबद्दल नको तेवढी चर्चा करून वैताग आणला होता. शेवटी एक जण म्हणाला, ''निर्णयप्रक्रियेच्या क्षेत्रात तुमचा हात कोणी धरू शकणार नाही. तुम्ही फायदे-तोटे आणि द्यावी लागणारी 'किंमत' लिहून काढली आणि पद्धतशीरपणे अंदाज बांधलात, तर कदाचित सोपे होईल.'' क्षणाचाही विलंब न करता मी उत्स्फूर्तपणे उद्‌गारलो, ''काय बोलतोस सॅण्डी, ही महत्त्वाची गंभीर बाब आहे.''

तुम्ही एखाद्या क्षेत्रात जे कसब मिळवता ते दुसऱ्या क्षेत्रात सहज स्थलांतरित करू शकत नाही. विशेषतः, शैक्षणिक क्षेत्रातून प्रत्यक्ष जीवनात ते वापरणे फार भीतीदायक असते - जे सिद्धांतानुसार एकदम नेटके व पक्के असते ते प्रत्यक्ष जगण्यात वापरणे सुकर व उपयोगी ठरेल असे नाही. अर्थात, ते ह्या पुस्तकालाही लागू पडते. ह्या पानांतून झालेला बोध सहजगत्या तुमच्या दैनंदिन जीवनात वापरणे कठीण जाईल. मी स्वतः लेखक असलो तरी तसे करणे मला अवघड वाटते. पुस्तकी ज्ञान अगदी उत्तम असले तरी जगण्यातल्या हुशारीत त्याचे रूपांतर होत नसते.

हेही पहा :

'व्यावसायिकतेची कलुषित नजर' (प्र. ९२), 'वाहनचालकाचे ज्ञान' (प्र. १६), 'निरर्थक बडबडीची सवय' (प्र. ५७)

७७

एकमताची दंतकथा

'फसव्या एकमताचा परिणाम'

तुम्हाला कुठचे संगीत आवडते; १९६०च्या दशकातले की १९८०च्या? सर्वसाधारणपणे लोक ह्याचे उत्तर काय देतील? बहुतेक जण आपली आवड हीच इतरांची आवड असेल असे मानतात. जर त्यांना १९६०च्या दशकातले संगीत आवडत असेल तर ते आपसूक मानून चालतात की, त्यांच्या वयोगटातील इतरांनाही तेच आवडत असेल. तीच गत ८०च्या दशकातल्या संगीतभक्तांची. एकमताबद्दल आपण अवास्तव अंदाज बांधतो; आपण असे मानतो की, आपल्या विचार-भावनांशी सर्वजण सहमत असतीलच. ह्या गैरसमजुतीला 'फसव्या एकमताचा परिणाम' म्हणतात.

स्टॅनफोर्डचे मानसशास्त्रज्ञ ली रॉस ह्यांना १९७७मध्ये हा बोध झाला. दोन्ही बाजूंनी दिसू शकणारा असा एक सॅन्डविच बोर्ड त्यांनी तयार केला, ज्यावर 'जोन्समधे जेवा' असे छापले होते. त्यांनी सहज काही विद्यार्थी निवडून त्यांना तो गळ्यात घालून विद्यापीठाच्या आवारात ३० मिनिटे फिरायला सांगितले. विद्यार्थ्यांना सांगण्यात आले की, हेच काम किती विद्यार्थी करायला राजी होतील ह्याचा अंदाज घ्या. ज्यांनी ते काम करणे खुशीने स्वीकारले होते त्यांना वाटले की, बहुतांश विद्यार्थी (६२%) ते करायला राजी होतील. ह्या उलट ज्यांनी ते करणे नम्रपणे नाकारले होते, त्यांना वाटले की, बहुतेक जणांना (६७%) ते करणे मूर्खपणाचे लक्षण वाटेल. दोन्ही वेळा त्या विद्यार्थ्यांना वाटले की, आपली गणना लोकप्रिय बहुसंख्यांमध्ये होते.

वेगवेगळ्या गोष्टींत रस घेणारे गट आणि राजकीय पक्षांमध्ये 'फसव्या एकमताचा परिणाम' फोफावत असतो. त्यामुळे ते आपल्या उद्दिष्टांना वाजवीपेक्षा अधिक लोकप्रिय मानतात. जागतिक तापमानवाढ (ग्लोबल वार्मिंग) हे ह्याचे एक सरळसोट उदाहरण आहे. तुम्हाला ते कितीही महत्त्वाचे वाटो, बहुधा तुम्हाला असेच वाटत असेल की, जास्तीत जास्त लोकांचे मत तुमच्यासारखेच आहे. राजकीय नेत्यांना निवडणूक जिंकू असा विश्वास वाटत असेल तर तो फक्त आंधळा आशावाद नाही; ते बिचारे नकळत आपली लोकप्रियता आहे त्यापेक्षा खूप जास्त समजतात.

कलाकारांची स्थिती तर त्याहून वाईट. ९९% नव्या प्रॉजेक्टस्‌मध्ये ते मानतात की, आपण पूर्वीपेक्षा अधिक यश मिळवू. खुद्द माझे उदाहरण घ्या - माझे पुस्तक मासिमो मारीनी (Massimo Marini) देदीप्यमान यश मिळवेल, अशी मला पक्की खात्री होती. निदान आधीच्या पुस्तकांएवढे तरी ते चांगले आहे असे मला वाटले होते; त्या पुस्तकांना चांगले यश मिळाले होते. पण लोकांचे मत वेगळे होते आणि मी चुकीचा ठरलो - 'फसव्या एकमताचा परिणाम'.

अर्थात उद्योगजगतही तेवढ्याच घोडचुका करू शकते. ठाऊ (संशोधन व विकास) विभागाला आपल्या उत्पादनाच्या मूल्याची खात्री वाटते; ह्याचा अर्थ तसेच ग्राहकांनाही वाटेल असे नाही. ज्या कंपन्यांचे कर्तेकरवते तांत्रिक क्षेत्रातले (Tech) लोक असतात, त्यांच्यावर ह्याचा जास्त परिणाम दिसतो. शोध लावणारे आपल्या उत्पादनाच्या प्रेमात पडतात आणि त्यांना वाटते की, त्यातल्या उच्च श्रेणीच्या आकर्षक गोष्टी ग्राहकालाही मोहून टाकतील.

'फसव्या एकमताचा परिणाम' अजून एका कारणामुळे आकर्षक वाटतो. जर लोकांनी आपले मत मांडले नाही तर आपण त्यांना विचित्र मानतो. रॉसच्या प्रयोगातही ते स्पष्ट होते. ज्या विद्यार्थ्यांनी तो सॅन्डविच बोर्ड परिधान केला, ते, ज्यांनी त्यांना नाकारले अशांना आखडू व नीरस मानत होते; त्याचप्रमाणे दुसरा गट ते घालणाऱ्यांना बावळट व पुढेपुढे करणारे मानत होते.

तुम्हाला 'सामाजिक पुरावा' ही गैरसमजूत आठवत असेल; म्हणजे, जर जास्त लोकांचा एखाद्या गोष्टीवर विश्वास असेल तर ती गोष्ट किंवा कल्पना अधिक चांगली असते. मग 'फसव्या एकमताच्या परिणामा'सारखेच आहे का ते? नाही. 'सामाजिक पुरावा' ही उत्क्रांतीतून निर्माण झालेली जगण्यासाठी उपयुक्त अशी योजना आहे. एकट्या शिलेदारासारखे वागण्यापेक्षा जमावात सामील होऊन अनुकरण करण्यामुळे आपण, गेली १०००० वर्षे खूपच जास्त प्रमाणात आपला

जीव वाचवला आहे. 'फसव्या एकमताच्या परिणामा'बाबतीत कुठचाही बाह्य प्रभावाचा अंतर्भाव नसतो. तरीही त्यात एक सामाजिक भाग येतो, म्हणून उत्क्रांतीने त्याला नामशेष केले नाही. आपल्या मेंदूची घडण सत्य ओळखण्यासाठी केलेली नाही; त्याऐवजी जास्तीत जास्त संतती उत्पन्न करणे हेच त्याचे उद्दिष्ट असते. जो कोणी धैर्यवान व विश्वासार्ह वाटला ('फसव्या एकमताच्या परिणामा'मुळे) त्याने चांगली छाप पाडली, त्याला अव्वाच्यासव्वा संसाधने मिळाली, आपली जनुके पुढच्या पिढीत उतरवण्याच्या संधीची शक्यता त्याने वाढवली. शंकेखोर तेवढे आकर्षक वाटत नाहीत.

तात्पर्य - तुमची मते सर्व इतरेजनांनी उचलून धरावीत असे नाही हे लक्षात घ्या. ज्यांची मते वेगळी असतील ते मूर्ख आहेत असे कदापि समजू नका. त्यांच्यावर अविश्वास दाखवण्याआधी स्वत:चे समज तपासा.

हेही पहा :

'सामाजिक पुरावा' (प्र. ४), 'हे-इथले-नाही चा रोग' (प्र. ७४).

७८

तुमचे बरोबरच होते

‘इतिहासाचे बनावटीकरण’

विन्स्टन स्मिथ हा एक बारिक, मलूल, ३९ वर्षांचा ऑफिस कर्मचारी मिनिस्ट्री ऑफ टुथमध्ये काम करतो; त्याचे काम हेच की, नव्या घडामोडींना साजेल अशा प्रकारे सर्व जुन्या वर्तमानपत्रातले लेख व दस्तऐवजांमध्ये बदल करणे. त्याचे काम खूप महत्त्वाचे आहे. पूर्वीच्या गोष्टींचे पुनर्लेखन केले की, अचूक असल्याचा आभास निर्माण होतो आणि सरकारच्या हाती अबाधित सत्ता येण्यास मदत होते.

जॉर्ज ऑरवेलच्या ‘१९८४’ ह्या नावाच्या अप्रतिम पुस्तकात दाखवल्याप्रमाणे अशा प्रकारचे इतिहासातले फेरबदल आजही सर्रास होत आहेत. तुम्हाला कदाचित धक्का बसेल पण एक छोटा विन्स्टन तुमच्या मेंदूत सतत खाडखोड करत लिहीत असतो. त्याहून वाईट म्हणजे, ऑरवेलच्या पुस्तकात तो जरी नाईलाजाने कष्ट करत असतो आणि शेवटी त्या यंत्रणेविरुद्ध बंड पुकारतो; तरी तुमच्या मेंदूत तो अत्यंत उत्तम तऱ्हेने तुमच्या इच्छा आणि ध्येयानुसार काम करतो. तो तुमच्या विरुद्ध कधीच बंड करणार नाही. तो तुमच्या आठवणी इतक्या शिताफीने आणि सुबकपणे बदलतो की, तुम्हाला त्याचे काम ध्यानातही येणार नाही. सुज्ञ व भरवशाचा विन्स्टन तुमच्या जुन्या चुकीच्या मतांची-विचारांची विल्हेवाट लावतो. जसे एक एक करून ते नाहीसे होतात, तसे तुम्हाला खात्रीने वाटू लागते की, तुम्ही नेहमी बरोबरच होता.

१९७३मध्ये ग्रेगरी मार्कस ह्या अमेरिकन राज्यशास्त्र संशोधकाने ३००० लोकांना वेगवेगळ्या वादग्रस्त राजकीय विषयांवर मत मांडायला सांगितले; उदा.

ड्रग्जसंबंधीचा कायदा. 'पूर्णपणे सहमत' पासून ते 'पूर्णपणे असहमत' अशा विविध प्रकारची उत्तरे मिळाली. दहा वर्षांनी त्याने परत त्यांची मुलाखत घेतली व त्यांचे मत विचारले, आणि शिवाय १० वर्षांपूर्वी त्यांनी काय सांगितले त्या स्मृतीनुसार त्यांचे तेव्हाचे आणि आजचे मत जुळत होते - पण वस्तुस्थिती फार वेगळी होती.

अशाप्रकारे सुप्तपणे मनातल्या मनात नकळत आपली पूर्वीची मते आजच्या मतांशी जुळवून घेऊन आपण आपली चूक होऊ शकते ह्याबद्दलची शरम व अवघडलेपणाचा पुरावा टाळू पाहातो. सावरण्याची ही एक नामी योजना आहे; कारण आपण कितीही कणखर-चिवट असलो तरी स्वतःच्या चुकांची कबुली देणे हे मानसिक दृष्टीने अवघड असते. पण हे फार विसंगत आणि हास्यास्पद आहे. आपली चूक लक्षात आली की, आपण खरं म्हणजे आनंदाने उड्या मारल्या पाहिजेत, नाही का? तसे केले तर परत आपण तशी चूक करणार नाही, आणि त्यामुळे प्रगतीकडे वळलो, असे म्हणता येईल; पण आपण ते त्या दृष्टीने पाहात नाही.

तर मग आपल्या मेंदूत कोणत्याही आठवणी अचूकपणे नोंदल्या जात नाहीत का? नक्कीच तसे नाही. तुम्ही तुमच्या जीवनसाथीला भेटला तो नेमका क्षण तुम्हाला एखाद्या फोटोसारखा आठवतो आणि ११ सप्टेंबर २००१ला जेव्हा दहशतखोरांनी न्यूयॉर्कमध्ये हल्ला केल्याचे तुम्ही ऐकले तेव्हा तुम्ही कुठे होता हे तुम्हाला स्वच्छ आठवते, हो ना? तुम्ही कोणाशी बोलत होता, काय वाटले होते, सारे नीट आठवते. ९/११च्या तुमच्या आठवणी प्रकर्षाने, बारकाईने व विविध अंगांनी-रंगांनी भरल्या आहेत. मानसशास्त्रज्ञ त्यांना 'फ्लॅशबल्ब स्मृती' म्हणतात. एखाद्या फोटोप्रमाणे त्या निर्विवाद असतात.

पण तसेही नाही. 'फ्लॅशबल्ब स्मृती' इतर आठवणींप्रमाणेच चुकांनी भरलेल्या असतात. त्या पुनर्रचित असतात. उलरिच नायसर, विचारशास्त्राचे (कॉग्निटिव्ह सायन्स) एक अग्रेसर अभ्यासक आहेत. त्यांनी ह्याविषयी संशोधन केले. १९८६मध्ये चॅलेंजर अवकाशयानाचा स्फोट झाल्याच्या दुसऱ्या दिवशी त्यांनी विद्यार्थ्यांना त्यांच्या प्रतिक्रिया निबंधरूपात लिहायला सांगितल्या. तीन वर्षांनंतर त्यांनी परत त्यांच्या मुलाखती घेतल्या. पूर्वीच्या निबंधातल्या माहितीशी जुळणारी माहिती ७%हून कमी होती. वास्तविकतः, ३/४ मुद्यांमध्ये ५०% आठवणी चुकीच्या होत्या आणि २५%मध्ये एकही तपशील बरोबर नव्हता. त्यातला एक पूर्णपणे विसंगती असलेला पेपर नायसरने मूळ लेखिकेला दिला. तिची प्रतिक्रिया - 'मला ठाऊक आहे की, हे माझे हस्ताक्षर आहे, पण हे मी लिहिले असणे अशक्य आहे.' तरी

हा प्रश्न उरतोच - 'फ्लॅशबल्ब स्मृती' एवढ्या खऱ्या का वाटतात? अजून त्याचे उत्तर मिळालेले नाही.

आपल्या आठवणी अर्ध्याअधिक चुकीच्या असतात असे समजायला हरकत नाही. आपल्या स्मृतीमध्ये चुकांची रेलचेल असते; अगदी अचूक वाटणाऱ्या फ्लॅशबल्ब आठवणीमध्येदेखील. त्यांच्यावरचा आपला विश्वास निरुपद्रवी असू शकतो - किंवा मारक. गुन्हेगारांना टिपण्यासाठी प्रत्यक्ष पाहिलेल्यांची साक्ष व पोलिसांद्वारे होणारी ओळखपरेड किती मोठ्या प्रमाणात वापरली जाते ते पहा. अशा साक्षी-पुराव्याच्या आधारावर काही आणखी तपास केल्याशिवाय अवलंबून राहणे म्हणजे बेजबाबदारपणा होय - अगदी जरी साक्षीदारांनी गुन्हेगारांना परत सहजपणे ओळखण्याची हमी दिली, तरीसुद्धा.

हेही पहा :

'सिंहावलोकनाची प्रवृत्ती' (प्र. १४), 'कथेकडे कल' (प्र. १३), 'एकच कारण असल्याचा गैरसमज' (प्र. १७).

७९

तुमच्या फुटबॉल टीमशी तुम्हाला एकतानता का वाटते?

'आतल्या गोटाचा कल'

मी लहान होतो तेव्हा हिवाळ्यातील गारठ्याच्या रविवारच्या सकाळी असे दृश्य दिसायचे - माझा परिवार टी.व्ही.समोर बसून स्की रेस पाहायचा. माझे आई-बाबा स्विस स्कीपटूंना प्रोत्साहन द्यायचे, माझ्याकडूनही ते तशीच अपेक्षा करायचे. मला कळायचेच नाही की, त्याचा इतका बाऊ का व्हायचा? पहिले म्हणजे दोन फळ्यांवर उभे राहून डोंगरावरून खाली सुसाट का यायचे? एका पायावर उड्या मारत डोंगर चढताना, तीन चेंडू उडवत, झेलत आणि दर १०० फुटांवर एक ओंडका लांबवर फेकायला थांबण्याइतकेच ते बिनडोकपणाचे वाटते. दुसरे म्हणजे एका सेकंदाचा एक शंभरांश वेळाचा फरक म्हणून कसे मानले जाऊ शकते? जर दोन व्यक्ती इतक्या जवळजवळ आल्या असतील तर ते दोघेही चांगले तरबेज स्कीअर्स असतील असे मानणे ही साधीसरळ गोष्ट आहे. तिसरे म्हणजे; मला स्विस स्किअर्सबद्दल जवळीक वाटायचे कारण काय? त्यातला कोणाशी माझे नाते होते का? मला नाही वाटत. ते काय वाचतात - काय विचार करतात मला काही कल्पना नव्हती. जर मी स्विस सीमारेषेच्या पलीकडे काही फुटावर राहात असतो तर मला वेगळ्याच टीमला चीअर करावे लागले असते.

ह्यावरून एक प्रश्न उद्‌भवतो - एखाद्या गटाबरोबर संलग्नता वाटणे - खेळाची टीम, वांशिकता/जात-जमात, एखादी कंपनी, राष्ट्र ह्यासारखे काही - हे चुकीच्या कमकुवत विचार पद्धतीचे प्रतीक आहे का?

हजारो वर्षांच्या कालखंडात उत्क्रांतीने आपल्या वर्तनाचे प्रघात पक्के केले आहेत - त्यातच काही विशिष्ट गटांचे आकर्षण आले. प्राचीन काळात गटाचे (कळप) सदस्य असणे फार महत्त्वाचे होते. फक्त स्वत:वर निर्भर राहाणे जवळजवळ अशक्य होते. लोक एकमेकांबरोबर युती करू लागल्यावर, इतरांना ते करणे भाग पडले. गट-समूहासमोर एकट्याचा निभाव लागणे अशक्य. ज्यांनी सदस्यत्व नाकारले किंवा ज्यांना काढून टाकण्यात आले, त्यांनी गटातली आपली जागा तर गमावलीच पण जनुकांच्या पुढच्या पिढीकडे जाणाऱ्या समूहातूनही ते स्थान गेले. म्हणून तर आपण सामाजिक प्राणी आहोत ह्यात काही आश्चर्य नाही. आपले पूर्वजही सामाजिक होते.

मानसशास्त्रज्ञांनी गटाच्या प्रभावामुळे होणारे वेगवेगळे परिणाम तपासले आहेत. गटाच्या आतले व बाहेरचे अशी वर्गवारी 'आतल्या गोटाचा कल' ह्या खाली करता येते. पहिले म्हणजे अनेकदा गट बनताना कोणताही छोटा किंवा क्षुल्लक निकष पुरतो. खेळ जगतात कोणतेतरी जन्मस्थान आणि उद्योगधंद्यात तुमची कामाची जागा पुरते. हे तपासण्याच्या उद्देशाने हेन्री तायफेल ह्या ब्रिटीश मानसशास्त्रज्ञाने अनोळखी माणसांच्या समूहाला दोन गटात विभागले; आणि त्यासाठी नाणेफेक करून कोण कुठच्या गटात जाणार हे ठरवले. 'अ' गटाच्या सदस्यांना त्याने सांगितले की, तुम्हा सर्वांना एक विशिष्ट प्रकारची कला (आर्ट) आवडते. त्याची परिणती निकालात विलक्षणरीत्या दिसली. खरे म्हणजे, (अ) ते सारे एकमेकांना ओळखत नव्हते; (ब) त्यांना यादृच्छिक पद्धतीने (सरसकट) कुठचाही गट मिळू शकला असता, आणि (क) ते कलेचे दर्दी नव्हते. तरीही दुसऱ्या गटाच्या मानाने पहिल्या गटातले सदस्य एकमेकांशी चांगले जुळवून घेऊ शकत होते. दुसरे - आपल्या गटाच्या बाहेरच्या लोकांना आपण आहे त्याहून अधिक आपल्यासारखे समजतो. ह्याला 'गटाबाहेरील लोकांच्या एकसंधतेचा आभास' असे म्हणतात. एकसुरी प्रतिमा (स्टिरिओटाईप) व पूर्वगंड ह्यातून निर्माण होतात. सायन्स फिक्शन सिनेमात नेहमी माणसांना वेगवेगळी संस्कृती असते असे दाखवले जाते, पण परग्रहावरच्या जीवांना (एलियन) संस्कृती कधीच नाही, हे लक्षात आलेय का तुमच्या? तिसरे - गट बहुतेकदा काही समान मूल्यांवर आधारित असतो. त्यामुळे त्यातील सदस्यांना त्यांच्या मतांच्या आधारे अवाजवी आधार मिळतो. अशा प्रकारचे विरूपीकरण धोक्याचे असते, विशेषत: उद्योगधंद्यात; त्यामुळे संघटनेला सामूहिक अंधत्व येते (ऑर्गनायझेशनल ब्लाइन्डनेस).

तुमच्या फुटबॉल टीमशी तुम्हाला एकतानता का वाटते?

कुटुंबातले सदस्य एकमेकांना मदत करतात ते आपण समजू शकतो. तुमची आणि भावंडांची अर्धी जनुके सारखी असतात त्यामुळे त्यांच्या भल्याचा विचार येणे स्वाभाविक आहे. पण 'नकली बंधुत्व' नावाचा एक प्रकार असतो, ज्यामध्ये रक्ताचे नाते नसले तरी त्याच भावना उत्पन्न होतात. अशा बंधुभावामुळेच विचारपद्धतीच्या काही चुका होतात ज्यात काही अवांतर समूहासाठी तुम्ही प्राण पणाला लावता. त्याचे दुसरे नाव आहे - युद्धाला सरसावणे. मातृभूमी म्हटले की, बंधुभाव जागा होतो हा काही योगायोग नव्हे. सैन्याच्या प्रशिक्षणात सैनिकांना भाईबंद म्हणून संबोधून उत्तेजन दिले जाते, ते उगीच नाही.

सरतेशेवटी - परकीय अपरिचितांविषयी पूर्वग्रह व तिटकारा हे जैविक प्रतिसाद (बायोलॉजिकल रिस्पॉन्सेस) आहेत. एखाद्या गटाशी संलग्नता ही लाखो वर्षांपासूनची आपली जीवित राहाण्यासाठीची योजना आहे, पण आता ती लागू पडत नाही; गटाबरोबरची संलग्नता सत्य विद्रूप करून तुम्हाला वेगळे चित्र दाखवते. जर तुम्हाला कधी युद्धावर धाडले आणि तुम्ही त्या ध्येयाशी सहमत नसाल, तर फरार व्हा.

हेही पहा :

'सामाजिक पुरावा' (प्र. ४), 'गटानुसार विचार' (प्र. २५).

८०

जोखीम व अनिश्चिततेतला फरक

'संदिग्धतेचा तिटकारा'

दोन खोके. 'अ' खोक्यात १०० चेंडू आहेत; ५० काळे आणि ५० लाल. 'ब' खोक्यातही १०० चेंडू आहेत, पण किती लाल आणि किती काळे हे तुम्हाला माहीत नाही. तुम्ही न पाहाता एका खोक्यात हात घालून एक चेंडू काढता आणि तो लाल निघाला, तर तुम्ही रु. १००/- जिंकता. तुम्ही कुठचा खोका निवडाल? 'अ' की 'ब'? बहुतांश लोक 'अ' निवडतील.

आता तीच खोकी घेऊन आपण परत खेळू या. ह्यावेळी जर तुम्हाला काळा चेंडू मिळाला तर रु. १००/- मिळतील. आता कुठचा खोका निवडाल? बहुतेक तुम्ही परत 'अ' खोका पसंत कराल, पण त्यात काही तथ्य नाही. पहिल्या फेरीत तुम्ही 'ब' खोक्यात लाल चेंडू कमी असतील असे गृहीत धरले होते (म्हणजेच जास्त काळे चेंडू), म्हणून सारासार विचार केला तर दुसऱ्या वेळी तुम्ही 'ब' खोका निवडायला हवा होता.

चिंता नको; ही गफलत करणारे तुम्ही एकटेच नाही, किंबहुना उलटच आहे. ह्याला 'एल्स्बर्ग विरोधाभास' असे म्हटले जाते. पूर्वाश्रमीचे हार्वर्डचे प्राध्यापक मानसशास्त्रज्ञ डॅनिएल एल्स्बर्ग ह्यांचे नाव त्याला देण्यात आले आहे. (एक वेगळाच मुद्दा - त्यांनी नंतर पेंटागॉनची अत्यंत गुप्त कागदपत्रे चोरून पत्रकारांना दिल्यामुळे अमेरिकन राष्ट्रपती निक्सन यांचे स्थान गडगडले.) 'द एल्स्बर्ग पॅराडॉक्स' (विरोधाभास)मुळे आपल्याला प्रयोगशील तत्त्वावर आधारित पुरावा मिळतो की,

अज्ञात शक्यतांपेक्षा ('ब' खोका) आपण माहीत असलेल्या शक्यता ('अ' खोका) जास्त पसंत करतो.

अशा रितीने आपण जोखीम व अनिश्चितता (किंवा संदिग्धता) आणि त्यातला फरक, ह्या विषयाकडे येतो. जोखीम म्हणजे ज्यात शक्यतांची पूर्ण कल्पना आहे. अनिश्चितता म्हणजे शक्यतांविषयी माहिती नाही. एखाद्या गोष्टीत पडायचे की नाही - हा जुगार खेळायचा की नाही - हे आपण किती जोखीम आहे ह्यावरून ठरवतो. अनिश्चिततेच्या वातावरणात मात्र असे निर्णय घेणे महाकठीण होते. जोखीम व अनिश्चितता ह्या शब्दांची अनेकदा सरमिसळ होते - अगदी 'कॅपुचिनो' व 'लात्ते माचिआतो' हे कॉफीचे प्रकार ओळखण्यात होते तेवढीच. पण परिणाम फार भयाण होतात. जोखीम असते तिथे तुम्ही आकडेमोड करून अंदाज बांधू शकता, पण अनिश्चिततेच्या बाबतीत नाही. जोखीमेच्या ३०० वर्षांच्या शास्त्राला संख्याशास्त्र (स्टॅटिस्टिक्स) म्हणतात. अनेक प्राध्यापक ते शिकवतात, पण अनिश्चिततेवर एकही पुस्तक नाही. त्यामुळे आपण संदिग्धतेला जोखीमेच्या वर्गवारीत घुसडून देतो, पण खरं म्हणजे ती तिथे बसत नाही. आपण दोन उदाहरणे पाहू - एक वैद्यकीय क्षेत्रातले (जिथे ते लागू पडते) आणि दुसरे अर्थशास्त्रातले (जिथे ते लागू पडत नाही).

जगात अब्जावधी माणसे आहेत. आपले शरीर जवळजवळ सारखेच आहे. आपण सगळे एका विशिष्ट सर्वसाधारण उंचीपर्यंत वाढतो (कोणीही १०० फूट उंच कधीही होऊ शकणार नाही), आणि सरासरीसारखे जगतो (कोणीही १०,००० वर्षे किंवा सेकंदाचा १/१००० भाग एवढे जगू शकत नाही). बहुतेक सर्वांनाच दोन डोळे, हृदयात चार झडपा आणि बत्तीस दात असतात. दुसरी प्रजाती आपल्याला एकजिनसी-समसमान समजत असेल - जसे आपण उंदरांना मानतो. त्यामुळे अनेकदा सर्वांना सारखे असणारे रोगही असतात. म्हणून जर आपण म्हणालो की, 'तुम्ही कर्करोगाने मरण्याची शक्यता ३०% आहे', तर ते गैर होणार नाही - पण हे दुसरे विधान करणे निरर्थक आहे - 'पुढच्या ५ वर्षांत युरो गडगडण्याची शक्यता ३०% आहे.' का? कारण अर्थव्यवस्था ही अनिश्चिततेच्या वर्गात मोडते. अशी तुलना करण्याजोगी चलनांची उदाहरणे लक्षावधी नाहीत, ज्यांच्या इतिहासाचा वापर आपण ती शक्यता आजमावण्यासाठी वापरू शकतो. जोखीम व अनिश्चितता ह्यातल्या फरकामुळे जीवन विमा व कर्ज परतफेड चुकविण्याच्या विरुद्धचा विमा (क्रेडिट डिफॉल्ट स्वॉपस्) ह्यातला फरकही स्पष्ट होतो. क्रेडिट डिफॉल्ट स्वॉप हा विशिष्ट थकबाकी विरुद्धचा विमा आहे; म्हणजे एखाद्या कंपनीला परतफेड जमली

नाही तर त्यासाठी. पहिल्या उदाहरणात (जीवन विमा) आपण अनुमान लावू शकणाऱ्या जोखीमेच्या क्षेत्रात आहोत, तर दुसऱ्यात (क्रेडिट डिफॉल्ट स्वॅपस्) आपली गाठ अनिश्चिततेशी पडते. ह्या गोंधळामुळे २००८च्या आर्थिक संकटामध्ये झालेल्या अंदाधुंदीमध्ये आणखी भर पडली. जर तुमच्या कानावर अशी वाक्ये पडली - 'अतिमहागाई (हायपर इन्फ्लेशन)चा धोका 'क्ष'% आहे' किंवा 'आमच्या इक्विटीच्या स्थितीला 'य' जोखीम आहे', तर चिंता करायला लागा.

घाईघाईने कोणतेही निर्णय घेऊ नका, तुम्हाला अनिश्चितता सहन करायला शिकले पाहिजे. ते कठीण आहे आणि तुम्ही प्रत्यक्षपणे त्यावर सक्रीय प्रभाव पाडू शकत नाही. तुमच्या मेंदूतल्या ॲमिग्डेलाचा ह्यात मोठा हात आहे. मेंदूच्या मध्यभागी असलेला हा दाण्याएवढा भाग भावना व स्मृतीवर प्रक्रिया करण्याचे काम करतो. त्याची घडण कशी आहे ह्यावर तुम्ही अनिश्चितता किती सहज सहन करू शकता हे अवलंबून आहे. तुमचा राजकीय कल काय असेल ते यावरून ठरते - अनिश्चिततेचा तुम्हाला जेवढा जास्त तिटकारा असेल तितके तुमचे मत पुराणमतवादित्वाकडे झुकेल. तुमच्या राजकीय मताची मुळे काही प्रमाणात जैविक (बायोलॉजिकल) आहेत.

काही असो, पण ज्यांना सुस्पष्ट विचार करण्याची इच्छा आहे त्यांनी जोखीम आणि अनिश्चिततेतला फरक जाणला पाहिजे. काही मोजक्या जागी आपण फक्त शक्यतांवर भरोसा ठेवू शकतो - जुगारखाने (कॅसिनोज्), नाणेफेक आणि शक्यतांवरची पुस्तके (प्रोबॅबिलिटी). बरेचदा आपल्यापुढे फक्त त्रासदायक अनिश्चितता असते. तिच्याशी तडजोड करून वाटचाल केली पाहिजे.

हेही पहा :

'काळा हंस' (प्र. ७५), 'शक्यतेकडे दुर्लक्ष' (प्र. २५), 'बेस-रेट वास्तवाकडे दुर्लक्ष' (प्र. २८), 'उपलब्धीचा आभास' (प्र. ११), 'पर्यायी वाटा' (प्र. ३९).

८१

'जैसे थे' हा तुमचा बाणा का आहे?

'नैसर्गिक सवयीचा (डिफॉल्ट) परिणाम'

एका रेस्टॉरंटमध्ये एकदा मी वाईनची यादी तणावपूर्ण गोंधळात अडकल्यागत वाचली. Irouleguy? Harslevelu? Susmaniello? मी काही त्यातला तज्ज्ञ नाही, पण तो वाईन विभागाचा कर्मचारी (Sommelier) आपले 'ज्ञान' दाखवून मला दिपवून टाकण्याचा प्रयत्न करतोय हे मला उमगले. शेवटच्या पानावर मला सुटकेचा मार्ग दिसला - आमची स्वत:ची खास फ्रेंच वाईन -Reserve du patron, Bourgogne, ५२. मी लगेच ती मागवली. मी मनात म्हणालो की, इतकी काही वाईट नसणार ती.

गेली अनेक वर्षे माझ्याकडे एक आय-फोन आहे. ते मशीन मला सारेकाही माझ्या सोयी-गरजेनुसार करून देते - 'डेटा'चा वापर, वेगवेगळ्या 'ॲपस्'चे एकत्रित काम करणे, फोनचे कोडिंग (एनक्रिप्शन); अगदी माझ्या फोन कॅमेऱ्याचा शटरचा आवाज किती मोठा असावा हेसुद्धा. ह्यापैकी किती मी करून घेतले, वापरले? बरोबर ओळखलंत - एकही नाही.

उगीच गैरसमजूत नको; मला टेक्नोलॉजीशी वावडे नाही. उलट मी 'नैसर्गिक सवयीच्या परिणामाचा' अजून एक बळी आहे. कुठच्याही गोष्टीचे 'डिफॉल्ट सेटिंग' (कंपनीकडून उत्पादनाच्या वेळी लावलेले) एखाद्या मऊशीर उशीसारखे उबदार व स्नेहमय असते, जिच्यावर आपण खुशीने पहुडतो. मी जसा मेनू कार्डावरची 'आमची खास वाईन' आणि फोनचे फॅक्टरी सेटिंग्ज्वर भागवून नेतो, तसेच बरेचसे लोक

नेहमीच्या सर्वसाधारण पर्यायांना चिकटून बसतात. उदा. नवीन गाडी मार्केटमध्ये आली की जरी अनेक रंगांत उपलब्ध असेल तरी सर्व जाहिरातीत ती एकाच विशिष्ट रंगाची दाखवतात; प्रत्येक माहितीपत्र, कॅटॅलॉग, व्हिडिओ व जाहिरातीत एकाच रंगाची गाडी दिसते. गाडीचा तो रंग पूर्वी घेणाऱ्यांच्या टक्केवारीपेक्षा जाहिरातीत दाखवलेला रंग घेणाऱ्यांची टक्केवारी खूप जास्त असते. बहुतेक जण तो ठरवून ठसवलेला डिफॉल्ट पर्याय निवडतात.

Nudge (नज्) नावाच्या त्यांच्या पुस्तकात अर्थशास्त्रज्ञ रिचर्ड थॅलर आणि कायद्याचे प्राध्यापक कास सनस्टाईन ह्यांनी दर्शवले की, सरकार संविधानाच्या बाहेर न जाता, नागरिकांना एका दिशेला प्रवृत्त करून त्यांचे स्वातंत्र्य कसे जायबंदी करतात. अधिकारस्थानी असणाऱ्यांना फक्त काही पर्याय द्यावे लागतात - आणि त्यात गोंधळणाऱ्या - निर्णय घेऊ न शकणाऱ्यांसाठी एक पूर्वनियोजित (डिफॉल्ट) पर्याय सोईस्करपणे असतो. ह्याच प्रकारे न्यू जर्सी व पेनसिल्वेनिया राज्यांनी आपल्या रहिवाशांना गाडीच्या विम्याच्या दोन पॉलिसी देऊ केल्या. पहिली पॉलिसी स्वस्त होती पण अपघात झाल्यास नुकसानभरपाईचे काही हक्क त्यात डावलले होते. न्यूजर्सीमध्ये ही पॉलिसी स्टॅण्डर्ड (प्रमाण) म्हणून जाहिरात केली गेली आणि बहुतेक लोकांनी ती आनंदाने स्वीकारली. पेनसिल्वेनियामध्ये दुसरी महाग असलेली पॉलिसी स्टॅण्डर्ड (प्रमाण) म्हणून वाखाणली गेली आणि तीच लोकप्रिय ठरून खूप जास्त विकली गेली. त्या दोन्ही राज्यातल्या लोकांना विम्यांतर्गत काय हवे आहे व ते किती खर्च करू इच्छितात, ह्यात फरक नसताना, हा निकाल खूप डोळ्यात भरणारा आहे.

किंवा हा प्रयोग पहा - अवयव दान करणाऱ्यांची संख्या खूप कमी आहे. फक्त ४०% लोक तो पर्याय निवडतात. एरिक जॉन्स आणि डॅन गोल्डस्टाईन ह्या संशोधकांनी लोकांना विचारले की, जर मृत्यू झाला तर ते सक्रीयपणे अवयव दानाला नकार देतील का? त्यामध्ये अवयव दान हा पूर्वनियोजित प्रथम (डिफॉल्ट) पर्याय दिल्यामुळे होकार येण्याचे प्रमाण ४०% वरून ८०% वर गेले. डिफॉल्ट पर्याय 'होकार' असला तर आणि 'नकार' असला तर, ह्या दोहोंतला फरक खूप मोठा होता.

जेव्हा काही स्टॅण्डर्ड (नेमके प्रमाण) पर्याय उघडपणे दिलेला नसतो तेव्हाही 'नैसर्गिक सवयीचा (डिफॉल्ट) परिणाम' आपले काम करत असतो. अशावेळी आपला भूतकाळ आपण डिफॉल्ट सेटिंग (प्रमाण)सारखा वापरतो, 'जैसे थे' (स्टेटस् को) ही अवस्था आपण जास्ती लांबवतो व त्याचे उदात्तीकरण करतो.

माहिती असलेल्या गोष्टींसाठी माणसे आतुर असतात. 'काहीतरी नवे करून पहाणे' आणि 'पूर्वीपासून करत आलेल्या सवयीचा मार्ग' ह्यात निवड करायची झाली तर, जरी बदल केल्याने फायदा होणार असेल तरी आपण जपून वागतो - पुराणमतवादी राहतो. उदाहरणार्थ, माझी बँक दर वर्षाला माझ्या खात्याच्या जमाखर्चाचा अहवाल (अकाऊंट स्टेटमेंट) मला पोस्टाने पाठवण्यासाठी ६0 डॉलर्स फी आकारते. जर मी ते स्वत: इंटरनेटवरून डाऊनलोड केले तर मी तेवढी रक्कम वाचवू शकेन. पण जरी ह्या महागड्या (आणि कागद फुकट घालवणाऱ्या) सेवेचा मला अनेक वर्षे वैताग येत असेल तरी मी ती सवय मोडायला तयार नाही.

तर हा 'जैसे थे' सवयीचा कल कुठून उद्भवतो? सोईस्करपणा खेरीज, 'हानीविषयी तिटकारा' ह्याचाही त्यात कार्यभाग आहे. तुम्हाला आठवत असेल की, तेवढ्याच नफ्याच्या आनंदापेक्षा, त्याच प्रमाणाच्या तोट्याचा आपल्यावर दुप्पट परिणाम होऊन आपण त्रासून जातो. त्यामुळेच, आधीपासून बनलेल्या करारांमध्ये बोलणी करून फेरबदल करणे खूप कठीण होते. व्यावसायिक असो की, वैयक्तिक, दिलेली प्रत्येक सवलत तुम्हाला मिळालेल्या सवलतीपेक्षा दुपटीने अवजड वाटते; म्हणून अशा प्रकारच्या चर्चा तुम्हाला एकंदरीत तोटा झाल्यासारख्याच भासतात.

'डिफॉल्ट परिणाम' आणि 'जैसे थे (स्टेटस् को) कल' दोन्हींमुळे हे स्पष्ट होते की, जरी नुकसान किंवा गैरसोय होत असेल, तरीही आहे त्या परिस्थितीला कवटाळून बसण्याची आपल्याला आत्यंतिक ओढ आहे. 'डिफॉल्ट सेटिंग' बदलले तर आपल्याला माणसाचे वर्तन बदलता येईल.

'कदाचित आपण कोणत्यातरी छुप्या भव्य डिफॉल्ट कल्पनेला अनुसरून आपले आयुष्य जगत असतो', मी जेवताजेवता माझ्या सोबत्याला म्हणालो. मला वाटले की, त्यामुळे त्याला मी एक खोल गहन तत्त्वज्ञानपर चर्चेत गुंतवू शकेन. 'कदाचित त्या दृष्टीने विकास व्हायला काही वेळ जावा लागेल', Reserve du Patron ह्या वाईनचे घोट घेतल्यानंतर तो म्हणाला.

हेही पहा :

'निर्णयाचा शीण' (प्र. ५३), 'निवडीबाबतचा विरोधाभास' (प्र. २१), 'हानीविषयी तिटकारा' (प्र. ३२).

८२

'शेवटची संधी' म्हटले की घाबरगुंडी का उडते?

'खंत वाटण्याची भीती'

दोन कथा - पॉलचे 'अ' कंपनीमध्ये शेअर्स आहेत. एका वर्षी त्याने ते विकून 'ब' कंपनीमध्ये शेअर्स घेण्याचा विचार केला. पण शेवटी त्याने ते केले नाही. आज तो जाणतो की, त्याने तसे केले असते तर त्याला १२०० रु. नफा झाला असता. दुसरी कथा - जॉर्जचे 'ब' ह्या कंपनीत शेअर्स आहेत. त्या वर्षात त्याने ते विकून 'अ' कंपनीचे शेअर्स घेतले. आज तोही जाणतो की जर 'ब' चे शेअर्स ठेवले असते तर त्याला १२०० रु. जास्त मिळाले असते. कोणाला जास्त खंत वाटते?

खंत ही भावना चुकीचा निर्णय घेतल्यामुळे उत्पन्न होते. आपल्याला कोणी दुसरी संधी दिली तर किती बरं होईल असे खूप वाटते. कोणाला जास्त वाईट वाटेल असे विचारता, ८% लोकांनी 'पॉल' म्हटले आणि ९२% लोकांना 'जॉर्ज' असे वाटले. का बरे? वस्तुनिष्ठपणे पाहिले तर दोन्ही परिस्थिती सारख्याच होत्या. पॉल आणि जॉर्ज दोघेही दुर्दैवी होते, चुकीचा स्टॉक निवडला आणि नेमका तेवढाच फटका बसला त्यांच्या खिशाला. एकच फरक - पॉलकडे आधीपासूनच 'अ' कंपनीचे शेअर्स होते, परंतु जॉर्जने ते विकत घ्यायची तसदी घेतली. पॉल निष्क्रीय होता; जॉर्ज सक्रीय होता. पॉल बहुसंख्याकांचे प्रतीक आहे - बहुतेक लोक आपले पैसे आहे तिथे व तसे वर्षानुवर्षे ठेवतात - आणि जॉर्ज हा अपवाद आहे. जो जनसमुदायानुसार वागत नाही, त्याला जास्त खंत वाटते असे दिसते.

नेहमीच असे होत नाही की, जो काही कृती करतो त्यालाच जास्त खंत वाटते. कधीकधी कृती टाळणे हा अपवाद असू शकतो. एक उदा. एक आदरणीय प्रकाशन कंपनी एकटीच झोकदार आकर्षक ई-पुस्तके प्रकाशित करणे साफ नाकारते. पुस्तके कागदाची बनतात, कंपनीचा मालक म्हणतो, आणि ती परंपरा चालू ठेवण्यावर ठाम राहतो. त्यानंतर काही काळाने दहा प्रकाशकांचे दिवाळे निघते. त्यापैकी नऊ जणांनी ई-पुस्तके प्रकाशित करण्याची योजना राबवायचा प्रयत्न केला, जो फसला. शेवटचा बळी गेलेला आपला परंपरागत कागदाची पुस्तके प्रकाशित करणारा होता. कोणाला आपल्या निर्णयाची जास्त खंत वाटेल, आणि कोणाला जास्त सहानुभूती मिळेल? एकदम बरोबर - ई-पुस्तकांविषयी सतत तक्रार करणारा निष्क्रीय प्रकाशक.

अजून एक उदाहरण - 'थिंकींग फास्ट ॲण्ड स्लो' ह्या डॅनिअल काहनेमनच्या पुस्तकातले - प्रत्येक विमान अपघातानंतर त्या एका कमनशिबी माणसाची कहाणी आपण ऐकतो, जो खरं म्हणजे एक दिवस आधी किंवा नंतर जाणार असतो, पण काही कारणास्तव शेवटच्या क्षणी त्याचा बेत बदलतो. तो अपवाद असल्यामुळे, इतर 'नॉर्मल' प्रवासी, ज्यांनी आधीपासूनच त्या दुर्दैवी फ्लाईटचे तिकीट काढले होते - त्यांच्यापेक्षा ह्याच्याबद्दल जास्त करुणा वाटते.

'खंत वाटण्याची भीती' आपल्याला असमंजसपणे वागायला लावू शकते. पोटात खड्डा पडण्याच्या भयंकर भावनेला टाळण्यासाठी, आपण सावधपणे परंपरागत वागू पाहतो, म्हणजे बहुसंख्य जनसमुदायापासून आपण फार लांब भटकत नाही. ह्यापासून कोणीही सुरक्षित नाही - अगदी आत्मविश्वासाचा कळस असलेले शेअर ट्रेडर्स (गुंतवणूकदार)सुद्धा. प्रत्येक वर्षी ३१ डिसेंबरला (ज्या दिवशी वर्षभराच्या कामाचा आढावा घेऊन बोनस किती मिळेल ते ठरवले जाते) ते आपल्याकडचे सारे अनोखे स्टॉक्स विकण्याची प्रवृत्ती दाखवतात - आणि बहुसंख्यात सामील होऊ पाहतात, असे संख्याशास्त्र प्रमाणासहित दाखवून देते. त्याचप्रमाणे 'खंत वाटण्याची भीती' (आणि 'आत्मगंडाचा (endowment) प्रभाव') तुम्हाला आता ज्या उपयोगी पडणार नाहीत अशा वस्तूही टाकून देऊ देत नाही. त्या जुन्या झिजलेल्या टेनिसच्या बुटांची परत गरज लागली तर - अशा अशक्यप्राय गोष्टी झाल्यास खंत वाटेल अशी भीती तुम्हाला वाटते.

'खंत वाटण्याच्या भीतीला' जेव्हा 'शेवटची संधी' ही जोड मिळते, तेव्हा ती खरंच वैताग आणते. सफारीचे माहितीपत्रक अशी ग्वाही देते की, 'गेंडा ही प्रजाती लुप्त होण्याआधी पाहण्याची' ही शेवटची संधी आहे? ह्या आधी जर तुम्हाला त्यात काहीही रस नसेल तर आता तो पहायला तुम्ही इतक्या दूर टान्झानियाला

विमानप्रवास करून का जाल? ते तर्कनिष्ठ नाही.

आपण असे मानूया की, आपले स्वत:चे घर असावे, असे तुमचे खूप वर्षांपासूनचे स्वप्न आहे. जमीन आता दुर्मीळ होत आहे. समोर तलावाचा देखावा असणारे आता थोडेच प्लॉट उरले आहेत. आता तीन - मग दोन... आणि शेवटी एकच राहिलाय. ही तुमची शेवटची संधी आहे! हा विचार डोक्यात थैमान घालत असताना तुम्ही हार मानता आणि अव्वाच्यासव्वा किमतीला तो जमिनीचा तुकडा विकत घेता. 'खंत वाटण्याच्या भीतीने' तुम्हाला फसवले आणि असा भ्रम निर्माण केला की, ही एकुलती एक संधी आहे. पण खरं म्हणजे अशा तलावासमोरच्या प्लॉटच्या ऑफर येत राहतील. त्या इस्टेटीच्या बाकीच्या जागेची विक्रीही कधी ना कधी होणारच आहे. 'शेवटची संधी' म्हटले की, आपण सैरभैर होतो; आणि 'खंत वाटण्याची भीती' भल्याभल्या थंड डोक्याच्या व्यक्तीलाही चीत करू शकते.

हेही पहा :

'टंचाईची गफलत' (प्र. २७), 'आत्मगंडाचा प्रभाव' (प्र. २३), 'पर्यायी वाटा' (प्र. ३९), 'बांधणी' (प्र. ४२).

८३

नेत्रदीपक माहितीमुळे आपले डोळे का दिपतात?

'ठळकपणाचा परिणाम' (Salience Effect)

कल्पना करा की, मारिजुआनाचा विषय गेले काही महिने प्रसारमाध्यमांत चर्चिला जात आहे. टेलीव्हिजनच्या कार्यक्रमात चरसी लोक, छुप्या पद्धतीने मारिजुआनाची लागवड व विक्री करणारे लोक दाखवले जात आहेत. अवघ्या १२ वर्षांच्या मुली चिलीम फुंकतायत असे फोटो वर्तमानपत्रात छापले जातायत. त्याविषयी वैद्यकीय माहितीवजा धोक्याची सूचना व अमली पदार्थ सेवनाच्या सामाजिक व तत्त्वज्ञानात्मक प्रभावाविषयी रकानेच्या रकाने लिहिले जात आहेत. सर्वांच्या तोंडी मारिजुआना हा विषय आहे. आपण असे गृहीत धरू की, मारिजुआनाच्या सिगरेट ओढल्याने ड्रायव्हिंगवर काही परिणाम होत नाही. जसे कोणीही कधीतरी अपघात करतात, तसेच कधीमधी चिलीम फुंकल्यावरही गाडी चालवताना त्या व्यक्तीचा अपघात होऊ शकतो - फक्त योगायोगाने.

कर्ट हा एक स्थानिक पत्रकार आहे. एका संध्याकाळी तो एका अपघात स्थळाच्या बाजूने गाडी चालवत जातो. एक गाडी झाडाला आदळलेली दिसते. कर्टचे स्थानिक पोलिसांशी चांगले संबंध असल्यामुळे त्याला कळते की, गाडीच्या मागच्या सीटवर मारिजुआना सापडला आहे. तो तातडीने बातमीकक्षात येऊन मथळा लिहितो - 'मारिजुआनाने अजून एका वाहनचालकाला ठार मारले.'

वर सांगितल्यानुसार, आपण हे गृहीत धरतोय की, मारिजुआना आणि गाडीचे अपघात ह्यामध्ये काही संख्याशास्त्रीय ताळमेळ नाही - नाते शून्य आहे. म्हणजेच कर्टचा मथळा बिनबुडाचा ठरतो. तो 'ठळकपणाच्या परिणामाच्या' प्रभावाचा शिकार झाला आहे. एखादी ठळकपणे उठून दिसणारी गोष्ट, लक्ष वेधून घेणारा गुण, काही वैशिष्ट्य, नजर वेधून घेईल असे काही - अशा सगळ्या गोष्टींचे संबोधन 'ठळकपणाच्या परिणामा'मध्ये केले जाते. त्यामुळे अशा नजरेत भरणाऱ्या गोष्टीला अवाजवी महत्त्व दिले जाते. ह्या अपघातात मारिजुआना ही ठळक गोष्ट असल्यामुळे, कर्टला वाटते की, तेच अपघाताचे कारण आहे.

काही वर्षांनी कर्ट उद्योगधंद्यासंबंधीच्या पत्रकारितेमध्ये शिरतो. जगातल्या एका मोठ्या कंपनीने नुकतेच जाहीर केले आहे की, ते एक महिलेला बढती देऊन सी.ई.ओ. म्हणून नियुक्त करत आहेत. ही एक मोठी बातमी आहे. कर्ट आपला लॅपटॉप उघडून आपले टिप्पणीवजा मत-विचार लिहू लागतो - 'केवळ ती स्त्री आहे म्हणूनच तिला ते स्थान मिळाले आहे;' तो लिहितो. खरे म्हणजे, त्या बढतीचे लिंगाशी काही देणेघेणे नाही; विशेष लक्षात घेण्याची गोष्ट म्हणजे सर्व वरच्या जागी पुरुष होते. जर स्त्रियांना वरिष्ठ - नेतेपद देणे इतके महत्त्वाचे असते, तर इतर कंपन्यांनीही आतापर्यंत ते केले असते. पण ह्या कहाणीमध्ये लिंग ही ठळकपणे लक्षात येण्याजोगी बाब होती, आणि म्हणून त्याला अवास्तव महत्त्व देण्यात आले.

'ठळकपणाच्या परिणामाला' फक्त पत्रकार बळी पडतात असे नव्हे. आपण सारेच एका माळेचे मणी. दोन माणसे बँक लुटतात. अल्पावधीतच त्यांना अटक होते. ते नायजेरियन आहेत असे समजते. जरी कोणतीही जमात अति जास्त प्रमाणात बँकवर दरोडे घालत नाही हे खरे असले, तरी ह्या वेळच्या दरोड्यात उठून दिसणारी तीच एक माहिती होती. 'कायद्याची तमा न बाळगणारे उपरे विदेशी लोक', तुम्ही स्वत:शी म्हणता. जर एखाद्या अर्मेनियनने बलात्कार केला तर त्याचा धब्बा सर्व अर्मेनियन लोकांवर लागतो, त्यामागे वेगळे घटक कारणीभूत असू शकतात, जे अमेरिकन लोकांतही असतात, हे कोणी ध्यानात घेत नाही. अशा तऱ्हेने पूर्वग्रह निर्माण होतात. स्थलांतरित झालेल्या परदेशी लोकांमधले बहुतांश लोक कायद्याच्या परिघातच राहतात ह्याचा सहज विसर पडतो. आपल्याला नेहमी नकोसे असलेले अपवाद लक्षात राहातात - ते तर अधिकच ठळकपणे नजरेस येतात. त्यामुळे जेव्हा स्थलांतरित परदेशी (इमिग्रन्टस्) सामील असतात तेव्हा नकारात्मक ठळक घटनांची प्रथम आठवण येते.

'ठळकपणाच्या परिणामामुळे' आपण भूतकाळातल्या गोष्टींचा अर्थ तर लावतोच, पण भविष्याचे चित्र कसे रंगवतो ह्यावरही त्याचा प्रभाव पडतो. डॅनिअल काहनेमन व त्याचा संशोधक साथी ॲमॉस वेस्कीं ह्यांनी शोध लावला की, आपण भविष्याचा अदमास लावताना अशा डोळ्यात भरणाऱ्या ठळक घटकांना अवाजवी महत्त्व देतो. भांडवल गुंतवणारे सनसनाटी बातम्यांकडे विशेष लक्ष का देतात त्याचे उत्तर इथे मिळते - (उदा. एखादा सी.ई.ओ. बडतर्फ होणे); त्याउलट कमी धडाकेबाज बातमी (उदा. कंपनीच्या नफ्यामध्ये वर्षानुवर्षे होत गेलेली वाढ) त्यांच्या फारशी लक्षात रहात नाही. 'ठळकपणाच्या परिणामाचा' प्रभाव व्यावसायिक विश्लेषक तज्ज्ञही नेहमी टाळू शकत नाहीत.

तात्पर्य - 'ठळक माहिती'चा खूप मोठा प्रभाव आपल्या आचार-विचारांवर पडतो. सुज्ञ-छुप्या, नजरेत न भरणाऱ्या, हळूहळू तयार होत जाणाऱ्या घटकांकडे आपण सहसा दुर्लक्ष करतो. अकस्मात होणाऱ्या अपवादात्मक गोष्टींनी डोळे दिपू देऊ नका. एखाद्या पुस्तकाचे मुखपृष्ठ आगीच्या बंबाच्या रंगासारखे लालभडक असले आणि ते समजा लोकप्रिय पुस्तकांच्या यादीत झळकले तर तुम्ही लगेच समज करून घेता की, आकर्षक कव्हरमुळेच त्या पुस्तकाला यश मिळाले. नाही - तसे करू नका. वर वर स्पष्ट दिसणाऱ्या कारणांशी सामना करण्यासाठी लागणारी मानसिक ताकद गोळा करा.

हेही पहा :

'दिव्यप्रभेचा परिणाम' (प्र. ३८), 'प्रथमदर्शनाचा आणि नुकत्याच कळलेल्या माहितीचा प्रभाव' (प्र. ७३), 'पुष्टीकरणाचा कल' (प्र. ७, ८), 'भरवून दिलेला एकसुरी विचार' (प्र. ३१), 'श्रेय देण्यामागची मुलभूत चूक' (प्र. ३६), 'निमिषार्धात समस्यापूर्ती' (प्र. ६६).

८४

पैसे नागवे का नसतात?

'खिशातल्या (सहजप्राप्त) पैशांचा प्रभाव'

१९८०च्या शतकातल्या एक वर्षातला शिशिरातला सुसाट वाऱ्याचा दिवस. फुटपाथवर ओली पाने भिरभिर उडत होती. सायकल ढकलत टेकडीवरून शाळेत जात असताना माझ्या पायाशी एक वेगळेच विचित्र पान दिसले. ते मोठे आणि काळपट तपकिरी रंगाचे होते. वाकून ते उचलल्यावरच माझ्या लक्षात आले की, ती एक ५०० स्विस फ्रॅन्क्सची नोट होती. त्या काळी त्याचे मूल्य जवळजवळ २५० डॉलर्स होते - एका शाळकरी पोरासाठी जणू एक डबोलेच. ते पैसे माझ्या खिशात फारच कमी वेळ टिकले. लवकरच मी एक झक्कास महागडी सायकल घेतली जिला डिस्क ब्रेकस् आणि शिमानो गिअर्स होते; त्या वेळचे सर्वोत्तम मॉडेल. मजा म्हणजे माझी जुनी सायकल अगदी व्यवस्थित चालत होती.

खरं सांगायचे तर त्या वेळी मी काही अगदी कफल्लक नव्हतो. परिसरातल्या शेजाऱ्यांच्या अंगणातली हिरवळ कापून स्वच्छ ठेवून मी काही शेकडा पैसे जमवले होते. पण इतक्या दिवसात माझे कष्टाचे पैसे अशा काही अनावश्यक गोष्टींवर खर्च करायचा विचारही माझ्या मनात आला नव्हता. जास्तीत जास्त ऐश म्हणजे कधीतरी मी सिनेमाला जायचो. नंतर विचार केल्यावर मला जाणवले की, माझे वागणे किती उतावळे, असमंजसपणाचे होते. पैसा, शेवटी पैसा आहे. पण आपण तसा विचार करत नाही. पैसा कसा मिळतो, त्यावर तो वापरायची कृती अवलंबून असते. पैसा हा नागवा नसतो; त्यावर भावनांचे वस्त्र लपेटलेले असते.

दोन प्रश्न - तुम्ही वर्षभर मेहनत केली आहे. बारा महिन्यांनंतर तुमच्या खात्यात २०,००० डॉलर्सची जादा रक्कम जमा झाली आहे. तुम्ही काय करता? (अ) बँकेत आहे तशी ठेवता, (ब) गुंतवणूक करता, (क) जरुरीच्या गोष्टींसाठी वापरता, उदा. बुरसटलेले जुने स्वयंपाकघर पूर्ण रिनोवेट करून नव्यासारखे करता किंवा गाडीचे जुने टायर बदलता, (ड) एक अलिशान सुखसोयीयुक्त जहाजाच्या सहलीसाठी पैसे भरता.

जर तुम्ही बऱ्याचशा लोकांसारखा विचार करत असाल तर तुम्ही अ, ब किंवा क पर्याय निवडाल.

दुसरा प्रश्न - तुम्ही लॉटरीमध्ये २०,००० डॉलर्स जिंकता. ते तुम्ही कसे वापराल? वरील अ, ब, क, ड पर्यायांमधून निवडा. बहुतांश लोक आता क किंवा ड निवडतात. आणि अर्थात, तसे करून ते आपली चुकीची विचारप्रणाली उघडकीस आणतात. तुम्ही इथून तिथून कसेही मोजले तरी २०,००० डॉलर्स म्हणजे २०,००० डॉलर्सच असणार आहेत.

आपण कॅसिनो (जुगारखाना)मध्ये असे भ्रम सहज पाहतो. एक मित्र रुले टेबलावर १००० डॉलर्स पैजेखातर लावतो - आणि सर्व गमावतो. त्याला विचारले तर म्हणतो - 'मी काही (माझे) १००० डॉलर्स जुगारात घालवले नाहीत. ते मी आधी असेच जिंकलो होतो.' 'पण त्याचे मूल्य तेवढेच आहे!' मी म्हणालो. हसत हसत त्याचे उत्तर येते - 'माझ्या लेखी नाही.'

कष्टाने कमवलेल्या पैशापेक्षा, असे जिंकलेले, सापडलेले किंवा वारसाहक्काने मिळालेले पैसे आपण उत्छृंखल रीतीने वापरतो. अर्थशास्त्रज्ज्ञ रिचर्ड थॅलर ह्याला 'खिशातल्या (सहजप्राप्त) पैशांचा प्रभाव' म्हणतात. त्यामुळे आपण जास्त धोके पत्करायला प्रवृत्त होतो, आणि त्यामुळेच लॉटरी जिंकणाऱ्यांची स्थिती पुढे आधीपेक्षा वाईट होते. तो वाक्प्रचार 'थोडी जीत, थोडी हार' म्हणजे खऱ्या नुकसानावर पांघरूण घालण्यासारखे आहे.

थॅलरने त्याच्या विद्यार्थ्यांना दोन गटात विभागले. पहिल्या गटाला सांगितले की, त्यांनी ३० डॉलर्स जिंकले आहेत आणि नाणेफेक करून त्यांना पुढचे पर्याय उपलब्ध आहेत. छापाकाट्यात, काटा आला तर ते ९ डॉलर्स जिंकतील, आणि छापा पडला तर ९ डॉलर्स हरतील. ७०% विद्यार्थ्यांनी ती जोखीम घ्यायचे ठरवले. दुसऱ्या गटाला सांगण्यात आले की, त्यांना काहीही बक्षीस मिळालेले नाही, पण त्यांच्यापुढे हा पर्याय आहे की, त्यांना ३० डॉलर्स मिळतील, किंवा ते नाणेफेकीत भाग घेऊ शकतील, ज्यात छापा आला तर त्यांना २१ मिळतील आणि काटा आला

तर रु. ३९ डॉलर्स मिळतील. दुसरा गट जरा जपून विचारपूर्वकपणे वागला. फक्त ४३% जणांनी तो नाणेफेकीचा जुगार खेळायची तयारी दर्शवली - खरं म्हणजे दोन्ही वेळी पर्यायांचे मूल्य ३० डॉलर्स हेच होते.

मार्केटिंगच्या योजना आखणारे 'खिशातल्या (सहजप्राप्त) पैशांचा प्रभावा'चा फायदा नेमका ओळखतात. तुम्ही जेव्हा तो करार मंजूर करता तेव्हा ऑनलाईन जुगाराच्या साईटस् तुम्हाला '१०० डॉलर्स उधार' बक्षीस म्हणून देतात. तुम्ही फॉर्म भरलात की, क्रेडिट कार्ड कंपन्याही तेच करतात. विमान प्रवासाच्या कंपन्या काही हजार 'माईल्स्' देऊन फ्रिक्वेंट फ्लायर क्लब (वरचेवर प्रवास करणारे)मध्ये घेतात. तुम्हाला खूप फोन कॉल्स् करायची सवय व्हावी म्हणून फोन कंपन्या सुरुवातीला फुकट कॉल्स् करायची सुविधा देतात.

तात्पर्य - तुम्ही पैसे जिंकलात किंवा कोणत्याही उद्योगाने (बिझनेस) तुम्हाला काही फुकट देऊ केले, तर सावधान! शक्य आहे की, केवळ उत्फुल्ल झाल्यामुळे तुम्ही दामदुपटीने त्याची परतफेड कराल. अशा मोफत भासणाऱ्या पैशांचे फसवे दिखाऊ कपडे फाडणे जास्त योग्य ठरेल. त्यांना कामकरी लोकांचे कपडे चढवा. ते तुमच्या खात्यात घाला किंवा तुमच्या स्वतःच्या कंपनीत गुंतवा.

हेही पहा :

'आत्मगंडाचा प्रभाव' (प्र. २३), 'टंचाईची गफलत' (प्र. २७), 'हानीविषयी तिटकारा' (प्र. ३२).

८५

नवीन वर्षाचे नियम – ठराव कुचकामी का ठरतात?

'दिरंगाई'

एक मित्र, लेखक, जो भावना शब्दात गुंतवायची कला जाणतो - आपण त्याला कलाकार म्हणूया - दर ७ वर्षांनी साधारण १०० पानी बेताची अशी पुस्तके लिहितो. म्हणजे दर दिवशी तो फक्त दोन वाक्यांपुढे जात नाही. एवढी सुमार उत्पादकता का, असे विचारल्यावर तो म्हणतो - 'लिहिण्यासाठी पूर्वतयारी म्हणून संशोधन करणे प्रत्यक्ष लिखाण करण्यापेक्षा कितीतरी आनंदमय आहे.' म्हणून, आपल्या मेजावर बसून तो इंटरनेटवर तासन्तास अत्यंत टुकार पुस्तके चाळण्यात घालवतो - ह्या आशेने की, कधीतरी त्याला एखादी उत्कृष्ट पण विस्मरणात गेलेली कथा सापडेल. एकदा त्याला ती योग्य स्फूर्ती मिळाली की, तो स्वत:ला पटवतो की, 'योग्य मनस्थिती (मूड)' असल्याशिवाय लिखाण सुरू करण्यात काही अर्थ नाही. दुर्दैवाने तशी मनस्थिती होणे विरळा.

दुसऱ्या एका मित्राने धूम्रपान (स्मोकिंग) सोडण्याचा प्रयत्न गेली दहा वर्षे दररोज केला. प्रत्येक सिगरेट त्याची 'शेवटची' होती. आणि मी? माझे उत्पन्न कराचे पेपर (इन्कम टॅक्स रिटर्नस्) गेले सहा महिने माझ्या मेजावर अर्धवट अवस्थेत पडलेले आहेत. ते आपोआप पूर्ण होतील अशी आशा मी अजूनही सोडली नाही.

'दिरंगाई' म्हणजे नकोशा पण महत्त्वाच्या गोष्टी टाळण्याचा कल. जिमकडे जायचा कष्टमय प्रवास, सध्यापेक्षा स्वस्त विमा पॉलिसीकडे स्थलांतर, आभार

मानणारी पत्रे लिहिणे, नववर्षाच्या प्रतिज्ञा करणे हे काही उपयोगाच्या नाहीत. आपल्याला माहिती असते की, ह्या गोष्टी आपल्या फायद्याच्या आहेत; मग आपण त्या लांबणीवर का टाकतो? पेरणी आणि कापणीच्या मध्ये लागणाऱ्या वेळामुळे. त्या दोहोंमध्ये दुवा सांधण्यासाठी खूप मोठ्या प्रमाणात उच्च प्रतीची मानसिक ऊर्जा लागते. मानसशास्त्रज्ञ रॉय बॉमायस्टर ह्यांनी एका उत्तम चतुर प्रयोगाद्वारे ते दाखवून दिले. चॉकलेट कुकीजचे बेकिंग होत असलेल्या ओव्हन (भट्टी) समोर त्यांनी विद्यार्थ्यांना बसवले. त्यांचा रुचकर गंध खोलीभर पसरत होता. मग त्यांनी ओव्हनशेजारी वाडगा भरून मुळे ठेवले आणि विद्यार्थ्यांना सांगितले की, ते हवे तेवढे खाऊ शकतात, पण कुकीजना हात लावू शकत नाहीत. नंतर त्यांनी त्यांना त्या खोलीत ३० मिनिटे एकटे सोडले. दुसऱ्या गटातल्या विद्यार्थ्यांना हव्या तेवढ्या कुकीज खायची मुभा होती. त्यानंतर दोन्ही गटांना एक कठीण गणित सोडवायला दिले. कुकीज खायची परवानगी नसलेल्या गटाने, ती मनसोक्त खाऊ शकणाऱ्या गटापेक्षा दुप्पट लवकर हात टेकले. स्वत:वर ताबा ठेवण्यासाठी किंवा मन:शक्ती एकवटण्यासाठी त्यांनी आपली मानसिक ऊर्जा खर्च केली होती - जिची आवश्यकता आता त्यांना गणित सोडवण्यासाठी भासत होती. इच्छाशक्ती एखाद्या बॅटरीसारखी असते, निदान अल्पावधीसाठी. ती खर्ची पडली तर पुढच्या कामाच्या पूर्तीत अडथळा येतो.

ही एक मूलभूत अंतर्दृष्टी (इनसाईट-आकलन) आहे. इच्छाशक्ती तिन्हीत्रिकाळ उपलब्ध नसते. ती परत भरून काढायला वेळ लागतो. पण त्यासाठी फक्त रक्तातली शर्करा वाढवायची तजवीज करून मग शांतपणे वाट पाहणे पुरेसे असते.

जरी व्यवस्थित खाणे आणि मधेमधे नीट विश्रांती घेणे महत्त्वाचे असले तरी त्या पुढची पायरी म्हणजे सरळ मार्गावर राहण्यासाठी वेगवेगळ्या युक्त्या वापरणे. त्यामध्ये एकाग्रता चाळवणाऱ्या गोष्टी टाळणे आले. मी जेव्हा कादंबरी लिहितो तेव्हा मी इंटरनेट बंद ठेवतो. एखाद्या अवघड जागी अडकल्यावर ऑनलाईन जाण्याचा मोह अनावर होतो. अंतिम मुदत (शेवटची तारीख) ठरवण्याची क्लृप्ती खूपच परिणामकारक ठरते. डॅन एरिएली ह्या मानसशास्त्रज्ञाने शोधून काढले की, अतिरिक्त अधिकाऱ्याने - उदा. शिक्षक किंवा आय.आर.एस. - जर तारीख ठरवली तर ती सर्वात जास्त प्रभावी होते. स्वनियोजित अंतिम मुदत ठरवताना ते काम आणखी छोट्या भागात विभागून, प्रत्येक भागाची एक तारीख ठरवली तरच उपयुक्त ठरते. म्हणूनच संदिग्ध तऱ्हेच्या नववर्ष प्रतिज्ञा फोल ठरतात.

स्वत:ला खडबडून हलवा. 'दिरंगाई' करणे असमंजसपणा आहे, पण हा माणसाचा स्थायीभाव आहे. त्याला नामोहरम करण्यासाठी वेगवेगळ्या पद्धतींचा एकत्रित वापर करा. माझ्या शेजारणीने तिचा पी.एच.डी. प्रबंध ह्या तऱ्हेने फक्त तीन महिन्यांत लिहिला. तिने इंटरनेट कनेक्शन व फोन नसलेली एक छोटी खोली भाड्याने घेतली. मग तिने प्रत्येक भागासाठी एक अशा तीन तारखा ठरवल्या. जो कोणी ऐकून घेईल त्याला तिने त्या तीन तारखा सांगितल्या आणि तिच्या बिझनेस कार्डांच्या मागेही त्या छापल्या - अशा प्रकारे तिने वैयक्तिक अंतिम मुदतीला सार्वजनिक करून टाकले. जेवताना आणि संध्याकाळी मोकळ्या वेळात फॅशन मासिके वाचून आणि मस्त गाढ झोप काढून ती स्वतःला ताजेतवाने करत राहिली.

हेही पहा :

'वगळण्याचा कल' (प्र. ४४), 'आखणी मांडण्यामागचा गैरसमज' (प्र. ९१), 'कृतीची प्रवृत्ती' (प्र. ४३), 'जाणूनबुजून दुर्लक्षाचा कळस' (प्र. ५१), 'झायगरनिक परिणाम' (प्र. ९३).

८६

स्वत:चा किल्ला स्वत: बांधा

'मत्सर'

तीन घटनात्मक दृष्ये - कुठचे तुम्हाला जास्त त्रासदायक वाटेल? (अ) तुमच्या मित्रांचे पगार वाढतात. तुमचा तोच राहतो. (ब) त्यांचा आणि तुमचा पगार आहे तसाच राहतो. (क) त्यांची सरासरी पगार कपात होते आणि तुमचीही.

तुमचे उत्तर जर 'अ' असेल तर चिंता नको, ते अगदी सहाजिक आहे - तुम्ही मत्सराला बळी पडला आहात.

ही एक रशियन कथा आहे - एका शेतकऱ्याला एक जादूचा दिवा सापडतो. तो घासल्यावर अचानक एक जीनी (जादूचा राक्षस) अवतरतो आणि त्याला एक इच्छा पूर्ण करायचे वचन देतो. शेतकरी थोडा विचार करून मग म्हणतो - 'माझ्या शेजाऱ्याकडे एक गाय आहे. माझ्याकडे नाही. मी अशी इच्छा मागतो की, त्याची गाय मरून पडावी.'

कितीही विचित्र वाटले तरी तुम्हाला त्या शेतकऱ्याचे पटू शकते. खरं सांगा - अशा प्रकारचा विचार तुमच्या मनाला कधी ना कधी शिवला असेल ना? कल्पना करा की, तुमच्या सहकाऱ्याला बोनस म्हणून मोठी रक्कम मिळते आणि तुम्हाला फक्त एक गिफ्ट सर्टिफिकेट; तुम्हाला मत्सर वाटतो. त्यामुळे असमंजसपणाने विक्षिप्त वागण्याची एक जणू साखळीच सुरू होते. तुम्ही त्याला मदत करायची बंद करता, त्याच्या योजना हाणून पाडता; कदाचित त्याच्या पोर्शे गाडीचे टायर पंक्चर

करता आणि जेव्हा स्कीईंग करताना त्याचा पाय मोडतो तेव्हा तुम्हाला आनंदाच्या छुप्या उकळ्या फुटतात.

सर्व भावनांमध्ये मत्सर ही सर्वात मूर्खपणाची भावना आहे. का? कारण तिला गप्प बसवणे सहजशक्य असते. राग, दु:ख किंवा भीतीचे तसे नसते. बाल्झाकच्या लिखाणानुसार 'मत्सर हा सर्वात मूर्खपणाचा दुर्गुण आहे, कारण त्यामुळे कसलाच लाभ होत नाही, ना हित.' थोडक्यात मत्सर हा स्तुतीचा एक सच्चा प्रकार आहे; अन्यथा तो वेळेचा निव्वळ अपव्यय आहे.

अनेक गोष्टींमुळे मत्सर जागा होतो. स्वामित्व, हुद्दा किंवा सामाजिक स्थान, आरोग्य, तारुण्य, कलाकौशल्य, लोकप्रियता, सौंदर्य. बरेचदा मत्सर आणि हेवा ह्यात काही फरक नाही असा गैरसमज होतो, कारण त्यांच्यामुळे होणाऱ्या शारीरिक प्रतिक्रिया सारख्या असतात. मग फरक काय? मत्सर एखाद्या गोष्टीमुळे उद्‌भवतो (स्थान, पैसा, आरोग्य इ. इ.). हेवा एखाद्या तिसऱ्या व्यक्तीच्या वागण्यामुळे वाटतो. मत्सर व्हायला दोन व्यक्ती पुरतात. हेवा वाटण्यासाठी तिघांची गरज असते. पीटरला सॅमचा हेवा वाटतो, कारण शेजारची सुंदर मुलगी त्याच्याऐवजी त्याला फोन करते.

मत्सरामुळे आपण आपला कडव्या रोषाचा मारा अशा लोकांवर करतो ज्यांचे वय, करीअर व घरऐवज जवळजवळ आपल्यासारखेच असते, हा खरा विरोधाभास आहे. गेल्या शतकाआधीच्या उद्योगपतींविषयी आपल्याला मत्सर वाटत नाही. आपण झाडे किंवा प्राण्यांवर डूख धरत नाही. एवढेच नव्हे, तर दुनियेच्या दुसऱ्या टोकावर राहणाऱ्या अतिश्रीमंत लोकांचाही मत्सर आपल्याला वाटत नाही - फक्त आपल्या शहराच्या दुसऱ्या भागात राहणाऱ्यांचा मत्सर वाटतो. एक लेखक म्हणून मला संगीतकार, मॅनेजर्स किंवा डेंटिस्टचा मत्सर वाटत नाही, पण इतर लेखकांचा वाटतो. तुम्ही सी.ई.ओ. असाल तर तुमच्याहून मोठ्या दुसऱ्या सी.ई.ओ.चा मत्सर तुम्हाला वाटतो. सुपर मॉडेल असाल तर इतर सुपर मॉडेल्स्चा वाटतो. ॲरिस्टॉटल हे जाणत होता ; 'कुंभार, दुसऱ्या कुंभारावर जळतात.'

त्यावरून आपण एका उत्कृष्ट व्यावहारिक गफलतीकडे येतो. असे समजू की, आर्थिक भरभराट झाल्यामुळे तुम्ही न्यूयॉर्कच्या गिचमिड गलिच्छ भागातून मॅनहॅटनच्या अपर इस्ट (चांगल्या) भागात जाता. पहिले काही आठवडे तुम्हाला मध्यवर्ती भागात असल्याचा आनंद होतो. तुमचे मित्र नवे घर व तुमचा पत्ता पाहून प्रभावित झाल्याचे पाहून मजा वाटते. पण लवकरच तुमच्या लक्षात येते की, तुमच्या आजूबाजूला वेगवेगळी अलिशान घरे आहेत. तुमच्या पूर्वीच्या शेजारी-दोस्तांना

मागे सोडून तुम्ही एक नवा गट निवडला आहे - अन् तो बराच श्रीमंत आहे. आधी ज्या गोष्टींचा त्रास झाला नव्हता त्या आता नडतायत. ह्याचा परिणाम म्हणजे मत्सर आणि सामाजिक स्थानाविषयी तणाव. मत्सराला आळा कसा घालायचा? सर्वप्रथम, स्वत:ची तुलना इतरांशी करू नका. दुसरे - आपल्या 'लायकीचे - बरोबरीचे वर्तुळ' शोधा आणि ते तुम्ही स्वत: भरा. एखादी अशी खास जागा बनवा जिथे तुम्ही सर्वोत्तम असाल. तुमचे कौशल्य कितीही छोट्या परिघातले असले तरी बेहत्तर. त्या किल्ल्याचे तुम्ही राजे असाल हे महत्त्वाचे.

सर्व भावनांप्रमाणे मत्सराचाही उगम आपल्या उत्क्रांतीमध्ये - भूतकाळात आहे. शेजारच्या गुहेतल्या आदिमानवाने जर शिकार केलेल्या मॅमथचा (हत्ती) मोठा हिस्सा घेतला, तर हरणाऱ्यासाठी कमी उरतो. मत्सरामुळे आपण त्यासाठी काही पावले उचलू लागलो. जे संथ-सुस्त (Laisser-faire) होते ते शिकारी-अन्न गोळा करणाऱ्या मानव जनुकांच्या समूहातून नाहीसे झाले; अगदी टोकाच्या घटनांमध्ये इतरांची मेजवानी सर्रास चालू असताना ते उपासमार होऊन मेले. आपण मत्सर करणाऱ्यांचे वंशज आहोत. पण आजच्या दुनियेत, मत्सराची गरज उरली नाही. माझ्या शेजाऱ्याने पोर्शे गाडी घेतली, म्हणजे त्याने माझ्याकडून काही हिरावून घेतले असे नव्हे.

मला जेव्हा मत्सराच्या उकळ्या फुटत असतात, तेव्हा माझी पत्नी मला आठवण करून देते - 'मत्सर केला तरी चालेल - पण फक्त अशा माणसाचा ज्याच्यासारखे व्हायची तुला ईर्षा आहे.'

हेही पहा :

'सामाजिक तुलनेचा कल' (प्र. ७२), 'सुख-सोयींचे ट्रेडमिल' (प्र. ४६).

८७

सांख्यिक माहिती (स्टॅटिस्टिक्स) पेक्षा कादंबऱ्या का आवडतात?

'मानवीकरण'

धारातीर्थी पडलेल्या सैनिकांच्या शवपेट्यांचे फोटो दाखवायला अमेरिकन प्रसारमाध्यमांना अठरा वर्षे बंदी होती. नियमानुसार, काहीही प्रकाशित करण्याआधी त्यांच्या कुटुंबाची परवानगी घेणे आवश्यक होते, पण तो नियम वस्तुतः राबवणे कठीण होते. ही बंदी खरं तर का आणली होती? युद्धाची खरी किंमत दडवण्यासाठी. किती जीवहानी झाली हे माहिती करून घेणे कठीण नाही; पण मृतांची संख्या जाणून आपण अंतर्बाह्य गोठतो. व्यक्ती, विशेषतः मृत व्यक्ती, आपल्या मनात भावनांचे काहूर माजवतात.

असे का होते? युगायुगापासून, जीवित राहण्यासाठी 'गट/कळप' फार महत्त्वाचे राहिले आहेत. गेल्या १,००,००० वर्षांच्या कालावधीत, इतर कसे विचार करतात, त्यांना काय, कसे वाटते, ह्याबद्दल एक उच्चस्तरीय जाणीव आपण आपल्यात निर्माण केली आहे. विज्ञान त्याला 'मनाचा सिद्धांत' म्हणते. ते दर्शविण्यासाठीचा एक प्रयोग पहा - तुम्हाला १०० डॉलर्स देण्यात आले आहेत व ते तुम्ही एक अपरिचित त्रयस्थाबरोबर वाटून घ्यायचे आहेत. त्याची वाटणी कशी करायची हे तुमच्यावर आहे. दुसऱ्याने ते आनंदाने मानले तर ते पैसे त्या तऱ्हेने वाटले जातील. जर त्या व्यक्तीला तुम्ही केलेली विभागणी पटली नाही, तर तुम्हाला ते १०० डॉलर्स परत द्यावे लागतील. तुम्ही कशी वाटणी कराल?

त्या त्रयस्थाला अगदी कमी-कदाचित फक्त १ डॉलर देणे फायद्याचे वाटते, काहीच नसण्यापेक्षा बरे. पण १९८०च्या सुमारास जेव्हा अर्थशास्त्रज्ञांनी ह्यासारख्या ''अल्टिमेट गेम्स'' (ही एक तांत्रिक संज्ञा आहे) द्वारे प्रयोग केले, तेव्हा सहभाग घेणारे लोक फार वेगळे वागले. त्यांनी त्या दुसऱ्या व्यक्तीला ३० ते ५०% देऊ केले. ३०% पेक्षा काहीही कमी हे 'अनुचित' मानले गेले. 'मनाचा सिद्धांत' दर्शनी स्वरुपात स्पष्टपणे दाखवून देण्याचे 'अल्टिमेट गेम' हा प्रयोग एक साधन आहे - थोडक्यात आपल्याला दुसऱ्या व्यक्तीविषयी सहृदयता वाटते.

परंतु, एकच बदल केल्याने हा कनवाळूपणा जवळजवळ नामशेष करणे शक्य होते. सहभागी व्यक्तींना वेगवेगळ्या खोल्यांत बसवा. जेव्हा लोक आपल्या जोडीदाराला पाहू शकत नाहीत - किंवा खरं तर, जेव्हा त्यांनी कधीच त्यांना पाहिलेले नसते - तेव्हा त्यांच्या भावनांचा अंदाज घेऊन सहृदयता उत्पन्न होणे कठीण जाते - दुसरी व्यक्ती 'कल्पनेसम' होते तेव्हा त्यांना देऊ केलेला हिस्सा, सरासरी २०%च्या खाली जातो.

दुसऱ्या एका प्रयोगामध्ये मानसशास्त्रज्ञ पॉल स्लोविकने लोकांना देणगी द्यायला सांगितली. एका गटाला त्यांनी मालावी देशातल्या रोकिया ह्या मुलाचे एक दिनवाणे चित्र दाखवले, ज्यात पोट खळगीला लागलेले ते हाडकुळे मूल केविलवाण्या नजरेने विनवणी करताना दिसत होते. त्यानंतर त्या गटातल्या लोकांनी त्यांना दिलेल्या ५ डॉलर्सपैकी (जे एक सर्वेक्षण फॉर्म भरण्यासाठी त्यांना देण्यात आले होते) साधारण २.८३ डॉलर्स दान म्हणून दिले. दुसऱ्या गटाला मालावी येथील दुष्काळाबद्दलची माहिती संख्याशास्त्राला धरून देण्यात आली, ज्यात हेही स्पष्टपणे दिसत होते की, ३० लाखापेक्षा जास्त कुपोषित मुले त्यामुळे नाहक तडफडतायत. दानाचे मूल्य सरासरी ५०%नी कमी झाले. हे सारासार विचाराच्या विरुद्ध आहे; जर परिस्थितीचे गांभीर्य कळले तर लोकांची दानशूरता वाढेल असे तुम्हाला वाटेल. पण आपण तसे नाहीत. आकडेवारी आपल्या काळजाला हात घालत नाही; व्यक्ती घालतात.

प्रसारमाध्यमे जाणून आहेत की, खरी वस्तुस्थिती दर्शवणारा अहवाल आणि आलेख वाचकांना आकर्षित करत नाहीत. म्हणून ही मार्गदर्शकपर सूचना - कहाणीला एक चेहरा द्या. जर एखाद्या कंपनीबद्दल बातमी असेल तर तिच्या सी.ई.ओ.चा फोटो त्या सोबत छापा (मार्केटनुसार हसरा किंवा वाकडा). जर एखाद्या राष्ट्राविषयी मथळा व मुख्य बातमी असेल तर त्याचे प्रतिनिधित्व राष्ट्रपती करतात. भूकंप आला तर त्याचा एखादा बळी त्या संकटाचा चेहरा बनतो.

कादंबरी नामक मोठा सांस्कृतिक शोध इतका यशस्वी का झाला? आपल्या 'ह्याच' ध्यासामुळे, हे नक्की. हा वाङ्मयीन 'भन्नाट ॲप', वैयक्तिक व एकमेकांमधले संघर्ष काही व्यक्ती (पात्र), त्यांच्या आयुष्यातल्या घडामोडी व भविष्यावर प्रक्षेपित करतो. एखाद्या तज्ज्ञ अभ्यासकाने पूर्वीच्या कर्मठ न्यू इंग्लंडमध्ये वापरल्या जाणाऱ्या मानसिक छळाच्या पद्धतींबद्दल उत्तम प्रबंध लिहिला असता; पण त्याऐवजी आपण हॉथॉर्नचे 'द स्कार्लेट लेटर' वाचणे पसंत करू. आणि तो 'अतिप्रचंड मंदी'चा काळ (द ग्रेट डिप्रेशन), त्याचं काय? संख्याशास्त्रानुसार तो फक्त एक असंख्य अंकांची प्रदीर्घ मालिका आहे. एक कौटुंबिक नाट्य म्हणून स्टेनबेकचे 'द ग्रेपस् ऑफ रॅथ' हे पुस्तक अविस्मरणीय आहे.

सरतेशेवटी - मानवी अनुभव, भावनाप्रधान कथा समोर आली तर सावध रहा. त्यामागची आकडेवारी व वस्तुतः माहिती मागून घ्या. तुम्हाला त्या कथेने गलबलून आले तरी ह्या पद्धतीने तुम्ही योग्य संदर्भ जाणाल. पण जर तुम्हाला लोकांना जागे करायचे व स्फूर्ती द्यायची असेल तर आपल्या उद्दिष्टांसाठी त्यांच्याशी बोलताना तुमच्या कहाणीमध्ये नावे व चेहरे सढळ हस्तांनी पेरा.

हेही पहा :

'कथेकडे कल' (प्र. १३), 'समाचाराचे मोहजाल' (प्र. १९), 'जोडण्याचा कल' (प्र. २२).

८८

तुम्ही काय नजरेआड केले तुम्हाला कळलेच नाही

'लक्ष असल्याचा आभास'

इंग्लंडच्या दक्षिण भागात पावसाचा भडिमार झाल्यानंतर, एक छोट्या गावातली नदी दुथडी भरून वाहू लागली. जिथून वाहने पार करू शकत तो नदीतील उथळ भाग पोलिसांनी बंद करून वाहतूक दुसरीकडे फिरवली. दोन आठवडे तो मार्ग बंद होता, परंतु दर दिवशी निदान एक तरी गाडी सर्व सावधानीच्या सूचनांचे फलक ओलांडून त्या जबरदस्त प्रवाहात सुसाट जाऊ पहात असे. चालकाचे लक्ष वाहनाच्या मार्गक्रमणाच्या तंत्रव्यवस्थेकडे इतके एकाग्र असे की, नाकासमोर असलेल्या गोष्टी त्यांना दिसत नसत.

विचार-उमज विषयीच्या मानसशास्त्राचे (कॉग्निटिव्ह सायकोलॉजी) तज्ज्ञ डॅनिएल सिमॉनस आणि क्रिस्टोफर चाब्रिस ह्यांनी हे निरीक्षण केले. १९९०मध्ये हार्वर्ड येथे विद्यार्थ्यांचे दोन गट एकमेकांकडे आणि मागेपुढे असा बास्केटबॉल सतत देत असताना (पास) त्या दोघांनी चित्रीकरण केले. एका गटाने काळे टी शर्ट घातले होते, दुसऱ्याने पांढरे. 'द मंकी बिझनेस इल्युजन' ह्या नावाची ती छोटी फिल्म यूट्युबवर पहायला मिळते (पुढे वाचण्याआधी ती पहा). त्या व्हिडिओमध्ये पांढऱ्या टी शर्ट घातलेल्या खेळाडूंनी किती वेळा चेंडू पास केला ते मोजायला दर्शकांना सांगितले जाते. दोन्ही गट गोलाकार रितीने आत बाहेर असे चालता चालता चेंडू एकमेकांकडे फेकत-पकडत (पास करत) राहतात. अचानक त्या

व्हिडिओच्या मध्यभागी काहीतरी विचित्र घडते; गोरीलासारखा पोषाख घातलेला एक विद्यार्थी त्या खोलीच्या मध्यभागी येऊन उभा ठाकतो, जोरजोरात छाती पिटतो आणि मग गायब होतो. शेवटी तुम्हाला विचारले जाते की, काही वेगळे विचित्र घडले का? काही लक्षात आले? अर्धे तरी दर्शक अचंब्याने मान हलवत उद्गारतात - 'गोरीला? कोणता गोरीला?'

'द मंकी बिझनेस टेस्ट' ही मानसशास्त्रातली सर्वात प्रसिद्ध चाचण्यांपैकी एक मानली जाते आणि 'लक्ष असल्याचा भ्रम' स्पष्टपणे दाखवते. आपल्याला खात्री असते की, आपल्या डोळ्यांसमोर होणाऱ्या सर्व गोष्टी आपल्या लक्षात येतात. पण खरं म्हणजे, ज्यावर आपले लक्ष केंद्रित असते तेवढेच आपण नीट पाहतो - ह्या उदाहरणात पांढऱ्या टी शर्टमधल्या खेळाडूंचे चेंडू पास करणे आपण पाहातो. अनपेक्षित, नजरेआड होणारे (दुर्लक्षित) व्यत्यय मोठे व गोरीलाप्रमाणे डोळ्यात भरणारे असू शकतात.

'लक्ष असल्याचा भ्रम' धोकादायक असू शकतो. उदा. गाडी चालवताना फोन करणे. बहुतेकदा त्या वेळी काही वाईट अघटित घडत नाही. रस्त्याच्या मधून गाडी चालवण्याचे सरळसोट काम आणि पुढच्या गाडीने ब्रेक मारला तर थांबणे अशा गोष्टी, फोन चालू असताना करण्यात काही अडथळा येत नाही. पण एखादी अनपेक्षित गोष्ट अचानक झाली, उदा. समजा एखादे मूल रस्त्यात धावत आडवे आले, तर तुमचे लक्ष पार खोल गुंतलेले असते आणि म्हणून तुम्ही तिथे पटकन योग्य प्रतिक्रिया देऊ शकत नाही. संशोधनानुसार हे सिद्ध झाले आहे की, वाहनचालकाची प्रतिक्रिया दारू किंवा अमली पदार्थ सेवनामुळे होते तेवढीच शिथिल सेलफोन वापरताना होते. शिवाय, तुम्ही फोन एका हातात पकडता की खांदा आणि जबड्यामध्ये चिमटून धरता की सरळ 'इयर प्लग' (हॅन्डस् फ्री) वापरता, त्याने काही फरक पडत नाही. अनपेक्षित घटनांना पटकन योग्य प्रतिक्रिया द्यायची तुमची क्षमता कमीच झालेली असते.

'खोलीत असलेला हत्ती.' हा वाक्प्रचार कदाचित तुम्हाला माहीत असेल. म्हणजेच जी गोष्ट स्पष्ट उघडपणे दिसतेय, सर्व जाणतात, पण कोणी त्याविषयी बोलत नाही. जणू ते निषिद्ध आहे. 'खोलीतला गोरिला' म्हणजे नक्की काय? म्हणजेच, असा विषय जो खूप महत्त्वाचा व निकडीचा आहे आणि आपण त्याकडे लक्ष देणे, चर्चा करणे गरजेचे आहे; पण सारे त्याबाबतीत अनभिज्ञ आहेत.

आपण स्विस एअरची गोष्ट पाहू - एक अशी कंपनी जी वेड्यागत विस्तारीकरणाच्या मागे लागली होती की, आपली मुलभूत सांपत्तिक स्थिती (लिक्विडिटी) रसातळाला

पोचत आहे ह्याचे भान न राहून २००१मध्ये तिचे दिवाळे निघाले. दुसरे उदाहरण पूर्वेकडच्या राज्यसमूहामध्ये (इस्टर्न ब्लॉक) चाललेल्या अंदाधुंद कारभारामुळे बर्लिन वॉल कोलमडून पडली. किंवा, बँकांच्या हिशोबवह्यांतील जोखीम जिकडे सर्वांनी २००७पर्यंत दुर्लक्ष केले. असे गोरीला आपल्यापुढे पाय आदळत फिरत असतात - आणि आपल्याला ते दिसतसुद्धा नाहीत.

प्रत्येक अद्‌भुत आगळीवेगळी घटना आपल्या लक्षात येत नाही असे नाही. महत्त्वाचा मुद्दा हा आहे की, जे ध्यानात येत नाही त्याकडे पूर्ण दुर्लक्ष होते. म्हणून आपण कशाकडे दुर्लक्ष करतोय ह्याची आपल्याला सुतराम कल्पना नसते. त्यामुळेच अजूनही आपण ह्या धोक्याच्या भ्रमाला घट्ट धरून ठेवतो की, महत्त्वाच्या साऱ्या गोष्टी आपल्या नजरेतून सुटत नाहीत.

'लक्ष असल्याच्या भ्रमा'ला वेळोवेळी काढून टाका. सर्व शक्य-अशक्य वाटणाऱ्या परिस्थितींना सामोरे जा. कोणत्या अनपेक्षित गोष्टी होऊ शकतात? आता समोर असलेल्या ज्वलंत विषयांच्या पाठीमागे आणि बाजूला काय दडले आहे? आवाज-कोलाहलाला जेवढी प्रतिक्रिया देता तेवढीच शांत-स्तब्धतेला द्या. मध्यभागीच नव्हे तर आजूबाजूला चौफेर नजर फिरवा. विचारही करू शकत नाही अशाचा विचार करा. एखादी वेगळी, विलक्षण, मोठी असूनही कदाचित आपल्याला न दिसणारी गोष्ट. मोठी किंवा डोळ्यात भरण्याजोगी असूनही न दिसणारी. वैशिष्ट्यपूर्ण.

हेही पहा :

'हजर असण्याचा प्रभाव' (प्र. ९५), 'पुष्टीकरणाचा कल' (प्र. ७, ८), 'उपलब्धीचा आभास' (प्र. ११), 'प्रथमदर्शनाचा आणि कळलेल्या माहितीचा प्रभाव' (प्र. ७३).

८९

गरम हवा

'खोटे चित्र उभे करण्याचा डावपेच'

समजा तुम्ही तुमच्या स्वप्नातल्या 'भारी' नोकरीसाठी अर्ज करत आहात. आपला बायोडेटा तुम्ही घासूनपुसून, चकाचक करता. नोकरीसाठीच्या मुलाखतीत तुम्ही तुमचे कर्तृत्व व कार्यक्षमता प्रकर्षाने उल्लेखता आणि कमतरता व अपयशांवर पांघरूण घालता. जेव्हा ते विचारतात की, 'विक्री ३०%ने वाढवणे, तसेच खर्चात ३०% कपात करणे तुम्हाला जमेल का?' तेव्हा शांत स्वरात तुम्ही म्हणता, 'ते झाले असे समजा.' जरी आतल्या आत तुमचा थरकाप होत असेल आणि ही करामत कशी घडवून आणायची यासाठी तुम्ही तुमचा मेंदू पिंजत असाल, तरीही ती नोकरी मिळवण्यासाठी जे काही लागेल ते तुम्ही बोलता आणि करता. तुम्ही मुलाखत घेणाऱ्या अधिकाऱ्यांवर छाप पाडण्यात मग्न असता; काय कसे करायचे ते नंतर पाहता येईल. तुम्ही जाणता की, तुम्ही जर वास्तवाशी जेमतेम जवळ येणारी उत्तरे दिली तर तुम्ही शर्यतीतून बाद होणार.

कल्पना करा की, तुम्ही एक पत्रकार आहात व तुमच्या मनात पुस्तकासाठी एक नामी कल्पना आहे. सर्वत्र तीच चर्चा आहे. तुम्हाला एक असा प्रकाशक भेटतो जो एक छानशी रक्कम आगाऊ द्यायला तयार आहे. पण साधारण किती वेळ लागेल हे त्याला माहिती करून घ्यायचे असते. तो आपला चष्मा काढून तुमच्याकडे पाहतो आणि विचारतो, 'मला हस्तलिखित कधी मिळू शकेल? ६ महिन्यांत तयार होईल?' तुम्ही आवंढा गिळता. एक पुस्तक लिहायला तुम्हाला

किमान तीन वर्षे तरी लागतात. तुम्ही उत्तर देता, 'झाले म्हणून समजा.' तुम्हाला काही खोटे बोलायचे नसते, पण खरे बोलाल तर आगाऊ पैसे (व करार) हाती लागणार नाहीत. एकदा का करारावर सह्या झाल्या आणि पैसे तुमच्या खात्यात जमा झाले की, तुम्ही प्रकाशकाला काही काळ टोलवू शकाल. तुम्ही लेखक आहात; तुम्हाला कथा-कहाण्या छान रचता येतात.

अशा वर्तनाला अधिकृतरित्या 'खोटे चित्र उभे करण्याचे डावपेच' असे नाव आहे. जे जितके जास्त पणाला लागलेले असते तितका तुम्ही धडधडीत होकार देता. 'खोटे चित्र उभे करायचे डावपेच' सर्व ठिकाणी काम करत नाहीत. तुमच्या डोळ्याच्या डॉक्टरांनी सलग पाच वेळा तुम्हाला उत्कृष्ट दिसू लागेल अशी ग्वाही दिली, पण प्रत्येक प्रक्रियेनंतर तुमची दृष्टी अजून वाईट होऊ लागली, तर तुम्हाला त्याच्यावर विश्वास ठेवण्याबद्दल विचार करावा लागेल. पण काही विशिष्ट प्रयत्नांच्या बाबतीत 'खोटे चित्र उभे करायचे डावपेच' वापरून पाहणे फायद्याचे होऊ शकते. जसे वरच्या उदाहरणातल्या नोकरीच्या मुलाखतीत. एकच कंपनी तुम्हाला वारंवार नोकरी देणार नसते. तिथे फक्त 'हो' किंवा 'नाही' असते.

भले मोठे प्रकल्प 'खोटे चित्र उभे करण्याच्या डावपेचा'ला सहज बळी पडतात, जिथे (अ) जबाबदार कोण हे संदिग्ध असते (उदा. ज्या राजवटीने प्रकल्प सुरू केला ते सरकार आता पदावर नाही), (ब) अनेक उद्योग कंपन्यांचा त्यात सहभाग असेल, तर त्या एकमेकांकडे बोट दाखवतात, किंवा (क) प्रकल्प संपण्याची तारीख खूप वर्षांनंतरची असेल.

ऑक्सफर्डचे प्राध्यापक बेन्ट फ्लायब्जर्ग एवढे प्रचंड मोठ्या प्रकल्पांविषयी जगात कोणीही जाणत नाही. होणारा खर्च आणि लागणारा वेळ ह्याचे गणित इतक्या वेळा का चुकते - अंदाजाहून इतके जास्त का होते? कारण सर्वोत्कृष्टाला ते कंत्राट मिळत नाही; जो कागदावर सर्वोत्तम दिसतो, त्याला मिळते. फ्लायब्जर्ग ह्याला 'उलटा डार्विनवाद' (रिव्हर्स डार्विनीझम) म्हणतात; जे सर्वात जास्त हवा करून छाप पाडतात त्यांना प्रकल्पाचे कंत्राट मिळते. पण 'खोटे चित्र उभे करण्याचा डावपेच' म्हणजे सपशेल खोटारडेपणाने केलेली दिशाभूल आहे का? होय आणि नाही. ज्या बायका सौंदर्य प्रसाधने वापरतात त्या लबाडी करतायत का? जे पुरुष श्रीमंतीचा आव आणायला भाड्याची पोर्शे गाडी वापरतात ते फसवेगिरी करतायत का? होय आणि नाही. अर्थात करतायत, पण ती लबाडी समाजमान्य आहे. म्हणून आपण त्याबद्दल अस्वस्थ होत नाही. 'खोटे चित्र उभे करण्याचे डावपेच'सुद्धा त्यातच येतात.

अनेकदा 'खोटे चित्र उभे करण्याचे डावपेच' निरुपद्रवी असतात. पण ज्या गोष्टी खूप महत्त्वाच्या आहेत, उदा. तुमचे आरोग्य किंवा भविष्यातले कर्मचारी; त्याबाबतीत तुम्ही सावध असले पाहिजे. त्यामुळे जर तुमच्यापुढे एक व्यक्ती असेल; (लेखक, डोळ्यांचे डॉक्टर इ.) तर ते काय सांगतायत ह्यावर जाऊ नका, त्यांच्या पूर्वीच्या कामाकडे पहा. प्रकल्पांची गोष्ट असेल तर वेळापत्रक, फायदे आणि खर्चाचे प्रमाण अशा इतर प्रकल्पात त्यांचे काय होते ते तपासा. आणि ज्यांची ऑफर फारच आशावादी आहे त्यांना तासून प्रश्न विचारा. एखाद्या अकौंटंटला त्यांच्या योजनेची चिरफाड करून पहायला सांगा. त्यांच्या कंत्राटात एक अट घाला की, जर खर्च व काम संपवण्यास लागणारा वेळ प्रमाणाबाहेर वाढला तर जबरदस्त दंड भरावा लागेल. अजून एक खबरदारी म्हणून ते पैसे एका सुरक्षित एस्क्रो खात्यात जमा करा.

हेही पहा :
'अवाजवी आत्मविश्वासाचा परिणाम' (प्र. १५).

९०

बंद करण्याचे बटन कुठे आहे?

'अतिविचार'

एक खूप हुशार गोम (सेंटीपीड) होती. मेजाच्या कडेशी बसून तिने खाली पाहिले. एक साखरेचा दाणा खोलीच्या पार दुसऱ्या टोकाला पडलेला तिला दिसला. हुशार असल्यामुळे ती लगेच विचार करू लागली; सर्वांत चांगला मार्ग कोणता - मेजाच्या कुठच्या पायावरून सरपटत खाली जायचे - डाव्या की उजव्या - आणि कुठच्या पायावरून वर चढायचे? पुढची कामे कशी करायची? कुठच्या पायाने पहिले पाऊल टाकायचे, बाकीच्या पायांनी त्यापुढे कुठच्या क्रमांकाने चालायचे, वगैरे वगैरे. ती गणितात निष्णात असल्याने सर्व परिमाणे नीट तपासून तिने सर्वोत्तम मार्ग आखला. शेवटी तिने पहिले पाऊल उचलले. पण अजूनही आकडेमोड करण्यात आणि विचार करण्यात ती इतकी मग्न होती की, त्यातच गुंतून ती तिथेच थबकून स्वत:ची योजना परत तपासू लागली. शेवटी ती पुढे सरकलीच नाही आणि भुकेली राहिली.

१९९९च्या ब्रिटीश गोल्फ टुर्नामेंटमध्ये फ्रेंच गोल्फर जाँ वान द वेल्ड शेवटच्या होलला पोचेपर्यंत अचूक खेळला. तो तीन शॉट्सने अग्रेसर होता. आता अगदी सहज डबल बोगी शॉट मारूनही तो जिंकू शकला असता. डाव्या हाताचा मळ! मोठ्या लीगमध्ये त्याचा प्रवेश अगदी काही मिनिटांवर येऊन ठेपला होता. त्याने फक्त जपून खेळायला हवे होते. पण वान द वेल्ड पुढे सरसावला तेव्हा त्याच्या कपाळावर घाम येऊ लागला. त्याने नवशिक्यासारखा शॉट (टी ऑफ) मारला. चेंडू

उडून जवळजवळ दोनशे मीटर लांब झुडपात जाऊन पडला. तो आणखीनच चिंतित होऊन गडबडला. पुढचे शॉट्सही काही खास चांगले नव्हते. त्याने चेंडू गुडघाभर उंच गवतात मारला; नंतर पाण्यात. त्याने बूट काढले, पाण्यात चालत गेला आणि मिनिटभर विचार केला की, तळ्यातूनच शॉट मारावा. मग त्याने पेनल्टी घ्यायचे ठरवले. मग त्याने रेतीमध्ये शॉट मारला. त्याची देहबोली व हालचाल अचानक नवशिक्यासम झाली. शेवटी तो हिरवळीवर पोचला आणि - सातव्या प्रयत्नानंतर - चेंडू एकदाचा होलमध्ये गेला. वान द वेल्ड ब्रिटीश ओपन टुर्नामेंट हरला आणि खेळाच्या इतिहासात त्याने, त्याच्या आता कुप्रसिद्ध अशा ट्रिपल बोगीमुळे, स्थान मिळवले. (पुढे, २००५मध्ये त्याने धडाकेबाज पुनरागमन केले.)

१९८०च्या शतकात 'कंझ्युमर रिपोर्टस्'ने चव पाहणाऱ्या (टेस्टर्स) काही अनुभव-तज्ज्ञांना पंचेचाळीस वेगवेगळ्या स्ट्रॉबेरी जेली चाखून पहायला सांगितले होते. काही वर्षांनी मानसशास्त्राचे प्राध्यापक टिमोथी विल्सन आणि जॉनॅथन शूलर ह्यांनी तो प्रयोग वॉशिंग्टन विश्वविद्यालयाच्या विद्यार्थ्यांबरोबर पुन्हा केला. निकाल जवळजवळ तसाच होता. ते विद्यार्थी आणि तज्ज्ञ दोघांचीही पसंती सारखीच होती. पण विल्सनच्या प्रयोगाचा तो फक्त भाग एक होता. त्यांनी तो प्रयोग दुसऱ्या एक गटासोबत केला. फरक इतकाच की, दुसऱ्या गटाला आपण तसा क्रम का दिला हे सविस्तर सांगण्यासाठी एक फॉर्म भरायला सांगितले गेले, जे पहिल्या गटाला करायला लावले नव्हते. आता क्रम पूर्णपणे उलट सुलट झाला होता. काही उत्कृष्ट प्रकार आता यादीमध्ये एकदम खालच्या क्रमांकावर आले.

थोडक्यात, तुम्ही फार विचार करत बसला तर तुम्ही तुमच्या मनाला भावनांच्या सुज्ञतेपासून तोडून टाकता. हे काहीसे गूढ वाटू शकते - आणि माझ्यासारख्या विचारांतील अवास्तवता काढून टाकण्यासाठी झटणाऱ्याकडून आले हे आश्चर्यकारकही वाटू शकते - पण ते तसे अनाकलनीय नाही. तर्कशुद्ध विचारांप्रमाणेच भावनाही मेंदूतच उत्पन्न होतात, आणि तेवढ्याच सुस्पष्ट असतात. माहितीचे विश्लेषण करण्याची ती एक वेगळी प्रक्रिया आहे - अनादीकालापासूनची, पण म्हणून ती निकृष्ट दर्जाची आहे असे काही नाही. खरं म्हणजे, कधीकधी भावना जास्त चांगले व सुज्ञ मार्गदर्शन करतात.

आता त्यामुळे हा प्रश्न उपस्थित होतो - मेंदूचे (विचार) कधी ऐकायचे आणि हृदयाचे (भावना) कधी? एक साधा नियम असा असावा - जर तुमच्या सवयीच्या, पठडीतल्या गोष्टी असतील, उदा. हालचालीचे कसब (घोण आणि वान द वेल्ड आठवा किंवा एखादे वाद्य वाजवण्यात पारंगत होणे), किंवा ज्या

प्रश्नांची उत्तरे तुम्ही हजारो वेळा दिली असतील (वॉरेन बफेटच्या 'निष्णातपणाचे वर्तुळ' ह्या संकल्पनेप्रमाणे), तर उगीच बारीकसारीक माहितीचा कीस पाडणे टाळा. समस्या सोडवण्याची अंतर्मनाची धार व ताकद त्यामुळे कमी होते. आपले पूर्वज असलेले आदिमानव तसेच निर्णय घ्यायचे - काय खाऊ शकतो, कोण चांगला मित्र बनू शकेल, कोणावर विश्वास ठेवायचा इत्यादी ठरवताना ते - हीच पद्धत वापरायचे. अशा कारणांसाठी आपल्याकडे 'निमिषार्ध निर्णय प्रक्रिया' म्हणजे मनातले शॉर्टकट्स आहेत, तर्कनिष्ठ विचारांपेक्षा ती खूप उच्च श्रेणी आहे. पण जटील क्लिष्ट गोष्टींचा, उदा. भांडवल गुंतवणुकीचे निर्णय, शांतपणे विचार करणे अपरिहार्य आहे. उत्क्रांतीने आपल्याला अशा गोष्टींसाठी तयार केले नाही. त्यामुळेच अंतर्मनाच्या आवाजापेक्षा तर्कशुद्ध विचार इथे कामी येतो.

हेही पहा :

'कृतीची प्रवृत्ती' (प्र. ४३), 'माहितीचा गंड' (प्र. ५९).

९१

आपण खूप जास्ती गोष्टी अंगावर का घेतो?

'आखणी मांडण्यामागचा गैरसमज'

रोज सकाळी तुम्ही आजच्या कामाची यादी करता. दिवसाअखेर त्यातली सगळी कामे झाली असे किती वेळा होते? नेहमी? दर दुसऱ्या दिवशी? कदाचित आठवड्यातून एकदा? जर तुम्ही बहुतेक इतरांसारखे असाल, तर ही दुर्मीळ गोष्ट महिन्यातून एखाद्या वेळी होत असेल. म्हणजेच, तुम्ही पद्धतशीरपणे खूप जास्त काम ओढवून घेता. त्याहीपेक्षा, तुमच्या योजना म्हणजे बिनडोक अतिमहत्त्वाकांक्षेचा कळस. जर तुम्ही नव्याने यादी करत असाल तर ते आपण समजू शकतो. पण तुम्ही कित्येक वर्षे, कदाचित दशके कामाच्या अशा याद्या बनवताय. म्हणजे तुम्ही तुमची कार्यक्षमता पक्की ओळखता. दर वेळी ती अवाजवी प्रमाणात जास्त आहे असे समजूत तुम्ही करून घेण्याची शक्यता कमी. हा काही विनोद नाही - इतर क्षेत्रांमध्ये तुम्ही अनुभवाने शिकता. मग योजना बनवताना तसे का होत नाही? जरी तुमच्या लक्षात आले की, आधीच्या बहुतेक सर्व वेळी तुमची योजना फार आशावादी होती, तरीही तुम्हाला खूप मनापासून वाटते की, आज तेवढेच किंवा जास्त काम सहज करणे जमेल. डॅनिअल काहनेमन ह्याला 'आखणी मांडण्यामागचा गैरसमज' म्हणतात.

शेवटच्या सत्रात विद्यार्थ्यांना प्रबंध लिहायचा असतो. कॅनेडियन मानसशास्त्रज्ञ रॉजर बुखलर आणि त्यांच्या संशोधक सहकाऱ्यांनी शेवटच्या वर्षाच्या त्यांच्या विद्यार्थ्यांना पुढील प्रश्न विचारले. प्रबंध जमा करण्याच्या दोन तारखा नमूद करणे

- पहिली - एक 'वास्तवपूर्ण' अंतिम तारीख, आणि दुसरी - 'अगदी टोकाला गेल्यास' अशी अंतिम तारीख. पुढे काय झाले? फक्त ३०% विद्यार्थ्यांनी वास्तवपूर्ण अंतिम तारखेपर्यंत प्रबंध जमा केले. बहुतेक विद्यार्थ्यांना ठरवल्यापेक्षा ५०% वेळ जास्त लागला - 'अगदी टोकाला गेल्यास' अशा अंतिम तारखेपेक्षा पूर्ण सात दिवस जास्त वेळ लागला.

जेव्हा लोक गटात एकत्र काम करतात - उद्योगधंदा, विज्ञान आणि राजकारण - तेव्हा 'आखणी मांडण्यामागचा गैरसमज' जास्त प्रकर्षाने दिसून येतो. समूहात काम करणारे, लागणारा वेळ व होणाऱ्या फायद्यांच्या बाबतीत अवाजवी अतिशयोक्तिपूर्ण अंदाज बांधतात, आणि पद्धतशीरपणे होणारा खर्च वा संभाव्य धोके वास्तवापेक्षा कमी मानतात. शंखाच्या आकाराचे सिडनी येथील ऑपेरा हाऊसचे १९५७मध्ये नियोजन झाले - पूर्ण व्हायची तारीख १९६३ आणि खर्चाचा अंदाज होता रु. ७० लाख. त्याचे उद्‌घाटन शेवटी १९७३मध्ये झाले, तोपर्यंत रु. १०२० लाख त्यात ओतण्यात आले होते. मूळच्या अंदाजापेक्षा १४ पटींनी जास्त!

मग आपल्याला उपजतच चांगले नियोजन का करता येत नाही? पहिले कारण - स्वप्नाळू आशायुक्त विचार (विशफुल थिंकींग). आपल्याला यशस्वी व्हायचे असते आणि हातात घेऊ ते सारे नीट पार पाडायचे असते. दुसरे - आपण त्या कामावर पूर्ण लक्ष केंद्रित करतो आणि अतिरिक्त घटकांच्या परिणामाकडे दुर्लक्ष करतो. अनेकदा, अनपेक्षित घटना आपले बेत उधळून लावतात. हे आपल्या दैनंदिन कामांच्या यादीबाबतही होते - तुमच्या गाडीची बॅटरी बंद पडते. तुमची मुलगी माशाचा काटा गिळते. घरासाठीची एक ऑफर तुमच्या टेबलावर येऊन पडते आणि तातडीने तिच्याविषयी चर्चा करणे भाग असते. अशा तऱ्हेने तुमचा बेत निकामी होतो. जर तुम्ही अगदी बारकाईने नियोजन केले, तर तो चांगला उपाय ठरेल का? नाही, टप्प्याटप्प्यांनी केलेल्या नियोजनामुळे 'आखणी मांडण्यामागच्या गैरसमजा'चा परिणाम वाढतो. त्यामुळे तुमचे लक्ष अजूनही जास्त एकाग्र होते आणि अनपेक्षित घटनांबद्दल जागरुक राहण्यापासून लक्ष विचलित होते.

मग तुम्ही काय करू शकता? तुमचं लक्ष अंतर्गत गोष्टींवरून, उदा. तुमचा स्वत:चा प्रकल्प, बाह्य घटकांवर हलवा - उदा. त्यासारखे इतर प्रकल्प. बेस-रेट वास्तवाकडे लक्ष द्या व भूतकाळ तपासा. जर त्यासारखे इतर प्रकल्प पूर्ण व्हायला तीन वर्षे आणि रु. ५० लक्ष खर्च आला, तर तुम्ही कितीही काळजीपूर्वक योजना आखली तरी तुमच्या प्रकल्पाला बहुतेक तेच लागू पडेल. आणि सर्वांत महत्त्वाचे - निर्णय घेण्याआधी मृत्यूपूर्व विच्छेदन (प्री-मॉर्टेम) करण्यासाठी एक मीटिंग बोलवा.

अमेरिकन मानसशास्त्रज्ञ गॅरी क्लाईन असा सल्ला देतात की, जमलेल्या टीमला एक छोटेखानी भाषण द्या - 'कल्पना करा की, आपण एक वर्ष पुढे भविष्यात आहोत. आपण आपली योजना अगदी ठरवल्यानुसार पार पाडत आलो आहोत. पण परिणती भयंकर अनर्थात झाली आहे. पुढची पाच-दहा मिनिटे त्या अनर्थाबद्दल लिहून काढा.' त्या लिहिण्यातून तुम्हाला काय काय कसे घडू शकते ह्याचे स्वच्छ चित्र दिसेल.

हेही पहा :

'दिरंगाई' (प्र. ८५), 'भाकिताचा आभास' (प्र. ४०), 'झायगरनिक परिणाम' (प्र. १३), 'गटानुसार विचार' (प्र. २५).

१२

हातोडा हातात घेतला की फक्त खिळेच दिसतात

'व्यावसायिकतेची कलुषित नजर'

एक माणूस कर्ज घेतो, एक कंपनी चालू करतो आणि थोड्याच अवधीनंतर तो दिवाळखोर होतो. तो निराशेच्या गर्तेत अडकतो आणि आत्महत्या करतो.

ह्या कहाणीविषयी तुम्हाला काय वाटते? एक उद्योग विश्लेषक म्हणून त्याचा उद्योग का चालला नाही, हे तुम्ही जाणून घेऊ इच्छिता - तो एक सुमार नेता होता का? त्याची डावपेच योजना चुकली का? त्याचे मार्केट फार छोटे होते की प्रतिस्पर्धी खूप मोठे? मार्केटिंग तज्ज्ञ असाल तर तुम्ही म्हणाल की, त्याच्या जाहिरात मोहिमा नीट पार पडल्या नाहीत किंवा त्याच्या विशिष्ट ग्राहकवर्गापर्यंत तो पोचलाच नाही. तुम्ही आर्थिक तज्ज्ञ असाल तर तुम्ही विचाराल की, कर्ज योग्य ठिकाणाहून घेतले होते का - त्याच्या अटी ठीक होत्या का? स्थानिक पत्रकार म्हणून तुम्हाला त्या कहाणीत किती ताकद आहे हे उमगेल - त्याने स्वत:चा अंत केला हे त्याचे सुदैव! एक लेखक म्हणून तुम्ही विचार कराल की, ह्या घटनेला एका ग्रीक शोकांतिकेसारखे कसे लिहिता येईल. बँकर असाल तर तुम्हाला वाटेल की, कर्ज विभागाने कोणती चूक केली असेल? एक समाजवादी ह्या नात्याने तुम्ही 'हा भांडवलशाहीचा पराजय आहे,' असे मानाल. धार्मिक पुराणमतवादी असाल तर म्हणाल की, ही देवाने दिलेली शिक्षा आहे. मनोविकारतज्ज्ञाला त्यात कमी झालेली सेरोटोनीनची मात्रा दिसेल. कुठचा दृष्टिकोन 'बरोबर अचूक' आहे?

एकही नाही. 'जर तुमच्याकडे हातोडा हे एकच साधन असेल तर सर्व समस्या खिळ्यासारख्या वाटतील,' असे मार्क ट्वेनचे म्हणणे होते - ह्या वाक्यात 'व्यावसायिकतेची कलुषित नजर' ह्याचे सार आहे. वॉरेन बफेटचे बिझनेस पार्टनर चार्ली मुन्गेर ह्यांनी ह्या परिणामाचे नाव 'मॅन विथ द हॅमर टेन्डन्सी' म्हणजेच 'हातोडाबहाद्दर' असे ठेवले. 'पण अशा पद्धतीने विचार आणि व्यवहार करणे म्हणजे अनर्थच. म्हणून तुमच्याकडे वेगवेगळी मॉडेल्स् (साचे/पर्यायी साधने) असली पाहिजेत - कारण दुनियेतले सर्व ज्ञान आपल्याला एका छोट्याशा अभ्यासवर्गात किंवा खात्यात मिळत नाही.'

'व्यावसायिकतेने कलुषित नजरे'ची इतर उदाहरणे पहा - शल्यविशारद साऱ्या आरोग्य समस्या स्कालपेलने (ऑपरेशनसाठीची ब्लेड) सोडवू पाहतात. खरंतर तेव्हा त्यांच्या पेशंटना कमी त्रासदायक, कापाकापी नसलेली (इन्व्हेसिव्ह) उपचारपद्धती पण उपयोगी पडली असती. सैन्याला सैनिकी उपाय आधी सुचतात. इंजिनिअर्सना संरचनात्मक तर ट्रेंड गुरूंना सर्वत्र ट्रेंड्स (कल) दिसतात (खरं म्हणजे जगाकडे पाहण्याचा हा एक अत्यंत मूर्खपणाचा खाक्या आहे). थोडक्यात, तुम्ही कोणाला जर एखाद्या समस्येचे मूळ कुठे आहे, असे विचारले, तर लोक ज्या क्षेत्रात तज्ज्ञ असतील तिथे ते जोडतात.

मग त्यात चूक काय? उदा. एखादा शिंपी जर आपल्या ज्ञान व कौशल्याच्या परिघात राहिला तर ते चांगलेच आहे. जेव्हा लोक आपले विशिष्ट ज्ञान व विचारप्रक्रिया वेगळ्या क्षेत्रात वापरतात, तेव्हा 'व्यावसायिकतेने कलुषित नजर' धोकादायक होऊ शकते. तुम्ही असे काही शिक्षक पाहिले असतील जे आपल्या मित्रांना विद्यार्थ्यांप्रमाणे रागे भरतात. नुकत्याच माता झालेल्या स्त्रिया आपल्या नवऱ्यालाही मुलासारखे वागवतात. आपल्या संगणकावर असलेली सर्वव्यापी एक्सेल शीट पहा, जी आपण कारण नसतानाही बावळटासारखी वापरतो - उदा. स्टार्ट अप कंपनीच्या पुढच्या दहा वर्षांच्या आर्थिक स्थितीचा आढावा घेताना किंवा डेटिंग साईटवरून संभाव्य प्रेमी शोधून त्यांची तुलना करून आजमावण्यासाठी. एक्सेल स्प्रेडशीट हे हल्लीच्या शोधांपैकी सर्वात धोक्याचे असू शकते.

स्वत:च्या क्षेत्रातही 'हातोडा बहाद्दर' त्याच्या हत्याराचा अतिवापर करू शकतो. साहित्य समीक्षकांना लेखकाचे संदर्भ, प्रतीके आणि छुपे संदेश हुडकून काढण्याचे प्रशिक्षण दिलेले असते. एक लेखक म्हणून मी हे समजून चुकलो आहे की, समीक्षक आपल्या मनाने ती साधने वापरून नसेल तिथेही काही अर्थ शोधतात. उद्योगजगताविषयी पत्रकार जे काही करतात त्यापेक्षा हा प्रकार फारसा दूर

नाही. सेंट्रल बँक गव्हर्नरने केलेल्या साध्या उद्गारांचा कीस पाडून त्यातून आर्थिक धोरणातल्या बदलांचे वारे कसे वाहतायत असा व्यर्थ अर्थ ते लावतात.

तात्पर्य - तुम्ही जर तुमची समस्या एखाद्या तज्ज्ञाकडे नेली तर सर्वतोपरी उत्तम उपाय मिळेल अशी अपेक्षा करू नका. त्यांच्या साधन व कौशल्याच्या जोरावर जो मार्ग दिसेल तेवढाच ते दाखवतील हे लक्षात ठेवा. मेंदू म्हणजे मोठ्ठाला मध्यवर्ती संगणक नव्हे, तो स्विस आर्मी नाईफ आहे; त्यात अनेक खास आयुधे असतात. सुदैवाने आपले हे छोटे चाकू (पॉकेट नाईफस्) अपूर्ण आहेत. आपल्या जीवनातले अनुभव आणि व्यावसायिक कौशल्यांमुळे आपल्याकडे काही पाती आहेतच. पण स्वतःला अजून चांगले तयार ठेवण्यासाठी आणखी दोन-तीन साधने वाढवली पाहिजेत - अशी मानसिक मॉडेल-वजा-आयुधे, जी आपल्या क्षेत्राच्या बाहेरची असतील. उदा. गेल्या काही वर्षांपासून मी जगाचा जैविक (बायोलॉजिकल) दृष्टीकोनातून विचार करू लागलो. मला आता गुंतागुंतीच्या किचकट रचनांचा नवा अर्थ कळू लागला. आपल्या त्रुटी ओळखा आणि त्यानुसार संतुलित होण्यासाठी नवे ज्ञान व कार्यप्रणाली मिळवा. एखाद्या नव्या क्षेत्रातली सर्वात महत्त्वाची संकल्पना समजून आत्मसात करायला साधारण १ वर्ष लागते आणि तेवढे त्याचे मूल्य जरुर आहे - तुमच्या खिशातला अनेक पात्यांचा चाकू आणखी मोठा आणि अष्टपैलू आणि तुमचे विचार तीक्ष्ण होतील.

हेही पहा :

'स्वयंसेवकाची चूक' (प्र. ६५), 'माहितीच्या विषयावर अवलंबन' (प्र. ७६), 'जुगाऱ्याचा भ्रम' (प्र. २१).

१३

काम फत्ते

'झायगरनिक परिणाम'

बर्लिन, १९२७ - विश्वविद्यालयातल्या विद्यार्थी आणि प्राध्यापकांचा एक समूह एका रेस्टॉरंटमध्ये जातो. वेटर एकामागून एक फर्माईश ऐकून घेतो - त्यात विशेष सूचनाही आल्या - पण काही लिहून घ्यायची तसदी घेत नाही. आता जाम गोंधळ होणार आहे असे त्यांना वाटते. अल्पावधीत त्यातल्या प्रत्येकाला मागितलेलेच पदार्थ नेमके मिळतात. जेवल्यावर सारे बाहेर आल्यावर, मानसशास्त्र शिकणारी रशियन विद्यार्थिनी ब्लुमा झायगरनिकला लक्षात येते की, तिचा स्कार्फ ती आतच विसरली आहे. ती परत आत जाते आणि त्या अद्‌भुत स्मरणशक्ती असलेल्या वेटरला गाठून विचारते की, त्याने तो पाहिला आहे का? तो तिच्याकडे मख्खपणे पाहतो. ती कोण आहे, कुठे बसली होती त्याला काही कल्पना नसते. 'असं कसं तू विसरू शकतोस!' ती वैतागून त्राग्याने विचारते, 'विशेषतः इतकी भन्नाट स्मरणशक्ती असताना!' वेटर तुटकपणे उत्तर देतो - 'प्रत्येकाने मागवलेले पदार्थ त्यांना देईपर्यंतच मी ते डोक्यात ठेवतो.'

झायगरनिक आणि तिचे गुरू कर्ट लेविन ह्यांनी ह्या विचित्र वागण्याचा अभ्यास केला आणि त्यांना कळले की, बहुतेक लोक त्या वेटरप्रमाणेच वागतात. आपण साधीसरळ कामे क्वचित विसरतो; ती आपल्या जाणिवेत टिकून राहतात आणि जाता जात नाहीत. लहान मुलांसारखी ती वरचेवर आपल्याला डिवचून

आठवण करून देतात. त्या उलट, एखादे काम पूर्ण करून आपण ते आपल्या मनातल्या यादीवरून खोडून टाकले की, ते स्मृतीतूनही पुसले जाते.

झशयगरनिक या संशोधकाने या संशोधनाला आपले नाव दिले आहे - शास्त्रज्ञ आता 'झायगरनिक परिणामा'बद्दल बोलतात. तिच्या संशोधनात तिने काही अजब अपवाद हुडकून काढले - काही लोक डझनभर प्रकल्प एकाच वेळी चालू असले तरी डोके एकदम शांत तल्लख ठेवतात. फक्त गेल्या काही वर्षातच, रॉय बॉमायस्टर आणि त्यांची संशोधकांची फ्लोरिडा स्टेट युनिव्हर्सिटी येथील टीम त्यावर प्रकाश पाडू शकली आहे. काही महिन्यांत अंतिम परीक्षा देऊ घातले आहेत अशा विद्यार्थ्यांचे त्यांनी तीन गट केले. पहिल्या गटाला त्यांनी त्या सेमिस्टर सत्रामध्ये एका पार्टीवर लक्ष केंद्रित करायला सांगितले. दुसऱ्या गटाला परीक्षेवर, आणि तिसऱ्याला परीक्षेवर लक्ष केंद्रित करण्याव्यतिरिक्त अभ्यासाची एक तपशीलवार योजना बनवायला सांगितली. मग बॉमायस्टरनी मोजक्या वेळाचे बंधन ठेवून विद्यार्थ्यांना अक्षरावरून शब्द पूर्ण करण्यास सांगितले. काही विद्यार्थ्यांनी 'Pa--' पाहून 'Panic' असे लिहिले, तर इतर काहींनी 'Party' किंवा 'Paris' लिहिले. प्रत्येकाच्या मनावर कसला पगडा होता ते शोधायची ही नामी शक्कल होती. अपेक्षेप्रमाणे पहिला गट येणाऱ्या परीक्षेच्या बाबतीत आरामात होता, त्याउलट दुसऱ्या गटाला परीक्षेशिवाय काही सुचले नाही. तिसऱ्या गटाचा निकाल सर्वात आश्चर्यकारक होता. जरी त्यांनाही येणाऱ्या परीक्षेवर लक्ष केंद्रित करायचे होते, तरी त्यांचे डोके तणावरहित होते. त्यापुढच्या प्रयोगांनी ते सिद्ध झाले. अपूर्ण कामे आपल्याला तोपर्यंत छळतात, जोपर्यंत ती नक्की कशी करायची ह्याची स्पष्ट कल्पना आपल्याला येत नाही. झायगरनिकला चुकून वाटले की, स्मृतीतून पुसून टाकायला कामे पूर्ण करण्याची आवश्यकता होती. पण तसे नाही; फक्त त्याचा एक चांगला आराखडा बनवला तरी पुरतो.

'गेटिंग थिंग्ज डन' (कामे उरकणे) ह्या लोकप्रिय पुस्तकाचे लेखक डेविड ॲलन ठासून सांगतात की, त्यांचे फक्त एक लक्ष्य आहे - डोके पाण्याएवढे निर्मळ ठेवणे. त्यासाठी तुम्हाला तुमचे आयुष्य छोट्या नीटस कप्प्यांत विभागायची गरज नाही. पण त्यातल्या जास्त कुटील भागांसाठी एक तपशीलवार योजना असणे नक्कीच खूप आवश्यक आहे. ही योजना छोट्या छोट्या कामांत विभागून शक्यतो लिहून ठेवावी. हे केल्यानंतरच तुमचे मन निश्चिंत राहू शकते. 'तपशीलवार' हे विशेषण महत्त्वाचे आहे. 'पत्नीची वाढदिवसाची पार्टी आयोजित करणे' किंवा

'नवीन नोकरी शोधणे' ह्याला काही अर्थ नाही. आपल्या ग्राहकांना ॲलन प्रत्येक असा बेत वीस ते पन्नास वेगवेगळ्या कामांत विभागायला लावतो.

ॲलनचा सूचनात्मक सल्ला 'आखणी मांडण्यामागचा गैरसमज' (प्र. ९१) ह्याच्या नेमके विरुद्ध जातो ह्या विशेष नोंद घ्या - आखणी जितकी बारकाईने करतो, तितकेच आपण कडेवरच्या इतर घटकांकडे (जे आपला बेत हाणून पाडू शकतात), दुर्लक्ष करतो. पण ही योग्य पद्धत आहे - जर तुम्हाला मन:शांती किंवा निश्चिंत मन हवे असेल तर ॲलनप्रमाणे वागा. जर तुम्हाला खर्च, फायदे, प्रकल्पासाठी लागणारा अवधी ह्याचा अचूक अंदाज हवा असेल, तर तपशीलवार बेत बनवणे विसरा आणि ह्या प्रकारचे इतर प्रकल्प पहा. जर दोन्ही हवे असेल, तर दोन्ही करा.

सुदैवाने, तुम्ही हे सारे तंत्रज्ञान कमी लागणाऱ्या (लो-टेक) साधनांच्या मदतीने स्वत: करू शकता. तुमच्या उशाशी एक वही ठेवा. पुढच्या वेळी झोप आली नाही तर राहिलेल्या कामांची नोंद करा आणि ती कशी उरकाल हे लिहून काढा. त्यामुळे डोक्यात भणभणणारे आवाज शांत होतील. ॲलन म्हणतो, 'तुम्हाला देव शोधायचा आहे, पण तुमच्याकडचे मांजराचे खाणे संपले आहे. त्याची तजवीज कशी कराल, तो बेत आधी आखा.' तुम्हाला आधीच देव सापडला असेल किंवा तुमच्याकडे मांजर नसले, तरीही ॲलनचा सल्ला भक्कम आहे.

हेही पहा :

'दिरंगाई' (प्र. ८५), 'आखणी मांडण्यामागचा गैरसमज' (प्र. ९१).

१४

वल्हवण्यापेक्षा बोटीचे महत्त्व जास्त

'कौशल्याचा आभास'

क्रमशः उद्योग उभारणारे उद्योजक का नसतात? स्टीव्ह जॉब्स आणि रिचर्ड ब्रॅन्सन ह्यांच्यासारखे नवोद्योजक अगदी हाताच्या बोटावर मोजण्याइतके आहेत. उद्योग कंपन्या चालू करणाऱ्यांपैकी क्रमशः वेगवेगळे उद्योग उभारणाऱ्यांची संख्या एका टक्क्याहून कमी आहे. ते सारे पहिल्या यशानंतर आपल्या आलिशान सुखसोयीयुक्त बोटीवर आरामात निवृत्त जीवन जगतात का; अगदी मायक्रोसॉफ्टच्या सहसंस्थापक पॉल ॲलनसारखे? 'चला, आता तासन्‌तास समुद्रकिनारी आरामखुर्चीवर पहुडायला जाऊ' असा विचार करण्याइतकाही वेळ हाडाच्या उद्योजकांकडे नसतो. त्यांना आपल्या कंपनीवरचा ताबा सोडवत नाही आणि वयाच्या पासष्टीपर्यंत हाच पायंडा ठेवण्याची त्यांची इच्छा असते, म्हणून? नाही! असं नक्कीच नाही! बहुतेक संस्थापक (फाऊंडर्स) दहा वर्षांतच आपले शेअर्स विकतात. खरं म्हणजे, तुम्हाला वाटेल की, असे स्वतः उद्योग उभे करणारे, ज्यांच्याकडे कौशल्य, चांगल्या परस्पर संबंधांचे वैयक्तिक सुरचित जाळे, आणि पत असण्याचे वरदान आहे, ते आणखी अनेक स्टार्ट-अप कंपन्या चालू करण्यात माहीर असतील. मग ते का थांबतात? नाही, ते थांबलेले नसतात. ते यशस्वी झालेले नसतात. एकाच उत्तरात काही अर्थ आहे - कौशल्यापेक्षा नशिबाचा त्यात मोठा हात असतो. मी जेव्हा प्रथम 'कौशल्याच्या आभासा'विषयी ऐकले तेव्हा माझी प्रतिक्रिया अशी होती - 'म्हणजे? माझे यश काय आकस्मिक सुदैवाचा

भाग होता?' प्रथमदर्शनी हे जरा आक्षेपार्ह वाटते; विशेषतः, जर तिथपर्यंत पोचायला तुम्ही खूप कष्ट केले असतील तर.

आपण उद्योगधंद्यातले यश जरा शांतपणे पारखू या. त्यातले कितपत सुदैवामुळे असते आणि किती फक्त अपार कष्ट व ढळढळीत कौशल्यामुळे? ह्या प्रश्नाबद्दल गैरसमजूत होणे साहजिक आहे. अर्थात कौशल्यावाचून फारच थोडे यश मिळू शकते. कष्टाशिवाय तर काहीच मिळत नाही. दुर्दैवाने कौशल्य आणि मेहनत या दोन्हीही यशाच्या गुरुकिल्ल्या नाहीत. त्या आवश्यक आहेत - पण पुरेशा नाहीत. हे आपण कसे जाणतो? एक सोपी चाचणी आहे - जेव्हा एखादी व्यक्ती खूप दीर्घ कालावधीसाठी सतत यशस्वी होते - मुख्य म्हणजे, कमी कौशल्य असणाऱ्यांपेक्षा तिला अधिक यश मिळते - मिळत राहते - तेव्हा, आणि फक्त तेव्हाच आपण म्हणू शकतो की, कौशल्य हाच अत्यावश्यक घटक आहे. कंपनी उभ्या करणाऱ्या उद्योजकांच्या बाबतीत तसे होत नाही, अन्यथा बऱ्याच उद्योजकांनी पहिल्या यशानंतर, दुसरी-तिसरी-चौथी स्टार्टअप सुरू करून यशाला आणली असती.

कॉर्पोरेट लीडर्सबद्दल काय? कंपनीच्या यशासाठी ते कितपत महत्त्वाचे असतात? अभ्यासकांनी एका 'भक्कम सी.ई.ओ.'शी संलग्न असे काही गुण शोधून काढले आहेत - व्यवस्थापनाच्या प्रक्रिया, चलाख डावपेच योजण्यातली हुशारी - जी भूतकाळात दिसून येते, इ. मग एका बाजूने त्यांनी त्यांचे वर्तन आणि दुसऱ्या बाजूने ते सी.ई.ओ. असताना झालेली कंपनीची भरभराट व मूल्यवृद्धी, ह्याची सांगड कुठे दिसते का - त्याचे काही नाते आहे का, हे तपासले. निष्कर्ष - दोन यादृच्छिक (रॅन्डम) कंपन्यांची तुलना केली तर असे दिसते की, ६०% उदाहरणात सामर्थ्यवान सी.ई.ओ. भक्कम कंपन्यांचे नेतृत्व करतात. ४०% उदाहरणात, कमकुवत सी.ई.ओ. भक्कम कंपनी चालवताना आढळतात. 'काहीही संबंध नाही' अशा उदाहरणापेक्षा हे फक्त १०%नी जास्त आहे. काहनेमन म्हणतात - 'सर्वसाधारण पेक्षा किंचित बरे अशा उद्योगजगातल्या लीडर्सनी लिहिलेली पुस्तके लोक इतक्या उत्साहाने का घेतात हे कळणे कठीण.' वॉरेन बफेटलासुद्धा सी.ई.ओ.ला देवत्व देणे पटत नाही - 'तुम्ही किती चांगले वल्हवता ह्यापेक्षा तुम्ही उद्योगाच्या कोणत्या बोटीवर चढता, हे तुमच्या चांगल्या व्यवस्थापनाचे अधिक रास्त परिमाण आहे.'

काही क्षेत्रांमध्ये कौशल्याचे मात्र काही स्थान नसते. 'थिंकींग फास्ट ॲण्ड स्लो' ह्या त्यांच्या पुस्तकात काहनेमन एक आर्थिक मालमत्ता व्यवस्थापन (ॲसेट मॅनेजमेंट) करणाऱ्या कंपनीला दिलेल्या भेटीविषयी लिहितात. पूर्वकल्पना देण्यासाठी त्यांनी त्यांना प्रत्येक गुंतवणूक सल्लागाराचा गेल्या आठ वर्षांचा अहवाल एका

मोठ्या स्प्रेडशीट स्वरूपात पाठवला. त्यावरून प्रत्येकाला क्रमांक दिला होता - १, २, ३ इ. असे प्रत्येक वर्षासाठी बनवले गेले होते. काहनेमनने पटकन त्या क्रमांकांमध्ये वर्षागणिक काही नाते आहे का हे शोधून काढले. विशेषत:, त्यांनी पहिले व दुसरे, दुसरे आणि तिसरे अशा एकामागे एक येणाऱ्या वर्षांच्या प्रत्येक जणाच्या क्रमांकात काही परस्पर संबंध आहे का हे आठव्या वर्षापर्यंत तपासले. निष्कर्ष - निव्वळ योगायोग. तोच सल्लागार कधी सर्वात वर तर कधी सर्वात खालच्या क्रमांकावर होता. जर एखाद्या वर्षी कोणा एका सल्लागाराला विशेष यश प्राप्त झाले असेल, तर ना त्याच्या पूर्वीच्या वर्षांचा प्रभाव त्यावर पडत होता, ना त्याचे पडसाद नंतरच्या वर्षांवर. परस्परसंबंध शून्य होता आणि तरीही त्या सल्लागारांना त्यांच्या कर्तृत्वावर आधारित बोनस मिळत होता. दुसऱ्या शब्दात सांगायचे झाले तर - कंपनी कौशल्याऐवजी सुदैवाला इनाम देत होती.

तात्पर्य - काही लोक आपल्या क्षमतांच्या जोरावर उदरनिर्वाह करतात; उदा. वैमानिक, प्लम्बर, वकील इतर क्षेत्रांमध्ये कौशल्य जरुरीचे आहे, पण अपरिहार्य नाही; जसे उद्योजक व नेत्यांच्या बाबतीत. शेवटी संधी खूप क्षेत्रांमध्ये निर्णायक घटक आहे; जसे आर्थिक बाजारपेठेत. इथे 'कौशल्याचा आभास' भिनला आहे. म्हणून प्लम्बरला योग्य मान द्या आणि यशस्वी आर्थिक गमत्यांना पाहून गालातल्या गालात हसा.

हेही पहा :

'नवशिक्याचे भाग्य' (प्र. ४९), 'जेतेपणाचा पूर्वग्रह' (प्र. १), 'अधिकाराचा पगडा' (प्र. ९), 'अनाठायी आत्मविश्वासाचा पगडा' (प्र. १५), 'नियंत्रणाचा भास' (प्र. १७), 'परिणामाचा प्रभाव' (प्र. २०).

१५

तपाससूची फसव्या का असतात?

'हजर असण्याचा प्रभाव'

(फीचर-पॉझिटिव्ह इफेक्ट)

अंकांच्या दोन मालिका - पहिल्या 'अ' मालिकेमध्ये आहेत - ७२४, ९४७, ४२१, ८४३, ३९४, ४११, ०५४, ६४६ ह्या अंकांना जोडणारा दुवा कोणता? तुम्हाला उत्तर मिळाल्याखेरीज पुढे वाचू नका. वाटते त्या मानाने हे सोपे आहे. प्रत्येक संख्येमध्ये चार हा आकडा आहे. आता 'ब' ही दुसरी मालिका पहा - ३४९, ८५१, २७४, ९०५, ७२२, ०३२, ८५४, ११३. आता ह्या संख्यांना जोडणारा दुवा काय सांगा. समजल्याशिवाय पुढे वाचू नका. 'ब' मालिका जास्त कठीण आहे, हो ना? उत्तर - एकाही संख्येत ६ हा आकडा नाही. ह्यावरून आपण काय बोध घेऊ शकतो? उपस्थितीपेक्षा अनुपस्थिती लक्षात येऊन शोधून काढणे जास्त अवघड असते. म्हणजेच, काय 'नाही' पेक्षा काय 'आहे' ह्यावर जास्त भर दिला जातो.

गेल्या आठवड्यात मी फिरायला गेलो असताना मला जाणवले की, काहीही दुखत नाहीये. हा एक अनपेक्षित विचार होता. मला क्वचितच काही दुखते, पण तसे झाले तर ते सतत प्रकर्षाने जाणवत राहते. पण दुखण्याचा अभावाकडे आतापर्यंत माझे लक्ष वेधले गेले नव्हते. हे इतके सहज सोपे आणि उघड होते की, मी चकित झालो. क्षणभर मला खूप आनंद झाला - पण ही गोष्ट माझ्या मनातून परत निसटून गेल्यावर तो नाहीसा झाला.

एका शास्त्रीय संगीताच्या कार्यक्रमात वाद्यवृंद बेथहोवनची नववी सिम्फनी सादर करत होता. पूर्ण सभागृह एक प्रकारच्या चेतनेने झपाटले गेले होते. पुढच्या एका आवर्तनात काहींच्या डोळ्यात आनंदाश्रू दिसू लागले. ही सिम्फनी (संगीत रचना) अस्तित्वात आहे हे किती परमभाग्य; मला वाटले. पण ते खरेच तसे आहे का? ते नसते तर आपण कमी आनंदी असतो का? बहुतेक नाही. जर ती सिम्फनी बनलीच नसती तर आपल्याला तिची उणीव भासली नसती. संगीतकाराला कोणीही चिडून फोन करून दरडावले नसते - 'कृपा करून आत्ताच्या आत्ता ते संगीत रचून सादर करा.' थोडक्यात, जे नाही त्यापेक्षा जे अस्तित्वात आहे त्याचे महत्त्व आपल्या लेखी खूप जास्त असते. विज्ञान त्याला 'हजर असण्याचा प्रभाव' म्हणते.

प्रतिबंधासाठीच्या मोहिमांमध्ये हे पुरेपूर वापरले जाते. 'धूम्रपानामुळे फुफ्फुसांचा कॅन्सर होतो' हे 'धूम्रपान न केल्याने तुम्हाला फुफ्फुसांचा कॅन्सररहित जीवन जगायला मिळते' ह्यापेक्षा भरपूर प्रभावी आहे. ऑडिटर्स आणि इतर व्यावसायिक तज्ज्ञ - जे तपाससूची वापरतात, ते 'हजर असण्याच्या प्रभावा'खाली येतात. कराच्या थकबाकीच्या नोंदी पटकन नजरेत येतात, कारण त्या त्यांच्या यादीत असतात. पण शिताफीने केलेले 'कलाकारी' घोटाळे (आर्टिस्टिक फ्रॉड) मात्र त्यांच्या यादीत नसतात; उदा. एन्रॉनमधले घोळ, बर्नी मॅडॉफची 'पॉन्झी स्कीम'. ह्याशिवाय चलाख गुंडवजा गुंतवणूकी करणाऱ्या ट्रेडर्सचे कारनामे ही त्यात नसतात. उदा. निक लीसन आणि जेरोम केर्विएलच्या करामती, ज्याला बारिंग्ज आणि सोसाइते जनराल (Societe Generale) बळी पडले. अशा अवाढव्य प्रमाणाचे आर्थिक घोटाळे कोणत्याही तपाससूचीवर नसतात आणि ते बेकायदेशीर असतील असेही नाही. कर्ज देणारी बँक क्रेडिटच्या बाबतीतल्या धोक्यांविषयी जागरूक असते - विशेषत:, कर्जदाराच्या उत्पन्नात घट झाल्याने होऊ शकणारा धोका; पण स्थावर मालमत्तेच्या मूल्यातली घट - समजा त्याजवळ एखादी भलीमोठी भट्टी (इन्सीनरेशन प्लँट) उभी राहिल्याने होणारी - त्यांना अशी कल्पनाही सुचू शकणार नाही - आणि त्यामुळे दुर्लक्ष होईल.

समजा तुम्ही एका संशयास्पद गोष्टीचे उत्पादन करता, उदा. कोलेस्टेरॉलचे जास्त प्रमाण असलेले सॅलड ड्रेसिंग. तुम्ही काय करता? लेबलवर तुम्ही त्यातल्या २० व्हिटॅमिनची जाहिरात कराल आणि कोलेस्टेरॉलबद्दल काही लिहिणे टाळाल. ग्राहकांना त्याचा उल्लेख नाही हे जाणवणार नाही. जे स्पष्ट हजर आहेत अशा दृष्य घटकांमुळे त्यांना सुरक्षित वाटेल.

अध्ययन क्षेत्रात, 'हजर असण्याचा प्रभाव' सतत जाणवतो. एखादा सिद्धांत पुराव्यानिशी सिद्ध झाला की, पेपर प्रकाशित होण्याचा मार्ग खुला होतो. काही विलक्षण उदाहरणांमध्ये त्यांना नोबेल पारितोषिक दिले जाते. ह्याउलट एखादा सिद्धांत खोटा आहे, असे सिद्ध केले तर त्याबद्दलचा पेपर प्रकाशित होणे खूपच अवघड असते; माझ्या माहितीनुसार आजतागायत त्यासाठी कोणालाही नोबेल पारितोषिक मिळालेले नाही. परंतु, सिद्धांत खोटा आहे हे प्रस्थापित करणे, तो खरा आहे हे सिद्ध करण्याएवढेच विज्ञानाच्या दृष्टीने महत्त्वाचे आहे. ह्या प्रभावाचा अजून एक परिणाम म्हणजे आपण सकारात्मक सल्ल्याचे आवर्जून स्वागत करतो (उदा. 'हे करा'); तेवढे नकारात्मक सल्ल्याचे करत नाही (उदा. 'ते विसरून जा/करू नका'); मग तो कितीही उपयुक्त का असेना.

सरतेशेवटी; न झालेल्या गोष्टींचे आकलन करणे कठीण जाते. जे अस्तित्वात नसते त्याबद्दल आपण आंधळे असतो. युद्ध सुरू असले की, आपल्याला ते जाणवत राहते; पण शांतीच्या काळात युद्धाच्या अभावाचे आपल्याला अप्रूप नसते. आपण धडधाकट असतो तेव्हा आजारी पडण्याविषयी सहसा विचार करत नाही. किंवा, कॅनकुनला विमानातून उतरल्यावर, आपण थबकून हा विचार करत नाही की, विमान कोसळले नाही. जे नाही त्याचा आपण वरचेवर विचार केला तर जास्त सुखी राहू. पण हे मानसिक कष्टाचे काम आहे. 'काहीतरी'ला अस्तित्व का असते, आणि 'काही नाही'ला का नाही, हा तत्त्वज्ञानातला मोठा गहन प्रश्न आहे. झटपट उत्तर मिळेल अशी अपेक्षा करू नका - हा प्रश्न म्हणजेच 'हजर असण्याच्या प्रभावा'ला लढा देणारे एक उपयोगी आयुध आहे.

हेही पहा :

'फोरर परिणाम' (प्र. ६४), 'पुष्टीकरणाचा कल' (प्र. ७-८), 'माझ्याच बाबतीत...' (प्र. ४७), 'उपलब्धीचा आभास' (प्र. ११), 'लक्ष असल्याचा आभास' (प्र. ८८).

९६

बाण लागेल त्या भोवती वर्तुळ काढणे

'निवडक चेरीज् खुडणे'

आपल्या वेबसाईटवर हॉटेल्स् स्वत:चे सर्वोत्तम चित्र दाखवतात. प्रत्येक फोटो काळजीपूर्वकपणे निवडला जातो, आणि फक्त सर्वात सुंदर व भव्य राजबिंडे फोटो वेबसाईटसाठी वापरले जातात. बेढब अँगल्स्, गळके पाईपस् आणि सकाळच्या न्याहारीच्या रुक्ष खोल्या फाटक्या जीर्ण कार्पेटखाली सारल्या जातात - अर्थात हे तसे असते हे तुम्हाला माहिती आहे. जेव्हा तुम्ही गबाळी अस्ताव्यस्त लॉबी पहिल्यांदा पाहता, तुम्ही चक्क खांदे उडवून नावनोंदणीच्या काऊंटरकडे जाता.

नसिम तालेबच्या स्पष्टीकरणाप्रमाणे त्या हॉटेलने जे केले त्याला 'निवडक चेरीज् खुडणे' (चेरी पिकींग) म्हणतात - सर्वात चांगल्या गोष्टींचे प्रदर्शन करून बाकीच्या दडवणे. हॉटेलच्या अनुभवाप्रमाणे, इतर बाबतीतदेखील तुम्ही कमीच अपेक्षा ठेवता - गाडीची जाहिरातवजा माहितीपत्रके, स्थावर मालमत्ता किंवा वकिली कंपन्या - त्यांची कार्यपद्धती तुम्ही जाणता, आणि त्याला तुम्ही भुलत नाही.

पण, कंपन्या, फाऊंडेशन्स आणि सरकारी संस्था यांच्या वार्षिक अहवालाला तुम्ही वेगळ्या प्रकारे प्रतिसाद देता. इथे तुम्ही अपेक्षा करता की, खरेखुरे वास्तववादी चित्र दाखवले जाईल. तुम्ही चुकताय. तेसुद्धा 'निवडक चेरीज् खुडण्याचा' प्रकार करतात - जर उद्दिष्टे साध्य झाली तर त्याचा बोलबाला करतात; जर कुठे अडखळली - अपुरी राहिली - तर त्यांची वाच्यताही करत नाही.

समजा तुम्ही एका विभागाचे प्रमुख आहात. बोर्ड तुम्हाला तुमच्या टीमची कामगिरी व सद्यस्थिती सर्वांपुढे मांडण्यास आमंत्रित करते. तुम्ही काय करता? तुमच्या पॉवरपॉईंट स्लाईडस्पैकी बऱ्याचशा तुम्ही तुमच्या टीमचे यश व कर्तृत्वाबद्दल सविस्तर सांगण्यात घालवता आणि नावापुरत्या थोड्या स्लाईडस् टीमसमोरची 'आव्हाने' नोंदवण्यासाठी वापरता. बाकी काही अपूर्ण कामांचा तुम्हाला सोईस्करपणे विसर पडला असेल.

उदाहरणात्मक कथा (अॅनेक्डोटस्) म्हणजे 'निवडक चेरीज् खुडण्या'चा एक विशेष अवघड फसवा प्रकार आहे. कल्पना करा की, काही तांत्रिक उपकरणे बनवणाऱ्या कंपनीचे तुम्ही कार्यकारी अध्यक्ष आहात. एका सर्वेक्षणाद्वारे असे निदर्शनास आले आहे की, बहुसंख्य ग्राहकांना तुमचे उपकरण वापरणे जमत नाही. ते फारच गुंतागुंतीचे आहे. आता कठ मॅनेजर मदत म्हणून त्याचे दोन शब्द फेकतो - 'माझ्या सासऱ्यांनी कालच ते घेतले आणि कसे वापरायचे ते झटकन त्यांना समजले.' ह्या चेरीला तुम्ही कितपत महत्त्व द्याल? अगदी बरोबर - जवळजवळ शून्य. एखाद्या उदाहरणात्मक कथेला डावलणे कठीण जाते, कारण ती एक छोटीशी कथा असते, आणि आपण जाणता की, आपला मेंदू कथेच्या बाबतीत किती वाहावत जातो. त्यामुळे चलाख नेते आपल्या कारकिर्दीत सतत अशा उदाहरणात्मक कथांच्या बाबतीत खूप जागरूक रहायचे प्रशिक्षण स्वत:ला देत राहतात, आणि ऐकताक्षणी त्यांना हाणून पाडतात.

जितके एखादे क्षेत्र उच्च तितके आपण 'निवडक चेरीज् खुडण्या'च्या तंत्राला बळी पडतो. अँटीफ्रॅजिल (Antifragile) ह्या त्यांच्या पुस्तकात तालेबने सर्व प्रकारच्या संशोधन क्षेत्रांत - तत्त्वज्ञानापासून ते वैद्यकीय आणि अर्थशास्त्र - आपल्या निष्कर्षांविषयी बडेजाव करण्याची प्रवृत्ती कशी आहे, त्याचे वर्णन केले आहे. 'राजकारणाप्रमाणेच अध्ययन क्षेत्रही आपल्याला 'काय केले नाही' ऐवजी, 'काय केले' हे सांगण्यात तरबेज आहे. म्हणूनच वापरलेल्या पद्धती किती अपरिहार्य आहेत हे दाखवले जाते.' 'निवडक चेरीज् खुडण्या'चा कळस. पण अध्ययन क्षेत्रासाठी वाटणाऱ्या आदरामुळे आपल्या ते लक्षातही येत नाही.

किंवा वैद्यकीय क्षेत्राचे पहा. लोकांना धूम्रपान करू नका सांगणे हे गेल्या ६० वर्षांतले सर्वात मोठे वैद्यकीय योगदान आहे - दुसऱ्या महायुद्धानंतरच्या सर्व संशोधन व वैद्यकीय प्रगतीपेक्षाही महत्त्वाचे. डॉक्टर ड्रुईन बुर्च हे फिजिशियन 'टेकिंग द मेडिसीन' ह्या त्यांच्या पुस्तकात त्याला दुजोरा देतात. अॅन्टीबायोटिक्सप्रमाणे काही चेरीज् आपले लक्ष विचलित करतात आणि म्हणून

औषधांवर संशोधन करणाऱ्यांचा उदोउदो होतो, परंतु धूम्रपान विरोधी आंदोलक बाजूला पडतात - पूर्ण दुर्लक्षित.

मोठ्या कंपन्यांमधला व्यवस्थापन विभाग हॉटेल मालकांप्रमाणे स्वत:चाच गौरव करतात. त्यांनी काय काय केले हे सुंदरपणे सादर करण्यात ते वाकबगार असतात, पण कंपनीसाठी काय काय करू शकले नाहीत - काय काय अपुरे राहिले - कुठे बेत फसला ह्याबद्दल कधीच वाच्यता करत नाहीत. तुम्ही काय करायला हवे? तुम्ही जर अशा संस्थेच्या पर्यवेक्षण व निरीक्षण बोर्डवर असाल, तर त्यांना 'उरलेल्या चेरीज्'बद्दल विचारा - अयशस्वी प्रकल्प आणि चुकलेली, अपूर्ण राहिलेली उद्दिष्टे. यशोगाथांपेक्षा तुम्ही ह्यातून अधिक चांगले जाणून घेऊ शकता. असे प्रश्न इतक्या कमी वेळा विचारले जातात हे आश्चर्यकारक आहे. दुसरे - अनेक आर्थिक नियंत्रक अगदी पै पै चा हिशोब करून खर्चाचा आकडा मिळवण्यासाठी नेमण्याऐवजी, तुमचे लक्ष्य परत परत तपासा. तुमची सुरुवातीची उद्दिष्टे काळाच्या ओघात लोप पावली आहेत हे लक्षात येऊन तुम्हाला अचंबा वाटेल. हळूच गुपचूप त्यांच्या जागी आपण स्वत: ठरवलेली लक्ष्ये (जी साध्य करणे शक्य असते) येऊन बसली आहेत. अशी लक्ष्ये तुमच्या कानावर आली की, सावध व्हा. हे बाण मारून, तो जिथे रुतेल तिथे त्या सभोवती वर्तुळ करून लक्ष्यभेदाचा आभास निर्माण करणे आहे.

हेही पहा :

'कथेकडे कल' (प्र. १३), 'श्रेय सारे माझेच, असा कल' (प्र. ४५).

१७

अनादी काळापासूनचा बळीच्या बकऱ्याचा शोध

'एकच कारण - असा गैरसमज'

क्रिस मॅथ्युस MSNBCच्या अग्रणी पत्रकारांपैकी एक आहे. त्याच्या न्यूज शोमध्ये तथाकथित राजकारणातले तज्ज्ञ एकामागून एक आणले जातात आणि त्यांची मुलाखत घेतली जाते. राजकारणातले तज्ज्ञ म्हणजे नेमके काय, किंवा अशी कारकीर्द समाधानकारक कशी असू शकते हे माझ्या आकलनाबाहेरचे आहे. २००३मध्ये अमेरिकेचा इराकवर हल्ला सर्वांचा चर्चेचा विषय होता. तज्ज्ञांच्या उत्तरांपेक्षा क्रिसचे प्रश्न जास्त महत्त्वाचे होते. 'ह्या युद्धामागचा 'हेतू' काय आहे?', 'मला जाणून घ्यायचे आहे की, ९/११ हेच त्यामागचे कारण' आहे का, कारण अनेक लोकांना वाटतेय 'जशास तसे' हा पवित्रा आहे?', 'तुम्हाला असे वाटते का की, मोठ्या प्रमाणावर हानी करणारी शस्त्रे ह्या युद्धाचे 'खरे कारण' होते?', 'आपण इराणवर हल्ला का केला असे तुम्हाला वाटते? वरवरचे कारण नव्हे, खरेखुरे कारण?' इत्यादी इत्यादी.

मला असले प्रश्न आता सहन होत नाहीत. ते सगळ्यात जास्त होणाऱ्या मानसिक चुकीचे लक्षण आहेत; अशी चूक जिला रोजच्या बोलीभाषेत नावच नाहीये, ही आश्चर्याची गोष्ट. सध्या आपण 'एकच कारण - असा गैरसमज' हे बेढब नाव चालवून घेऊ.

पाच वर्षांनंतर, २००८मध्ये, आर्थिक बाजारपेठांमध्ये भयभीत वातावरण होते. बँकांचे दिवाळे निघत होते आणि त्यांना परत सुस्थितीत आणण्यासाठी कराच्या रूपात आलेले डॉलर्स वापरणे अनिवार्य झाले. गुंतवणूकदार, राजकारणी आणि पत्रकार जीव तोडून त्या अरिष्टामागचे मूळ कारण शोधत होते. ग्रीनपॅनचे ढिले आर्थिक धोरण? गुंतवणूक करणाऱ्यांचा मूर्खपणा? स्टॉक्सचा क्रम लावणाऱ्या अविश्वसनीय एजन्सीज्? लाचखाऊ भ्रष्टाचारी ऑडिटर्स? जोखमीचे मॉडेल्स वाईट किंवा चुकीचे असणे? शुद्ध हाव? ह्यातले कोणतेही एकच कारण असे नाही, आणि तरीही त्यातले प्रत्येक त्याला कारणीभूत आहे.

बेजार करणारा भारतीय उन्हाळा, मित्राचा घटस्फोट, पहिले महायुद्ध, कर्करोग, शाळेत झालेला गोळीबार, एखादी कंपनी जगभर यशस्वी होणे, लिखाणाचा शोध - कोणत्याही नीट स्पष्ट विचार करणाऱ्या व्यक्तीला माहिती आहे की, कोणतेही एक कारण अथवा घटक अशा गोष्टी घडवून आणू शकत नाही. खरे तर, शेकडो, हजारो, अगणित घटक एकत्रितपणे प्रभाव पाडतात. तरीसुद्धा आपण फक्त एकावर सर्व दोषारोप करू पाहतो.

'जेव्हा एक सफरचंद पिकते आणि गळून पडते - तेव्हा काय कारणीभूत असते? त्याला जमीन आकर्षित करते, की त्याचा देठ जुनाट होतो, की सूर्याने त्याला कोरडे करून टाकले आहे, की ते वजनदार झाले आहे, की वाऱ्याने त्याला हलवले की, त्याच्या खाली उभ्या असलेल्या पोराला ते खायची इच्छा झाली? कोणतेही एक कारण नसते.' 'वॉर अँण्ड पीस' ह्या टॉलस्टॉयच्या कादंबरीतल्या परिच्छेदामध्ये त्याने नेमके मुद्द्यावर बोट ठेवले.

समजा एक प्रसिद्ध ब्रेकफास्ट सिरीअल ब्रँडचे तुम्ही उत्पादन व्यवस्थापक आहात. नुकताच तुम्ही एक ऑरगॅनिक, कमी साखरेचा सिरीअलचा प्रकार मार्केटमध्ये उतरवला आहे. एक महिन्याने हे स्वच्छ दिसते की, हे नवे उत्पादन फ्लॉप झाले आहे - ग्राहकांनी नापसंत केले. प्रथम, तुम्हाला माहिती आहे की, कोणताही एक घटक कधीच कारणीभूत नसतो. एक कागद घ्या आणि सर्व संभाव्य कारणे लिहून काढा. मग त्या कारणांमागची कारणे लिहा. थोड्या वेळाने तुमच्याकडे ज्या सगळ्या घटकांचा प्रभाव पडू शकतो अशांचे एक जाळे तयार झालेले असेल. यापैकी ज्या गोष्टी तुम्ही बदलू शकता त्या ठळक करा; आणि ज्या बदलू शकत नाही त्या गाळा (उदा. मानवी स्वभाव). तिसरे, ठळक केलेल्या घटकांमध्ये वेगवेगळे बदल करून निरनिराळ्या बाजारपेठांत प्रायोगिक चाचण्या करा. ह्याला वेळ आणि पैसा लागतो, पण उथळ गृहीत

धरलेल्या समजांच्या दलदलीतून सुटका करून घेण्याचा हा एकच मार्ग आहे.

'एकच कारण - असा गैरसमज' जितका घातक आहे, तितकाच तो जुना आहे - युगायुगांपासून चालत आलेला. माणसांना आपण 'स्वतःच्या नशिबाचे ठेकेदार' म्हणून पाहायला शिकलो आहोत. २,५०० वर्षांपूर्वी ॲरिस्टॉटल हे म्हणाला. आज आपण जाणतो की, हे चूक आहे. मर्जीनुसार जगण्याची संकल्पना हा आज एक चर्चेचा विषय झाला आहे. आपल्या कृती हजारो घटकांच्या अन्योन्य प्रक्रियेमुळे होत आहेत - जनुकांच्या कलापासून ते संस्कारयुक्त संगोपनापर्यंत, शिक्षणापासून ते मेंदूच्या प्रत्येक पेशीच्या आजूबाजूच्या संप्रेरकाचे प्रमाण, इतके विविध घटक आहेत. तरीही आपण स्वचलित-स्वशासित आहोत हा जुना समज आपण सोडायला तयार नाही. हे फक्त चूकच नव्हे तर नैतिकदृष्ट्या शंकास्पद आहे. जोपर्यंत आपण एकच कारण असते ह्या भ्रमात राहू, आपण नेहमी विजय किंवा आपत्तीचे मूळ शोधत व्यक्तीपर्यंत जाऊन पोचू, आणि त्यांना 'जबाबदार' ठरवून मोकळे होऊ. 'बळीचा बकरा' शोधण्याचा मूर्ख उपद्व्याप आणि सामर्थ्याचा जोर हातात हात घालून चालतात - हा खेळ लोक हजारो वर्षांपासून खेळत आले आहेत.

आणि तरीही 'एकच कारण - असा गैरसमज' इतका लोकप्रिय आहे की, ट्रेसी चॅपमनने आपले जगभर गाजणारे यश त्याच्या जोरावर मिळवले. 'गीव्ह मी वन रीझन' ह्या गाण्याने तिचे यश प्रस्थापित केले. पण जरा धीर धरा - अजूनही काही कारणे होती की नाही?

हेही पहा :

'कारणे देऊन समर्थन' (प्र. ५२), 'इतिहासाचे बनावटीकरण' (प्र. ७८), 'सिंहावलोकनाची प्रवृत्ती' (प्र. १४), 'श्रेय देण्याची मुलभूत चूक' (प्र. ३६).

१८

भरधाव गाडी हाकणारे सुरक्षित चालक असतात

‘उपचार देण्याच्या मानसातून झालेली चूक’

तुमचा विश्वास बसणार नाही, पण भरधाव गाडी हाकणारे, काळजीपूर्वक गाडी चालवणाऱ्यांपेक्षा जास्त सुरक्षितपणे गाडी चालवतात. का? समजा मियामी ते वेस्ट पाम बीच पर्यंतचे अंतर अंदाजे ७५ मैल आहे. ते अंतर जे १ तासाच्या आत पार करतात, त्यांना आपण ‘बेदरकार ड्रायव्हर’ म्हणू या, कारण ते साधारण तशी ७५ मैल किंवा अधिक वेगाने गाडी चालवतात. बाकी सर्वांना आपण ‘सावध ड्रायव्हर’ ह्या गटात घालू या. कोणता गट कमी अपघात अनुभवतो? ‘बेदरकार ड्रायव्हर्स’ ह्यात काही शंका नाही. त्या साऱ्यांनी एका तासाच्या आत प्रवास संपवला; म्हणजे कोणत्याही अपघातात अडकले नव्हते. अर्थात त्यामुळे सर्व सावध, हळू चालवणाऱ्यांना अपघात होणाऱ्यांमध्ये टाकणे साहजिकच आले. ह्या उदाहरणातून आपल्याला एका धोकेबाज फसव्या कुतर्काचे स्वरूप कळते - तथाकथित ‘उपचार देण्याच्या मानसातून झालेली चूक’. दुर्दैवाने त्याला अजून आकर्षक नाव नाहीये.

हे तुम्हाला पहिल्या प्रकरणातल्या ‘जेतेपणाच्या पूर्वग्रहा’सारखे वाटेल, पण हे वेगळे आहे. ‘जेतेपणाच्या पूर्वग्रहात’ तुम्हाला फक्त जगलेले-जिंकलेले दिसतात, अयशस्वी प्रकल्प किंवा अपघातात सापडलेल्या गाड्या दिसत नाहीत. ‘उपचार करण्याच्या मानसातून झालेली चूक’मध्ये ती फसलेली योजना, अयशस्वी प्रकल्प आणि अपघातातल्या गाड्या प्रकर्षाने दिसतात, फक्त चुकीच्या विभागात.

हल्लीच, एका बँकरने मला एक रोचक शोधाभ्यास दाखवला. त्याचा निष्कर्ष - ज्या कंपन्यांच्या बॅलन्स शीटमध्ये घेतलेले कर्ज दिसते त्या कंपन्या बऱ्यापैकी जास्त नफा, कर्ज नसलेल्या कंपन्यांहून अधिक प्रमाणात कमवतात (फक्त इक्विटी). तो बँकर ठासून म्हणाला, 'प्रत्येक कंपनीने हवे तेवढे कर्ज घ्यावे'; अर्थात त्याची बँक त्यासाठी सर्वात उत्तम आहे. मी ते सारे खूप बारकाईने तपासले. असे कसे होऊ शकते? पण खरंच, अगदी सहज निवडलेल्या १०० कंपन्यांमध्ये ज्यांनी मोठी कर्जे घेतली होती त्यांनी जास्त नफा दाखवला, फक्त इक्विटीमध्येच नव्हे तर पूर्ण भांडवलावर (कॅपिटल). स्वयंपूर्ण, स्वखर्चाने चालणाऱ्या कंपन्यांपेक्षा, त्या प्रत्येक दृष्टीने जास्त यशस्वी होत्या. मग त्यातली गोम कळली - ज्या नफा कमवत नाहीत अशा कंपन्यांना कॉर्पोरेट कर्ज मिळतच नाहीत. त्यामुळे त्या 'फक्त इक्विटी' ह्या गटात येतात. ह्या गटातल्या कंपन्यांकडे पैशांचा सुरक्षित असा मोठा साठा (कॅश कुशन) असतो; त्या आपला डोलारा दीर्घकाळ सावरू शकतात आणि कितीही 'आजारी' असल्या तरी त्या शोधाभ्यासाचा भाग म्हणून राहतात. दुसऱ्या बाजूला, ज्या कंपन्यांनी खूप जास्त कर्ज घेतले आहे, त्यांचे दिवाळे जास्त लवकर निघते. जेव्हा त्या व्याज देऊ शकत नाहीत तेव्हा बँक त्यांचा ताबा घेऊन त्या विकून टाकते - त्यामुळे त्या अभ्यास-गटातून (सॅम्पल) नाहीशा होतात. ज्या 'कर्जदार गटात' टिकून राहतात, त्या कितीही कर्ज त्यांच्या बॅलन्स शीटमध्ये दिसले तरी त्या मानाने ठीकठाक असतात.

आता तुम्हाला जर वाटत असेल की, 'अच्छा, असे आहे का?' तर सावधान! 'उपचार देण्याच्या मानसातून झालेली चूक' सहजासहजी ओळखू येत नाही. वैद्यकीय विश्वातले एक काल्पनिक उदाहरण - एका औषधांच्या कंपनीने हृदयविकाराशी लढा द्यायला एक नवे औषध तयार केले. एक शोधाभ्यास (स्टडी) सिद्ध करतो की, रोगी मरण पावण्याचे प्रमाण त्यामुळे बरेच कमी होते. सर्व माहिती (डेटा) ते स्वतःच जाहीर करतात - ज्यांनी औषध नियमितपणे घेतले, त्यांचा ५ वर्षाआधीचा मृत्यूदर (मॉरटॅलिटी रेट) १५% आहे. ज्यांनी नकली गोळी (प्लॅसिबो) घेतली, त्यांचाही मृत्यूदर जवळपास तेवढाच आहे. पण... आणि हे फार महत्त्वाचे आहे... ज्यांनी औषध अनियमितपणे घेतले त्यांचा मृत्यूदर ३०% आहे - दुप्पट जास्त! नियमित व अनियमितपणे औषध घेणाऱ्यांच्या बाबतीत मोठा फरक. म्हणून गोळी उपयोगी व यशस्वी आहे. पण खरंच असं आहे का?

काय गडबड होतेय पहा - गोळी हा निर्णायक घटक नसून, रोग्याचे वर्तन हा निर्णायक घटक होता. कदाचित गोळीच्या अतिरिक्त परिणामांमुळे (साईड इफेक्ट)

काही रोग्यांनी गोळ्या घेणे बंद केले. 'अनियमित' ह्या गटात टाकले गेले. कदाचित ते इतके आजारी होते की, नियमितपणे गोळी घेणे त्यांना शक्य नव्हते. काही असो, फक्त त्यातल्या त्यात चांगली तब्येत असणारे 'नियमित' ह्या गटात राहिले. त्यामुळे ते औषध आहे त्यापेक्षा अधिक परिणामकारक आहे असे दिसले. जे खरोखर जास्त आजारी होते, ते आजारपणामुळे औषध नियमित घेऊ शकले नाहीत. त्यामुळेच ते अनियमित गटात सामील झाले.

विश्वासार्ह शोधाभ्यासात, वैद्यकीय संशोधक सर्व रोग्यांची माहिती घेतात - म्हणजे ज्यांना सुरुवातीसच उपचार देण्याचा उद्देश असतो ते सर्व जण (त्यावरून ह्या प्रकरणाचे नाव देण्यात आले आहे). ते त्या औषधाच्या प्रयोगात (ट्रायल) सामील झाले ना झाले तरी काही फरक पडत नाही. दुर्दैवाने, अनेक शोधाभ्यासांत हा नियम पाळला जात नाही. आता हे मुद्दाम केले जाते की, चुकून होते ते पहायला हवे. म्हणून जागरूक रहा. चाचणीमधले सर्व उमेदवार - ज्यांना अपघात होतो असे वाहनचालक, दिवाळे निघालेल्या कंपन्या, गंभीर अवस्थेतले रोगी - शेवटपर्यंत आहेत की, मध्येच गायब झाले? तसे झाले असतील तर तो शोधाभ्यास तुम्ही योग्य ठिकाणी ठेवा - कचरापेटीत.

हेही पहा :

'जेतेपणाचा पूर्वग्रह' (प्र. १), 'विल रॉजर्स प्रभावानुभव' (प्र. ५८).

९९

बातम्या का वाचू नयेत?

'समाचाराचे मोहजाल'

सुमात्रामध्ये भूकंप, रशियामध्ये विमान दुर्घटना, एका माणसाने आपल्या मुलीला ३० वर्षे तळघरात कोंडून ठेवले, हायडी क्लम सील पासून वेगळी झाली, बँक ऑफ अमेरिकामध्ये भरघोस पगार, पाकिस्तानमध्ये हल्ला, मालेच्या राष्ट्राध्यक्षांचा राजीनामा, शॉट पुटमध्ये नवा जागतिक विक्रम. हे सर्व तुम्हाला माहीत असण्याची खरंच गरज आहे का? आपल्याकडे माहितीचा भक्कम साठा असतो, पण तरीही आपल्यात ज्ञान कमी असते. का? कारण दोन शतकांच्या आधी आपण एक विषारी ज्ञानाचा शोध लावला - 'बातम्या'. जशी शरीराला साखर तसेच मनासाठी बातम्या - चमचमीत, आकर्षक, पचायला सोप्या - आणि दीर्घ कालावधीत प्रचंड विध्वंसक.

तीन वर्षांपूर्वी मी एक प्रयोग सुरू केला. मी बातम्या वाचणे आणि ऐकणे थांबवले. मी सर्व वर्तमानपत्रांची आणि मासिकांची वर्गणी रद्द केली. टेलिव्हिजन व रेडिओ देऊन टाकले. माझ्या आयफोनमधून मी न्यूज ॲप काढून टाकले. फुकट मिळणाऱ्या एकाही वर्तमानपत्राला मी हातही लावला नाही. विमानात कोणीतरी वाचायला असे काही दिले तर मी मुद्दाम दुसरीकडे नजर फिरवू लागलो. पहिले काही आठवडे कठीण गेले. खूपच कठीण. काहीतरी माझ्यापासून निसटून जाईल अशी भीती मला वाटायची. काही दिवसांत माझा एक नवीन दृष्टिकोन तयार झाला. तीन वर्षांनंतर परिणाम - जास्त स्पष्ट विचार, अधिक मौल्यवान आकलन, चांगले निर्णय

आणि खूप जास्त मोकळा वेळ. आणि सर्वात चांगली गोष्ट- काहीही महत्त्वाचे मी गमावले किंवा काही निसटून गेले नाही. माझे सोशल नेटवर्क-फेसबुक नव्हे-जे खऱ्या जगात अस्तित्वात असते-ज्यात हाडामांसाचे मित्र आणि ओळखीपाळखीचे असतात-तेच माझ्यासाठी बातम्या गाळून नेमक्या तेवढ्या माझ्याकडे पोचवतात.

बातम्यांपासून लांब राहाण्याची डझनभर कारणे आहेत. त्यातील सर्वात महत्त्वाची तीन सांगतो. पहिले - आपला मेंदू वेगवेगळ्या माहितीला बेहिशोबीपणे वाटेल तशी प्रतिक्रिया देतो. लज्जास्पद, धक्कादायक, माणसांविषयक भडक, पटपट बदलणारे तपशील सर्व आपल्याला उत्तेजित करतात. त्याउलट संदिग्ध, जटिल, गुंतागुंतीची आणि कच्ची प्रक्रियाहीन माहिती आपल्याला शांत करते. बातम्याच्या कार्यक्रमांचे निर्माते ह्याचा पुरेपूर उपयोग करून घेतात. खिळवून टाकणाऱ्या कहाण्या, भडक चित्रे आणि सनसनाटी 'माहिती' आपले लक्ष वेधून घेते. त्यांच्या उद्योगाचे मॉडेल काय आहे ते लक्षात घ्या - जाहिरातदार त्याची 'जागा' (स्पेस) विकत घेतात आणि बातम्या नामक सर्कशीला एक अटीवर आर्थिक पाठबळ देतात - त्यांच्या जाहिराती दिसल्या पाहिजेत. परिणाम - जे काही सूक्ष्म, मार्मिक, संदिग्ध, जटिल, गंभीर व अर्थपूर्ण असेल अशा कहाण्या सर्रास गाळल्या जातात - जरी त्यांचे आपल्या जीवनाबरोबर काही नाते असले आणि आपले जग समजून घेण्यास त्यामुळे काही उपयोग होत असेल तरीही. बातम्यांचा भडिमार रोज झाला की, त्याचा प्रभाव आपल्यावर पडून आपल्यापुढे खरोखरच काय आव्हाने व धोके आहेत त्याबद्दल एक विरूप, विचित्र समज आणि मानसिक नकाशा धरून आपण वावरू लागतो.

दुसरे - बातम्या असंबद्ध असतात. त्यांच्याशी आपले वैयक्तिक असे काही नाते नसते. गेल्या बारा महिन्यांत तुम्ही बहुधा १०,००० बातम्यांच्या टिप्पण्या पाहिल्या-ऐकल्या असतील - कदाचित दिवसागणिक तीससुद्धा. प्रामाणिकपणे - त्यातली कुठचीही एक बातमी सांगा - फक्त एक, जिच्यामुळे तुम्ही तुमचे आयुष्य, तुमचे करिअर किंवा उद्योगधंद्यामध्ये चांगले निर्णय घेऊ शकलात. त्या बातमीचा अंशही नसताना निर्णय कसा घेतला असता? मी विचारलेल्यांपैकी कोणालाही दोनपेक्षा अधिक उपयुक्त बातम्या सांगता आल्या नव्हत्या - १०,००० मधून फक्त दोन. हा फारच दुःखद निकाल आहे. बातम्यांच्या कंपन्या तुम्हाला सांगतात की, त्यांनी दिलेल्या माहितीमुळे तुम्हाला स्पर्धात्मक फायदा मिळतो. ह्याने खूप जणांना भुरळ पडते. वास्तविकतः, रवंथ करत राहिल्याने बातम्यांचा स्पर्धात्मक तोटा होतो. जर बातम्या खरंच लोकांना प्रगतीचा व समृद्धीचा मार्ग

खुला करून देत असत्या तर पत्रकारांचे उत्पन्न सर्वात जास्त असते. तसे नाहीये - खरं तर उलटच आहे.

तिसरे - बातम्या हा वेळेचा अपव्यय आहे. एक व्यक्ती दर आठवड्यागणिक अर्धा दिवस तत्कालीन घटना (करंट इव्हेंटस्) वाचण्यात घालवते. जागतिक स्तरावर पाहिले तर ही उत्पादकतेची मोठी हानी आहे. मुंबईमध्ये झालेले २००८ मधले दहशतवादी हल्ले पहा. फक्त जगाला ओळख व्हावी - आपल्या अस्तित्वाची दखल घेतली जावी ह्या लालसेमुळे दहशतवाद्यांनी २०० लोकांचे नाहक बळी घेतले. असे समजूया की, १ कोटी लोकांनी त्याचे पर्यवसान कसे होते हे जाणून घेण्यासाठी एक तास घालवला. त्यांनी दर मिनिटाचा अहवाल पाहिला आणि काही 'तज्ज्ञ' व 'समीक्षकांची' निरर्थक बडबड ऐकली. हा एक वास्तवपूर्ण अंदाज आहे, कारण भारतात १ कोटीहून जास्त लोक आहेत. तर आपले जपून केलेले गणित + १ कोटी लोक गुणिले लक्ष विचलित झाल्याने वाया गेलेला १ तास; म्हणजे १ कोटी तासांचे कामकाज ठप्प. आपण त्याचे रूपांतर केले तर कळते की, बातम्यांमध्ये गुंतल्याने २,००० जीवांचे आयुष्य फुकट गेले - हल्ल्यात झालेल्या प्राणहानीपेक्षा दहापटींनी जास्त. एक वर्मी लागणारे पण सच्चे निरीक्षण.

मी हे नक्की सांगू शकतो की, बातम्यांकडे पाठ फिरवली तर इतर ९८ चुका बाद करण्याइतकाच फायदा तुम्हाला होईल. ती सवय पूर्णपणे सोडून द्या. त्याऐवजी, नीट अभ्यासून लिहिलेले मोठे लेख आणि पुस्तके वाचा. होय, जगाला ओळखण्यासाठी आणि समजून घेण्यासाठी पुस्तकांसारखे दुसरे काही नाही.

हेही पहा :

'श्रेय देण्याची मुलभूत चूक' (प्र. ३६), 'निद्रेगत परिणाम' (प्र. ७०), 'पुष्टीकरणाचा कल' (प्र. ७-८), 'माहितीचा गंड' (प्र. ५९), 'मानवीकरण' (प्र. ८७), 'कथेकडे कल' (प्र. १३).

उपसंहार

पोपने मायकल अॅन्जेलोला विचारले, ''तुझ्या अद्‌भुत कौशल्याचे गुपित काय? जगातल्या सर्वोत्कृष्ट कलाविष्कारांपैकी सर्वोत्तम असे हे डेव्हिडचे शिल्प तू कसे घडवलेस?'' मायकल अॅन्जेलो म्हणाला, ''ते सोपे आहे. जे डेव्हिड नाही असे सर्व मी काढून टाकले.''

चला, प्रामाणिक बनू या. नक्की काय आपल्याला यशस्वी करेल हे आपल्याला माहिती नाही. काय आनंदी बनवेल ह्यावर आपण नेमके बोट ठेवू शकत नाही. पण असं काय आहे जे आनंद आणि यश नष्ट करेल हे आपण पक्के जाणतो. हे आकलन, जरी साधे सोपे असले, तरी मूलभूत आहे - नकारात्मक ज्ञान (काय करू नये) हे सकारात्मक ज्ञानापेक्षा (काय करावे) फार जास्त सामर्थ्यवान आहे.

जास्त स्पष्ट विचार करणे आणि जास्त चतुराईने वागणे म्हणजे मायकेल अॅन्जेलोची पद्धत अंगिकारणे - डेव्हिडवर लक्ष एकाग्र करू नका. त्याऐवजी जे सारे डेव्हिड नाहीत, अशावर केंद्रित करा आणि हळूहळू ते छिन्नीने कोरून काढून टाका. आपल्या बाबतीत, सर्व चुका व गैरसमजुतींचा नायनाट करा म्हणजे चांगली विचार पद्धती आपोआप येईल.

ग्रीक, रोमन व मध्ययुगीन विचारवंतांनी ह्या दृष्टिकोनाच्या पद्धतीला एक नाव दिले होते - 'व्हाया निगेटिवा'. शब्दशः, नकारात्मक मार्ग, संन्यासाचा मार्ग - वेदांत मार्गी (थिओलॉजिएन्स्) 'व्हाया निगेटिवा' मार्गाने जाणारे पहिले होय - देव काय आहे हे आम्ही सांगू शकत नाही; फक्त देव काय नाही हे सांगू शकतो. वर्तमानकाळात त्याचा वापर केल्यास - यश कशामुळे येते हे आम्ही सांगू शकत नाही. यशाच्या आड काय येते ते सांगता येईल - ग्रहण कशाने लागते हे नेमके सांगू शकतो. कमतरता आणि विचारातल्या चुका दूर करा मग बलस्थाने आपले काम आपोआप करतील. फक्त एवढे समजले तरी पुरे आहे.

एक लेखक आणि कंपनी संस्थापक म्हणून मी अनेक वेगवेगळ्या सापळ्यांत अडकलो आहे. सुदैवाने, मी नेहमीच त्यातून स्वत:ची सुटका करून घेऊ शकलो. आता जेव्हा मी डॉक्टर्स, सी.ई.ओ.ज्, बोर्डचे सदस्य, गुंतवणूकदार, राजकारणी किंवा सरकारी अधिकाऱ्यांसमोर भाषण देतो, तेव्हा मला एक बंधुभाव जाणवतो. आम्ही एकाच बोटीत बसलोय असे मला वाटते - नाहीतरी आपण सगळे आयुष्याची बोट वल्हवत, वादळाच्या गर्तेत न सापडता, पुढे जायचा प्रयत्न करत असतो. तरीही अनेक जण 'व्हाया निगेटिवा'बाबतीत अस्वस्थ असतात. ते आपसूक येणाऱ्या अंतर्ज्ञानाविरुद्ध आहे. तसेच, संस्कृतीच्याविरुद्धही आहे - समकालीन ज्ञानाच्या समोर उभे राहून ते बंड पुकारते, पण आजुबाजूला नजर टाकली तर तुम्हाला 'व्हाया निगेटिवा' कार्यरत असलेले अनेक नमुने दिसतील. जगविख्यात गुंतवणूकदार वॉरेन बफेट आपला भागीदार सहकारी चार्ली मुन्गेर आणि स्वत:विषयी लिहितो - 'चार्ली आणि मी उद्योगातल्या अवघड समस्या सोडवायला शिकलो नाही. त्या कशा टाळायच्या ते शिकलो.' ही 'व्हाया निगेटिवा'ची कमाल.

ह्या पुस्तकात मी विचार आणि समज ह्यातील जवळजवळ १०० चुकांची यादी दिली आहे, पण हा प्रश्न अनुत्तरित ठेवला - विचार करण्यातल्या चुका म्हणजे नेमके काय? अविवेकी असामंजस्य (इर्राशनॅलिटी) म्हणजे काय? आपण त्या जाळ्यांत का सापडतो? अविवेकी असामंजस्याचे दोन सिद्धांत आहेत - एक 'गरम' आणि एक 'थंड'. 'गरम' सिद्धांत डोंगरदऱ्यांइतका जुना आहे. प्लेटोने दिलेले उपमावजा उदाहरण पहा - एक घोडेस्वार वाऱ्यागत उधळणाऱ्या घोड्यांना काबूत ठेवून मार्गावर ठेवण्याचा प्रयत्न करत आहे. घोडेस्वार म्हणजे सारासार तर्कबुद्धी (रीझन) आणि उधळणारे घोडे हे भावनांचे प्रतीक आहे. सारासार तर्कबुद्धी भावनांना काबूत ठेवते. ते फसले, तर अविवेकी असामंजस्याला रान मोकळे होते. दुसरे उदाहरण - भावना खदखदत्या शिलारसासारख्या (लाव्हा) आहेत. सर्वसाधारणपणे सारासार तर्कबुद्धी त्यावर झाकण दाबून ठेवते; पण कधीकधी अविवेकी असामंजस्याचा शिलारस उद्रेक होऊन बाहेर पडतो. तर्कनिष्ठतेबद्दल वैतागायचे काही कारण नाही. त्यात चूक होऊ शकत नाही; इतकेच, की कधीकधी भावना त्याच्यावर कुरघोडी करतात.

हा अविवेकी असामंजस्याचा गरम सिद्धांत बरीच युगे खदखदत राहिला आहे. जॉन कॅल्विन १५००च्या सुमारास, एका कट्टर प्रोटेस्टॅनिझमचा संस्थापक होता. त्याच्यामते अशा भावना म्हणजे दुष्ट शक्तीचे (इव्हल) प्रतीक आहे आणि फक्त देवावर लक्ष केंद्रित केले की, त्यांना आपण दूर लोटू शकतो. भावनांचा

स्फोट होणारे लोक सैतानाचे झाले आहेत, असे मानून त्यांचा छळ करून मारले जायचे. सिग्मंड फ्रॉईड ह्या ऑस्ट्रियन मानसशास्त्रज्ञाच्या सिद्धांतानुसार विवेकनिष्ठ 'इगो' आणि नैतिकतावादी 'सुपरइगो' दोन्ही मिळून आततायी उतावळ्या 'इड'ला ताब्यात ठेवतात. पण हा सिद्धांत खऱ्या दुनियेत फारसा लागू पडत नाही. शिस्त, कर्तव्य, जबाबदारी वगैरे विसरा. आपण विचारशक्तीद्वारे आपल्या भावनांवर पूर्ण नियंत्रण ठेवू शकतो हा भ्रम आहे - इच्छेच्या बळावर केस वाढवण्याचा प्रयत्न करण्याएवढे काल्पनिक.

त्याउलट, अविवेकी असामंजस्याचा 'थंड' सिद्धांत अजून ताजा तरुण आहे. दुसऱ्या महायुद्धानंतर अनेकांनी नाझींच्या अविवेकी असामंजस्याचा उलगडा करण्याचा प्रयत्न केला. हिटलरच्या वरिष्ठ अधिकाऱ्यांमध्ये भावनांचा उद्रेक फारच क्वचित व्हायचा. त्याची स्वत:ची भडक उसळती भाषणेसुद्धा निष्णात नाटकीपणा होता; दुसरे काही नाही. भावनांचे तप्त उद्रेक नव्हे, तर अत्यंत थंड भावनाहीन हिशोब, नाझीच्या विक्षिप्त वेडाच्यापाठी होता. स्टॅलिन किंवा खमेर रुजबद्दलही तेच म्हटले जाऊ शकते.

१९६०च्या सुमारास मानसशास्त्रज्ञांनी फ्रॉईडचे म्हणणे बाजूला सारून, आपली विचारप्रणाली, निर्णय व कृती शास्त्रोक्त पद्धतीने अभ्यासायला सुरुवात केली. त्याची परिणती अविवेकी असामंजस्याच्या 'थंड' सिद्धांतामध्ये झाली, जी सांगते - विचारप्रक्रिया स्पष्ट शुद्ध नसते, त्यात चुकण्याची शक्यता असते. हे सर्वांचेच होते. अगदी खूप बुद्धिमान लोकसुद्धा त्याच विचारांच्या सापळ्यात अडकतात. त्याचप्रमाणे चुका अवांतर तऱ्हेने, कशाही होत नाहीत. आपण पद्धतशीरपणे त्याच दिशेने नेहमी चुकत जातो. त्यामुळे आपल्या चुकांचा भाकीतवजा अंदाज आपण बांधू शकतो - व त्यामागे त्या दुरुस्त करण्याची तजवीज काही प्रमाणात करू शकतो - फक्त काही प्रमाणात, पूर्णपणे नव्हे. काही दशके ह्या चुकांचा उगम अंधारात राहिला. आपल्या शरीरातील बाकी सर्व बऱ्यापैकी विश्वासार्ह आहे - हृदय, स्नायू, फुफ्फुस, रोगप्रतिकार यंत्रणा (इम्युन सिस्टीम). सर्व सोडून आपला मेंदू वरचेवर प्रमाद का करतो?

विचार करणे ही एक जैविक प्रक्रिया आहे. तिला उत्क्रांतीने आकार दिला आहे; जसे उत्क्रांतीने जनावरांचे आकार व फुलांचे रंग घडवले. समजा आपण ५०,००० वर्षे भूतकाळात जावून आपल्या एक पूर्वजाला धरून त्याला आपल्यासह भविष्यात आणले आहे. आपण त्याला केसकर्तनालयात पाठवून आणि ह्युगो बोसचा सूट घालून कायापालट केला. तो रस्त्यातल्या इतर जणांमध्ये वेगळा असा

वाटेल का? नाही. अर्थात त्याला इंग्रजी शिकावे लागेल - आणि गाडी चालवणे, सेलफोन वापरणे वगैरे शिकावे लागेल, पण आपल्यालाही ते शिकावे लागले होते. जीवशास्त्राने सर्व शंका दूर केल्या आहेत - शारीरिकदृष्ट्या त्यात विचार व बौद्धिक भाग आहेच, आपण ह्युगो बोस (किंवा H & M घ्या) परिधान केलेले शिकारी-अन्न गोळा करणारे आदिमानव आहोत.

आमूलाग्र बदल फक्त आपल्या राहत्या पर्यावरणात झाला आहे. फार पूर्वी गोष्टी साध्या, सोप्या व स्थिर होत्या. आपण साधारण ५० लोकांच्या छोट्या समूहात रहायचो. फार काही तांत्रिक किंवा सामाजिक प्रगती झाली नव्हती. गेल्या १०,००० वर्षांतच जग नाट्यपूर्ण रितीने बदलू लागले आहे; त्यात पिके, पाळीव प्राणी, गुरेढोरे, गावे, शहरे, जागतिक व्यापार आणि आर्थिक बाजारपेठा ह्यांसारख्या घडामोडी आल्या. औद्योगिकरणानंतर, पर्यावरण-वातावरणात इतके बदल झाले की, आपल्या मेंदूला ज्याची खास सवय होती त्यातले फारसे काही उरले नाही. तुम्ही जर मॉलमध्ये पंधरा मिनिटे घालवली तर आपल्या पूर्वजांनी अख्ख्या आयुष्यात पाहिली नव्हती इतकी माणसे तुमच्या जवळून जातील. जो कोणी असा दावा करतो की, पुढच्या १० वर्षांत जग कसे दिसेल हे तो जाणतो, त्याचे त्यानंतर वर्षभरातच हसे होते. गेल्या १०,००० वर्षांत आपण असे जग बनवले आहे, जे आपण स्वतःच समजू शकत नाही. सारेकाही अद्ययावत आहे, पण अजून क्लिष्ट, जटिल आणि परस्परावलंबी. त्याची परिणती म्हणजे अमाप भौतिक समृद्धी आणि उत्कर्ष, पण त्याचबरोबर जीवनशैलीसंबंधीचे रोग (उदा. टाईप २ डायबेटीस-मधुमेह, फुफ्फुसांचा कर्करोग, नैराश्य) आणि विचारातल्या गफलती. ही गुंतागुंत वाढत राहिली - आणि वाढणारच हे नक्की - त्या गफलती जास्त वाढतील आणि खोलवर जातील.

पुरातनकाळात, शिकार अथवा अन्न गोळा करणे या पार्श्वभूमीवर विचार-चिंतन करण्यापेक्षा कृती जास्त उपयोगी ठरायची. क्षणार्धात प्रतिक्रिया फार महत्त्वाची होती. दीर्घकाळ विचार चघळत बसणे म्हणजे सर्वनाश. जर तुमच्या कळपातले शिकारी, इतर सदस्य अचानक धूम पळाले, तर त्यांच्या मागे पळत सुटणे शहाणपणाचे होते - मग ते साब्र टुथ टायगर (प्राचीन काळातला वाघ) किंवा रानडुक्करामुळे दचकून गेल्याने असो. जर तुम्ही पळाला नाहीत आणि तो वाघ निघाला, तर त्या घोडचुकीची किंमत म्हणजे तुमचे प्राण. पण त्याउलट जर ते रानडुक्कर निघाले तर त्या चुकीची किंमत म्हणजे फक्त काही कॅलरीज्. या संदर्भात त्याच त्याच गोष्टीबद्दल चुकणे फायद्याचे होते. ज्यांची डोकी वेगळी चालायची ते अशा एक

दोन घटनांनंतर जनुकांच्या समूहातून (जीन पूल) नाहीसे झालेले असायचे. आपण त्या होमी सेपिअनस्चे (मनुष्य प्राणी) वंशज आहोत, ज्यांना कळप धावेल तसे धावण्याची सवय आहे. पण आजच्या आधुनिक जगात ह्या स्वाभाविक वर्तनामुळे तोटे होतात. आजचे जग एकट्याने केलेले मनन-चिंतन आणि स्वतंत्र कृतीची कदर करते आणि इनाम देते. स्टॉक मार्केटच्या बिनबुडाच्या गवगव्याला जो बळी पडतो त्याला हे प्रत्यक्ष दिसते.

उत्क्रांतीशी संबंधित मानसशास्त्र हा अजूनही एक सिद्धांत आहे, पण त्यात खूप तथ्य आहे. बऱ्याच प्रमाणात आपल्या अनेक (सर्व नसल्या तरी) त्रुटींचे स्पष्टीकरण त्यात सापडते. पुढच्या वाक्याचा विचार करा - 'प्रत्येक हरशिज् चॉकलेट बारला तपकिरी वेष्टन असते. म्हणून तपकिरी वेष्टनात असलेला प्रत्येक चॉकलेट कँडी बार हरशिज्चा बार असला पाहिजे.' अगदी हुशार लोकसुद्धा अशा चुकीच्या निष्कर्षाला येऊ शकतात - जगातल्या सांस्कृतिक व सामाजिक बदलाशी ज्यांचा संपर्क नाही अशा आदिवासी जमातीचेही तेच होते. आपले शिकारी व अन्न गोळा करणारे पूर्वज कधीच तर्क विचारात चुकायचे नाहीत असे नाही. आपल्या विचार प्रक्रियेतले काही गोंधळ, आपल्या मेंदूच्या 'सर्किट'मध्ये पक्के बसलेले आहेत (हार्ड-वायर्ड). पर्यावरण व सामाजिक बदलांचा त्यात काही संबंध नाही.

असे का आहे? उत्क्रांती आपल्याला पूर्णपणे अद्ययावत (ऑप्टीमाईजड्) बनवत नाही. जोपर्यंत आपण आपल्या प्रतिस्पर्ध्यांच्या (उदा. निअँडरथॅल) पुढे जातो, तोपर्यंत चुका असलेले वर्तन चालून जाऊ शकते. कोकिळेचे उदाहरण पहा. शेकडो हजारो वर्षे कोकीळ पक्षी दुसऱ्या पक्षांच्या घरट्यात अंडी घालते; जे ते उबवतात, आणि कोकिळेच्या पिल्लांना खाऊही घालतात. ही वर्तनातली एक चूक आहे जी उत्क्रांतीने छोट्या पक्ष्यांमधून पुसून टाकली नाहीये; ती तेवढी घोर महत्त्वाची मानली जात नाही.

आपण त्याच त्या चुका नेहमी करत का राहतो ह्याचे एक दुसरे, समांतर स्पष्टीकरण १९९०च्या शेवटाला उभरत गेले. आपला मेंदू सत्य शोधण्यापेक्षा, आहे त्याचे अनुकरण करण्यासाठी घडला आहे. थोडक्यात, आपण आपले विचार मुख्यत्वे मन वळवण्यासाठी वापरतो. जे दुसऱ्यांना खात्री पटवून देऊ शकतात, त्यांचे मन वळवू शकतात, त्यांच्या हाती सामर्थ्य व अधिकार येतो आणि त्यायोगे संसाधनापर्यंत (रिसोर्सेस्) पोचण्याची संधी मिळते. ह्या गुणांचा 'मादी शोधण्यासाठी' (मेटिंग) व अपत्ये वाढवण्यासाठी भरपूर उपयोग होतो. हे वास्तव फार तर दुय्यम महत्त्वाचे आहे. पुस्तकांच्या बाजारात ते दिसून येते. अभ्यास

व माहितीपूर्ण, वास्तवाशी निगडित असलेली ही पुस्तके (नॉन-फिक्शन) जरी जास्त उच्च दर्जाची व प्रांजळ असली, तरी त्यांच्यापेक्षा कादंबऱ्यांची अधिक विक्री होते.

शेवटी, एक तिसरे स्पष्टीकरणही आहे. आतल्या आवाजाच्या सांगण्यावरून (इन्ट्युइटिव्ह) घेतलेले निर्णय जरी तर्कशुद्ध नसले, तरी काही वेळा ते जास्त चांगले असतात. तथाकथित 'निमिषार्धातले निर्णय' (ह्युरिस्टिक्स) ह्या विषयावरचे संशोधन ही बाब तपासत आहे. अनेक निर्णय घेताना, आपल्याकडे हवी ती सर्व माहिती नसते, म्हणून आपल्याला मानसिक शॉर्टकट घेत मनात ठरवलेले नियम (रुल ऑफ थंब - ह्युरिस्टिक्स) वापरावे लागतात. जर तुम्ही वेगवेगळ्या संभाव्य जोडीदाराकडे आकर्षित झाले असाल, तर कोणाशी लग्न करायचे हे मूल्यमापन करावे लागते. जर तुम्ही फक्त तर्कावर अवलंबून राहिलात तर तो तर्कनिष्ठ निर्णय नसेल, मग कदाचित जन्मभर अविवाहित रहाल. थोडक्यात, अनेकदा आपण आतल्या आवाजावर अवलंबून निर्णय घेतो व मग त्याचे समर्थन करतो. अनेक निर्णय (करिअर, आयुष्याचा जोडीदार, आर्थिक गुंतवणूक) सुप्त मनात (सबकॉन्शस) घेतले जातात. त्यानंतर निमिषार्धात आपण त्याभोवती एक कारण गुंफतो, त्यामुळे आपल्याला वाटतं की, आपण तोलूनमापून जाणतेपणाने निर्णय घेतला आहे. दुर्दैवाने आपण शास्त्रज्ञांसारखे वागत नाही; त्यांना फक्त वस्तुनिष्ठ वास्तवपूर्ण माहितीतच रस असतो. त्याऐवजी आपण वकिलांसारखा विचार करतो; आधीच ठरवलेल्या निर्णयाकरिता सर्वात उत्तम समर्थन निर्माण करतो.

म्हणूनच, अपरिपूर्ण ज्ञानाच्या स्वमदत पुस्तकात सांगितलेल्या 'उजव्या आणि डाव्या मेंदू'बद्दल विसरून जा. त्याहून महत्त्वाचा आहे आतल्या आवाजाचे विचार आणि तर्कनिष्ठ विचारांतला फरक. दोघांचाही योग्य वापर होऊ शकतो. अंतर्मन हे उत्स्फूर्त, वेगवान व ऊर्जा वाचवणारे असते. तर्कनिष्ठ विचारपद्धती हळू चालणारी, आग्रही आणि खूप ऊर्जा खर्च करणारी असते (रक्तातल्या साखरेच्या रूपाने). 'थिंकींग फास्ट ॲण्ड स्लो' ह्या पुस्तकात डॅनिअल काहनेमन यांनी ते जसे उलगडून दाखवले आहे, तितके अप्रतिम तऱ्हेने कोणीही केलेले नाही.

विचार प्रक्रियेतल्या चुका मी लक्षात घेऊ लागल्यापासून, लोक अनेकदा मला विचारतात की, मी एकही चूक न करता आयुष्य कसे जगू शकतो. त्याचे उत्तर आहे - मी तसे करत नाही. खरं म्हणजे मी तसा प्रयत्नही करत नाही. इतरांप्रमाणे मीही माझ्या विचारांवर नव्हे तर माझ्या भावनांवर विसंबून क्षणात निर्णय घेतो. बरेचदा 'त्याविषयी माझे विचार काय आहेत?' ह्या प्रश्नाऐवजी 'ह्याबद्दल मला

काय वाटतेय?' हा प्रश्न मी स्वत:ला करतो. स्पष्टच सांगायचे झाले तर, चुका व गैरसमजांचा अंदाज घेऊन त्या टाळण्याचा प्रयत्न करणे फार महागात पडते.

गोष्टी सोप्या करण्यासाठी मी स्वत:साठी काही नियम आखले आहेत - जेव्हा एखाद्या गोष्टीचे परिणाम फार मोठे असतील (उदा. महत्त्वाचे वैयक्तिक आणि व्यावसायिक निर्णय), तेव्हा मी पर्याय निवडताना शक्य तेवढा जास्त तर्कनिष्ठ व समंजस राहतो. मी माझी चुकांची यादी काढतो आणि एक एक करून सगळ्या तपासतो - अगदी एखाद्या वैमानिकाप्रमाणे. निर्णय घेण्याच्या दृष्टीने मदत व्हावी म्हणून मी तपाससूचीचा तक्ता तयार केला आहे. त्याला मी 'डिसिजन-ट्री-फ्लो-चार्ट' म्हणतो. माझे महत्त्वाचे निर्णय मी त्याद्वारे बारकाईने तपासतो. लहानसहान गोष्टींसाठी (उदा. साधारण की डाएट पेप्सी, स्पार्कलिंग की साधे पाणी?) मी सर्वोत्तम परिणाम ासाठीचे माझे सारे तर्कवितर्क, विचार बाजूला ठेवतो आणि खुशाल अंतर्मनाचे ऐकतो. विचार करून थकवा येतो. म्हणून जर संभाव्य नुकसान कमी असेल, तर मेंदूला फार ताण देऊ नका; अशा चुकांमुळे फार काळ टिकणारे नुकसान होत नाही. तुमचे आयुष्य सुकर होईल. आपले निर्णय परफेक्ट (अचूक आणि सुयोग्य) आहेत की नाही ह्याच्याशी निसर्गाला फारसे देणेघेणे नसते असे दिसते. जोपर्यंत तुम्ही आयुष्यातून वाट काढत पुढे जाता आणि वेळ आली तर तर्कनिष्ठ बनायची तयारी ठेवता तोपर्यंत काही काळजी नाही. अजून एका क्षेत्रात मी माझ्या अंतर्मनाला जास्त प्राधान्य देतो - जेव्हा मी माझ्या 'क्षमतेच्या आणि कौशल्याच्या वर्तुळात' (सर्कल ऑफ कॉम्पीटन्स) असतो तेव्हा. तुम्ही एखादे वाद्य वाजवताना सराव करता; तुम्ही सूर शिकता आणि तुमच्या बोटांना कसे वाजवायचे ते सांगता. कालांतराने तुम्हाला ते सूर वाद्याच्या पट्टीवर किंवा तारेवर कसे कुठे वाजतात हे इतके पाठ होते की, जणू डाव्या हाताचा मळ. तुम्ही संगीताचा स्वर बघता आणि तुमची बोटे आपोआप लीलया ते स्वर वाजवू लागतात. एखादा संगीतकार स्वर ज्या सहजतेने वाचेल त्याच सहजतेने वॉरेन बफेट आर्थिक अहवाल वाचतात. हे त्यांच्या 'क्षमता आणि कौशल्याचे वर्तुळ' आहे; एक असे क्षेत्र जे ते आपसूक समजून त्यात निष्णात होऊ शकतात. तर तुम्हीही तुमचे 'क्षमता आणि कौशल्याचे वर्तुळ' शोधा. त्यामध्ये नैपुण्य मिळवा. टीप - तुम्हाला वाटते त्यामानाने ते लहान आहे. तुम्हाला जर त्या वर्तुळाबाहेर एखादा महत्त्वाचा मोठा निर्णय घ्यायचा असेल, तर त्यावर शांत, सखोल, तर्कनिष्ठ विचार करा. इतर वेळी तुमच्या अंतर्मनाला पूर्ण मोकळीक द्या.